ഗ്രീൻ ബുക്സ്

വെളുത്ത രാത്രിയും കഥകളും

ഫയദോർ ദസ്തയെവ്സ്കി (1821–1881)

വിശ്വസാഹിത്യത്തിലെ അതികായൻ. 1821ൽ ജനനം. പാവപ്പെട്ടവർക്കുവേണ്ടിയുള്ള ഒരു ഡോക്ടറായിരുന്നു പിതാവ്. രോഗവും ദുരിതവും നിറഞ്ഞ ബാല്യകാലജീവിതം ഫയോദാർ ദസ്തയെവ്സ്കിയെ ഏകാന്തവാസിയാക്കി മാറ്റി. എഴുത്തും വായനയുമായിരുന്നു കൂട്ട്. പിതാവ് കൊല്ലപ്പെട്ടത് ദസ്തയെവ്സ്കിയുടെ ജീവിതം കൂടുതൽ ദുരിതപൂർണമാക്കി. 1843ൽ സെന്റ് പീറ്റേഴ്സ്ബർഗിലെ മിലിട്ടറി അക്കാദമിയിൽ നിന്നും വിദ്യാഭ്യാസം പൂർത്തിയാക്കി. പീറ്റേഴ്സ്ബർഗ്ഗിലെ സോഷ്യലിസ്റ്റ് ഗ്രൂപ്പിൽ അംഗമായിരുന്ന ദസ്തയെവ്സ്കിയെ രാഷ്ട്രീയ വിപ്ലകാരിയെന്ന് മുദ്രകുത്തി വധശിക്ഷയ്ക്ക് വിധിച്ചുവെങ്കിലും ചക്രവർത്തി അവസാന നിമിഷം വധശിക്ഷ റദ്ദാക്കി. തുടർന്ന് ദസ്തയെവ്സ്കി സൈബീരിയയിൽ നാലു വർഷം തടവുശിക്ഷ അനുഭവിച്ചു. ഇക്കാലയളവിലെ ജീവിതാനുഭവങ്ങൾ അദ്ദേഹത്തിന്റെ 'മരിച്ച വീട്' എന്ന കൃതിയിൽ കാണാം. പീറ്റേഴ്സ്ബർഗ്ഗിൽ തിരിച്ചെത്തിയ ദസ്തയെവ്സ്കി സഹോദരൻ നടത്തിയ 'ടൈം' മാസികയുടെ പത്രാധിപത്യം ഏറ്റെടുത്തു. സഹോദരന്റെ മരണം, ആദ്യ ഭാര്യയുടെ മരണം, കുടുംബത്തിലെ മറ്റു ബാദ്ധ്യതകൾ ഇതെല്ലാം അദ്ദേഹത്തെ ഈ സമയത്ത് കാര്യമായി ബാധിച്ചു. എല്ലാം പരിഹരിക്കുവാൻ ചൂതുകളിയിലൂടെ സാധിക്കുമെന്നായിരുന്നു അദ്ദേഹത്തിന്റെ പ്രതീക്ഷ. ഇതിനുവേണ്ടി വിദേശത്തേക്കു പോയെങ്കിലും ഗുരുതരമായ നഷ്ടമായിരുന്നു ഫലം. കടബാദ്ധ്യതയിൽ നിന്നും മോചിതനാകുന്നതിന് *കുറ്റവും ശിക്ഷയും* വലിയൊരു സഹായമായിരുന്നു. വലിയ ജനപ്രീതിയാണ് ഈ നോവൽ കൈവരിച്ചത്.

പ്രധാന കൃതികൾ: *പാവപ്പെട്ടവർ, ദി ഡബിൾ, മരിച്ച വീട്, ഇഡിയറ്റ്, നിന്ദിതരും പീഡിതരും, അധോലോകത്തിൽനിന്നുള്ള കുറിപ്പുകൾ, ചൂതാട്ടക്കാരൻ, കുറ്റവും ശിക്ഷയും, അപക്വ യുവാവ്, കരമസോവ് സഹോദരർ.*

കെ.പി. ബാലചന്ദ്രൻ: വിവർത്തകൻ, ചരിത്രകാരൻ. 1939ൽ മണലൂരിൽ ജനനം. പിതാവ് വിദ്വാൻ കെ. പ്രകാശം. എഞ്ചിനീയറിങ്ങിൽ ബിരുദവും ചരിത്രത്തിൽ ബിരുദാനന്തര ബിരുദവും. കൊച്ചിൻ ഷിപ്പ്യാർഡിൽ അസിസ്റ്റന്റ് ജനറൽ മാനേജരായിരുന്നു.

വെളുത്ത രാത്രിയും കഥകളും
ഫയദോർ ദസ്തയെവ്സ്കി

വിവർത്തനം
കെ.പി. ബാലചന്ദ്രൻ

ഗ്രീൻ ബുക്സ്

green books private limited
gb building, civil lane road, ayyanthole,
thrissur- 680 003, kerala, ph: +91 487-2381066, 2381039
website: www.greenbooksindia.com
e-mail: info@greenbooksindia.com

original title
(english)
stories - fyodor dostoyevsky

malayalam
velutha rathriyum kathakalum
by
fyodor dostoyevsky

translated by
k.p. balachandran

first published july 2019

branches:
thrissur 0487-2422515
palakkad 0491-2546162
thiruvananthapuram 0471-2335301
calicut 0495 4854662
kannur 0497-2763038
ernakulam 8589095007

isbn : 978-93-88830-57-7

no part of this publication may be reproduced,
or transmitted in any form or by any means,
without prior written permission of the publisher.

GBPL/1100/2019

മുഖക്കുറി

ലോകോത്തര പ്രതിഭയായ ദസ്തയെവ്സ്കിയുടെ നോവലുകൾ പ്രശസ്തമാണ്. മലയാളികൾ ഏറെ ആഘോഷപൂർവ്വം കൊണ്ടാടിയ എഴുത്തുകാരൻ. ഒരു കാലഘട്ടത്തിന്റെ രാഷ്ട്രീയ ഭൂപടത്തിന്റെ നേർപ്പകർപ്പുകൾ. അസാധാരണ കഥാപാത്രങ്ങൾ. വിശകലനാത്മകമായ എഴുത്ത്. ദസ്തയെവ്സ്കിയുടെ കഥാസമാഹാരം വ്യത്യസ്തമായ ഒരു വായനാനുഭവം.

കൃഷ്ണദാസ്
മാനേജിങ് എഡിറ്റർ

ഉള്ളടക്കം

വെളുത്ത രാത്രി 09
ദുർബലഹൃദയം 71
ശാന്തനായ വ്യക്തി 128

വെളുത്ത രാത്രികൾ
ഒന്നാം രാത്രി

അതൊരു മനോഹര രാത്രിയായിരുന്നു. വളരെ ചെറുപ്പത്തിൽ മാത്രം നമ്മൾ മനസ്സിലാക്കുന്ന ഒരു രാത്രി, പ്രിയപ്പെട്ട വായനക്കാരാ, തെളിഞ്ഞ ആകാശം, ആകാശം നിറയെ നക്ഷത്രങ്ങൾ. അതിലേക്ക് നോക്കുമ്പോൾ നിങ്ങൾക്ക് സ്വയം ചോദിക്കാതിരിക്കാൻ കഴിയില്ല. ഇതുപോലുള്ളൊരു ആകാശത്തിനു കീഴെ എങ്ങനെ എല്ലാത്തരം ദുഷ്ടരും മൂർഖരുമായ മനുഷ്യർക്ക് ജീവിക്കാൻ കഴിയുന്നു എന്ന്. വളരെ ഉജ്ജ്വലമായൊരു ചോദ്യമാണത്. കാരുണ്യവാനായ വായനക്കാരാ, തീർച്ചയായും. എന്നാൽ അത്തരം ചോദ്യങ്ങൾ എപ്പോഴും ചോദിച്ച് നിങ്ങളുടെ ഹൃദയത്തെ വിഷമിപ്പിക്കുന്നത് ദൈവത്തിന് ഇഷ്ടപ്പെടുമോ? അത്തരം മനുഷ്യരെക്കുറിച്ച് സംസാരിക്കുമ്പോൾ അന്നത്തെ ദിവസം മുഴുവൻ എന്നിൽനിന്നുണ്ടായ ശ്ലാഘനീയമായ പെരുമാറ്റത്തെക്കുറിച്ച് ഓർക്കാതിരിക്കാൻ കഴിയില്ല.

രാവിലെ മുതൽ വിചിത്രമായൊരു വിഷാദഭാവം എന്നെ പിടികൂടി. എല്ലാവരും എന്നെ വിട്ടുപോകുകയാണെന്ന്, ത്യജിക്കുകയാണെന്ന് പെട്ടെന്നെനിക്കു തോന്നി. തീർച്ചയായും ഈ ചോദ്യം ചോദിക്കുന്നത് ന്യായമാണ്. ആരാണ് ഈ 'എല്ലാവരും'? ഞാൻ സെന്റ് പീറ്റേഴ്സ്ബർഗിൽ താമസമാക്കിയിട്ട് എട്ടു വർഷമായി. അതിനിടയിൽ പറയത്തക്ക ഒറ്റ സുഹൃത്തും എനിക്കുണ്ടായിട്ടില്ല. എന്തിന് സുഹൃത്തുക്കളെ ഉണ്ടാക്കണം? സെന്റ് പീറ്റേഴ്സ്ബർഗിനോട് മുഴുവൻ ഞാൻ യഥാർത്ഥത്തിൽ സൗഹൃദത്തിലാണ്. അതുകൊണ്ടാണ് നഗരവാസികൾ ഒന്നടങ്കം പെട്ടെന്ന് ഭാണ്ഡം കെട്ടിമുറുക്കി നാട്ടിൻപുറത്തേക്ക് പുറപ്പെട്ടപ്പോൾ എല്ലാവരും എന്നെ ഉപേക്ഷിച്ചുപോകുകയാണെന്ന് തോന്നിയത്. ഒറ്റയ്ക്കാണെന്ന ചിന്ത എന്നെ പേടിപ്പിച്ചു. നിരാശയോടെ മൂന്നു ദിവസം നഗരം മുഴുവൻ അലഞ്ഞു തിരിഞ്ഞു. എനിക്കെന്താണ് സംഭവിച്ചതെന്ന് ശരിക്കും മനസ്സിലാക്കാൻ കഴിഞ്ഞിട്ടില്ല. ഞാൻ നെവിസ്കി പ്രോസ്പെക്ടിലേക്കോ പാർക്കിലേക്കോ പുഴയോരത്തേക്കോ പോകും. എന്നാൽ, ഒരു വർഷമായി, അതേസമയത്ത്, അതേ സ്ഥലത്ത് ഞാൻ കണ്ടുമുട്ടാറുള്ള ആളുകളെ

എവിടേയും കണ്ടെത്താനായില്ല. തീർച്ചയായും അവർക്കെന്നെ അറിയില്ല. എന്നാൽ, എനിക്കവരെ അറിയാം. അവരെ നന്നായി അറിയാം. അവരുടെ മുഖങ്ങളെക്കുറിച്ച് ഒരു പഠനം നടത്തിയിട്ടുണ്ട്. അവർ ആഹ്ലാദത്തിലാകുമ്പോൾ ഞാനും ആഹ്ലാദിക്കുന്നു. അവ കറുക്കുമ്പോൾ ഞാനും വിഷാദവാനാകുന്നു. ഒരേ സമയത്ത് ഫൊണ്ടങ്കായിൽ എന്നും കണ്ടുമുട്ടാറുള്ള ഒരു വൃദ്ധനുമായി സൗഹൃദത്തിലാകാറായതാണ്. അയാൾ എപ്പോഴും ചിന്താകുലനായി കാണപ്പെട്ടു. ഗൗരവഭാവം! സദാസമയം സ്വയം പിറുപിറുത്തുകൊണ്ടിരിക്കും. വലതുകൈയിൽ സുവർണമുട്ടുള്ള ഒരു നീണ്ട വാക്കിംഗ് സ്റ്റിക്ക് പിടിച്ചിട്ടുണ്ടാകും. അയാളും എന്നെ ശ്രദ്ധിക്കാറുണ്ട്. ആത്മാർത്ഥമായ താത്പര്യവും കാണിച്ചിരുന്നു.

ഫൊണ്ടാങ്കായിൽ അതേസമയത്ത്, അതേ സ്ഥലത്ത് എന്നെ കാണാൻ പറ്റാതെ വന്നാൽ അയാൾ നിരാശനാകുമെന്ന് എനിക്കുറപ്പുണ്ട്. അതുകൊണ്ടാണ് ചിലപ്പോൾ ഞങ്ങൾ പരസ്പരം അഭിവാദ്യങ്ങൾ അർപ്പിക്കാൻ തയ്യാറായത്. പ്രത്യേകിച്ച്, ഇരുവരും സന്തോഷവാന്മാരായിരിക്കുമ്പോൾ. കഴിഞ്ഞ ദിവസം, രണ്ടുനാൾ കാണാതിരുന്നശേഷം കണ്ടുമുട്ടിയപ്പോൾ, സത്യത്തിൽ തൊപ്പി പൊക്കി അഭിവാദ്യം ചെയ്യാൻ പോയതാണ്. ഭാഗ്യവശാൽ, സമയത്തിന് ഞങ്ങൾ കൈകൾ താഴ്ത്തിയിട്ട് ഹൃദയത്തിൽ അവാച്യമായ സഹാനുഭൂതിയോടെ പരസ്പരം കടന്നുപോയി.

വീടുകളോടും ഞാൻ സൗഹൃദത്തിലാണ്. തെരുവിലൂടെ നടക്കുമ്പോൾ, വീടുകളെല്ലാം എന്റെ മുന്നിലേക്ക് ഒരു ചുവടുവെച്ച് സംസാരിക്കുന്നതുപോലെ നിൽക്കുക. അവരുടെ ജനാലകളിലൂടെ എന്നെ തുറിച്ചുനോക്കും. “നിങ്ങൾക്ക് സുഖമല്ലേ? എനിക്ക് വളരെ സുഖമാണ്. മെയ് മാസത്തിൽ എനിക്കുമേൽ മറ്റൊരു നില കൂടി കെട്ടിപ്പൊക്കും.” അല്ലെങ്കിൽ “നിങ്ങൾക്കെങ്ങനെയുണ്ട്? നാളെ എന്റെ അറ്റകുറ്റപ്പണി തുടങ്ങും.” അതുമല്ലെങ്കിൽ “എനിക്ക് തീ പിടിക്കേണ്ടതാണ്. ഞാൻ വല്ലാതെ പേടിച്ചുപോയി.” അങ്ങനെ പോകുന്നു കുശലംപറച്ചിൽ. അവർക്കിടയിൽ എനിക്ക് പ്രിയങ്കരും ഉറ്റവരുമായ സുഹൃത്തുക്കളുണ്ട്. ഈ വേനലിൽ അവരിലൊരുവൻ ആർക്കിടെക്റ്റിന്റെ ചികിത്സയ്ക്ക് തയ്യാറെടുക്കുകയാണ്. അതിനൊരു ദ്രോഹവും ഉണ്ടാകാതെ നോക്കാനായിട്ടാണ് ഞാനിവിടെ എന്നും വരുന്നത്. അതിനെ ദൈവം അനുഗ്രഹിക്കട്ടെ.

എന്നാൽ, വളരെ മനോഹരമായ ഇളംറോസ് നിറമുള്ള, ഒരു കൊച്ചുവീടിന് സംഭവിച്ചതെന്തെന്ന് ഒരിക്കലും മറക്കില്ല. അത് അത്രയ്ക്ക് അഴകുള്ളൊരു കൊച്ചുവീടായിരുന്നു. അതെന്നെ നോക്കി വളരെ സൗഹൃദത്തോടെ പുഞ്ചിരിക്കുമായിരുന്നു. അതിന്റെ അയൽപക്കത്തെ വൃത്തികെട്ട കെട്ടിടങ്ങളെ ഗർവോടെ നോക്കും! അതിലെ കടന്നുപോകാനിടയാകുമ്പോഴെല്ലാം ഹൃദയം ആഹ്ലാദംകൊണ്ട് തുടിക്കും. അങ്ങനെ കഴിഞ്ഞാഴ്ച

ഞാൻ ആ തെരുവിലൂടെ നടന്നുപോകുമ്പോൾ ദയനീയമായൊരു നിലവിളി കേട്ടു: "അവരെന്നെ മഞ്ഞ പെയിന്റടിക്കുന്നു." ഞാനെന്റെ സുഹൃത്തിനുനേരെ ദൃഷ്ടി പായിച്ചു. ദുഷ്ടന്മാർ! കാടന്മാർ! അവർ ഒന്നും വിട്ടുകളഞ്ഞിട്ടില്ല. തൂണുകളോ, ചുമരിന്റെ മുകൾഭാഗത്തെ ചിത്രവേലകളോ ഒന്നും! എന്റെ സുഹൃത്ത് ഒരു മൈനയെപ്പോലെ മഞ്ഞയായി മാറിയിരിക്കുന്നു.! അതിന്റെ മുന്നിലെത്തിയപ്പോൾ ഞാൻ ഒരു മഞ്ഞപ്പിത്ത രോഗിയെപ്പോലെയായി. സ്വർഗരാജ്യത്തിന്റെ നിറത്തിൽ പെയിന്റടിച്ച് വികൃതനാക്കപ്പെട്ട എന്റെ പാവം സുഹൃത്തിനെ കാണാൻ ഇതുവരെ പോയിട്ടില്ല.

അപ്പോൾ നിങ്ങൾക്ക് മനസ്സിലായല്ലോ, പ്രിയപ്പെട്ട വായനക്കാരാ, ഞാൻ സെന്റ് പീറ്റേഴ്സ്ബർഗിനോട് എന്തുമാത്രം സൗഹൃദത്തിലാണെന്ന്.

നേരത്തെ സൂചിപ്പിച്ചതുപോലെ വല്ലാത്ത മ്ലാനതയിലായിരുന്നു. അതിന്റെ കാരണം മനസ്സിലാകുന്നതുവരെ മൂന്നു ദിവസവും ആ മാനസികാവസ്ഥ നിലനിന്നു. പുറമെ നടക്കുന്ന കാര്യങ്ങളോർത്ത് വല്ലാതെ അസ്വസ്ഥനായി. അതവിടെ ഇല്ല, ഇത് എവിടെപ്പോയി, ഇന്നയിന്ന സാധനങ്ങൾക്ക് എന്തൊക്കെ സംഭവിച്ചേനേ എന്നൊക്കെയോർത്ത് വീട്ടിനകത്തും എനിക്കൊരു സ്വസ്ഥതയില്ല. രണ്ട് രാത്രി തുടർച്ചയായി തലച്ചോറിന്നകത്ത് വല്ലാത്ത സമ്മർദ്ദമായിരുന്നു. എന്റെ മുറിയിൽ ക്രമം തെറ്റിയതായി എന്താണുള്ളത്? അസ്വീകാര്യമായി എന്താണുള്ളത്? അതിനുള്ള മറുപടി അന്വേഷിച്ച് ചുറ്റുപാടും വീക്ഷിച്ചു - അഴുക്കുപിടിച്ച പച്ചച്ചുമരുകൾ, ചിലന്തിവലകൾ നിറഞ്ഞ സീലിംഗ്, ഫർണീച്ചർ എല്ലാം മാട്രിയോണ സുലഭമായി വളരാൻ അനുവദിച്ചവ - ഒരുപക്ഷേ, പ്രശ്നം കുടികൊള്ളുന്നത് ഇവിടെ ആയിരിക്കാം എന്ന ഭാവത്തിൽ ഓരോ കസേരയിലേക്കും തലനീട്ടി നോക്കി. തലേന്ന് കിടന്നിരുന്ന സ്ഥലത്തുനിന്ന് ഏതെങ്കിലും കസേര മാറിക്കിടന്നാൽ മതി. എന്റെ മനസ്സ് അസ്വസ്ഥമാകാൻ. ഞാൻ ജനാലയ്ക്കപ്പുറത്തേക്ക് നോക്കി. എന്നാൽ, മനസ്സമാധാനം ലഭിച്ചില്ല.

ചിലന്തിവലകൾ ഇത്രയും സുലഭമായി വളരുവാൻ അനുവദിച്ചത് മാട്രിയോണ ആയതിനാൽ ഞാനവളെ വിളിച്ച് മാറാലയും ശുചിത്വമില്ലായ്മയും ചൂണ്ടിക്കാണിച്ച് ശാസിച്ചു. എന്നാൽ, അവളെന്നെ അരിശത്തോടെ ഒന്നുനോക്കി. ഒരക്ഷരം മിണ്ടാതെ സ്ഥലം വിട്ടു. അങ്ങനെ ചിലന്തിവലകൾ യാതൊരു ശല്യവുംകൂടാതെ ഇപ്പോഴും അവിടെത്തന്നെ നിലകൊള്ളുന്നു. ഒടുവിൽ, ഇന്നു രാവിലെ മാത്രമാണ് കാര്യം പിടികിട്ടിയത്. എന്താണെന്നോ അവർ എന്നിൽനിന്നും നാട്ടിൻപുറത്തേക്ക് ഒളിച്ചോടുന്നു! ഇത്തരത്തിലുള്ള മോശം പദപ്രയോഗത്തിൽ ക്ഷമിക്കുക, ഗാംഭീര്യമുള്ള വാക്കുകൾ തിരഞ്ഞെടുക്കാവുന്ന അവസ്ഥയിലല്ല ഞാനിപ്പോൾ... കാരണം, സെന്റ് പീറ്റേഴ്സ്ബർഗിൽ താമസിക്കുന്നവരെല്ലാം

ഒന്നുകിൽ നാട്ടിൻപുറത്തേക്ക് പോകാൻ നിൽക്കുന്നവരോ, പോയവരോ ആണ്. വണ്ടി വാടകയ്ക്കെടുക്കുന്ന അന്തസ്സുള്ള മാന്യന്മാർക്കിടയിൽ ശാന്തനായ ഒരു കുടുംബക്കാരനെ പെട്ടെന്ന് കണ്ടു. അന്നത്തെ ജോലി തീർത്ത്, നാട്ടിൻപുറത്തെ തന്റെ കുടുംബവുമായിച്ചേരാനയാൾ ധൃതി പിടിച്ച് പോകുകയാണ്. ഇപ്പോൾ, തെരുവിൽ കണ്ടുമുട്ടുന്ന എല്ലാ മനുഷ്യർക്കും ഒരു പ്രത്യേക ഭാവമാണ്. കടന്നുപോകുന്ന ഓരോരുത്തനോടും ഇപ്രകാരം പറയുന്നതുപോലെ. "ഞങ്ങൾ സ്ഥലംവിട്ടുപോകുവാൻ നില്ക്കുകയാണ്, മാന്യരെ ഏതാനും മണിക്കൂറുകൾക്കുള്ളിൽ ഞങ്ങൾ പട്ടണം വിടും." ഒരു ജന്നൽ തള്ളിത്തുറന്ന് മെലിഞ്ഞ് വെളുത്ത അഴകാർന്ന വിരലുകൾകൊണ്ട് ജന്നൽപാളിയിൽത്തട്ടി, സുന്ദരിയായൊരു പെൺകുട്ടി തല പുറത്തേക്കിട്ട് പൂച്ചട്ടി വില്പനക്കാരനെ വിളിക്കുന്നു. അപ്പോൾത്തന്നെ മനസ്സിലായി ആ പൂച്ചെട്ടികൾ വാങ്ങിക്കുന്നത് ആ ഇടുങ്ങിയ ഫ്ളാറ്റിൽ വസന്തകാലം ആസ്വദിക്കാനായി വളർത്താനല്ല, ഉടനെ നാട്ടിൻപുറത്തേക്ക് പോകുമ്പോൾ അത് കൂടെ കൊണ്ടുപോകാനാണ് എന്ന്. അതിനുംപുറമെ എനിക്ക് എന്റെ പ്രത്യേക രീതിയിലുള്ള നൂതനമായ നിരീക്ഷണത്തിലൂടെ യാതൊരു തെറ്റും വരുത്താതെ പറയാൻ കഴിയും, ഓരോരുത്തരുടേയും വേനൽക്കാല വസതി എവിടെയാണെന്ന്. അവരുടെ ഭാവിപ്രകടനങ്ങളിൽ നിന്നത് എനിക്ക് ഊഹിച്ചെടുക്കാനാകുമെന്ന്, അപ്ടെക്കാർസ്കി ദ്വീപുകൾ, പീറ്റർ ഹോഫ് എന്നിവിടങ്ങളിൽ നിന്ന് വരുന്നവരെ അവരുടെ ആകർഷകമായ സംസാരരീതിയിൽ നിന്നും പുതിയ ഫാഷനിലുള്ള വേനൽവസ്ത്രങ്ങളിൽ നിന്നും അവരെ പട്ടണത്തിലേക്ക് കൊണ്ടുവന്ന ഉജ്ജ്വലമായ വണ്ടികളിൽനിന്നും തിരിച്ചറിയാവുന്നതാണ്. പർഗൊളോവയിൽനിന്നും അതിനപ്പുറത്തെ സ്ഥലങ്ങളിൽ നിന്നും വരുന്നവരെ അവരുടെ വിവേകത്തിൽനിന്നും ഗാംഭീര്യത്തിൽ നിന്നും ഒറ്റനോട്ടത്തിന് തിരിച്ചറിയാൻ കഴിയും. ശാന്തനും ആഹ്ലാദവാനുമായ ഒരുവന്റെ വേനൽ വസതി ക്രെസ്റ്റോവിസ്കി ദ്വീപാണെന്ന് ഉറപ്പാണ്.

വണ്ടിക്കാർ നിരനിരയായി തങ്ങളുടെ സാമാനവണ്ടിയുടെ സമീപത്തായി കടിഞ്ഞാൺ കൈയിൽ പിടിച്ച് അലസരായി നടന്നുനീങ്ങുന്നു. വണ്ടിയിൽ എല്ലാതരത്തിലുള്ള ഫർണീച്ചറും കുത്തിനിറച്ചിട്ടുണ്ട്. മേശകൾ, കസേരകൾ, ദിവാനുകൾ, മറ്റു വീട്ടുസാധനങ്ങൾ തുടങ്ങിയവ. ആ സാമാനങ്ങളുടെ കൂമ്പാരത്തിൽ ചടച്ച് മെലിഞ്ഞ പാചകക്കാരി കുത്തിയിരിക്കുന്നു. അവിടെ ഇരുന്ന് അവൾ തന്റെ യജമാനന്റെ സാധനങ്ങൾ ശുഷ്കാന്തിയോടെ കാത്ത് രക്ഷിക്കുന്നു. നേവായിൽ, ഫർണീച്ചറും പാത്രങ്ങളും നിറച്ച ബോട്ടുകൾ ചോർണായാപുഴയിലേക്കോ ദ്വീപുകളിലേക്കോ പോകുന്നത് ഞാൻ കാണുന്നു. വണ്ടികളുടേയും ബോട്ടുകളുടേയും എണ്ണം പത്ത് മടങ്ങും നൂറ് മടങ്ങുമായി വർധിച്ചിരിക്കുന്നു. എല്ലാം പുറപ്പെട്ട് റോഡിലൂടെ വരിവരിയായി സാർത്ഥവാഹകസംഘംപോലെ നാട്ടിൻപുറത്തേക്ക് നീങ്ങുന്നതായി എനിക്കു തോന്നി. സെന്റ് പീറ്റേഴ്സ്ബർഗ് ഒരു മരുഭൂമിയാകാനുള്ള ഭീഷണി നേരിടുകയാണെന്നുപോലും

തോന്നി. പിന്നെ ലജ്ജയും വേദനയും ദുഃഖവുമുണ്ടായി. നാട്ടിൻപുറത്തേക്ക് പോകാനുള്ള യാതൊരു കാരണവും എനിക്ക് കണ്ടെത്താൻ കഴിഞ്ഞില്ല. എന്റേതായ ഒരു സ്ഥലവും അവിടെ ഇല്ല. ഓരോ വണ്ടിയോടൊപ്പവും പോകാൻ ഞാൻ സന്നദ്ധനായിരുന്നു. വണ്ടി വാടകയ്ക്കെടുക്കാൻ പോകുന്ന ഓരോ മാന്യനോടൊപ്പവും പോകാൻ ഞാൻ തയ്യാറായിരുന്നു. എന്നാൽ, ഒറ്റ വ്യക്തിയും എന്നെ ക്ഷണിച്ചില്ല. എന്നെ എല്ലാവരും മറന്നതുപോലെ. ഞാൻ അവർക്കെല്ലാം അപരിചിതനായൊരു മനുഷ്യനാണെന്നതുപോലെ!

ഞാൻ ഒരുപാട് ദൂരം നടന്നു. വഴിതെറ്റിയതുപോലെ തോന്നി. എനിക്കതൊരു പതിവാണ്. പെട്ടെന്ന് ഞാൻ പട്ടണകവാടത്തിലെത്തിയതായി മനസ്സിലാക്കി. ഞാൻ ആഹ്ലാദിച്ചു. വേലി കടന്ന്, പച്ചവയലിലൂടെയും പച്ചപ്പുൽ മൈതാനത്തിലൂടെയും നടന്നു. യാതൊരു ക്ഷീണവും തോന്നിയില്ല. ഹൃദയഭാരം ലഘൂകരിക്കപ്പെട്ടതായി തോന്നി. എന്നെ മറികടന്നു പോയവരെല്ലാം എനിക്കുനേരെ സൗഹൃദത്തോടെ ദൃഷ്ടിപായിച്ചു. അവരെല്ലാവരും എന്നെ അഭിവാദ്യം ചെയ്തു. എന്തോ കാര്യത്തിൽ അവർ ആഹ്ലാദഭരിതരായി കാണപ്പെട്ടു. അവർ ഓരോരുത്തനും ഓരോ ചുരുട്ട് വലിച്ചിരുന്നു. ഞാനും മുമ്പൊരിക്കലും അനുഭവിച്ചിട്ടില്ലാത്തവിധത്തിൽ സന്തോഷിച്ചു. പെട്ടെന്ന് ഞാൻ ഇറ്റലിയിൽ വന്നുപെട്ടതുപോലെ തോന്നി. പ്രകൃതിയോടുള്ള കൂട്ടിമുട്ടൽ അത്ര ശക്തമായിരുന്നു. പാതി രോഗിയായൊരു പട്ടണവാസിയായിരുന്നു ഞാൻ, മതിലുകൾക്കുള്ളിലെ തെരുവുകളിൽ ശ്വാസംമുട്ടിക്കഴിയുന്നവൻ.

സെന്റ് പീറ്റേഴ്സ്ബർഗിന്റെ ചുറ്റുമുള്ള നാട്ടിൻപുറത്ത് മനസ്സിൽ സ്പർശിക്കുന്ന അവർണനീയമായ എന്തോ ചിലതുണ്ട്. വസന്തം വരുന്നതോടെ, പ്രകൃതി അതിന്റെ പ്രഭാവം മുഴുവൻ പെട്ടെന്ന് പ്രദർശിപ്പിക്കുന്നു. ദൈവം അനുഗ്രഹിച്ച് നല്കിയ മുഴുവൻ കരുത്തോടെ. അപ്പോൾ നിറപ്പകിട്ടാർന്ന വസ്ത്രം അണിഞ്ഞുനില്ക്കുന്നതുപോലെ അത് കാണപ്പെടുന്നു. ഉജ്ജ്വലമായ പൂക്കൾകൊണ്ട് മോടിപിടിപ്പിക്കുന്നു... എന്തോ കാരണവശാൽ, പെട്ടെന്ന് ഒരു നിമിഷം വിചിത്രമായ രീതിയിൽ അതിസുന്ദരിയായി മാറിയ ക്ഷയരോഗി പെൺകുട്ടിയെ ഓർത്തുപോകുന്നു. എല്ലാവരും അവളെ കരുണയോടെയാണ് വീക്ഷിച്ചിരുന്നത്. ആ മാറ്റം കണ്ട് നിങ്ങൾ അന്തംവിട്ട് ഹർഷോന്മാദനായി ചോദിക്കും. ആ വിഷാദം നിറഞ്ഞ, ചിന്താഗ്രസ്തമായ കണ്ണുകൾ ഇത്രയും ഉജ്ജ്വലമായി തിളങ്ങിയത് എന്ത് ശക്തിമൂലമാണ്? ആ വിളറി വെളുത്ത കവിളുകളിൽ എങ്ങനെ ഈ രക്തപ്രസാദം വന്നു? ഈ ദുർബലമായ രൂപത്തിലേക്ക് എങ്ങനെയാണ് വികാരം പകർന്നത്? എന്തുകൊണ്ടാണവളുടെ മാറിടം ഉയരുകയും താഴുകയും ചെയ്യുന്നത്? ഈ പാവം പെൺകുട്ടിയുടെ മുഖത്തേക്ക് പെട്ടെന്ന് ശക്തിയും ജീവനും സൗന്ദര്യവും പകർന്നുകൊടുത്തത് ആരാണ്? ആ മുഖം പ്രകാശം പരത്തുന്ന ഒരു പുഞ്ചിരിയോടെ ജ്വലിച്ചു നില്ക്കുന്നു, ചിരിക്കുമ്പോൾ തീപ്പൊരി പറക്കുന്നു. നിങ്ങൾ ചുറ്റുപാടും

നോക്കുന്നു, നിങ്ങൾ ആശ്ചര്യപ്പെടുന്നു. പിന്നെ നിങ്ങൾ മനസ്സിലാക്കാൻ തുടങ്ങുന്നു... എന്നാൽ, ആ നിമിഷം കടന്നുപോകുന്നു. ഒരുപക്ഷേ, പിറ്റേന്ന് നിങ്ങൾ വീണ്ടും അതേ വിളറിവെളുത്ത ഉദാസീനമായ നോട്ടം കാണാനിടയാകുന്നു. അതേ വിനീതവും ഭീതിനിർഭരവുമായ നോട്ടം, കൂടുതൽ രോഗബാധിതയായെന്നുപോലും തോന്നും. ആ ഒരു നിമിഷത്തെ ആവേശത്തിന് ശേഷമുള്ള നൈരാശ്യം!... സുന്ദരമായ ആ പുഷ്പം ഇത്ര പെട്ടെന്ന് വാടിപ്പോയതിൽ നിങ്ങൾക്ക് ദുഃഖം തോന്നുന്നു. ആ തിളക്കം അത്രയ്ക്ക് വഞ്ചന നിറഞ്ഞതും വ്യർത്ഥവുമായിരുന്നു. അത് സ്നേഹിക്കുവാനുള്ള സമയംപോലും കിട്ടാത്തതിൽ നിങ്ങൾക്ക് ദുഃഖം തോന്നുന്നു....

എന്നാലും, എന്റെ രാത്രി പകലിനേക്കാൾ നല്ലതായിരുന്നു. ഇതാണ് സംഭവിച്ചത്.

ഞാൻ പട്ടണത്തിൽ തിരച്ചെത്തിയപ്പോൾ വളരെ വൈകിയിരുന്നു. എന്റെ വീട്ടിൽ എത്താറായപ്പോൾ പത്ത് മണി അടിച്ചു. തോടിന്റെ തീരത്തിലൂടെയാണ് എന്റെ വീട്ടിലേക്കുള്ള വഴി പോകുന്നത്. രാത്രി ഈ സമയത്ത് ഒറ്റ മനുഷ്യനെപ്പോലും ആ വഴിയിൽ കാണാൻ കഴിയില്ല. നഗരത്തിലെ ഏറ്റവും അകലെയുള്ള സ്ഥലത്താണ് എന്റെ വസതി എന്നതൊരു സത്യമാണ്. പാട്ട് പാടിക്കൊണ്ടാണെന്റെ നടത്തം. ഞാൻ സന്തോഷവാനായിരിക്കുമ്പോൾ മൂളിപ്പാട്ട് പാടുന്നതൊരു സ്ഥിരം പതിവാണ്. തന്റെ സന്തോഷം പങ്കിടാനായി സുഹൃത്തുക്കളോ പരിചയക്കാരോ ഇല്ലാത്ത ഏതൊരു സന്തോഷവാനായ മനുഷ്യനേയുംപോലെ! പെട്ടെന്ന് ഏറ്റവും അപ്രതീക്ഷിതമായൊരു സംഭവം ഉണ്ടായി.

എന്നിൽ നിന്നും അല്പംദൂരെ കൈവരിക്കടുത്ത് ഒരു സ്ത്രീ നില്ക്കുന്നു. കൈവരിയിൽ ചാരിനിന്ന് തോട്ടിലെ ഇരുണ്ട വെള്ളത്തിലേക്കവൾ മിഴിച്ച് നോക്കിക്കൊണ്ടിരുന്നു. ഭംഗിയുള്ളൊരു മഞ്ഞ തൊപ്പിയും മനോഹരമായൊരു അയഞ്ഞ ഉടുപ്പുമാണവൾ ധരിച്ചിട്ടുള്ളത്. "അവളൊരു യുവതിയാണ്, ഇരുണ്ട നിറമുള്ളവൾ" ഞാൻ ചിന്തിച്ചു. എന്റെ കാലടിസ്വരം അവൾ കേട്ടില്ലെന്നു തോന്നി. ഞാൻ ശ്വാസമടക്കിപ്പിടിച്ച്, ഉറക്കെ പിടയ്ക്കുന്ന ഹൃദയത്തോടെ അവളെ കടന്നുപോയപ്പോൾ അവൾ ഇളകിയതേയില്ല.

"അത് വിചിത്രംതന്നെ" ഞാൻ വിചാരിച്ചു. "അവൾ എന്തെങ്കിലും കാര്യം ചിന്തിച്ചുകൊണ്ടിരിക്കയായിരിക്കും." പെട്ടെന്ന്, മരവിച്ച് നിന്നുപോയി. അടക്കിയ തേങ്ങലുകൾ കേട്ടതുപോലെ തോന്നി. അതെ, എന്റെ തോന്നൽ ശരിയാണ്. ആ പെൺകുട്ടി കരയുകയായിരുന്നു. അവൾ വീണ്ടും വീണ്ടും തേങ്ങിക്കൊണ്ടിരുന്നു. നല്ലവനായ ദൈവമേ! എന്റെ ഹൃദയം വിങ്ങി. സ്ത്രീകളോടെനിക്ക് നാണമാണെങ്കിലും ഇത് ഒരു അപൂർവനിമിഷമല്ലേ. ഞാൻ പിന്തിരിഞ്ഞ്, അവൾക്കുനേരെ ഒരു ചുവട് വെച്ചു. തീർച്ചയായും 'മാഡം' എന്ന് ഞാൻ അലറിവിളിച്ചേനേ. എന്നാൽ, ഈ വിളി 'ബോമോണ്ടി'യുടെ എല്ലാ റഷ്യൻ നോവലുകളിലും ഒരായിരം

തവണ വിളിച്ചിട്ടുള്ളത് എനിക്കറിയാമായതിനാൽ ഞാനങ്ങനെ ചെയ്തില്ല. അനുയോജ്യമായൊരു വാക്ക് എന്റെ മനസ്സ് കണ്ടെത്തുവാൻ ശ്രമിക്കവേ ആ പെൺകുട്ടി സ്വബോധത്തിൽ വന്നു, ചുറ്റുപാടും ഒന്ന് വീക്ഷിച്ചു. പിന്നെ പിൻവാങ്ങി എന്നെ മറികടന്ന് വഴിയിലൂടെ ധൃതിയിൽ നടന്നു. ഉടനെ ഞാനവളെ പിൻതുടർന്നു. എന്റെ ശബ്ദം കേട്ടപ്പോൾ അവൾ റോഡിന്റെ മറുവശത്തേക്ക് കടന്ന് നടപ്പാതയിലൂടെ മുന്നോട്ടുപോയി. ഞാൻ റോഡ് മുറിച്ചുകടക്കാൻ ശ്രമിച്ചില്ല. കൂട്ടിലിട്ട കിളിയെപ്പോലെ എന്റെ ഹൃദയം പിടച്ചു. പിന്നെ യദൃച്ഛയാ എനിക്കാരവസരം വന്നു ചേർന്നു.

പെട്ടെന്ന്, സായാഹ്നവേഷത്തിലൊരു മാന്യൻ ആ പെൺകുട്ടിയുടെ അടുത്ത് പ്രത്യക്ഷപ്പെട്ടത് കണ്ടു. അല്പം പ്രായമുള്ള അയാൾ അന്ത സ്സുള്ളവനായിരുന്നെങ്കിലും പെരുമാറ്റ രീതിയിൽ അപ്രകാരമായിരുന്നില്ല. അയാൾ നടക്കുമ്പോൾ ആടിക്കൊണ്ടിരുന്നു. ചുമരിൽ പിടിച്ചുകൊണ്ടാണ് നിവർന്നു നടന്നിരുന്നത്. ആ പെൺകുട്ടി ശരംപോലെ പാഞ്ഞു. രാത്രി സമയത്ത് അകമ്പടിക്കാരെ ആഗ്രഹിക്കാത്ത ഏതൊരു പെൺകുട്ടിയേയും പോലെ! ആടിയാടി നടന്നിരുന്ന ആ മാന്യന് അവളോടൊപ്പം എത്താൻ തീർച്ചയായും കഴിയില്ലായിരുന്നു. അയാളെ അറ്റകൈ പ്രയോഗിക്കാൻ പ്രേരിപ്പിച്ചില്ലായിരുന്നെങ്കിൽ! പെട്ടെന്ന് ഒരക്ഷരം മിണ്ടാതെ ആ മാന്യൻ മുന്നോട്ട് കുതിച്ച് ആ പെൺകുട്ടിയുടെ പിന്നിലെത്തി. അവൾ കാറ്റ് പോലെ പാഞ്ഞു. എന്നാൽ ആ മാന്യൻ അവളുടെ തൊട്ടടുത്തെത്തി ആ പെൺ കുട്ടിയെ പിടിച്ചു. അവൾ ഉറക്കെ കരഞ്ഞു. എന്റെ വലതുകൈയിൽ ഒരു മുട്ടുള്ള ഉഗ്രൻ വടി കരുതിവെക്കാൻ ഇടയാക്കിയ വിധിയോട് നന്ദി രേഖ പ്പെടുത്തി. ഒരു നിമിഷത്തിനുള്ളിൽ റോഡിന് അപ്പുറത്തെത്തി. തൽ സമയം ശല്യക്കാരനായ ആ മാന്യന് എന്താണ് സംഭവിക്കാൻ പോകുന്ന തെന്ന് മനസ്സിലായി. അയാൾ ഒരക്ഷരം മിണ്ടാതെ പിൻവാങ്ങി. ഞങ്ങൾ തമ്മിലുള്ള ദൂരം കുറച്ചധികമായപ്പോൾ അയാൾ കടുത്ത ഭാഷയിൽ എന്നെ ആക്ഷേപിച്ചു. എന്നാൽ, അയാളുടെ വാക്കുകൾ അത്ര വ്യക്ത മായി കേട്ടില്ല. “നിങ്ങളുടെ കൈ തരൂ.” ഞാൻ ആ യുവതിയോട് പറഞ്ഞു. “അയാൾ വീണ്ടും ഞങ്ങൾക്കുനേരെ ശബ്ദമുയർത്താൻ ധൈര്യപ്പെടില്ല.”

നിശ്ശബ്ദം അവൾ എനിക്ക് കൈ തന്നു. അതപ്പോഴും പേടിയും കോപവും മൂലം വിറയ്ക്കുന്നുണ്ടായിരുന്നു. ഓ, അജ്ഞാതനായ മാന്യാ, ഞാനപ്പോൾ നിങ്ങളെ എങ്ങനെ ആശീർവദിച്ചെന്നോ! ഞാനവളെ പെട്ടെന്ന് കണ്ണോടിച്ചു. അവൾ വളരെ അഴുക്കുള്ളവളാണ്. ഇരുനിറം. അപ്പോൾ എന്റെ ഊഹം ശരിയാണ്. അവളുടെ കറുത്ത കൺപീലികൾ അപ്പോഴും കണ്ണുനീർതുള്ളികളാൽ വെട്ടിത്തിളങ്ങുന്നു. ഇപ്പോൾ ഉണ്ടായ ഭയംമൂലമാണോ, അതോ അവളിൽ നിലനിന്നിരുന്ന ദുഃഖം മൂലമാണോ എന്നെനിക്കറിയില്ല. എന്നാൽ, ദീപ്തിമത്തായൊരു പുഞ്ചിരി അവളുടെ അധരങ്ങളിൽ പ്രത്യക്ഷപ്പെട്ടു. അവൾ എന്നെ ഒന്ന് ഒളിച്ചുനോക്കി. ചെറു തായൊരു ലജ്ജയോടെ കണ്ണുകൾ താഴ്ത്തി.

"നിനക്കിപ്പോൾ മനസ്സിലായോ, മുമ്പ് നീ എന്നെ അകറ്റിനിർത്താൻ പാടില്ലായിരുന്നു. ഞാൻ ഒപ്പം ഉണ്ടായിരുന്നെങ്കിൽ ഒന്നും സംഭവിക്കുമായിരുന്നില്ല."

"എന്നാൽ, എനിക്ക് നിങ്ങളെ അറിയില്ലായിരുന്നു. ഞാൻ വിചാരിച്ചു, നിങ്ങളും..."

"ഇപ്പോൾ നിനക്കെന്നെ അറിയാമോ?"

"അല്പം. നിങ്ങൾ എന്തിനാണ് വിറയ്ക്കുന്നതെന്ന് ഞാൻ മനസ്സിലാക്കുന്നു."

"ഓഹ് നീ അത് ഊഹിച്ചു. ആരുമായാണ് നീ ഇടപെടുന്നതെന്ന് നീ ഉടനെ ഊഹിച്ചു." എന്റെ യുവലേഡി എത്ര ബുദ്ധിമതിയാണെന്നു കണ്ട് ആഹ്ലാദത്തോടെ ഞാൻ മറുപടി നല്കി: അഴകിനോടൊപ്പം പോകുന്നത് ഒരു മോശം കാര്യമല്ല. "എനിക്ക് സ്ത്രീകളുടെ മുന്നിൽ ലജ്ജയാണെന്ന് ഞാൻ സമ്മതിക്കുന്നു. ആ മാന്യൻ നിന്നെ ഭയപ്പെടുത്തിയപ്പോൾ, ഒരു മിനിറ്റു മുമ്പ് നീ കോപിച്ചതുപോലെ ഞാനും കോപിച്ചെന്ന് സമ്മതിക്കുന്നു... ഇപ്പോൾ എനിക്കെന്തോ ഭയം അനുഭവപ്പെടുന്നു. അതൊരു സ്വപ്നംപോലെയാണ്. എന്നാൽ, ഏതെങ്കിലും ഒരു ദിവസം ഒരു സ്ത്രീയോട് ഞാൻ സംസാരിക്കുമെന്ന് സ്വപ്നത്തിൽപോലും സങ്കല്പിച്ചിട്ടില്ല."

"ഇല്ലേ? സത്യമായും?"

"അതെ. നിന്റെ ഇപ്പോഴുള്ള മനോഹരമായ ഒരു കൈ എന്നെ ഒരിക്കലും സ്പർശിച്ചിട്ടില്ലാത്തതിനാലാണ് എന്റെ കൈ ഇപ്പോൾ വിറയ്ക്കുന്നത്. എനിക്ക് സ്ത്രീകളുമായി യാതൊരു അടുപ്പവുമില്ല. അല്ലെങ്കിൽ, യാതൊരു പരിചയവുമില്ല. ഞാൻ തികച്ചും ഏകനാണ്, നിനക്കറിയാമോ... സ്ത്രീകളോട് എങ്ങനെയാണ് സംസാരിക്കുക എന്നുപോലും എനിക്കറിയില്ല. ഈ സമയത്തുപോലും ഞാൻ നിന്നോട് ബാലിശമായതെന്തെങ്കിലും പറഞ്ഞിരിക്കാം. ഞാൻ പറഞ്ഞോ? എന്നോട് തുറന്നു പറയൂ, ഞാനത് കാര്യമാക്കില്ലെന്ന് ഉറപ്പ് തരുന്നു..."

"ഓഹ് അല്ല, അല്ല, നേരെ മറിച്ചാണ്. എന്നാൽ, തുറന്നുപറയുവാൻ നിങ്ങൾ നിർബന്ധിച്ചതുകൊണ്ട് പറയുകയാണ്. ലജ്ജ സ്ത്രീകൾക്കുള്ളതാണ്. നിങ്ങൾക്ക് കൂടുതൽ അറയണമെങ്കിൽ ഞാൻ നിങ്ങളോട് പറയാം. എനിക്കുകൂടി അത് ബാധകമാണ്. നമ്മൾ എന്റെ വീട്ടിലെത്തുന്നതുവരെ ഞാൻ നിങ്ങളെ പറഞ്ഞയയ്ക്കില്ല."

"നീ എന്റെ നാണം മുഴുവൻ തൽക്ഷണം എന്നെക്കൊണ്ട് എടുത്ത് മാറ്റിക്കും." ആനന്ദലഹരിയിൽ ശ്വാസംവിടാനാകാതെ ഞാൻ തുടങ്ങി. "അപ്പോൾ യാത്രപറയുക മാത്രമേ എനിക്ക് മാർഗമുള്ളൂ."

"മാർഗമോ? എന്ത് മാർഗം? നിങ്ങൾക്കത് ഭൂഷണമല്ല."

"എന്നോട് ക്ഷമിക്കുക. ഞാൻ അത് വീണ്ടും പറയുകയില്ല. അറിയാതെ പറഞ്ഞുപോയൊരു അബദ്ധമാണത്. എന്നാൽ, ഇത്തരം

സന്ദർഭത്തിൽ അത് സാധ്യമാണെന്ന് നീ കരുതുന്നുണ്ടോ, അതായത് എനിക്ക് യാതൊരാഗ്രഹവും..."

"ഇഷ്ടപ്പെടുവാനോ?"

"കൊള്ളാം, അതെ. എന്നോട് കരുണ കാണിക്കൂ, ദൈവത്തെ ഓർത്ത് ദയ കാണിക്കൂ. ഞാൻ ആരാണെന്ന് ചിന്തിക്കുക. ഞാനൊരു ഇരുപത്തിയാറ് വയസ്സുകാരൻ. ഇതുവരെ ഒരു സ്ത്രീ എന്താണെന്ന് അറിയാത്തവൻ. അതുകൊണ്ട് എങ്ങനെയാണ് ഭംഗിയായും വിവേകത്തോടെയും എനിക്ക് സംസാരിക്കാൻ കഴിയുക? എല്ലാം ആത്മാർത്ഥതയോടെ തുറന്നു പറഞ്ഞാൽ, നിനക്കും അത് കൂടുതൽ ഇഷ്ടപ്പെടും... എന്റെ ഹൃദയം കിടന്ന് പിടയ്ക്കുമ്പോൾ എനിക്ക് മൗനിയായി ഇരിക്കാൻ കഴിയില്ല. ഓഹ് ശരി, സാരമില്ല. നിനക്കത് വിശ്വസിക്കാൻ കഴിയുമോ, ഒരു സ്ത്രീക്കും കഴിയില്ല. ഒരിക്കലും, ഒരിക്കലും, ഒരിക്കലും. ഒരു സുഹൃത്തിനും. ഞാൻ ചെയ്യുന്നതെല്ലാം സ്വപ്നമാണ്. അതായത് ഏതെങ്കിലും ഒരു ദിവസം ഏതെങ്കിലും ഒരാളെ ഞാൻ കണ്ടുമുട്ടും എന്ന്. ആഹ്, അതുപോലെ എത്ര പ്രാവശ്യമാണ് ഞാൻ പ്രേമത്തിലകപ്പെട്ടതെന്ന് നീ ഒന്നറിഞ്ഞിരുന്നെങ്കിൽ!"

"എന്നാൽ എങ്ങനെ? ആരോട്?"

"ഓഹ്, ആരോടുമല്ല, ഒരു ഭാവന മാത്രം. എന്റെ സ്വപ്നങ്ങളിൽ കാണുന്ന ആരോടെങ്കിലും. എന്റെ സ്വപ്നങ്ങളിൽ ഞാൻ പ്രേമം കെട്ടിച്ചമയ്ക്കുന്നു. ഓഹ്, നിനക്കെന്നെ അറിയില്ല. തീർച്ചയായും രണ്ടുമൂന്ന് സ്ത്രീകളെ ഞാൻ കണ്ടുമുട്ടിയിട്ടുണ്ട്. എന്നാൽ, എന്ത് തരം സ്ത്രീകളാണവർ? അവർ വീട്ടമ്മമാരാണ്... എന്നാൽ, ഞാൻ ചില കാര്യങ്ങൾ നിന്നോട് പറയാം. അത് നിന്നെ ചിരിപ്പിക്കും. ഏതോ ഉന്നത കുടുംബത്തിലെ ഒരു സ്ത്രീയുമായി നർമ്മസല്ലാപത്തിലേർപ്പെടാൻ ഞാൻ പലപ്പോഴും ചിന്തിച്ചിട്ടുണ്ട്. ഞാനവളോട് തീർച്ചയായും ലജ്ജയോടെയാണ് സംസാരിച്ചത്. ആദരവോടെയും ഹൃദയസ്പൃക്കായും. ഞാൻ ഏകാന്തത മൂലം ചാകാറായെന്ന് പറയും. എന്നെ ആട്ടിയോടിക്കരുതെന്ന് അവളോട് യാചിക്കും. മറ്റൊരു സത്രീയോടും പരിചയപ്പെടാനുള്ള മാർഗമില്ലെന്ന് ഞാനവളോട് പറയും. എന്നെപ്പോലെ ദുഃഖിതനായൊരു മനുഷ്യന്റെ ലജ്ജയോടെയുള്ള അഭ്യർത്ഥന കേൾക്കുന്നത് ഒരു സ്ത്രീയുടെ ജോലിയുടെ ഭാഗമാണെന്ന് ഞാനവളെ ധരിപ്പിക്കും. ഞാൻ അവളോട് ആവശ്യപ്പെടുന്ന ഒരേ ഒരു കാര്യം, സഹോദരീ നിർവിശേഷമായ സഹാനുഭൂതിയോടെ എന്നോട് രണ്ട് വാക്ക് സംസാരിക്കുക, ഉടനെ എന്നെ പറഞ്ഞയയ്ക്കരുതേ എന്നാണ്. എന്റെ വാക്ക് കണക്കിലെടുത്ത് ഞാൻ പറയുന്നത് ശ്രദ്ധിക്കുക, അത് ഇഷ്ടപ്പെട്ടെങ്കിൽ ഒന്ന് പുഞ്ചിരിക്കുക, എനിക്ക് ചില പ്രതീക്ഷകൾ നൽകുക, എന്നോട് ഏതാനും വാക്കുകൾ സംസാരിക്കുക, നമ്മൾ വീണ്ടും ഒരിക്കലും കണ്ടുമുട്ടുകയില്ലെങ്കിലും! എന്നാൽ,

നീ പുഞ്ചിരിക്കുന്നത് ഞാൻ കാണുന്നു... എന്തായാലും അതാണ് ഞാൻ പറയുന്നത്, ഇതെല്ലാം...

“വിഷമിക്കരുത്, ഞാൻ ചിരിച്ചത്, നിങ്ങൾ ഏകനായത് നിങ്ങളുടെ കുറ്റംകൊണ്ടു മാത്രമാണെന്ന് ഓർത്തതിനാലാണ്. നിങ്ങൾ ശ്രമിച്ചിരുന്നെങ്കിൽ ഒരുപക്ഷേ, വിജയിച്ചേനെ, തെരുവിലാണത് നടന്നിരുന്നതെങ്കിൽ പോലും. കൂടുതൽ ലളിതമായാൽ അത്രയും നല്ലത്. കാരുണ്യ ഹൃദയമുള്ള ഒരു സ്ത്രീയും അവൾ ഒരു വിഡ്ഢിയോ ആ സമയത്ത് എന്തെങ്കിലും കാരണവശാൽ കുപിതയോ അല്ലെങ്കിൽ, നിങ്ങൾ അഭ്യർത്ഥിച്ചതനുസരിച്ച് രണ്ടുവാക്ക് സംസാരിക്കാതെ പറഞ്ഞയയ്ക്കാൻ ധൈര്യപ്പെടില്ല... ഓഹ്, എന്നാൽ, ഞാൻ എന്താണ് പറയുന്നത്? തീർച്ചയായും, നിങ്ങളെ ഒരു ഭ്രാന്തനായി അവൾ കരുതിയിരിക്കാം. ഞാൻ സ്വയം വിധി കല്പിച്ചതാണ്. ഈ ലോകത്തിലെ മനുഷ്യരുടെ രീതികളെക്കുറിച്ച് എനിക്ക് വലുതായൊന്നും അറിയില്ല.”

“ഓഹ് താങ്ക് യൂ.” ഞാൻ നിലവിളിച്ചു. “നീ എനിക്ക് എന്താണ് ചെയ്തതെന്ന് നിനക്കറിയില്ല.”

“ശരി, ശരി! എന്നോട് പറയൂ. ഞാൻ അത്തരത്തിലുള്ളൊരു സ്ത്രീയാണെന്ന് നിങ്ങൾ എങ്ങനെ മനസ്സിലാക്കി...? അതായത് നിങ്ങളുടെ കണ്ണിൽ മേന്മയുള്ളവളും സൗഹൃദം സ്ഥാപിക്കാൻ അനുയോജ്യയുമാണെന്ന്... ചുരുക്കത്തിൽ ഒരു വീട്ടമ്മയല്ലെന്ന്, നിങ്ങൾ പറയുന്നതുപോലെ. നിങ്ങൾ എന്റെ അടുത്ത് വരുവാൻ എന്തുകൊണ്ട് ശ്രമിച്ചു?

“എന്തുകൊണ്ടെന്നോ? നീ ഒറ്റയ്ക്കായിരുന്നു, ആ മാന്യൻ വല്ലാത്ത ധൈര്യശാലിയും അത് രാത്രിയുമാണ്. അത് ഒരാളുടെ കർത്തവ്യം മാത്രമാണെന്ന് നീ സമ്മതിക്കും...”

“അല്ല, അല്ല. അതിനുമുമ്പ് തെരുവിന്റെ മറ്റേ ഭാഗത്ത്? അപ്പോൾ നിങ്ങൾ എന്റെ അടുത്തേക്ക് വരാൻ ആഗ്രഹിച്ചിരുന്നു, ഇല്ലേ?”

“അവിടെ, മറ്റേ ഭാഗത്ത്? എന്നാൽ, എങ്ങനെ അത് അവതരിപ്പിക്കണമെന്ന് എനിക്കറിയില്ല. എനിക്ക് ഖേദമുണ്ട്... നിനക്കറിയാമോ, ഞാൻ ഇന്ന് വളരെ സന്തോഷവാനായിരുന്നു. ഞാൻ അലഞ്ഞുനടന്നു. പാട്ടുപാടി. ഞാൻ പട്ടണത്തിനു പുറത്ത് പോയി. ഇത്രയും ആഹ്ലാദകരമായ സന്ദർഭങ്ങൾ മുമ്പെനിക്ക് അനുഭവപ്പെട്ടിട്ടില്ല. നീ... ഞാൻ സങ്കല്പിച്ചതാകാം... ഞാൻ നിന്നെ അത് ഓർമ്മിപ്പിക്കുന്നതിൽ എന്നോട് ക്ഷമിക്കുക. നീ കരയുകയായിരുന്നെന്ന് ഞാൻ കരുതി. എനിക്ക്... എനിക്കത് സഹിക്കാൻ കഴിഞ്ഞില്ല. അതെന്റെ ഹൃദയത്തെ ഞെരിച്ചു... ഓഹ് പ്രിയപ്പെട്ട ദൈവമേ! തീർച്ചയായും നിനക്കുവേണ്ടി ഞാൻ ദുഃഖിച്ചു. തീർച്ചയായും അതിനെന്നെ അനുവദിക്കൂ! തീർച്ചയായും നിന്നോട് സഹോദരനിർവിശേഷമായൊരു സ്നേഹാനുഭൂതി തോന്നിയത്, സത്യത്തിൽ, ഒരു പാപമല്ല. ആണോ? ഞാൻ ‘സഹാനുഭൂതി’ എന്ന് പറഞ്ഞതിന് ക്ഷമിക്കുക... ശരി, നിന്റെ അടുത്തേക്ക് വരാനുള്ള ആവേശ

ഭരിതമായ എന്റെ ആഗ്രഹം നിന്റെ മനോവികാരങ്ങളെ വ്രണപ്പെടുത്തിയോ?"

"ധാരാളം, കൂടുതലൊന്നും പറയേണ്ട, ധാരാളം."

കണ്ണുകൾ താഴ്ത്തി, എന്റെ കൈപിടിച്ചമർത്തി അവൾ പറഞ്ഞു.

"അതെന്റെ തെറ്റാണ്, ഞാനാണത് വീണ്ടും കുത്തിപ്പൊക്കിയത്. എന്നാൽ, ഞാൻ നിങ്ങളെ തെറ്റിദ്ധരിച്ചില്ലെന്നതിലെനിക്ക് സന്തോഷമുണ്ട്... ശരി, ഞാൻ ഇവിടെ എത്തി, ഈ ഇടവഴിയിലേക്ക് എനിക്ക് തിരിയണം, ഒന്നുരണ്ട് ചുവട് വെക്കുകയേ വേണ്ടൂ, ഗുഡ്ബൈ, താങ്ക് യൂ."

"നമ്മൾ ഇനി ഒരിക്കലും കണ്ടില്ലെന്നാണോ, ശരിക്കും അതിന്റെ അർത്ഥം? ഇത്രയും മാത്രമാണോ ഉദ്ദേശിക്കപ്പെട്ടിട്ടുള്ളത്?"

"ഇപ്പോൾ നിങ്ങൾക്ക് മനസ്സിലാകുന്നോ?" ആ പെൺകുട്ടി ചിരിച്ചു. "ആദ്യം നിങ്ങൾ ആവശ്യപ്പെട്ടത് ഏതാനും വാക്കുകൾ മിണ്ടാനാണ്. എന്നിട്ട് ഇപ്പോൾ... എന്തായാലും, ഞാൻ ഒന്നും പറയുന്നില്ല... ഒരുപക്ഷേ, നമ്മൾ വീണ്ടും കണ്ടുമുട്ടും."

"ഞാൻ നാളെ ഇവിടെ ഉണ്ടാകും." ഞാൻ പറഞ്ഞു.

"ഓഹ്, എന്നോട് ക്ഷമിക്കുക, ഞാൻ വെറുതെ നിർബന്ധം പിടിക്കുകയായിരുന്നു."

"അതെ, നിങ്ങൾ അക്ഷമനാണ്... വല്ലാത്ത ശാഠ്യക്കാരൻ."

"ദയവായി ശ്രദ്ധിക്കുക." ഞാൻ കയറിപ്പറഞ്ഞു. "വീണ്ടും ഞാൻ എന്തെങ്കിലും പറഞ്ഞാൽ ക്ഷമിക്കുക... എന്നാൽ, ഞാൻ ഇപ്രകാരമാണ് പ്രവർത്തിക്കാൻ പോകുന്നത്. നാളെ എനിക്കിവിടെ വരണം. ഞാനൊരു സ്വപ്നം കാണുന്നവനാണ്. യഥാർത്ഥ ജീവിതം എനിക്ക് വളരെ കുറച്ചേ ഉള്ളൂ. ഇത്തരം സന്ദർഭങ്ങൾ എനിക്ക് വിരളമായേ വരാറുള്ളൂ. അവ എന്റെ സ്വപ്നത്തിൽ വീണ്ടും വീണ്ടും ജീവിക്കുന്നു. രാത്രി മുഴുവൻ ഞാൻ നിന്നെ സ്വപ്നം കാണും. ഒരാഴ്ച മുഴുവൻ സ്വപ്നം കാണും. ഒരുപക്ഷേ, ഒരു വർഷം മുഴുവൻ. ഞാൻ തീർച്ചയായും നാളെ ഇവിടെ വരും. ഇതേ സ്ഥലത്ത്, ഇതേസമയം. തലേന്നത്തെ സംഭവങ്ങൾ ഓർക്കാനെനിക്ക് ആനന്ദമായിരിക്കും. പീറ്റേഴ്സ്ബർഗിൽ അത്തരം രണ്ടുമൂന്ന് സ്ഥലങ്ങൾ ഉണ്ട്. ഒരിക്കൽ, എന്റെ ഓർമ്മകൾ എന്നെ കരയിപ്പിക്കപോലും ചെയ്തു. നിന്നെപ്പോലെ... ആർക്കാണ് പറയാൻ കഴിയുക? ഒരുപക്ഷേ, അല്പം മുമ്പ് നീ കരഞ്ഞത് അത്തരം ഓർമ്മകൾ മൂലമാകാം. എന്നാൽ, ദയവായി എന്നോട് പൊറുക്കുക. ഞാൻ വീണ്ടും സ്വയം മറന്നുപോയി. ഒരുപക്ഷേ, നീ ഇവിടെ ഒരുകാലത്ത് വളരെ സന്തോഷവതിയായിരുന്നിരിക്കണം."

"വളരെ നല്ലത്." ആ പെൺകുട്ടി പറഞ്ഞു. "നാളെ പത്തുമണിക്ക് ഞാനിവിടെ വരാമെന്ന് വിചാരിക്കുന്നു. നിങ്ങളെ ഒഴിവാക്കാനെനിക്ക് കഴിയില്ലെന്ന് മനസ്സിലാക്കുന്നു. എനിക്കിവിടെ വരാതിരിക്കാൻ പറ്റില്ല.

നിങ്ങളുമായി സന്ധിക്കാൻ വേണ്ടിയാണ് വരുന്നതെന്ന് വിചാരിക്കേണ്ട. എന്റേതായ കാരണങ്ങൾകൊണ്ട് ആണ് ഇവിടെ വരേണ്ടിവന്നതെന്ന് ഞാൻ നിങ്ങൾക്ക് മുന്നറിയിപ്പ് തരുന്നു. ഒരുകാര്യം മാത്രമാണുള്ളത്... ഓഹ്, ശരി, നിങ്ങളോട് തുറന്നു പറയാം. നിങ്ങൾ വന്നാലും വിരോധ മൊന്നുമില്ല. ഒന്നാമതായി, ഇന്നു രാത്രിയിലേതുപോലെ അസുഖകരമായതെന്തെങ്കിലും സംഭവിച്ചേക്കാം. എന്നാൽ, അത് കാര്യമാക്കേണ്ട. ചുരുക്കത്തിൽ, ചുമ്മാ നിങ്ങളെ കാണാനാഗ്രഹിക്കുന്നു... നിങ്ങളോട് അല്പം സംസാരിക്കുവാൻ. എന്നാൽ, നിങ്ങൾ എന്നെ കഠിനമായ വിധിക്ക് അർഹയാക്കില്ലല്ലോ, അല്ലേ? ഞാൻ വളരെ സ്വതന്ത്രമായി നിങ്ങളോട് സന്ധിക്കുകയാണെന്ന് കരുതില്ലല്ലോ. ഇതും ഞാൻ ചെയ്യില്ലായിരുന്നു, മറ്റൊരു ലക്ഷ്യം ഇല്ലായിരുന്നെങ്കിൽ... എന്നാൽ, അതെന്റെ രഹസ്യമായിത്തന്നെ നിലനില്ക്കട്ടെ. എന്തായാലും ഒരു വ്യവസ്ഥയിൽ."

"ഒരു വ്യവസ്ഥ? എന്നോട് പറയൂ. ഇപ്പോൾ എന്നോട് പറയൂ. ഏത് വ്യവസ്ഥയും എനിക്ക് സ്വീകാര്യമാണ്. ഞാൻ എന്തിനും തയ്യാറെടുത്തിരിക്കുകയാണ്." ഞാൻ പറഞ്ഞു, ഹർഷപുളകിതനായി ഞാൻ ഉത്തരവാദിത്വമുള്ളവനായിരിക്കും. അനുസരണയുള്ളവനും ആദരവുള്ളവനുമായിരിക്കും... നിനക്കെന്നെ അറിയാമല്ലോ."

"എനിക്ക് നിങ്ങളെ അറിയാത്തതുകൊണ്ട് മാത്രമാണ് നിങ്ങൾ നാളെ വരുവാനായി ക്ഷണിക്കുന്നത്."

ആ പെൺകുട്ടി ഒരു പുഞ്ചിരിയോടെ മറുപടി നല്കി.

"എനിക്ക് നിങ്ങളെ പൂർണമായും അറിയാം. എന്നാൽ, ഒരു കാര്യം മനസ്സിലാക്കുക, നിങ്ങൾ എന്നോട് പ്രേമത്തിലാകില്ല എന്ന നിബന്ധനയോടെയാണ് വരുന്നത്... നിങ്ങൾ ആകില്ല, ഞാൻ നിങ്ങൾക്ക് ഉറപ്പു തരുന്നു. നിങ്ങളുടെ സുഹൃത്താകാൻ ഞാൻ തയ്യാറാണ്, എന്റെ കരം ഗ്രഹിക്കൂ... എന്നാൽ, എന്നെ പ്രേമിക്കരുത്, ഞാൻ നിങ്ങളോട് യാചിക്കുന്നു!"

"ഞാൻ ശപഥം ചെയ്യുന്നു!" അവളുടെ കരം ഗ്രഹിച്ചുകൊണ്ട് ഞാൻ ഉദ്ഘോഷിച്ചു.

"വരൂ, ശപഥമൊന്നും ചെയ്യേണ്ട. നിങ്ങൾ കരിമരുന്നുപോലെ പെട്ടെന്ന് ജ്വലിക്കുമെന്ന് എനിക്കറിയാം. ഞാൻ അങ്ങനെ പറഞ്ഞത് കാര്യമാക്കേണ്ട. നിങ്ങൾ ഒന്ന് അറിഞ്ഞിരുന്നെങ്കിൽ... സംസാരിക്കാനായി എനിക്കും ആരുമില്ല. എന്നെ ഉപദേഷ്ടാക്കളെ തിരയാനുള്ള സ്ഥലമല്ല തെരുവ്, എന്നാൽ, നിങ്ങൾ അതിന്നൊരപവാദമാണ്. നിങ്ങളെ എനിക്ക് വളരെ നന്നായി അറിയാമെന്നതുപോലെ തോന്നുന്നു, ഇരുപതു കൊല്ലമായി നമ്മൾ സുഹൃത്തുക്കളായിരുന്നു എന്നതുപോലെ... നിങ്ങൾ സ്വന്തം വാഗ്ദാനം ലംഘിക്കില്ലല്ലോ, അല്ലേ?"

"നിനക്ക് കാണാം... എന്നാൽ, എങ്ങനെയാണ് ഇതിനിടയ്ക്കുള്ള സമയം അതിജീവിക്കുക എന്ന് എനിക്കറിയില്ല."

"സുഖമായി കിടന്നുറങ്ങുക, അതാണതിനുള്ള മാർഗം. ഗുഡ്നൈറ്റ്. ഞാൻ നിങ്ങളിൽ വിശ്വാസമർപ്പിച്ചുകഴിഞ്ഞു എന്ന് ഓർക്കുക. തീർച്ചയായും എല്ലാ വികാരങ്ങളും സഹോദരനിർവിശേഷമായ സഹാനുഭൂതി പോലും, കണക്കിലെടുക്കേണ്ടെന്ന് എത്ര ഭംഗിയായാണ് നിങ്ങൾ പ്രതിപാദിച്ചത്! നിങ്ങൾക്കറിയാമോ എത്ര മനോഹരമായാണ് നിങ്ങൾ അത വതരിപ്പിച്ചതെന്ന്. തൽക്ഷണം നിങ്ങളിൽ ഞാൻ വിശ്വാസമർപ്പിച്ചു."

"ദൈവത്തെ ഓർത്ത് ചെയ്യുക. എന്നാൽ എന്താണ് എന്നിൽ വിശ്വാ സമർപ്പിച്ചത്?"

"നാളെ വരെ ക്ഷമിക്കുക. അതുവരെ അതൊരു രഹസ്യമായിരിക്കട്ടെ. അത്രയും നിങ്ങൾക്കത് നല്ലതാണ്. അതൊരു റൊമാൻസ് പോലെ തോന്നും. സങ്കല്പത്തിൽ മാത്രമാണെങ്കിലും. ഒരുപക്ഷേ, ഞാൻ നാളെ എല്ലാം നിങ്ങളോട് പറഞ്ഞേക്കാം. പറഞ്ഞില്ലെന്നും വരാം. ഞാൻ നിങ്ങളോട് ആദ്യം സംസാരിക്കും. നമ്മൾ പരസ്പരം നന്നായി മനസ്സിലാക്കട്ടെ."

"ഓഹ് ശരി! നാളെ എന്നെക്കുറിച്ചെല്ലാം നിന്നോടു പറയാം. എന്നാൽ എന്താണത്? എനിക്ക് എന്തോ 'മിറക്ൾ' സംഭവിക്കുന്നതുപോലെ... ഞാൻ എവിടെയാണ്, പ്രിയപ്പെട്ട ദൈവമേ? എന്നോട് പറയൂ, തീർച്ചയായും നീ നീരസത്തിലാകാനിടയില്ല. എന്തുകൊണ്ടെന്നാൽ, നീ മറ്റാരേയുംപോലെ ദേഷ്യപ്പെട്ടില്ല. ഉടനെ എന്നെ പറഞ്ഞയച്ചുമില്ല. വെറും രണ്ട് മിനിറ്റുകൊണ്ട് നീ എന്നെന്നേക്കുമായി എന്നെ സന്തുഷ്ടനാക്കി. അതേ, സന്തോഷം! ആർക്ക് പറയാൻ കഴിയും. ഒരുപക്ഷേ, നീ എന്നെ എന്റെ മനസ്സുമായി രഞ്ജിപ്പിലെത്തിച്ചു. എന്റെ സംശയങ്ങൾ ദൂരീകരിച്ചു. ഓഹ്, ശരി, ഞാൻ നാളെ എല്ലാം നിന്നോട് പറയാം, നീ എല്ലാം അറിയും, എല്ലാം."

"വളരെ നല്ലത്. അങ്ങനെത്തന്നെയാകട്ടെ. നിങ്ങൾതന്നെ ആരംഭിക്കുക."

"നീ അങ്ങനെയാണ് ആഗ്രഹിക്കുന്നതെങ്കിൽ."

"ഗുഡ്ബൈ."

"ഗുഡ്ബൈ."

ഞങ്ങൾ വേർപിരിഞ്ഞു. ഞാൻ രാത്രി മുഴുവൻ നടന്നു. എനിക്ക് എന്നെ വീട്ടിലേക്ക് കൊണ്ടുപോകാൻ കഴിഞ്ഞില്ല. ഞാൻ അത്രയ്ക്ക് ആഹ്ലാദത്തിലായിരുന്നു... നാളെ വരെ!

രണ്ടാംരാത്രി

"നിങ്ങൾ കാണുന്നോ, നിങ്ങൾ അതിജീവിച്ചിരിക്കുന്നു!" എന്റെ രണ്ട് കൈകളും പിടിച്ച്, ചിരിച്ച്, അവൾ പറഞ്ഞു.

“ഞാൻ ഇവിടെ എത്തിയിട്ട് രണ്ടു മണിക്കൂറായി. ഈ ദിവസം എനിക്ക് എങ്ങനെയുള്ളതാണെന്ന് നിനക്ക് വിഭാവനം ചെയ്യാൻ കഴിയില്ല.”

“എനിക്ക് കഴിയും, എനിക്ക് കഴിയും... എന്നാൽ നമ്മൾക്ക് കാര്യത്തിലേക്ക് വരാം. എന്തിനാണ് ഞാനിവിടെ വന്നതെന്ന് നിങ്ങൾക്കറിയാമോ? നിസ്സാരകാര്യങ്ങളെക്കുറിച്ച് ഇന്നലെ രാത്രിയിലേതുപോലെ, നർമ്മസല്ലാപം നടത്താൻ വേണ്ടിയല്ല, കൂടുതൽ വിവേകത്തോടെ ഭാവിയിൽ നമ്മൾ പ്രവർത്തിക്കണം. ഇന്നലെ രാത്രി ഇക്കാര്യങ്ങളെല്ലാം വളരെ നേരം ആലോചിച്ചു.”

“എന്നാൽ, ഏത് രീതിയിലാണ് നമ്മൾ കൂടുതൽ വിവേകം കാണിക്കേണ്ടത്? ഞാൻ തയ്യാറാണ്. എന്നാൽ, എന്റെ ജീവിതത്തിൽ ഇതുവരെ സംഭവിച്ചിട്ടുള്ളതിൽവെച്ച് ഏറ്റവും വിവേകപൂർവമായ പ്രവൃത്തി, സത്യമായും, ഇതാണ്!”

“ശരിക്കും? ആദ്യമായി എന്റെ കൈകൾ ഇങ്ങനെ പിടിച്ചമർത്തല്ലേ എന്ന് നിങ്ങളോട് ആവശ്യപ്പെടട്ടെ. രണ്ടാമതായി, ഞാൻ ഇന്നു വളരെ നേരം ആശ്ചര്യത്തോടെ നിങ്ങളെക്കുറിച്ച് ഓർത്തുകൊണ്ടിരുന്നു എന്നു പറയട്ടെ!”

“കൊള്ളാം. എന്നിട്ട് എന്തായിരുന്നു നിന്റെ നിർണയം?”

“നിർണയമോ? ആരംഭം മുതൽ തുടങ്ങണമെന്ന്. കാരണം, ഇന്നു രാവിലെ എനിക്ക് മനസ്സിലാക്കാനായത്, നിങ്ങളെക്കുറിച്ച് കാര്യമായി ഒന്നും എനിക്കറിയില്ലെന്നാണ്. ഇന്നലെ രാത്രി ഒരു കുട്ടിയെപ്പോലെയാണ് ഞാൻ പെരുമാറിയത്. വിവരമില്ലാത്തൊരു പെൺകുട്ടിയെപ്പോലെ; സ്വാഭാവികമായും അത് എന്റെ കരുണാർദ്രമായ ഹൃദയത്തിന്റെ കുറ്റമായി കരുതപ്പെട്ടു. അത് ഒടുവിൽ ആത്മപ്രശംസയിൽ അവസാനിച്ചു. സ്വന്തം പ്രവൃത്തികൾ വിശകലനം ചെയ്യുന്ന ഏതൊരു വ്യക്തിയേയുംപോലെ! അതുകൊണ്ട്, എന്റെ തെറ്റ് തിരുത്തുവാനായി, നിങ്ങളെകുറിച്ചുള്ള ഏറ്റവും നിസ്സാരവിവരങ്ങൾപോലും കണ്ടെത്തുവാൻ തീരുമാനിച്ചു. എനിക്കത് ചോദിച്ചറിയുവനായി മറ്റാരും ഇല്ലാത്തതിനാൽ, നിങ്ങൾതന്നെ എല്ലാം എന്നോട് പറയണം; നിങ്ങളുടെ എല്ലാ രഹസ്യങ്ങളും. ഏത് തരം മനുഷ്യനാണ് നിങ്ങൾ? വേഗം മറുപടി തരൂ. നിങ്ങളുടെ ജീവിതകഥ പറയൂ.”

“എന്റെ കഥ?” ഞാൻ ആർത്തനാദം മുഴക്കി.

“എന്റെ കഥ! എന്നാൽ എനിക്കൊരു കഥയുണ്ടെന്ന് ആരാണ് നിന്നോട് പറഞ്ഞത്? എനിക്കൊരു കഥയുമില്ല...”

“നിങ്ങൾക്കൊരു കഥയുമില്ലെങ്കിൽ നിങ്ങൾ എങ്ങനെയാണ് ജീവിക്കുന്നത്?” അവൾ ചിരിച്ചുകൊണ്ട് ഇടയ്ക്കു കയറി പറഞ്ഞു.

“എന്റെ ജീവിതത്തിന് യാതൊരു കഥയുമില്ല! ഞാൻ ചുമ്മാ ജീവിച്ചു

പോന്നു. ഒറ്റയ്ക്ക്, തികച്ചും ഏകനായി, ഒറ്റയ്ക്ക് തികച്ചും ഒറ്റയ്ക്ക്. നിനക്കറിയാമോ അതിന്റെ അർത്ഥം? ഏകൻ?"

"എന്നാൽ എങ്ങനെ ഒറ്റയ്ക്ക്? നിങ്ങൾ ഒരിക്കലും ഒരു മനുഷ്യനേയും കണ്ടിട്ടില്ലെന്നാണോ ഉദ്ദേശിക്കുന്നത്?"

"ഓഹ്, അല്ല. ഞാൻ തീർച്ചയായും ആളുകളെ കാണുന്നു, എന്നാലും ഏകനാണ്."

"നിങ്ങൾ ഒരിക്കലും ആരോടും സംസാരിച്ചിട്ടില്ലേ?"

"അക്ഷരാർത്ഥത്തിൽ, ഇല്ല."

"നിങ്ങൾ എന്തുതരം മനുഷ്യനാണ്? ഒന്ന് വിശദീകരിക്കൂ! ഒരു മിനിറ്റ് ക്ഷമിക്കൂ. എനിക്കറിയാമെന്ന് തോന്നുന്നു. എനിക്കുള്ളതുപോലെ, ഒരു പക്ഷേ, നിങ്ങൾക്കൊരു അമ്മൂമ്മയുണ്ട്. അവർ അന്ധയും വൃദ്ധയുമായ തിനാൽ എന്നെ പുറത്തുപോകാനനുവദിച്ചില്ല. അങ്ങനെ സംഭാഷണ ശീലം മിക്കവാറും നഷ്ടപ്പെട്ടു. രണ്ടു വർഷം മുമ്പ് ഒരിക്കൽ എന്തോ വികൃതി കാണിച്ചു. അപ്പോൾ എന്നെ പിടിക്കാൻ പറ്റില്ലെന്നവർ കണ്ടു. അവർ എന്നെ അടുത്തേക്ക് വിളിച്ച്, ഒരു സേഫ്റ്റി പിൻകൊണ്ട് എന്റേയും അവരുടേയും ഉടുപ്പുകൾ കൂട്ടിക്കുത്തി. അതിനുശേഷം ഒന്നിച്ചാണ് ഞങ്ങൾ എന്നും ഇരുന്നത്. അന്ധയായിരുന്നെങ്കിലും അവൾ ഇരുന്ന് സോക്സ് തുന്നുമായിരുന്നു. ഞാൻ അവരുടെ അടുത്തിരിക്കും. തുന്നു കയോ ഉറക്കെ എന്തെങ്കിലും വായിച്ചുകൊടുക്കുകയോ ചെയ്യും. അതൊരു പഴയ ആചാരമാണ്. രണ്ട് വർഷങ്ങൾ മുഴുവൻ പിൻകൊണ്ട് ആരെയെങ്കിലും കൂടെ കോർത്ത് കഴിയുക."

"ദൈവമേ! എന്തൊരു നിർഭാഗ്യം! എന്നാൽ, ഇല്ല. എനിക്കത്തരം ഒരു അമ്മൂമ്മ ഇല്ല."

"നിങ്ങൾക്ക് ഇല്ലായിരുന്നെങ്കിൽ, എന്തിനാണ് നിങ്ങൾ വീട്ടിലിരിക്കാൻ നിർബന്ധിതനായത്?"

"ഇങ്ങോട്ട് നോക്കൂ. ഞാൻ ആരാണെന്ന് നിനക്കറിയണോ?"

"തീർച്ചയായും."

"ശരിക്കും?"

"ശരിക്കും."

"വളരെ നല്ലത്. ഞാൻ ഒരു 'ടൈപ്പ്' ആണ്."

"ഒരു ടൈപ്പ്? എന്ത് ടൈപ്പ്?" ആ പെൺകുട്ടി ആശ്ചര്യപ്പെട്ടു. പിന്നെ, ആഹ്ലാദത്തോടെ പൊട്ടിച്ചിരിച്ചു. അവളുടെ പൊട്ടിച്ചിരി കണ്ടാൽ തോന്നും. ഒരു വർഷമായി അവൾക്ക് ചിരിക്കാനവസരം കിട്ടിയിട്ടില്ലെന്ന്." ഓഹ്, നിങ്ങൾ ഒരു രസികൻ തന്നെ! നോക്കൂ, അവിടെ ഒരു ബെഞ്ച് കിടക്കു ന്നുണ്ട്. നമ്മൾക്കതിൽ ഇരിക്കാം. ഇവിടെ ഒരിക്കലും ആരും വരില്ല. ആരും നമ്മുടെ സംസാരം കേൾക്കില്ല. നിങ്ങളുടെ കഥ തുടങ്ങൂ. നിങ്ങൾക്കും

ഉണ്ടാകും ഒരു കഥ. നിങ്ങൾ എന്തൊക്കെ പറഞ്ഞാലും. നിങ്ങൾ അതൊരു രഹസ്യമാക്കി വെച്ചിരിക്കയാണ്. ഒന്നാമതായി ഈ 'ടൈപ്പ്' എന്നതു കൊണ്ട് എന്താണ് ഉദ്ദേശിക്കുന്നത്?"

"ഒരു ടൈപ്പോ?" ഒരു "ടൈപ്പ്" അരക്കിറുക്കൻ ആണ്. ഒരു വിചിത്ര മനുഷ്യൻ." അവളുടെ കുട്ടിത്തം വിടാത്ത ചിരിയിൽ പങ്കുകൊണ്ട് ഞാൻ മറുപടി നല്കി.

"അത്തരം സ്വഭാവക്കാരാണവർ. ശ്രദ്ധിക്കുക."

ഒരു സ്വപ്നവിഹാരി ആരാണെന്ന് നിനക്കറിയാമോ?"

"സ്വപ്നം കാണുന്നവൻ. ദൈവമേ, ആരാണ് സ്വപ്നം കാണാത്തത്? ഞാൻ തന്നെ സ്വപ്നം കാണുന്നവൾ ആണല്ലോ! ഞാൻ അമ്മൂമ്മയോടൊപ്പം ഇരിക്കുമ്പോൾ ചിലപ്പോൾ എന്റെ തലയ്ക്കകത്ത് കയറിവരാറുള്ള കാര്യങ്ങൾ! അപ്പോൾ ഞാൻ സ്വപ്നങ്ങൾ നെയ്തെടുക്കുന്നു. എന്നെ അത് തെളിച്ചുകൊണ്ടുപോയി. ഒരു ചൈനീസ് രാജകുമാരനെ വിവാഹം കഴിപ്പിക്കുന്നതുവരെ എത്തിക്കുന്നു! നിങ്ങൾക്കറിയാമോ, ചിലപ്പോൾ, ഒരു സ്വപ്നവിഹാരിയാകുന്നത് നല്ലതാണ്. എന്നാൽ, ചിലപ്പോൾ അത് നല്ലതല്ല. എനിക്കറിയില്ല. പ്രത്യേകിച്ച്, നിങ്ങൾക്ക് ചിന്തിക്കാൻ മറ്റു പലതും ഉള്ളപ്പോൾ." ഏറെക്കുറെ ഗൗരവത്തോടെ ആ പെൺകുട്ടി കൂട്ടിച്ചേർത്തു.

"ഉഗ്രൻ! ഒരു ചൈനീസ് രാജകുമാരനെ സ്വയം വിവാഹം കഴിക്കുന്നത് കണ്ടിട്ടുള്ള നിനക്ക് എന്നെ പൂർണമായും മനസ്സിലാക്കാൻ കഴിയും. അപ്പോൾ കേൾക്കുക. എന്നാൽ, ഒരു നിമിഷം. എനിക്കിതുവരെ നിന്റെ പേര് പോലും അറിയില്ല."

"ഒടുവിൽ! നിങ്ങൾ അത് ഇതുവരെ ഓർത്തില്ല?"

"ഓഹ്, നല്ലവനായ ദൈവമേ, അതെന്റെ തലയിൽ ഒരിക്കലും കയറിയില്ലല്ലോ, അല്ലാതെത്തന്നെ ഞാൻ സന്തോഷവാനായിരുന്നു."

"എന്റെ പേര് നസ്തെങ്കാ എന്നാണ്."

"നസ്തെങ്കാ എന്നു മാത്രം?"

"അത്രയേ ഉള്ളൂ. അത് പോരെ, ആർത്തിപിടിച്ച മനുഷ്യാ?"

"അത് പോരേ എന്നോ? നേരെ മറിച്ചാണ്. അത് ധാരാളം, ധാരാളത്തിലേറെ. നസ്തെങ്കാ, നീ വളരെ കരുണാഹൃദയമുള്ളൊരു പെൺകുട്ടിയാണ്. അതുകൊണ്ടാണല്ലോ, നേരെ നസ്തെങ്കാ എന്ന് നിന്നെ വിളിക്കുവാൻ നീ എന്നെ അനുവദിക്കുന്നത്."

"ഞാനും അങ്ങനെ കരുതുന്നു. ശരി, തുടരൂ."

"അപ്പോൾ നസ്തെങ്കാ, ഈ രസകരമായ കഥ ഒന്നു കേൾക്കൂ."

ഞാൻ അവളുടെ അടുത്തിരുന്നു. ഓർമ്മയിൽനിന്ന് ഉരുവിടുന്ന ഒരു പാഠത്തിലെ ഭാഗം പോലെ, വലിയ ഗൗരവഭാവത്തിൽ തുടങ്ങി.

"സെന്റ് പീറ്റേഴ്സ്ബർഗിൽ ചില വിചിത്രമൂലകൾ ഉണ്ട് നസ്തെങ്കാ, നിനക്കതിനെക്കുറിച്ച് ഒരുപക്ഷേ അറിയില്ലായിരിക്കാം. നഗരത്തിലെ മറ്റെല്ലാ ഭാഗത്തും വെട്ടിത്തിളങ്ങുന്ന സൂര്യൻ, ഈ സ്ഥലങ്ങളിലേക്ക് ഒരിക്കലും എത്തിനോക്കാറില്ല. മറ്റൊരു പുതിയ സൂര്യനാണ്. ആ ഒറ്റപ്പെട്ട മൂലകളിൽ പ്രത്യേകതരം പ്രകാശം എല്ലാ വസ്തുക്കളിലും ചൊരിയുന്നത്, അവിടേക്കുവേണ്ടി മാത്രം ഓർഡർ ചെയ്ത് വരുത്തിയ ഒരു സൂര്യൻ! ഒരു മൂലയിലെ ജീവിതം മറ്റൊരു ലോകത്തിലേതുപോലെയാണ്. ഒരുതരത്തിലും നമ്മളെ ചുറ്റിപ്പറ്റിയുള്ള ജീവിതവുമായി സാമ്യവുമില്ലാത്തത്. അവിശ്വസനീയവും വിചിത്രവുമായൊരു രാജ്യത്ത് നടക്കുന്ന ജീവിതം പോലെയാണത്. നമ്മുടെ ഗ്രഹത്തിലേയല്ല! തികച്ചും അസംഭാവ്യവും ആദർശാധിഷ്ഠിതവും അതേസമയം മുഷിപ്പനും സാധാരണവുമായ പ്രത്യേകതരം ജീവിതത്തിന്റെ ഒരു മിശ്രിതം! അവിശ്വസനീയമാംവിധം വിരസമെന്ന് പറയാനാവില്ല."

"ഓഹ്! ദൈവമേ, എന്തൊരു മുഖം! ഞാൻ എന്താണിനി കേൾക്കാൻ പോകുന്നതെന്ന് ഓർത്ത് എനിക്കദ്ഭുതം തോന്നുന്നു."

"നസ്തെങ്കാ, ഈ വിദൂരമൂലകളിൽ താമസിക്കുന്നവർ വിചിത്ര മനുഷ്യരാണ്. സ്വപ്നജീവികൾ. ഒരു സ്വപ്നജീവിയുടെ കൃത്യമായ നിർവചനം നിനക്കറിയണോ? സ്വപ്നജീവി ഒരു യഥാർത്ഥ മനുഷ്യനല്ല. ഒരു നപുംസക ജീവിയാണ്. മനസ്സിലായോ? ഈ ജീവി സാധാരണ ജീവിക്കുന്നത് ചില അപ്രാപ്യമായ മൂലയിലാണ്. പകൽവെളിച്ചത്തിൽ നിന്ന് ഒഴിഞ്ഞുമാറിക്കൊണ്ട്. അവൻ ഒരിക്കൽ ഈ തൊണ്ടിലേക്ക് ഇഴഞ്ഞുകയറിയാൽ, ഒരു ഒച്ചുപോലെ, അതുമായി അടുപ്പത്തിൽ ഒട്ടി ജീവിക്കുന്നു. ഏറെക്കുറെ ആമയെപ്പോലെ എന്നും പറയാം. ഒരു വീടും മൃഗവും ഒന്നിച്ചുചേർന്നത്! അവന് തന്റെ നാല് ചുമരുകളോടും എന്താണിത്ര ഇഷ്ടം, സ്ഥിരമായി പച്ച പെയിന്റടിച്ച, പുകയും അഴുക്കും പിടിച്ച, വൃത്തികെട്ട ഇരുണ്ട മതിലുകൾ! അയാളെ കാണാൻ തന്റെ ഒരു സുഹൃത്ത് ചെന്നപ്പോൾ ഈ അസാധാരണ മനുഷ്യൻ എന്തിനാണയാളെ അമ്പരപ്പോടെ സ്വീകരിച്ചത്? എന്തിനീ പരിഭ്രമം? അയാളുടെ രൂപം എന്തിന് ചുളിഞ്ഞു, തന്റെ നാല് ചുമരുകൾക്കുള്ളിൽ, അപ്പോൾത്തന്നെ ഒരു കുറ്റകൃത്യം ചെയ്തവനെപ്പോലെ! അല്ലെങ്കിൽ വ്യാജബാങ്ക് നോട്ട് തയ്യാറാക്കുന്നവനെപ്പോലെ! അതുമല്ലെങ്കിൽ, ഏതോ മാസികയ്ക്ക് അയയ്ക്കാനായി ഒരു കവിത തയ്യാറാക്കി, അതിന്റെ രചയിതാവ് മരിച്ചെന്നും അയാളുടെ സുഹൃത്തായ തന്റെ പവിത്ര ധർമ്മമാണ് അത് മാസികയിൽ അച്ചടിച്ച് കാണുക എന്നത്, എന്ന ഒരു കള്ളക്കത്ത് അതോടൊപ്പം എഴുതിക്കൊണ്ടിരുന്നവനെപ്പോലെ! എന്നോട് പറയാമോ, നസ്തെങ്കാ, അവർ ഇരുവരും തമ്മിലുള്ള സംഭാഷണം അത്രയ്ക്ക് കൃത്രിമത്വം കലർന്നതായിരുന്നോ? ആ പരിഭ്രാന്തനായ സന്ദർശകനിൽനിന്ന് ചിരിയോ തമാശയോ ഒന്നും ഉയർന്നില്ല. മറ്റേത് സന്ദർഭത്തിലായാലും അയാൾക്ക് ചിരിയും കളിയുമാണ്! സുന്ദരികളെക്കുറിച്ച് പറഞ്ഞ് ചിരിച്ച്

രസിച്ച് ഇരിക്കും. അയാളെ ആദ്യമായി സന്ദർശിക്കുന്ന ഈ സുഹൃത്ത് എന്തിനാണ് വന്നിരിക്കുന്നത്? അത്രയും രസികനായ അയാൾ എന്തുകൊണ്ട് ആതിഥേയന്റെ സംഭ്രമം കണ്ട് ഒരക്ഷരം മിണ്ടാതെ പരിഭ്രാന്തനായി നില്ക്കുന്നു?

ആതിഥേയൻ ഒരു നല്ല സാമൂഹികജീവിയാണെന്ന് തെളിയിക്കാനായി സ്ത്രീകളെക്കുറിച്ചും മറ്റും അഭിപ്രായപ്രകടനം നടത്താൻ ശ്രമിക്കുന്നു. അങ്ങനെ, അബദ്ധവശാൽ, തന്റെ അടുത്തെത്തിയ പാവം മനുഷ്യനെ പ്രീതിപ്പെടുത്തുവാൻ നോക്കുന്നു. എന്തുകൊണ്ടാണാ സന്ദർശകൻ പെട്ടെന്ന് തൊപ്പി എടുത്ത് പൊക്കി, ഇല്ലാത്തൊരു സുപ്രധാന പ്രവൃത്തിയുടെ കാര്യം ഓർമ്മിച്ച്, ആതിഥേയന്റെ വിറയ്ക്കുന്ന കൈ വേർപെടുത്തി, ധൃതിപിടിച്ച് പുറത്ത് പോകാൻ നില്ക്കുന്നത്? അതേസമയം ആതിഥേയൻ സന്ദർശകനോട് തന്നാലാകുന്ന വിധത്തിൽ ഖേദം പ്രകടിപ്പിക്കാനും ആ അവസ്ഥ മയപ്പെടുത്താനും ശ്രമിക്കുന്നത്? എന്തുകൊണ്ടാണ് അതിഥി ആ വിചിത്ര മനുഷ്യന്റെ വീടിന് പുറത്തെത്തിയ ഉടനെ അയാളെ ഇനിയൊരിക്കലും സന്ദർശിക്കില്ലെന്ന് ശപഥം ചെയ്ത് പൊട്ടിച്ചിരിച്ചത്? സത്യത്തിൽ ആ വിചിത്രമനുഷ്യൻ ഒന്നാന്തരം ഒരു വ്യക്തിയായിരുന്നു! സന്ദർശകൻ തന്റെ ഭാവനയിൽ ഒരു കളികളിച്ചു. അതായത്, ആതിഥേയന്റെ മുഖവും പരിതാപകരമായ അവസ്ഥയിൽ നിലവിളിച്ച് ഓടിവന്ന് അവിടത്തെ മേശയ്ക്കടിയിൽ ചീറ്റിയും കുടഞ്ഞും ഒരു മണിക്കൂർ നേരം ചിലവഴിച്ച ഒരു പൂച്ചയുടെ മുഖവുമായുള്ള താരതമ്യ പഠനം!

“ഞാൻ പറയട്ടെ” ഇത്രയും നേരം അതിശയത്തോടെ എന്നെ ശ്രദ്ധിച്ചുകൊണ്ടിരുന്ന നസ്തെങ്കാ വാ തുറന്ന് വിടർന്ന കണ്ണുകളോടെ പറഞ്ഞു. “ഇതെല്ലാം എങ്ങനെ സംഭവിച്ചു എന്നെനിക്കൊരു പിടിയും കിട്ടുന്നില്ല. അല്ലെങ്കിൽ, ഇത്തരം വിചിത്രമായ ചോദ്യങ്ങൾ നിങ്ങൾ എന്തിനെന്നോട് ചോദിക്കുന്നു? എന്നാൽ, തുടക്കം മുതൽ അവസാനംവരെ നിങ്ങൾക്കുണ്ടായ ഈ അനുഭവങ്ങൾ സത്യമാണെന്ന് എനിക്കുറപ്പാണ്.”

“നിസ്സംശയം.” വലിയ ഗൗരവത്തിൽ ഞാൻ മറുപടി നല്കി.

“കൊള്ളാം. അതപ്രകാരമാണെങ്കിൽ, തുടരൂ.” അവൾ പറഞ്ഞു.

“എന്തുകൊണ്ടെന്നാൽ, അതെങ്ങനെ അവസാനിച്ചെന്നറിയാൻ വലിയ ആഗ്രഹമുണ്ട്.”

“തന്റെ ഒറ്റപ്പെട്ട മൂലയിൽ ഹീറോ എന്ത് ചെയ്യുകയായിരുന്നെന്ന് നിനക്കറിയാൻ ആഗ്രഹമില്ലേ? സത്യത്തിൽ ആ ഹീറോ ഞാൻ തന്നെയാണ്, ഈ എളിവയവൻ. എന്റെ സുഹൃത്തിന്റെ അപ്രതീക്ഷിത സന്ദർശനം എങ്ങനെ എന്റെ സമനില തെറ്റിച്ചു എന്ന് അറിയണ്ടേ? ഒരു ദിവസം മുഴുവനും അതെന്നെ സംഭ്രമിപ്പിച്ചു. പെട്ടെന്ന് വാതിൽ തുറന്നപ്പോൾ ഞാൻ എന്തിനാണ് ഞെട്ടിത്തെറിച്ചതെന്നറിയാൻ നിനക്കാഗ്രഹമില്ലേ? എന്തുകൊണ്ട് വേണ്ട രീതിയിൽ എന്റെ സന്ദർശകനെ സ്വീകരിക്കാൻ

കഴിഞ്ഞില്ല? സ്വന്തം ആതിഥ്യമര്യാദയുടെ ആഘാതത്തിൽ മാനഹാനി വരുത്തുംവിധം ഞാനെങ്ങനെ നിലംപതിച്ചു?"

"അതെ, അത് ശരിയാണ്." നസ്തെങ്കാ മറുപടി നല്കി.

"അതാണെനിക്കറിയേണ്ടത്. നോക്കൂ, നിങ്ങൾ എത്ര ഭംഗിയായാണത് പറയുന്നത്. അത്രയും മനോഹരമായി വിവരിക്കേണ്ടതുണ്ടോ? അതൊരു പുസ്തകം നോക്കി നിങ്ങൾ വാങ്ങിക്കുകയാണെന്നേ തോന്നൂ."

"നാസ്തെങ്കാ" ഞാൻ ചിരി നിയന്ത്രിക്കാൻ ശ്രമിച്ച്, ഗൗരവഭാവത്തിൽ മറുപടി നല്കി. "പ്രിയപ്പെട്ട നസ്തെങ്കാ, എന്റെ സംഭാഷണം ഉജ്ജ്വലമാണെന്നെനിക്കറിയാം. എന്നാൽ, എനിക്ക് വ്യത്യസ്തമായ രീതിയിൽ സംസാരിക്കാൻ കഴിയില്ല. ഈ സമയം, പ്രിയപ്പെട്ട നസ്തെങ്കാ, ഞാൻ സോളമൻ രാജാവിന്റെ പ്രേതംപോലെയാണ്. അതിനെ ഒരു പാത്രത്തിലാക്കി അടച്ച്, ഏഴ് സീലുകൾ വെച്ച് സൂക്ഷിച്ചിരിക്കയായിരുന്നു. ഒടുവിൽ എല്ലാ സീലുകളും പൊളിച്ച് മാറ്റപ്പെട്ടിരിക്കുന്നു. എന്റെ പ്രിയപ്പെട്ട നസ്തെങ്കാ, നമ്മുടെ ദീർഘമായ വേർപാടിനുശേഷം നമ്മൾ വീണ്ടും കണ്ടുമുട്ടിയിരിക്കുന്നു.

ഞാൻ നിന്നെ ദീർഘകാലമായി അറിയുമായിരുന്നു. ഞാൻ ആരെയോ വളരെക്കാലമായി അന്വേഷിച്ചുകൊണ്ടിരിക്കയായിരുന്നു. അത് നിന്നെയായിരുന്നു എന്ന് താനിപ്പോൾ അറിയുന്നു. നമ്മുടെ ഈ കണ്ടുമുട്ടൽ മുൻകൂട്ടി വിധിക്കപ്പെട്ടതാണ്. ഇപ്പോൾ ഒരായിരം ടാപ്പുകൾ എന്റെ തലയ്ക്കകത്ത് പൊട്ടിത്തകർന്നിരിക്കുന്നു. വാക്കുകളുടെ പ്രവാഹത്തിന് എനിക്ക് വാതായനം ഒരുക്കണം, ഇല്ലെങ്കിൽ, ശ്വാസംമുട്ടും. അതുകൊണ്ട്, എന്നെ തടസ്സപ്പെടുത്തരുതെന്ന് യാചിക്കുകയാണ്. നസ്തെങ്കാ, പറയുന്നത് ശാന്തയായി ശ്രദ്ധിച്ച് കേൾക്കുക, ഇല്ലെങ്കിൽ ഞാനിനി ഒന്നും പറയില്ല."

"ഇല്ല, ഇല്ല, ഇല്ല. ഓഹ് ഇല്ല, തുടരൂ! ഞാൻ ഒരക്ഷരം മിണ്ടുകയില്ല."

"തുടരാം. എന്റെ പ്രിയപ്പെട്ട നസ്തെങ്കാ, ദിവസത്തിൽ ഒരു മണിക്കൂർ, വിശേഷമായി ഞാൻ ഇഷ്ടപ്പെടുന്നു. എല്ലാ ജോലികളും ചുമതലകളും ബിസിനസ്സും ചെയ്തുതീർത്ത സമയമാണത്. എല്ലാവരും ഭക്ഷണം കഴിക്കാനായി വീട്ടിലേക്ക് ധൃതിപിടിച്ച് പായുന്നു. അല്ലെങ്കിൽ ഒന്ന് മയങ്ങുവാൻ, സായാഹ്നവും രാത്രിയും ഉല്ലാസകരമായി ചിലവഴിക്കുവാൻ, അവൻ ധൃതിപിടിച്ച് പായുമ്പോൾ ഇതെല്ലാം അവൻ പ്ലാൻ ചെയ്യുന്നു. ഈ സമയത്ത് നമ്മുടെ ഹീറോയുടേയും ദിവസം അലസമായിട്ടല്ല ചിലവഴിക്കപ്പെടുന്നത്. നസ്തെങ്കാ, നീ എന്നെ ഈ വിവരണം മറ്റൊരാളുടെ പേരിൽ നടത്താൻ അനുവദിക്കണം. കാരണം, ഇതെല്ലാം സ്വന്തം പേരിൽ വിവരിക്കുവാനെനിക്ക് ലജ്ജ തോന്നുന്നു. അങ്ങനെ നമ്മുടെ ഹീറോയും മറ്റുള്ളവരോടൊപ്പം മുന്നേറുന്നു. എന്നാൽ, അയാളുടെ വിളറി വെളുത്ത മുഖം ആഹ്ലാദത്താൽ വിചിത്രമായ വിധത്തിൽ

പ്രകാശിക്കുന്നുണ്ട്. സെന്റ് പീറ്റേഴ്സ്ബർഗിന്റെ തണുത്ത ആകാശത്ത് സൂര്യൻ മെല്ലെ അസ്തമിച്ചുകൊണ്ടിരിക്കുന്നത് അയാൾ താത്പര്യത്തോടെ നിരീക്ഷിക്കുന്നു. നിരീക്ഷിക്കുന്നു എന്ന് ഞാൻ പറഞ്ഞത് അസത്യമായിരിക്കാം. അയാൾ അത് നിരീക്ഷിക്കുന്നില്ല. അശ്രദ്ധനായി അതിൽ കണ്ണുംനട്ട് ചിന്താധീനനായി നില്ക്കുകയാണ്. വലിയ താത്പര്യമുള്ള എന്തോ കാര്യത്തിൽ മുഴുകിയിരിക്കയാണയാൾ. വിഷമം പിടിച്ച ഇടപാടുകളിൽനിന്ന് രക്ഷപ്പെട്ടതിൽ അയാൾ സന്തുഷ്ടനാണ്. തന്റെ പ്രിയങ്കരമായ കളികൾ കളിക്കാനായി സ്കൂൾ മുറി വിട്ടുപോകാൻ അനുവാദം ലഭിച്ച ബാലനെപ്പോലെ ആഹ്ലാദവാനായിരുന്നു അയാൾ.

ഒറ്റനോട്ടത്തിൽത്തന്നെ, നസ്തെങ്കാ, അയാളുടെ ആഹ്ലാദം സ്വന്തം ചിന്തയേയും ദുർബലമായ നാഡിഞരമ്പുകളേയും സുഖകരമായി ബാധിച്ചിട്ടുണ്ടെന്ന് മനസ്സിലാക്കാം. അയാളിപ്പോൾ ചിന്തയിലാണ്ട് നില്ക്കുകയാണ്. അയാൾ ഡിന്നറിനെക്കുറിച്ചാണ് ചിന്തിക്കുന്നതെന്ന് നീ കരുതുന്നുണ്ടോ? അല്ലെങ്കിൽ സായാഹ്നവിനോദങ്ങൾ? എന്തിനാണയാൾ തുറിച്ചുനോക്കുന്നത്? വേഗം നടക്കുന്ന കുതിരകളെ പൂട്ടിയ തിളങ്ങുന്ന കുതിരവണ്ടിയിൽ കടന്നുപോയ ലേഡിയെ മാന്യനായ ആ വ്യക്തി കുനിഞ്ഞുവണങ്ങിയ മനോഹരദൃശ്യമാണോ? അല്ല, നസ്തെങ്കാ, ഈ നിസ്സാരകാര്യങ്ങളെല്ലാം അയാൾ കാര്യമാക്കിയിട്ടില്ല. ഇപ്പോൾ, തന്റേതായ വിചിത്രലോകത്തിൽ അയാൾ സമ്പന്നനാണ്. പെട്ടെന്നാണയാൾ സമ്പന്നനായത്. അതുകൊണ്ടാണ് അസ്തമയസൂര്യന്റെ കിരണങ്ങൾ ആഹ്ലാദപൂർവം അയാളുടെ മുന്നിൽ വെട്ടിത്തിളങ്ങുന്നത്.

അയാളുടെ ഹൃദയം അത് ഊഷ്മളമാകുന്നു. ഒരുപാട് വിചിത്രഭാവനകൾ ഉയർത്തുന്നു. ഒരു നിമിഷം മുമ്പ് വെറും നിസ്സാരകാര്യങ്ങൾ അയാളുടെ ശ്രദ്ധ ആകർഷിച്ച ആ റോഡ് അയാൾ ഇപ്പോൾ ശ്രദ്ധിക്കുന്നേയില്ല. 'സങ്കല്പദേവത' അയാളിൽ സ്വപ്നങ്ങൾ നെയ്തെടുക്കാൻ തുടങ്ങിയിരുന്നു. അവിശ്വസനീയവും അസാധാരണവുമായ ജീവിതത്തിന്റെ സ്വപ്നങ്ങൾ. ആർക്കറിയാം ഒരുപക്ഷേ, ആ സങ്കല്പദേവത വീട്ടിലേക്ക് നടന്നുപോകുന്ന കല്ലുപതിച്ച പാതയിൽനിന്ന് അയാളെ തള്ളിമാറ്റി. 'ഏഴാം സ്വർഗ'ത്തിലെത്തിച്ചിരിക്കാം. നിങ്ങൾ ഇടയ്ക്കുവെച്ച് അയാളെ നിർത്തി. അയാൾ എവിടെ ആയിരുന്നെന്നോ ഏത് തെരുവുകളിലൂടെയാണയാൾ നടന്നിരുന്നതെന്നോ ചോദിച്ചാൽ, ഒരുപക്ഷേ, യാതൊന്നും അയാൾക്ക് ഓർക്കാൻ കഴിഞ്ഞെന്ന് വരില്ല. അയാൾ എവിടെ ആയിരുന്നെന്നോ ഇപ്പോൾ എവിടെയാണെന്നോപോലും! തന്റെ അമ്പരപ്പ് മറച്ചുവെക്കാനും അന്തസ്സ് കാത്തുരക്ഷിക്കാനും വേണ്ടി അയാൾ എന്തെങ്കിലും കഥ തീർച്ചയായും കണ്ടെത്തിയിട്ടുണ്ടായിരിക്കും. അതുകൊണ്ടാണ് ഒരു മാന്യവൃദ്ധ അയാളെ നടപ്പാതയിൽ പിടിച്ചുനിർത്തി വഴി ചോദിച്ചപ്പോൾ അയാൾ വല്ലാതെ ഞെട്ടിയതും നിലവിളിക്കാൻ പോയതും! ഈർഷ്യ പ്രകടിപ്പിച്ചുകൊണ്ട് അയാൾ കാലുകൾ നീട്ടിവെച്ച് നടന്നു. അയാളെ നോക്കി പുഞ്ചിരിക്കുകയും പിൻതിരിഞ്ഞ് നോക്കുകയും ചെയ്ത വഴിപോക്കരെ

കുറിച്ചയാൾ ബോധവാനേ ആയിരുന്നില്ല. അയാളെ പേടിച്ച് മറുവശത്തിലൂടെ നടക്കാൻ തുടങ്ങിയ പെൺകുട്ടി ചിന്താമഗ്നനായി അയാളുടെ വിടർന്ന പുഞ്ചിരിയും അംഗവിക്ഷേപം നടത്തുന്ന കൈകളും കണ്ട് പൊട്ടിച്ചിരിച്ചു. അതേ സങ്കല്പദേവതതന്നെ സ്വന്തം വിനോദയാത്രയിൽ ആ വൃദ്ധ, അപരിചിതരായ യാത്രക്കാർ, പൊട്ടിച്ചിരിക്കുന്ന പെൺകുട്ടി, ഫൊണ്ടങ്കായിൽകൂടി കിടക്കുന്ന ബാർജുകളിലിരുന്ന് ആഹാരം കഴിക്കുന്ന ബോട്ടുകാർ എന്നിവരെ അവതരിപ്പിക്കുന്നു.

തന്റെ സുവർണചിത്രക്കമ്പളത്തിൽ അവൾ ഇവയെല്ലാം കുസൃതിയോടെ തുന്നിച്ചേർക്കുന്നു. ഒരു ചിലന്തി തന്റെ വലയിലേക്ക് ഈച്ചകളെ തുന്നിച്ചേർത്തതുപോലെ! ആ വിചിത്രമനുഷ്യൻ തന്റെ സമ്പത്തോടുകൂടി ആഹ്ലാദകരമായ ആ കൊച്ചുമാളത്തിലേക്ക് പ്രവേശിക്കുന്നു. അയാൾ അവിടെ ഇരുന്ന് ഭക്ഷണം കഴിക്കുന്നു. തന്റെ ദുഃഖചിന്തയിലാണ്ട ഭൃത്യ മാട്രിയോണ തീൻമേശ വൃത്തിയാക്കി പുകവലിക്കാനായി പൈപ്പ് കൊണ്ടുവന്നപ്പോൾ മാത്രമാണയാൾ സ്വപ്നത്തിൽ നിന്നുണർന്നത്. അയാൾ ഒന്നിളകി, താൻ ആഹാരം കഴിച്ചെന്ന കാര്യം ആശ്ചര്യത്തോടെ ഓർത്തു.

മുറിയിൽ ഇരുട്ട് പരക്കുന്നു. ശൂന്യതയും വിഷാദവും അയാളുടെ ഹൃദയത്തിൽ നിറയുന്നു. സാങ്കല്പികമായൊരു ലോകം അയാൾക്ക് ചുറ്റും തകർന്നുവീഴുന്നു. യാതൊരു ഒച്ചയുമില്ലാതെ. അതൊരു സ്വപ്നം പോലെ ദ്രുതഗതിയിൽ നിശ്ശബ്ദം പറന്നുപോയി. താൻ എന്താണ് സ്വപ്നം കണ്ടിരുന്നതെന്നുപോലും അയാൾ ഓർക്കുന്നില്ല. ഇപ്പോൾ ചില അസ്പഷ്ടമായ വികാരം, ഒരു പുതിയ മോഹം, അയാളുടെ സങ്കല്പത്തെ ഉത്തേജിപ്പിക്കുന്നു. അതയാളുടെ ഹൃദയം പിടപ്പിക്കുന്നു, വേദനിപ്പിക്കുന്നു... ആ കൊച്ചു മുറിയിൽ നിശ്ശബ്ദത തളംകെട്ടി നില്ക്കുന്നു. ഏകാന്തതയിലും മ്ലാനതയിലും അയാളുടെ ഭാവന ചൂടുപിടിക്കുന്നു. അത് സാവധാനം ജ്വലിക്കാൻ തുടങ്ങുന്നു. വൃദ്ധ മാട്രിയോണയുടെ കാപ്പി പാത്രത്തിലെ വെള്ളംപോലെ അത് തിളയ്ക്കാൻ തുടങ്ങുന്നു. പിന്നെ, പുറത്തേക്ക് വരുന്ന കൊച്ചു തീജ്വാലകളിലൂടെ അയാളുടെ ഭാവന പൊട്ടിത്തകരാൻ തുടങ്ങുന്നു. അറിയാതെ കൈയിലെടുത്ത പുസ്തകം വായിക്കാതെ എന്റെ സ്വപ്നജീവിയുടെ കൈയിൽനിന്നും നിലത്ത് വീഴുന്നു. അയാളുടെ ഭാവന വീണ്ടും ഉണർന്നെഴുന്നേല്ക്കുന്നു. പെട്ടെന്ന് ആകർഷണീയമായി വെട്ടിത്തിളങ്ങുന്ന ഒരു നൂതനമായ ലോകം അയാൾക്കു മുന്നിൽ പ്രത്യക്ഷപ്പെടുന്നു. ഒരു പുത്തൻ സ്വപ്നം, ഒരു പുത്തൻ ആനന്ദം! നിഗൂഢവും ആനന്ദകരവുമായ ഒരു പുതിയ ഡോസ് വിഷം. നമ്മുടെ യഥാർത്ഥ ജീവിതത്തിനായി അയാൾ എന്ത് ശ്രദ്ധിക്കാനാണ്. അയാളുടെ മയക്കുമരുന്ന് കഴിച്ച അവസ്ഥയിൽ ഞാനും നീയും വളരെ ഇഴഞ്ഞു നീങ്ങുന്ന, അലസജീവിതം നയിക്കുന്നവരാണ്, നസ്തെങ്കാ. അയാളുടെ കാഴ്ചപ്പാടിൽ നമ്മുടെ ഭാഗധേയത്തോട് നമ്മൾ അത്രയ്ക്ക് അതൃപ്തരാണ്. നമ്മൾ ജീവിതം വളരെ അരോചകമായി കാണുന്നു. തീർച്ചയായും

നമ്മൾ പരസ്പരം എത്ര തണുപ്പന്മാരും മുഖം കറുപ്പിക്കുന്നവരും കോപിഷ്ഠരുമായാണ് കാണപ്പെടുന്നത്. പാവങ്ങൾ എന്ന് എന്റെ സ്വപ്നജീവി കരുതുന്നു. അയാൾ അപ്രകാരം കരുതുന്നതിൽ അദ്ഭുതമില്ല. ആ മാജിക്കോ, ആ മായാരൂപങ്ങൾ അയാൾക്കുവേണ്ടി നെയ്തെടുക്കുന്ന സജീവചിത്രങ്ങളോ നോക്കൂ. എത്ര ആകർഷണീയമാംവിധം എത്ര സങ്കീർണതയും മഹാമനസ്കതയും ഉള്ള രീതിയിലാണ്.

നമ്മുടെ സ്വപ്നജീവിയെത്തന്നെ ഏറ്റവും പ്രധാന കഥാപാത്രമായി സജീവചിത്രങ്ങളിൽ അവതരിപ്പിച്ചിരിക്കുന്നത്. വ്യത്യസ്തമായ വീരസാഹസങ്ങൾ ഒന്നു നോക്കൂ. അയാളുടെ ആഹ്ലാദനിർഭരമായ സ്വപ്നങ്ങളുടെ ആനന്ദമായ പ്രവാഹം ഒന്നു നോക്കൂ! ഒരുപക്ഷേ, നിങ്ങൾ ചോദിച്ചേക്കും അയാൾ എന്ത് സ്വപ്നങ്ങളാണ് കാണുന്നത്? എന്തിന് ചോദിക്കുന്നു? എല്ലാറ്റിനേയുംകുറിച്ചുള്ള സ്വപ്നങ്ങൾ. ഒരു കവി ആകുന്നതിനെക്കുറിച്ച് ആദ്യം അംഗീകരിക്കപ്പെട്ടില്ലെങ്കിലും പിന്നീട് പ്രശസ്തി ആർജിച്ചവൻ, ഹോഫ്മാന്റെ സൗഹൃദം, സെന്റ് ബർത്തൊളോമേവ്സ്നൈറ്റ്, ഡയാനാ വെർനോൺ എന്നിവയെക്കുറിച്ച് സാർ ഇവാൻ കസാൻ കീഴടക്കിയപ്പോൾ അതിൽ വീരോചിതമായൊരു പങ്ക് വഹിച്ചത്, ബെറെസിനാ യുദ്ധം, വി.ഡി. പ്രഭ്വിയുടെ സ്വീകരണമുറിയിൽ കവിതകൾ വായിക്കുന്നത്, ഡാന്റൻ, ക്ലിയോപാട്രാ, അയാളുടെ കൊളോമ്നായിലെ ഒരു കൊച്ചു വീട്ടിലെ ഒരു മൂലയിൽ ഒരു ശീതകാലരാത്രിയിൽ വിടർന്ന കണ്ണുകളോടെ വാതുറന്ന് അയാളുടെ സംസാരം കേട്ടിരിക്കുന്ന സുന്ദരിയായൊരു സ്ത്രീ എന്നിവരെക്കുറിച്ച് എന്നെ ശ്രദ്ധിച്ചുകൊണ്ടിരിക്കുന്ന നിങ്ങളെപ്പോലെ എന്റെ കൊച്ചുമാലാഖേ... അല്ല, നസ്തെങ്കാ. അയാളുടെ ജീവിതത്തിലും ഒരു ദിവസം മണിമുഴക്കം ഉയരുമെന്ന് അയാൾക്കറിയില്ല.

ദുരിതവും ദുഃഖവും നിറഞ്ഞ ആ സമയത്ത് സാങ്കല്പിക ജീവിതമെല്ലാം അയാൾക്ക് നഷ്ടപ്പെട്ടു. ഒന്നും തിരഞ്ഞെടുക്കാൻപോലും അയാൾ ആഗ്രഹിക്കില്ല. എന്നാൽ, ആ ഭയാനകമായ മുഹൂർത്തം വരെ അയാൾ ഒന്നും ആഗ്രഹിക്കുന്നില്ല. കാരണം, അയാൾ ആഗ്രഹങ്ങൾക്ക് മുകളിലാണ്, അയാൾക്ക് എല്ലാം ഉണ്ടായിരുന്നു. പൂർണതൃപ്തനായിരുന്നു. അയാൾ തന്നെ ആയിരുന്നു അയാൾക്കുവേണ്ടി ആഗ്രഹാനുസരണം പുതിയൊരു ലോകം പടുത്തുയർത്തിയ സ്രഷ്ടാവ്! നിങ്ങൾക്കറിയാമല്ലോ. ഈ യക്ഷിക്കഥ, ഈ സങ്കല്പലോകം, വളരെ എളുപ്പം സൃഷ്ടിക്കാൻ കഴിയുമെന്ന് വളരെ സ്വാഭാവികതയോടെ മായാസൃഷ്ടിയേ അല്ല എന്നതുപോലെ! സത്യമായും ഈ ലോകം ഒരു മരീചികയല്ലെന്ന് ഞാൻ ചിലപ്പോൾ ശരിക്കും വിശ്വസിച്ചിട്ടുണ്ട്. എന്റെ ആവേശഭരിതമായ ഇന്ദ്രിയങ്ങളുടെ സൃഷ്ടിയല്ലെന്ന്! എന്റെ ഭാവനയുടെ കളിയല്ലെന്ന്. എന്നാൽ, അത് യഥാർത്ഥവും അകൃത്രിമവും നിലവിലുള്ളതുമാണെന്ന്. അപ്പോൾ, എന്തുകൊണ്ടാണ് നസ്തെങ്കാ, അത്തരം നിമിഷങ്ങളിൽ എന്റെ ആത്മാവ് തീവ്രവേദന അനുഭവിക്കുന്നത് എന്ന് എന്നോട് പറയൂ. എന്ത് മാജിക്, അല്ലെങ്കിൽ എന്ത് വിചിത്രശക്തിയാണ് നാഡിമിടിപ്പ്

അതിവേഗതയിലാക്കുന്നത്? സ്വപ്നജീവിയുടെ കണ്ണുകൾ നിറയ്ക്കുന്നത് വിളറി കണ്ണുനീർ കറയേറ്റ കവിളുകൾ അരുണവർണമാക്കുന്നത്? അയാളെ പൂർണമായും സ്വർഗീയ ആനന്ദത്തിലാറാടിക്കുന്നത്? എങ്ങനെ യാണയാളുടെ നിദ്രാവിഹീനമായ രാത്രികൾ പെട്ടെന്ന് കടന്നുപോയി അനന്തമായ ആനന്ദത്തിലും ആഹ്ലാദത്തിലും ആറാടിയത്? ആദ്യത്തെ അരുണിമയാർന്ന സൂര്യകിരണങ്ങൾ ജനാലയിലൂടെ കടന്നുവരുമ്പോൾ, ഇരുണ്ടമുറിയിലേക്ക് ഭയാനകവും അവ്യക്തവുമായ പ്രഭാതവെളിച്ചം പരക്കുമ്പോൾ എന്തുകൊണ്ട് നമ്മുടെ സ്വപ്നജീവി ക്ഷീണിച്ച് തളർന്ന് കിടക്കയിൽ കിടന്നുറങ്ങുന്നു? ആഹ്ലാദത്തോടെ ബോധം കെട്ട് മയങ്ങുന്നു?

അതൊക്കെ നസ്തെങ്കാ, അത് നിന്നെ വഞ്ചിക്കുന്നു. അയാളുടെ മനസ്സിൽ തിളച്ചു മറിയുന്ന ആ വികാരം യഥാർത്ഥവും അവ്യാജവു മാണെന്ന് നീ അറിയാതെ വിശ്വസിച്ചുപോകുന്നു. അയാളുടെ അശരീരി യായ സ്വപ്നങ്ങൾ എന്തോ സുസ്പഷ്ടവും ജീവസ്സുറ്റതുമായ എന്തോ ചിലതുണ്ടെന്ന് നീ വിശ്വസിക്കുന്നു. അതിലെ വഞ്ചനയെക്കുറിച്ചൊന്ന് ഓർത്തുനോക്കൂ! ഉദാഹരണത്തിന്, അനന്തമായ ആഹ്ലാദത്തോടെ പ്രേമം അയാളുടെ ഹൃദയത്തിലേക്ക് പ്രവേശിക്കുന്നു. അതിന്റേതായ നീറുന്ന യാതനയോടെ! അയാളെ ഒന്ന് കടാക്ഷിച്ചാൽ മതി നിങ്ങൾക്കത് ബോധ്യപ്പെടാൻ! അയാളെ നിങ്ങൾക്ക് വിശ്വസിക്കാനാകുമോ, നസ്തെങ്കാ ഡിയർ, ആനന്ദകരമായ തന്റെ സ്വപ്നത്തിൽ അപ്രകാരം പ്രേമിച്ചവളെ യഥാർത്ഥത്തിൽ അയാൾ അറിയില്ലെന്ന്! തീർച്ചയായും വഴിതെറ്റിക്കുന്ന തന്റെ സങ്കല്പത്തിൽ മാത്രമല്ല അവളെ കണ്ടിട്ടുള്ളത്.

ഇത്രയും വർഷങ്ങളായുള്ള ജീവിതത്തിൽ അവർ ഒന്നിച്ച് കൈ കോർത്തുപിടിച്ച് പോയിട്ടില്ല എന്നത് സത്യമായിരിക്കുമോ? അന്ന് ആ വേർപാടിന്റെ രാത്രി, ഇരുളടഞ്ഞ ആകാശത്തിനു കീഴെ ആഞ്ഞടിക്കുന്ന കൊടുങ്കാറ്റിനെപ്പോലും ശ്രദ്ധിക്കാതെ, അയാളുടെ മാറിൽ തലചായ്ച്ച് തേങ്ങിക്കരഞ്ഞത് അവൾ ആയിരുന്നില്ലേ? അവളുടെ കറുത്ത കൺപീലി കൾക്കിടയിലൂടെ കണ്ണുനീർത്തുള്ളികൾ വീണുകൊണ്ടിരുന്നു. തീർച്ച യായും അതൊരു സ്വപ്നമായിരിക്കാനിടയില്ല. ആ പൂന്തോട്ടം ഇരുളടഞ്ഞ്, കാടുപിടിച്ച്, അവഗണിക്കപ്പെട്ടത്; അതിലെ നടപ്പാതകൾ പായൽപിടിച്ച് കിടക്കുന്നു. ആ ഏകാന്തവും വിഷാദം മുറ്റിനിൽക്കുന്നതുമായ പാർക്കി ലാണവർ പതിവായി നടക്കാറുള്ളത്. ആശയും നിരാശയും പ്രേമവും അവർ പങ്കുവെച്ചു. അതേ, വളരെക്കാലം വളരെ വാത്സല്യത്തോടെ അവർ പരസ്പരം സ്നേഹിച്ചു. ആ വിചിത്രമായ പൂർവികഗൃഹത്തിൽ അവൾ തന്റെ ദുർമുഖനും മൗനിയും മുൻകോപിയുമായ വൃദ്ധഭർത്താവിനോ ടൊപ്പം വിഷാദത്തോടെ ജീവിതം നയിച്ചു. ഭീരുക്കളായ രണ്ടു കുട്ടികളെ പ്പോലെ അയാളെ അവർ പേടിച്ചു. അപകടഭീതിയോടെയും തീരാദുഃഖ ത്തോടെയും അവർ തങ്ങളുടെ സ്നേഹം പരസ്പരം ഒളിച്ചുവെച്ചു. എന്തുമാത്രം പീഡനവും ഭയവുമാണവർ അനുഭവിച്ചത്. അവരുടെ പ്രേമം

എത്ര പരിശുദ്ധവും നിഷ്കളങ്കവുമായിരുന്നു. മനുഷ്യർ എത്ര ദുഷ്ടരായിരുന്നു. പറയാതെത്തന്നെ നമ്മൾക്കറിയാം, നസ്തെങ്കാ! എന്നാൽ, നല്ലവനായ ദൈവമേ, വീണ്ടും അനേകം വർഷങ്ങൾക്കുശേഷം, അവന്റെ വീട്ടിൽ വന്ന് വളരെ ദൂരെ, വിദേശത്തുവെച്ച്, ചൂടുപിടിച്ച ആകാശത്തിനു കീഴിൽ, മനോഹരവും അനശ്വരവുമായ ആ നഗരത്തിലെ അലംകൃതമായൊരു നൃത്തവിരുന്നിൽ വാദ്യസംഗീതം അലയടിച്ചുകൊണ്ടിരിക്കവേ അയാൾ കണ്ടുമുട്ടിയത് അവളെയല്ലായിരിക്കുമോ? റോസ് ചെടിച്ചട്ടികൾക്കിടയിൽ ബാൽക്കണിയിൽ അയാൾ കണ്ടത് അവളല്ലായിരിക്കുമോ?

അയാളെ കണ്ട നിമിഷം അവൾ ശിരോവസ്ത്രം പെട്ടെന്ന് മാറ്റി. 'ഞാൻ സ്വതന്ത്ര'യാണ് എന്ന് മന്ത്രിച്ച്, വിറയലോടെ പറന്നുചെന്ന് അയാളുടെ കൈകളിലമർന്നു. ആഹ്ലാദം നിറഞ്ഞ ഒരു കരച്ചിലോടെ അവർ പരസ്പരം ആലിംഗനം ചെയ്തു. ഒരു നിമിഷം എല്ലാം വിസ്മരിച്ചു. അവരുടെ ദുഃഖം, വേർപാട്, കഷ്ടപ്പാടുകൾ, ആ വിഷാദം മുറ്റി നില്ക്കുന്ന വീട്, വൃദ്ധനും മൗനിയുമായ ആ മനുഷ്യൻ, വിദൂരമായ നാട്ടിലെ വിരസമായ തോട്ടം, വികാരഭരിതമായ വിടവാങ്ങൽ ചുംബനം നല്കിയ തോട്ടത്തിലെ ഇരിപ്പിടം, അയാളുടെ കൈകളിൽനിന്നും അവൾ വേർപ്പെടുത്തപ്പെട്ടത്, നിരാശയിൽ മുങ്ങി മിണ്ടാൻ കഴിയാതായത് – ഓഹ് നസ്തെങ്കാ, നിങ്ങളുടെ വാതിൽ പെട്ടെന്ന് തുറന്ന്, പൊക്കവും കരുത്തുമുള്ള ആഹ്ലാദവാനായൊരു യുവാവ്. അസാധാരണമായി യാതൊന്നും സംഭവിച്ചിട്ടില്ല എന്ന മട്ടിൽ. "ഞാൻ ഇപ്പോൾത്തന്നെ പവ്‌ലോവിസ്കിൽ നിന്ന് വന്നതേയുള്ളൂ!" എന്ന് വിളിച്ചു പറയുമ്പോൾ നിങ്ങൾ ഞെട്ടുകയില്ലേ? അയൽവാസിയുടെ തോട്ടത്തിൽനിന്നും ഒരു ആപ്പിൾ കട്ടെടുത്ത് പോക്കറ്റിലിട്ട ഒരു സ്കൂൾകുട്ടിയെപ്പോലെ, നിങ്ങൾ ലജ്ജയോടെ പെരുമാറില്ലേ? ഓഹ് ദൈവമേ! ആ വൃദ്ധൻ മരിച്ചു. അവാച്യമായ ആനന്ദത്തിന്റെ കാലം അടുത്തിരിക്കുന്നു. ഇതാ പവ്‌ലോവിസ്കിനിൽ നിന്ന് ആരോ എത്തിയിരിക്കുന്നു!"

ഞാൻ നാടകീയമായി ഒന്ന് നിർത്തി, എന്റെ നാടകീയ സംഭാഷണം അവസാനിച്ചു. എത്ര കഷ്ടപ്പെട്ടാണ് ഞാൻ ചിരിക്കാൻ ശ്രമിച്ചതെന്ന് ഓർക്കുന്നു. കാരണം, ശത്രുതയുള്ള ഏതോ കുട്ടിപ്പിശാച് എന്റെ ഹൃദയത്തിൽ കിടന്ന് ഉരുളുന്നുണ്ടെന്ന് എനിക്കനുഭവപ്പെട്ടിരുന്നു. ശ്വാസം തൊണ്ടയിൽ കുടുങ്ങിനിന്നു. താടി വിറയ്ക്കാൻ തുടങ്ങി. കണ്ണുകൾ ഉരുണ്ടുകൊണ്ടിരുന്നു. തീക്ഷ്ണമായ കണ്ണുകൾ വികസിപ്പിച്ച് കുട്ടികളെപ്പോലെ പെട്ടെന്നുള്ള അവളുടെ പൊട്ടിച്ചിരിയും പ്രതീക്ഷിച്ച് ഇരുന്നു. എന്നാൽ, എന്നെ അദ്ഭുതപ്പെടുത്തിക്കൊണ്ട് അവൾ നിശ്ശബ്ദത പാലിച്ചു. അല്പനേരത്തിനുശേഷം എന്റെ കൈ മെല്ലെ പിടിച്ചമർത്തി. സഹാനുഭൂതിയോടെ ചോദിച്ചു.

"നിങ്ങൾ ജീവിതകാലം മുഴുവൻ ശരിക്കും അങ്ങനെ ജീവിച്ചുവോ!"

"എന്റെ ജീവിതം മുഴുവൻ നസ്തെങ്കാ" ഞാൻ മറുപടി നല്കി.

"എന്റെ ജീവിതകാലം മുഴുവൻ, ഈ രീതിയിൽ അവസാനംവരെ തുടരുമെന്നാണ് ഞാൻ കരുതുന്നത്."

"ഇല്ല, ഇല്ല. നിങ്ങൾക്ക് കഴിയില്ല!" അവൾ ഉൽക്കണ്ഠയോടെ പറഞ്ഞു. "അതങ്ങനെയാകുകയില്ല. ഞാനും ശേഷിച്ച കാലം മുഴുവൻ അമ്മൂമ്മയോടൊപ്പം ജീവിച്ചേനേ. നിങ്ങൾക്കറിയാമോ, അപ്രകാരം ജീവിക്കുന്നത് ഒട്ടും ശരിയല്ല."

"ഞാൻ അറിയുന്നു, നസ്തെങ്കാ, ഞാൻ അറിയുന്നു." എനിക്കെന്റെ വികാരം നിയന്ത്രിക്കാനാകാതെ ഉറക്കെ പറഞ്ഞു.

"എന്നത്തേക്കാളേറെ ഇപ്പോൾ അത് മനസ്സിലാക്കുന്നു, എന്റെ ജീവിതത്തിലെ ഏറ്റവും നല്ല വർഷങ്ങൾ പാഴാക്കിയെന്ന്. ഇപ്പോൾ മനസ്സിലാക്കുന്നു. ആ അറിവ് എന്നെ കൂടുതൽ വേദനിപ്പിക്കുന്നു. കാരണം, ദൈവമാണ് നിന്നെ എന്റെ അടുക്കലേക്ക് അയച്ചത്. എന്റെ കരുണാമയിയായ മാലാഖേ, നീ ഇക്കാര്യം പറഞ്ഞ് എന്നെ വിശ്വസിപ്പിക്കലായിരുന്നു ഈശ്വരന്റെ ലക്ഷ്യം. ഞാൻ ഇപ്പോൾ നിന്റെ അടുത്തിരുന്ന് സംസാരിക്കുന്നു. ഭാവിയെക്കുറിച്ചുള്ള ചിന്ത എന്നെ ഭയപ്പെടുത്തുന്നു. കാരണം, ഭാവി വീണ്ടും ഏകാന്തതയാണ്. വിവേകശൂന്യമായ പഴകിയ ജീവിതമല്ലാതെ മറ്റൊന്നുമല്ല. യഥാർത്ഥ ജീവിതത്തിൽ നിന്നോടൊപ്പമുള്ള ഈ സന്തോഷത്തേക്കാൾ കൂടുതലായി എന്താണ് ഞാൻ സ്വപ്നം കാണേണ്ടത്! ഓഹ്, പ്രിയപ്പെട്ട പെൺകുട്ടി, നീ അനുഗൃഹീതയാകട്ടെ, കാരണം, നീയെന്നെ ആട്ടിപ്പായിച്ചില്ലല്ലോ. എന്റെ ജീവിതത്തിൽ ചുരുങ്ങിയത് രണ്ട് സായാഹ്നങ്ങളിലെങ്കിലും ഞാൻ ജീവിച്ചു എന്നിപ്പോൾ എനിക്ക് പറയാൻ കഴിയും!"

"ഓഹ്, ഇല്ല, ഇല്ല!" നസ്തെങ്കാ നിലവിളിച്ചു. കണ്ണുനീർത്തുള്ളികൾ അവളുടെ കൺപീലികളിൽ വെട്ടിത്തിളങ്ങി. "ഇല്ല, അതപ്രകാരമായിരിക്കില്ല! നമ്മൾ ഇതുപോലെ വേർപിരിയില്ല! എന്താണ് രണ്ട് സായാഹ്നങ്ങൾ!"

"നസ്തെങ്കാ, ഓഹ് നസ്തെങ്കാ! നീ എന്നോട് വരാൻ പോകുന്ന കാലത്തേക്കുറിച്ച് രഞ്ജിപ്പിലായെന്ന് നിനക്കറിയാമല്ലോ? ഞാനിനി ഒരിക്കലും മുമ്പത്തെപ്പോലെ എന്നെക്കുറിച്ച് മോശമായി ചിന്തിക്കില്ല എന്ന് നിനക്കറിയാമോ? ഞാനിനി നിരാശനാകില്ലെന്നും ജീവിതത്തിൽ കുറ്റവും പാപവും ചെയ്തവനെപ്പോലെ പെരുമാറില്ലെന്നും നിനക്കറിയാമോ? ഞാനൊന്നും നിന്നോട് പെരുപ്പിച്ചു പറഞ്ഞിട്ടില്ലെന്ന് ദയവായി കരുതുക, ദൈവത്തെ ഓർത്ത് അങ്ങനെ ചെയ്യുക, നസ്തെങ്കാ, എന്തുകൊണ്ടെന്നാൽ, ചിലപ്പോൾ എന്നെ വ്യാകുലഭ്രാന്ത് പിടികൂടുന്നു. വല്ലാത്ത വ്യാകുലത... ഈ വശീകരണവലയത്തിൽ ഞാൻ അകപ്പെടുമ്പോൾ, എനിക്ക് പുതിയ ഒരു യഥാർത്ഥജീവിതം ആരംഭിക്കുവാൻ കഴിയില്ലെന്ന് ഞാൻ ചിന്തിക്കാൻ തുടങ്ങുന്നു. കാരണം, യഥാർത്ഥ ജീവിതവുമായുള്ള എല്ലാ അറിവും എനിക്ക് നഷ്ടപ്പെട്ടതുപോലെ തോന്നുന്നു. ഞാനെന്റെ

ആത്മാവിനെ പീഡിപ്പിക്കുകയായിരുന്നു. ഇപ്പോൾ എന്റെ മനോരാജ്യത്തിന്റേതായ രാത്രികളെ സമചിത്തത അനുധാവനം ചെയ്യുന്നു. അവ ഭയാനകമാണ്. അതിനിടയിൽ, നിനക്ക് ചുറ്റുമുള്ള മനുഷ്യച്ചുഴിയിൽ ഒച്ച വെച്ച് കറങ്ങുന്നത് നിനക്ക് കേൾക്കാം, ജീവിക്കുന്ന ജനങ്ങളെ കാണാം – ജീവിക്കുന്ന യഥാർത്ഥ മനുഷ്യർ, അവർക്ക് ജീവിതം വിലക്കപ്പെട്ടിട്ടില്ല. ഒരു സ്വപ്നമോ ദർശനമോപോലെ തകർക്കപ്പെടില്ല. അവരുടെ ജീവിതം എന്നും യുവത്വം തുളുമ്പുന്നതാണ്. നവവീര്യം ഉള്ളത്. അതിലെ ഓരോ മണിക്കൂറും വ്യത്യസ്തമാണ്. ആ സ്ഥാനത്ത് ഭീതിജനകമായ സങ്കല്പലോകം വിരസവും ഒരേ പ്രകാരമുള്ളതുമാണ്. ഓരോ നിഴലിനും സങ്കല്പത്തിനും അടിമ. എന്നിട്ടും നിങ്ങളുടെ ആത്മാവ് എന്തെങ്കിലും വ്യത്യസ്തമായ കാര്യങ്ങൾക്കായി ആശിക്കുകയും ആവശ്യപ്പെടുകയും ചെയ്യുന്നു.

സ്വപ്നജീവി പഴയ സ്വപ്നത്തിന്റെ ചാരങ്ങൾ വൃഥാ ചികഞ്ഞു നോക്കുന്നു. അതിൽനിന്നൊരു തീപ്പൊരി കണ്ടെത്തിയാൽ അത് ഊതിക്കത്തിച്ച് വീണ്ടും അതിന് ജീവൻ നല്കാമെന്ന് മോഹിക്കുന്നു. ഈ തീകൊണ്ട് തന്റെ മരവിച്ച ഹൃദയം ചൂടുപിടിപ്പിക്കാമെന്നും മുമ്പ് തനിക്ക് പ്രിയപ്പെട്ടതായിരുന്നവയെല്ലാം അതിലേക്ക് തിരിച്ചുകൊണ്ടുവരാമെന്നും ആശിക്കുന്നു. എന്നാൽ, അയാൾ വല്ലാതെ വഞ്ചിക്കപ്പെടുന്നു. അതയാളുടെ രക്തം തിളപ്പിക്കുന്നു. അയാളുടെ കണ്ണുകളിൽനിന്ന് കണ്ണുനീർ പ്രവഹിക്കുന്നു.

ഞാൻ എന്തിലേക്കാണ് വരുന്നതെന്ന് നിനക്കറിയാമോ, നസ്തെങ്കാ? കഴിഞ്ഞുപോയ വികാരങ്ങളുടെ വാർഷികം എനിക്കിപ്പോൾ അടയാളപ്പെടുത്തേണ്ടതുണ്ടെന്ന് നിനക്കറിയാമോ? അതായത് എന്റെ സ്നേഹത്തിന്റെ വാർഷികം; സത്യത്തിൽ ആ സ്നേഹം ഒരിക്കലും സംഭവിച്ചിട്ടില്ല. ഈ വാർഷികവും ആഘോഷിക്കുന്നത് അതേ അശരീരിയായ മണ്ടൻ സ്വപ്നങ്ങളുടെ അടിസ്ഥാനത്തിലായിരിക്കും. ഞാൻ അതിലേക്ക് നയിക്കപ്പെട്ടത്. ആ മണ്ടൻ സ്വപ്നങ്ങൾ അവസാനിച്ചതുകൊണ്ടാണ്. എനിക്കവയെ മാറ്റി മറ്റൊന്നിനെ പകരം വെക്കാനില്ല. നിനക്കും സ്വന്തം സ്വപ്നങ്ങളെ അതിജീവിക്കണം. നിനക്കറിയാമോ, നിനക്കറിയാമോ, ഞാൻ ചില പ്രത്യേക ദിവസങ്ങളിൽ, പണ്ട് എന്റേതായ രീതിയിൽ സുഖം കണ്ടെത്തിയ സ്ഥലങ്ങൾ ഓർമ്മിക്കാനും വീണ്ടും സന്ദർശിക്കാനും ആഗ്രഹിക്കുന്നു. വർത്തമാനകാലത്തെ, തിരിച്ചെടുക്കാനാവാത്ത ഭൂതകാലവുമായി പൊരുത്തപ്പെടുത്തുവാൻ ആഗ്രഹിക്കുന്നു. ഇടയ്ക്കിടെ സെന്റ് പീറ്റേഴ്സ്ബർഗിലെ ഇടവഴികളിലും തെരുവുകളിലും ഒരു പ്രേതത്തെപ്പോലെ അലഞ്ഞുതിരിയുന്നു. ഉദാസീനനും ദുഃഖിതനും യാതൊരു ലക്ഷ്യവുമില്ലാത്തവനുമായി! എന്റേതായ ഓർമ്മകളുമായി! ഉദാഹരണത്തിന് കൃത്യം ഒരു വർഷം മുമ്പ് ഇന്നത്തെപ്പോലെ വിഷാദവാനായി ഇതേ നടപ്പാതയിൽ ഒറ്റയ്ക്ക് നടന്നിട്ടുണ്ട്. അന്നും എന്റെ സ്വപ്നങ്ങൾ ദുഃഖപൂർണമായിരുന്നു. ഇന്നത്തേക്കാൾ ഒട്ടും ഭേദമായിരുന്നില്ല. നീ ഒരു

പക്ഷേ, കരുതുന്നുണ്ടായിരിക്കും. അക്കാലത്ത് ജീവിതം കൂടുതൽ സുഖകരവും പ്രശാന്തവും ആയിരുന്നെന്ന്. എന്നെ ഇപ്പോൾ വേട്ടയാടുന്ന അസുഖകരമായ ചിന്തകളൊന്നുമില്ലാത്ത ജീവിതം ആയിരുന്നെന്ന്. രാപകൽ എനിക്ക് സമാധാനം തരാത്ത പ്രാണവേദനയില്ലാത്ത ജീവിതം. നീ ചോദിച്ചുനോക്കൂ. നിന്റെ ആ സ്വപ്നങ്ങൾ എവിടെ? നീ തലകുലുക്കി പറയുന്നു:

എങ്ങനെ വർഷങ്ങൾ കടന്നുപോയി. നീ സ്വന്തം ജീവിതംകൊണ്ട് എന്താണ് ചെയ്തത് എന്ന് വീണ്ടും ചോദിച്ചുനോക്കൂ. നീ നിന്റെ ഏറ്റവും നല്ല വർഷങ്ങൾ എവിടെയാണ് മറവുചെയ്തത്? നീ ജീവിച്ചോ, ഇല്ലയോ? നീ സ്വയം പറയുന്നു, നോക്കൂ, ലോകം എത്ര തണുപ്പുള്ളതായിത്തീരുന്നു. കൂടുതൽ വർഷങ്ങൾ കടന്നുപോകും. അതോടൊപ്പം ശോകമൂകമായ ഏകാന്തത കടന്നുവരും. പിന്നെ, ഒരു ഊന്നുവടിയിൽ താങ്ങിക്കൊണ്ട് വിറയ്ക്കുന്ന വാർധക്യം വരും. അതിനുശേഷം ദുഃഖകരമായ ദുരിതം മാത്രം. നിന്റെ സങ്കല്പലോകം ഇരുണ്ട് വരും. നിന്റെ സ്വപ്നങ്ങൾ ഉണങ്ങിയ മഞ്ഞ ഇലകൾപോലെ കൊഴിഞ്ഞ് വീഴും... ഓഹ്, നസ്തെങ്കാ, ഒറ്റയ്ക്കിരിക്കുന്നത് ദുഃഖകരമല്ലേ? തികഞ്ഞ ഏകാന്തത, ഖേദിക്കാൻ പോലും ഒന്നുമില്ലാത്ത ഒരു നിർവികാരമായ ശൂന്യത, സ്വപ്നങ്ങൾ മാത്രം!"

"ഓഹ്, തുടരല്ലേ. ഞാൻ കരയുകയാണ്." കണ്ണുനീർ തുടച്ച് നസ്തെങ്കാ പറഞ്ഞു, "അതെല്ലാം ഇപ്പോൾ അവസാനിച്ചു. ഇനി നമ്മൾ രണ്ടുപേർ മാത്രമേയുള്ളൂ. നമ്മൾ വീണ്ടും ഒരിക്കലും വേർപിരിയില്ല. എനിക്ക് എന്തൊക്കെ സംഭവിച്ചാലും സാരമില്ല. കേൾക്കൂ, ഞാൻ ഒരു സാധാരണ പെൺകുട്ടിയാണ്. ഞാൻ അധികമൊന്നും പഠിച്ചിട്ടില്ല. അമ്മൂമ്മ, എനിക്കുവേണ്ടി ഒരു ട്യൂട്ടറെ വെച്ചിരുന്നെങ്കിലും. എന്നാൽ, സത്യമായും നിങ്ങൾ പറഞ്ഞത് എനിക്ക് മനസ്സിലാക്കാൻ കഴിയുന്നു. എന്തുകൊണ്ടെന്നാൽ, ഇപ്പോൾ നിങ്ങളെന്നോട് പറഞ്ഞതെല്ലാം അമ്മൂമ്മ യോടൊപ്പം എന്നെ എന്റെ ഉടുപ്പിൽ പിൻ ചെയ്തുവെച്ചകാലത്ത് ഞാൻ അനുഭവിച്ചതാണ്. തീർച്ചയായും, നിങ്ങൾ വിവരിച്ചതുപോലെ എനിക്കും അത് പറയാൻ കഴിഞ്ഞേനേ. പക്ഷേ, ഞാൻ പഠിപ്പുള്ളവളല്ലല്ലോ."

അവൾ ലജ്ജയോടെ കൂട്ടിച്ചേർത്തു. എന്റെ നാടകീയ പ്രഭാഷണ ത്തോടും ശൈലിയോടും അവൾക്ക് ഒരുതരം ആദരവായിരുന്നു അപ്പോഴും. "നിങ്ങൾ എന്നോട് ഹൃദയം തുറന്ന് കാണിച്ചതിൽ എനിക്ക് അതിയായ സന്തോഷമുണ്ട്. ഇപ്പോൾ എനിക്ക് നിങ്ങളെ അറിയാം. പരി പൂർണമായും അറിയാം. എന്നാൽ, നിങ്ങൾക്കെന്നെ അറിയാമോ? എന്റെ കഥ നിങ്ങളോട് പറയുവാൻ ഞാനാഗ്രഹിക്കുന്നു. യാതൊന്നും മറച്ചു വെക്കാതെ മുഴുവനും. അതിനുശേഷം നിങ്ങളുടെ ഉപദേശം എനിക്കു തരണം. നിങ്ങൾ വളരെ ബുദ്ധിമാനായൊരു മനുഷ്യനാണ്. പിന്നീട് നിങ്ങളുടെ ഉപദേശം എനിക്ക് നല്കുമെന്ന് നിങ്ങൾ വാക്കുതരുമോ?"

"ആഹ് നസ്തെങ്കാ!" ഞാൻ മറുപടി നല്കി. "ഞാൻ ഒരിക്കലും ഒരു ഉപദേഷ്ടാവ് ആയിട്ടില്ല. അതുപോലെ ഒരു ബുദ്ധിമാനുമല്ല. എന്നാലും നമ്മൾ ഇതുപോലെ ഒന്നിച്ചാണ് പോകുന്നതെങ്കിൽ ഏറ്റവും നല്ല കാര്യം നമ്മൾ പരസ്പരം ഏറ്റവും ബുദ്ധിപൂർവ്വം ഉപദേശിക്കുന്ന തായിരിക്കും. ശരി, എന്റെ അഴകുള്ള നസ്തെങ്കാ, എന്തുതരം ഉപദേശ മാണ് നിനക്കു വേണ്ടത്? എന്നോട് തുറന്നു പറയൂ. ഞാൻ ഇപ്പോൾ വളരെ സന്തോഷത്തിലും ആഹ്ലാദത്തിലുമാണ്. അതുപോലെ, ധീരനും വിവേകശാലിയുമാണ് ഞാനിപ്പോൾ. അതുകൊണ്ട് ഒരു ഉത്തരത്തിനു വേണ്ടി എനിക്ക് തിരയേണ്ടി വരില്ല!"

"അല്ല, അല്ല." നസ്തെങ്കാ ചിരിച്ചുകൊണ്ട് ഇടപെട്ടു, "ഒരു ബുദ്ധി പരമായ ഉപദേശമല്ല അന്വേഷിക്കുന്നത്. ആത്മാർത്ഥതയോടെയും സാഹോദര്യത്തോടെയുമുള്ള ഉപദേശമാണ്. നിങ്ങളുടെ ജീവിതകാലം മുഴുവൻ നിങ്ങൾക്ക് എന്നോട് സ്നേഹമാണെങ്കിൽ തരേണ്ട ഉപദേശം അത്തരത്തിലുള്ളതാണ്."

"വളരെ നല്ലത്, നസ്തെങ്കാ. വളരെ നല്ലത്." ഞാൻ ഹർഷോന്മത്ത നായി വിളിച്ചു പറഞ്ഞു. "ഇരുപത് വർഷങ്ങളായി എനിക്ക് നിന്നോട് സ്നേഹമായിരുന്നു. എന്നാലും ഇപ്പോഴത്തേക്കാൾ കൂടുതൽ സ്നേഹം തോന്നിയിട്ടുണ്ടാകില്ല."

"നിങ്ങളുടെ കൈ തരൂ!" നസ്തെങ്കാ പറഞ്ഞു.

"പിടിച്ചോളൂ!" ഞാനെന്റെ കൈ അവൾക്കായി നീട്ടി.

"അപ്പോൾ എന്റെ കഥ തുടങ്ങാം."

നസ്തെങ്കായുടെ കഥ

"നിങ്ങൾ എന്റെ കഥയുടെ പാതി ഇതിനകം അറിഞ്ഞിട്ടുള്ളതാണ്. ചുരുങ്ങിയത്, എനിക്കൊരു വൃദ്ധ അമ്മൂമ്മ ഉണ്ടായിരുന്നു എന്നതെങ്കിലും അറിയാം."

"മറ്റേ പാതിയും ഇതുപോലെ ഹ്രസ്വമാണെങ്കിൽ..."

ഞാൻ ഇടയ്ക്കു കേറി പൊട്ടിച്ചിരിച്ചുകൊണ്ട് പറഞ്ഞു.

"മിണ്ടാതിരുന്ന് ശ്രദ്ധിക്കുക. എന്നാലും ഞാൻ ഒരു നിബന്ധന വെക്കുന്നു. എന്നെ തടസ്സപ്പെടുത്തരുത്. അല്ലെങ്കിൽ ഞാനത് കൂട്ടി ക്കുഴയ്ക്കും. ശാന്തനായിരുന്ന് കേൾക്കുക."

എനിക്കൊരു വൃദ്ധയായ അമ്മൂമ്മയുണ്ടായിരുന്നു. ഒരു കൊച്ചു പെൺകുട്ടി ആയിരുന്നപ്പോഴാണ് അവരോടൊപ്പം താമസം തുടങ്ങിയത്. കാരണം, അമ്മയും അച്ഛനും മരിച്ചിരുന്നു. അമ്മൂമ്മ അന്ന് ഇപ്പോഴത്തേ ക്കാൾ ഏറെ ധനികയായിരുന്നെന്നാണെനിക്ക് തോന്നുന്നത്. കാരണം അവർ ഇപ്പോഴും ആ നല്ലകാലത്തെ ഓർക്കുന്നു. അവർ എന്നെ ഫ്രഞ്ച്

പഠിപ്പിച്ചു. പിന്നെ, ഒരു ട്യൂട്ടറെ നിയമിച്ചു. പതിനഞ്ച് വയസ്സായപ്പോൾ, (ഇപ്പോൾ പതിനേഴ് വയസ്സാണ്) പഠനം അവസാനിപ്പിക്കപ്പെട്ടു. ഒരു വികൃതി കാണിച്ചപ്പോഴാണത് ഉണ്ടായത്. അതെന്താണെന്ന് പറയില്ല. വലിയ കാര്യമൊന്നുമല്ല എന്നു മാത്രം അറിഞ്ഞാൽ മതി. എന്നാൽ അമ്മൂമ്മ എന്നെ ഒരു സുപ്രഭാതത്തിൽ അരികിലേക്ക് വിളിച്ച് പറഞ്ഞു. അവർ അന്ധയായതിനാൽ എന്റെ മേൽ ശ്രദ്ധ പതിപ്പിക്കാനവർക്ക് കഴിയില്ലെന്ന്. അവർ ഒരു പിൻ എടുത്ത് എന്റെ വസ്ത്രം അവരുടേതു മായി തുളച്ച് ചേർത്തു. ബാക്കി കാലം മുഴുവൻ ഞങ്ങൾ ഇതുപോലെ കഴിയുമെന്ന് അവർ പറഞ്ഞു. തീർച്ചയായും ഞാൻ മെച്ചപ്പെടുന്നതുവരെ.

ശരി, തുടക്കത്തിൽ രക്ഷപ്പെടാനൊരു പ്രതീക്ഷയുമില്ലായിരുന്നു. ഞാൻ വായിക്കുമ്പോഴും പഠിക്കുമ്പോഴും തുന്നുമ്പോഴുമെല്ലാം അമ്മൂമ്മ യുടെ അടുത്താണിരുന്നത്. ഒരിക്കൽ പറ്റിക്കാൻ ശ്രമിച്ചു. ഞാനിരുന്ന സ്ഥലത്തിരിക്കാനായി ഫിയോൾക്കയോട് പറഞ്ഞു. ഫിയോൾക്കാ ഞങ്ങളുടെ ഭൃത്യയാണ്. ബധിര. അവൾ എന്റെ സ്ഥലം പിടിച്ചു. അമ്മൂമ്മ അപ്പോൾത്തന്നെ കസേരയിൽ കിടന്ന് ഉറക്കമായി. അയൽപക്കത്തെ പെൺകുട്ടിയെ കാണാനായി ഞാൻ പോയി. എല്ലാം തുലഞ്ഞു. അമ്മൂമ്മ ഉറക്കമുണർന്ന് എന്തോ പറഞ്ഞു. ഞാൻ ശാന്തയായി അടുത്തിരിക്കുക യാണെന്നാണവർ കരുതിയത്. അമ്മൂമ്മ എന്തോ ചോദിക്കുകയാണെന്ന് ഫിയോൾക്കാക്ക് മനസ്സിലായി. എന്നാൽ എന്താണതെന്നവൾക്ക് കേൾക്കാൻ കഴിഞ്ഞില്ല. എന്തു ചെയ്യണമെന്നവൾ കുറേനേരം ഇരുന്ന് ചിന്തിച്ചു. പിന്നെ, അവൾ പിൻ ഊരി ഓടിപ്പോയി."

അത്രയും പറഞ്ഞ് നസ്തെങ്കാ പൊട്ടിച്ചിരിച്ചു. ഞാനും അവളോ ടൊപ്പം ചിരിച്ചു. അവൾ പെട്ടെന്ന് നിർത്തി.

"ഞാൻ പറയട്ടെ, നിങ്ങൾ അമ്മൂമ്മയെ പരിഹസിക്കരുത്. എനി ക്കാകാം. എന്തുകൊണ്ടെന്നാൽ, അത് രസകരമായിരുന്നു. അമ്മൂമ്മയ്ക്ക് അങ്ങനെ ആകാതിരിക്കാൻ പറ്റില്ലായിരുന്നു. എന്നാലും ഞാനവരെ സ്നേഹിക്കുന്നു. എനിക്കപ്പോൾത്തന്നെ നല്ല ശിക്ഷ കിട്ടി. എന്നെ പഴയ നിലയിൽത്തന്നെയാക്കി. എനിക്കതിനുശേഷം ഒരു വിരൽ അനക്കാൻ പോലും കഴിഞ്ഞില്ല.

"ശരി, ഞാൻ ഒരു കാര്യം പറയാൻ മറന്നു. ഞങ്ങൾക്ക്, എന്നുവെച്ചാൽ അമ്മൂമ്മയ്ക്ക് സ്വന്തമായൊരു വീട് ഉണ്ടായിരുന്നു. ഭംഗിയുള്ള ഒരു കൊച്ചു വീട്. അതിലെ മൂന്നു ജനാലകൾ റോഡിന്നഭിമുഖമാണ്. പൂർണമായും മരംകൊണ്ട് സൃഷ്ടിക്കപ്പെട്ടത്. അമ്മൂമ്മയോളം തന്നെ പ്രായമുള്ളത്. അതിനൊരു മച്ച് ഉണ്ട്. ഒരു ദിവസം ഒരു പുതിയ വാടകക്കാരൻ ആ മച്ചിൽ താമസമാക്കി."

"അതിന്നർത്ഥം നിങ്ങൾക്കൊരു പഴയ വാടകക്കാരൻ മുമ്പ് ഉണ്ടായി രുന്നു എന്നല്ലേ?" ഞാൻ യദൃച്ഛയാ ചോദിച്ചു.

"തീർച്ചയായും ഞങ്ങൾക്കുണ്ടായിരുന്നു." നസ്തെങ്കാ മറുപടി നല്കി. "അയാൾക്കപ്പോൾ സംസാരിക്കാൻ കഴിയില്ലായിരുന്നു, എന്നതൊരു സത്യമാണ്. അത്രയ്ക്ക് വൃദ്ധൻ. മെലിഞ്ഞ്, അന്ധനും ബധിരനും മുടന്തനുമായൊരാൾ. ഒടുവിൽ അയാൾ മരിച്ചു. അതുകൊണ്ടാണ് പുതിയൊരു വാടകക്കാരനെ ഞങ്ങൾ സ്വീകരിച്ചത്. കാരണം ഞങ്ങൾക്കതില്ലാതെ കാര്യങ്ങൾ നടത്തിക്കൊണ്ടുപോകുവാൻ പറ്റില്ലായിരുന്നു. ഞങ്ങളുടെ ആകെയുള്ള വരുമാനം അമ്മൂമ്മയുടെ പെൻഷൻ മാത്രമായിരുന്നു. ഭാഗ്യമെന്നു പറയട്ടെ, പുതിയ വാടകക്കാരൻ ഒരു യുവാവായിരുന്നു. ആ പ്രദേശത്തുകാരനല്ല, ഒരു നവാഗതനാണ്. വാടകയുടെ പേരിൽ അയാൾ വില പേശിയില്ല എന്നതിനാലാണ് അമ്മൂമ്മ അയാൾക്ക് മുറി വാടകയ്ക്ക് കൊടുത്തത്. പിന്നെ അവർ എന്നോട് ചോദിച്ചു. "പറയൂ, നസ്തെങ്കാ, നമ്മുടെ പുതിയ വാടകക്കാരൻ ഒരു യുവാവാണോ?" ഞാൻ ഒരു നുണ പറയാനാഗ്രഹിച്ചില്ല. അതുകൊണ്ട് ഞാൻ പറഞ്ഞു. "അയാൾ അത്രയ്ക്ക് ചെറുപ്പമൊന്നുമല്ല, അമ്മൂമ്മാ, എന്നാൽ വൃദ്ധനുമല്ല."

"അയാൾ കാണാൻ സുമുഖനാണോ?" അവർ ചോദിച്ചു. വീണ്ടും നുണ പറയാൻ ഞാൻ ആഗ്രഹിച്ചില്ല, ഞാൻ പറഞ്ഞു "അതെ, അയാൾ സുമുഖനാണ്."

അമ്മൂമ്മ പറഞ്ഞു, "എന്ത് നാണക്കേടാണ്. എന്തൊരു നാണക്കേട്. ഞാൻ നിനക്ക് താക്കീത് തരുകയാണ് പേരക്കുട്ടീ, അയാളെ നീ നോക്കുകയോ, അയാളെക്കുറിച്ച് ചിന്തിക്കുകയോ പാടില്ല, ദൈവമേ, ലോകത്തിന്റെ പോക്ക് എങ്ങോട്ടാണ്! മച്ചിലെ ഒരു വാടകക്കാരൻ സുന്ദരനാണെന്ന് ഓർത്തുകൊണ്ടിരിക്കുക! എന്റെ കാലത്ത് അങ്ങനെ ആയിരുന്നില്ല!"

അവരുടെ കാലത്തെക്കുറിച്ച് അമ്മൂമ്മ എപ്പോഴും ആവർത്തിച്ച് പറഞ്ഞുകൊണ്ടിരിക്കുമായിരുന്നു. അവരുടെ കാലത്ത് അമ്മൂമ്മ ചെറുപ്പമായിരുന്നു. അപ്പോൾ സൂര്യൻ കൂടുതൽ ചൂടോടെ പ്രകാശിച്ചു. ക്രീം പെട്ടെന്ന് പുളിച്ചിരുന്നില്ല. എല്ലാം 'അവരുടെ കാല'ത്തേക്ക് തിരിച്ചുപോകുന്നു. ഞാൻ ഇരുന്ന് ചിന്തിച്ചു. എന്തിനാണ് അമ്മൂമ്മ എന്റെ തലയിലേക്ക് ഇത്തരം ആശയങ്ങൾ കടത്തിവിടുന്നത്? ആ വാടകക്കാരൻ സുന്ദരനാണോ, യുവാവാണോ എന്നെല്ലാം ചോദിക്കുന്നത്? എന്നാൽ, എന്റെ മനസ്സിലെ ആ ചിന്ത ക്ഷണികമായിരുന്നു. അത് കടന്നുപോയി. ഞാൻ തുന്നൽ സാധനങ്ങൾ എടുത്ത്, തുന്നാൻ തുടങ്ങി. മറ്റെല്ലാം മറന്നു.

"വാടകക്കാരന്റെ മുറിയിൽ പേപ്പർ ഒട്ടിച്ചുകൊടുക്കാമെന്ന് ഞങ്ങൾ വാക്കുകൊടുത്തിരുന്നു. അങ്ങനെ, ഒരു ദിവസം രാവിലെ അതിനെക്കുറിച്ചന്വേഷിക്കാനായി അയാൾ വന്നു. ഓരോ കാര്യങ്ങൾ പറഞ്ഞ് അങ്ങനെയിരുന്നു. അമ്മൂമ്മയുടെ വാചാലത നിങ്ങൾക്കറിയാമല്ലോ. അവർ എന്നോടു പറഞ്ഞു. "നസ്തെങ്കാ, എന്റെ കിടപ്പ് മുറിയിൽ പോയി

'കൗണ്ടിംഗ് ബോർഡ്' കൊണ്ടുവരൂ." ഞാൻ ഉടനെ എഴുന്നേറ്റു. എന്തു കൊണ്ടാണെന്നറിയില്ല, ഞാൻ വല്ലാതെ ലജ്ജിതയായിരുന്നു. ഉടുപ്പുകൾ പിൻ ചെയ്ത കാര്യം ഞാനപ്പോൾ ഓർത്തതേയില്ല. വാടകക്കാരൻ കാണാത്ത വിധത്തിൽ രഹസ്യമായി പിൻ ഊരിയെടുക്കുന്നതിനു പകരം ഞാൻ ചാടി എഴുന്നേറ്റു. അമ്മൂമ്മയുടെ കസേര മുന്നോട്ട് നിരങ്ങിനീങ്ങി. താമസക്കാരൻ എല്ലാം മനസ്സിലാക്കി എന്ന് കണ്ടപ്പോൾ ഞാനവിടെ മരവിച്ചു നിന്നുപോയി. എന്റെ മുഖം ലജ്ജയാൽ ചുകന്നുതുടുത്തു. കണ്ണുകൾ നിറഞ്ഞു. അപമാനം സഹിക്കാൻ കഴിഞ്ഞില്ല. അമ്മൂമ്മ എനിക്കു നേരെ അട്ടഹസിച്ചു. "നീ എന്താണവിടെ നോക്കിനിൽക്കുന്നത്?" ഞാൻ പൊട്ടിക്കരഞ്ഞു. താമസക്കാരൻ മൂലമാണ് എനിക്കീ വിഷമത കൾ സഹിക്കേണ്ടി വന്നതെന്ന് മനസ്സിലാക്കിയ അയാൾ ഉടനെ സ്ഥലം വിട്ടു.

"അതിനുശേഷം ഹാളിൽ എന്തെങ്കിലും സ്വരം കേട്ടാൽ നാണം കൊണ്ട് ചത്തുപോകുമെന്നെനിക്ക് തോന്നും - ഇതാ വരുന്നു താമസ ക്കാരൻ. ഞാൻ വിചാരിക്കും, പിന്നെ മെല്ലെ ഉടുപ്പിലെ പിൻ വിടുവിക്കും. സുരക്ഷിതത്വം ഉറപ്പാക്കാമല്ലോ! എന്നാൽ അത് അയാൾ ആയിരുന്നില്ല. അയാൾ ഒരിക്കലും വന്നില്ല. രണ്ടാഴ്ച അങ്ങനെ കടന്നുപോയി. ഒരു ദിവസം അയാൾ ഫിയോക്ലോയിലൂടെ ഒരു സന്ദേശം അയച്ചു. അയാളുടെ കൈയിൽ വായിക്കാൻ പറ്റിയ ധാരാളം ഫ്രഞ്ച് പുസ്തകങ്ങൾ ഉണ്ടെന്നും ഒരു മാറ്റത്തിനുവേണ്ടി അമ്മൂമ്മയ്ക്കവ വായിക്കാൻ ഇഷ്ടമായേക്കു മെന്നും ആയിരുന്നു ആ സന്ദേശം. അമ്മൂമ്മാ അയാളുടെ വാക്ക് നന്ദി പൂർവം സ്വീകരിച്ചു.

എന്നാൽ, ആ പുസ്തകങ്ങൾ സദാചാരപരമാണോ എന്നവർ ചോദിച്ചുകൊണ്ടിരുന്നു. അവ അസാന്മാർഗികമാണെങ്കിൽ അമ്മൂമ്മ പറഞ്ഞു. "നീ അത് വായിക്കരുത്, നസ്തെങ്കാ. നിന്നെ അവർ തെറ്റ് ചെയ്യാൻ പഠിപ്പിക്കും."

"എന്നാൽ, എന്താണവ എന്നെ പഠിപ്പിക്കുക അമ്മൂമ്മാ?" ഞാൻ ചോദിച്ചു.

"ആഹ്." അവൾ പറഞ്ഞു. "അവയെല്ലാം അന്തസ്സുള്ള പെൺകുട്ടി കളെ യുവാക്കൾ പിഴപ്പിക്കുന്ന കഥകളാണ്. അവരെ രക്ഷിതാക്കളുടെ വീട്ടിൽനിന്നും വിവാഹം കഴിക്കാനാണെന്നു പറഞ്ഞ് മയക്കി ദൂരേക്ക് കൊണ്ടുപോയി ചാരിത്ര്യം കവർന്ന് അവരെ സ്വന്തം വിധിക്ക് വിട്ടുകൊടു ക്കുന്നു. ആ പെൺകുട്ടികളുടെ അന്ത്യം വിവരിക്കുക വളരെ ദുഃഖകര മാണ്. ഞാനതുപോലെ അനേകം പുസ്തകങ്ങൾ വായിച്ചിട്ടുണ്ട്." അമ്മൂമ്മ പറഞ്ഞു. "അവർ ഇതെല്ലാം അതിമനോഹരമായി വർണി ക്കുന്നു. രാത്രി മുഴുവൻ നീ നിശ്ശബ്ദതയിലിരുന്ന് അത് മുഴുവൻ വായി ക്കുന്നു. അതുകൊണ്ട് ഒരിക്കലും അത്തരം പുസ്തകങ്ങൾ വായിക്കരുത്,

നസ്തെങ്കാ! ഏത് തരം പുസ്തകങ്ങളാണയാൾ അയച്ചുതന്നതെന്നാണ് നീ പറഞ്ഞത്?

“അവയെല്ലാം സർവാൾട്ടർസ്കോട്ടിന്റെ നോവലുകളാണ്, അമ്മൂമ്മാ.”

“സർ വാൾട്ടർസ്കോട്ടിന്റെ നോവലുകളോ? അതിൽ ചതിയൊന്നുമില്ലെന്ന് നിനക്കുറപ്പാണോ? അതെല്ലാം ഒന്ന് നന്നായി പരിശോധിച്ചു നോക്കൂ. അതിലേതെങ്കിലും ഒന്നിൽ അയാൾ വല്ല പ്രേമലേഖനവും ഒളിപ്പിച്ച് വെച്ചിട്ടുണ്ടോ എന്ന്.”

“ഇല്ല അമ്മൂമ്മാ,” ഞാൻ പറഞ്ഞു. “കത്തൊന്നുമില്ല.”

“ബൈണ്ടിംഗിന്നടിയിൽ നോക്കൂ. ചിലപ്പോൾ അവർ അതിനടിയിലേക്ക് തള്ളിക്കയറ്റി വെക്കും, ആഭാസന്മാർ!”

“ഇല്ല അമ്മൂമ്മാ, ബൈണ്ടിംഗിന്റെ അടിയിലും ഒന്നുമില്ല.”

“ശരി. അവിടേയും ഇല്ലല്ലോ!”

അങ്ങനെ ഞങ്ങൾ സർവാൾട്ടർസ്കോട്ട് വായിക്കാൻ തുടങ്ങി. ഒരു മാസത്തിനകം പാതി പുസ്തകങ്ങൾ വായിച്ചുതീർത്തു. ഞങ്ങളുടെ വാടകക്കാരൻ കൂടുതൽ പുസ്തകങ്ങൾ തന്നുകൊണ്ടിരുന്നു. പുഷ്കിന്റെ പുസ്തകങ്ങളും അയാൾ കൊടുത്തയച്ചിരുന്നു. ഒടുവിൽ, പുസ്തകങ്ങളില്ലാതെ എനിക്ക് ജീവിക്കാൻ കഴിയില്ലെന്ന നിലയിലെത്തി. ചൈനീസ് രാജകുമാരനെ വിവാഹം കഴിക്കുന്ന സ്വപ്നം ഞാൻ കാണാതായി.

ഒരു ദിവസം യാദൃച്ഛികമായി ആ വാടകക്കാരനെ കോണിപ്പടിയിൽ വെച്ച് കാണാനിടയായി. അമ്മൂമ്മ എന്തോ തിരയാനായി എന്നെ അങ്ങോട്ട് വിട്ടതായിരുന്നു. അയാൾ നിന്നു. എന്റെ മുഖം ചുകന്ന് തുടുത്തു. അയാളുടേതും. എന്തായാലും അയാൾ പുഞ്ചിരിച്ചു. എനിക്കും അമ്മൂമ്മയ്ക്കും സുഖമല്ലേ എന്ന് ചോദിച്ചു,

“നിങ്ങൾ പുസ്തകം വായിച്ചുവോ?” അയാൾ അന്വേഷിച്ചു.

“ഉവ്വ്.” ഞാൻ മറുപടി നല്കി.

“ഏത് പുസ്തകമാണ് നിനക്ക് ഏറ്റവും ഇഷ്ടപ്പെട്ടത്?”

“എനിക്ക് ‘ഇവാൻഹോ’യും പുഷ്കിനുമാണ് ഏറ്റവും ഇഷ്ടം.

ആ സമയത്ത് അത്രയുമാണ് സംസാരിച്ചത്.

ഒരാഴ്ചയ്ക്കുശേഷം ഞാനയാളെ വീണ്ടും കോന്നിയിൽ കണ്ടുമുട്ടി. അമ്മൂമ്മ അയച്ചിട്ടല്ല ഞാനവിടെ അന്ന് പോയത്. എനിക്ക് സ്വയം എന്തോ എടുക്കേണ്ടതുണ്ടായിരുന്നു. രണ്ടുമണി കഴിഞ്ഞ നേരം. ഞങ്ങളുടെ വാടകക്കാരൻ പതിവായി ആ സമയത്താണ് വീട്ടിൽ വരാറുള്ളത്.

“നിങ്ങൾക്ക് സുഖമല്ലേ?” അയാൾ ചോദിച്ചു.

“നിങ്ങൾക്ക് സുഖം തന്നെയല്ലേ?” ഞാൻ തിരിച്ച് ചോദിച്ചു.

“നിനക്ക് ദിവസം മുഴുവൻ അമ്മൂമ്മയോടൊപ്പം ഇരിക്കാൻ മുഷിപ്പ് തോന്നുന്നില്ലേ?”

അയാൾ അത് ചോദിച്ചപ്പോൾ ഞാൻ ലജ്ജയിൽ വീണ്ടും നീറിപ്പുകഞ്ഞു. എനിക്ക് വിഷമം തോന്നി. യാതൊന്നും പറയാതെ സ്ഥലം വിടാമെന്ന് വിചാരിച്ചു. എന്നാൽ, അതിനുള്ള ശക്തി എനിക്കില്ലായിരുന്നു.

“നീയൊരു നല്ല പെൺകുട്ടിയാണ്.” അയാൾ പറഞ്ഞു. “ഇപ്രകാരം നിന്നോട് സംസാരിച്ചതിൽ എന്നോട് പൊറുക്കുക. എന്നാൽ, നിന്റെ അമ്മൂമ്മയേക്കാളേറെ ഉൽക്കണ്ഠ നിന്നെക്കുറിച്ച് എനിക്കുണ്ട്. നിനക്ക് സന്ദർശിക്കാനായി പുറത്ത് കൂട്ടുകാരൊന്നുമില്ലേ?”

“എനിക്കാരുമില്ല. ഒരാളുണ്ടായിരുന്നു. മാഷെങ്കാ, എന്നാൽ, അവൾ പസ്ക്കോവിലേക്ക് പോയി.”

“നോക്കൂ.” അയാൾ പറഞ്ഞു. “നിനക്ക് എന്നോടൊപ്പം തിയേറ്ററിലേക്ക് വരാൻ ആഗ്രഹമുണ്ടോ?”

“തിയേറ്ററിലേക്കോ? എന്നാൽ, അമ്മൂമ്മാ എന്ത് പറയും?”

“അമ്മൂമ്മയോട് പറയാതെ വരൂ.”

“ഇല്ല.” ഞാൻ പറഞ്ഞു. “അമ്മൂമ്മയെ വഞ്ചിക്കാനെനിക്കിഷ്ടമില്ല. ഗുഡ് ബൈ.”

“ഗുഡ്ബൈ” അയാൾ പ്രത്യഭിവാദ്യം ചെയ്തു. പിന്നെ ഒരക്ഷരവും മിണ്ടിയില്ല.

അന്നുതന്നെ ഡിന്നറിനുശേഷം അയാൾ ഞങ്ങളുടെ അടുത്തെത്തി. അയാൾ ഒരു കസേരയിലിരുന്ന് അമ്മൂമ്മയോട് സംസാരിച്ചു. അവർ പുറത്ത് എപ്പോഴെങ്കിലും പോയിട്ടുണ്ടോ, ഏതെങ്കിലും സുഹൃത്തുക്കളുണ്ടോ എന്നെല്ലാം. പിന്നെ, പെട്ടെന്ന് പറഞ്ഞു, “ഇന്ന് രാത്രി ഓപ്പറാക്ക് ഞാൻ ഒരു ബോക്സ് ടിക്കറ്റ് എടുത്തിട്ടുണ്ട്. ബാർബർ ഓഫ് സെവില്ലാ.’ ആണ് ഇപ്പോൾ കളിക്കുന്നത്. എന്റെ ചില സുഹൃത്തുക്കൾ പോകാനായിരുന്നതാണ്. എന്നാൽ, അവർ തീരുമാനം മാറ്റി. എനിക്ക് ആ ടിക്കറ്റുകൾ തന്നു.

‘ബാർബർ ഓഫ് സെവില്ലാ!” അമ്മൂമ്മ ഉറക്കെ ചോദിച്ചു. “എന്റെ കാലത്ത് അതേ ‘ബാർബർ’ ആണോ?”

“അതെ.” അയാൾ മറുപടി നല്കി. “അതേ ബാർബർ തന്നെ.” പിന്നെ അയാൾ എന്റെ നേരെ ദൃഷ്ടി പായിച്ചു. ഞാനതിന്റെ അർത്ഥം നേരത്തെ മനസ്സിലാക്കിയിരുന്നു. ഞാൻ ലജ്ജിച്ചു. പ്രതീക്ഷയോടെ എന്റെ ഹൃദയം കിടന്ന് പിടച്ചു.

“തീർച്ചയായും.” അമ്മൂമ്മ പറഞ്ഞു. “തീർച്ചയായും എനിക്കതറിയാം. ഞങ്ങളുടെ നാടൻ തിയേറ്ററിൽ പഴയകാലത്ത് ഞാൻ റോസിനായുടെ ഭാഗം അഭിനയിച്ചിട്ടുണ്ട്.”

“നിങ്ങൾക്ക് ഇന്നു രാത്രി വരാൻ പറ്റുമോ?” വാടകക്കാരൻ ചോദിച്ചു. “എന്റെ കൈയിൽ ടിക്കറ്റുണ്ട്, നിങ്ങൾക്കറിയാമല്ലോ.”

“ശരി, നമ്മൾക്ക് പോകാമെന്ന് ഞാൻ വിചാരിക്കുന്നു.”

അമ്മൂമ്മ മറുപടി നല്കി. “എന്തുകൊണ്ട് പൊയ്ക്കൂടാ? എന്റെ നസ്തെങ്കാ ഒരിക്കലും തിയേറ്ററിൽ പോയിട്ടില്ല.”

ഓഹ് ദൈവമേ, എന്തൊരാനന്ദം! ഞങ്ങൾ ഉടനെത്തന്നെ യാത്രയ്ക്കൊരുങ്ങി. വേഗം വസ്ത്രം മാറ്റി പുറപ്പെട്ടു. അമ്മൂമ്മാ അന്ധയാണ്. എന്നാൽ, സംഗീതം കേൾക്കാനവർക്ക് ഇഷ്ടമാണ്. അതിനും പുറമെ കരുണാഹൃദയയായൊരു മഹതിയാണവർ. എനിക്കൊരു സൽക്കാരം നല്കാനവർ ആഗ്രഹിച്ചു. ഞങ്ങൾ ഒറ്റയ്ക്ക് ഒരിക്കലും തിയേറ്ററിൽ പോകില്ലായിരുന്നു. ‘ബാർബർ ഓഫ് സെവില്ലാ’യെക്കുറിച്ചുള്ള അഭിപ്രായം പറയാൻ എനിക്ക് കഴിയില്ല. എന്നാൽ, അന്ന് വൈകുന്നേരം മുഴുവൻ ഞങ്ങളുടെ വാടകക്കാരൻ എന്നോട് വളരെ കാരുണ്യത്തോടെയാണ് പെരുമാറിയത്. അയാളെന്നോട് ഭംഗിയായി സംസാരിച്ചു. അന്നു രാവിലെ അയാൾ എന്നെ പരീക്ഷിക്കാൻ വേണ്ടിയാണ്. അയാളോടൊപ്പം ഒറ്റയ്ക്ക് ചെല്ലാമോ എന്ന് ചോദിച്ചതെന്ന് പെട്ടെന്നെനിക്ക് പിടികിട്ടി. ഞാൻ വല്ലാതെ ആഹ്ലാദിച്ചു. വളരെ അന്തസ്സോടെയും സന്തോഷത്തോടെയും കൂടിയാണ് അന്നു രാത്രി ഉറങ്ങാൻ കിടന്നത്. ഹൃദയം പിടച്ചു. നേരിയ പനി അനുഭവപ്പെട്ടു. രാത്രി മുഴുവൻ ‘ബാർബർ ഓഫ് സെവില്ലാ’യെക്കുറിച്ച് ഉന്മാദത്തോടെ പുലമ്പിക്കൊണ്ടിരുന്നു.

ഇനി അയാൾ ഇടയ്ക്കിടെ ഞങ്ങളെ കാണാൻ വരുമെന്ന് കരുതി. എന്നാൽ, തെറ്റുപറ്റി. അയാൾ വരവ് പൂർണമായും നിർത്തിയതുപോലെയായി. മാസത്തിലൊരിക്കലോ മറ്റൊ ആകസ്മികമായി ഒന്ന് കയറും. തിയേറ്ററിലേക്ക് വീണ്ടും പോകാനായി ക്ഷണിക്കും. ഒന്നോ, രണ്ടോ പ്രാവശ്യം ഞങ്ങൾ പോയിട്ടുണ്ട്. എന്നാൽ, എനിക്കതിലൊരു രസവും തോന്നിയില്ല. അമ്മൂമ്മ എന്നോട് മോശമായി പെരുമാറുന്നതിൽ അയാൾക്കുള്ള വിഷമംകൊണ്ട് മാത്രമാണയാൾ അപ്രകാരം ചെയ്യുന്നതെന്ന് ഞാൻ കണ്ടു. ഒരുപാട് നേരം ചിന്തിച്ചപ്പോൾ എന്റെ മനസ്സിൽ ചില ആശയങ്ങൾ രൂപംകൊണ്ടു. എനിക്ക് അനങ്ങാതിരിക്കാൻ കഴിഞ്ഞില്ല. വായിക്കാൻ കഴിഞ്ഞില്ല. തുന്നാൻ കഴിഞ്ഞില്ല. ഞാൻ ചിലപ്പോൾ ചിരിക്കും. അമ്മൂമ്മയെ ദ്രോഹിക്കാൻ എന്തെങ്കിലും ചെയ്യും. അല്ലെങ്കിൽ ചുമ്മാ ഇരുന്ന് കരയും. ഞാൻ വല്ലാതെ മെലിഞ്ഞു. ഒരു രോഗിയെപ്പോലെ ആയി. ഓപ്പറക്കാലം കഴിഞ്ഞു. വാടകക്കാരൻ ഞങ്ങളെ കാണാൻ വരുന്നത് പാടെ നിർത്തി. ഞങ്ങൾ, അതേ കോണിൽ വെച്ച് യദൃച്ഛയാ കാണാനിട വരുമ്പോൾ, അയാൾ ഗൗരവത്തിൽ എന്നോട് നിശ്ശബ്ദം തല കുനിക്കും. എന്നോട് സംസാരിക്കാൻ ഒട്ടും ആഗ്രഹിക്കുന്നില്ലെന്ന ഭാവത്തിൽ പിന്നെ പൂമുഖത്തേക്ക് നടന്ന്, പുറത്തേക്കു പോകും. ഞാൻ കോണിയുടെ പാതി വഴിയിലെത്തി നില്ക്കും. എന്റെ മുഖം ചെറിപോലെ

ചുകന്ന് തുടുത്തിരിക്കും. എന്തുകൊണ്ടെന്നാൽ, അയാളെ കാണുമ്പോ ഴെല്ലാം എന്റെ ശിരസ്സിലേക്ക് രക്തം അടിച്ചുകയറും.

കഥ ഏകദേശം അവസാനിക്കാറായി. കഴിഞ്ഞ മെയ് മാസത്തിൽ ഞങ്ങളുടെ വാടകക്കാരൻ അമ്മൂമ്മയെ വന്നുകണ്ട് പറഞ്ഞു, അയാളുടെ ഇവിടത്തെ ജോലിയെല്ലാം തീർന്നതിനാൽ വീണ്ടും ഒരു വർഷത്തേക്ക് മോസ്കോയിലേക്ക് പോകുകയാണെന്ന്. ഞാനിത് കേട്ട് വല്ലാതെ വിളറി വെളുത്തു, തലകറങ്ങി, കസേരയിലേക്ക് വീണുപോയി. അമ്മൂമ്മാ യാതൊന്നും ശ്രദ്ധിച്ചില്ല. അയാൾ തന്റെ വിടവാങ്ങൽ പ്രഖ്യാപിച്ചശേഷം തലകുനിച്ചു വണങ്ങി സ്ഥലംവിട്ടു.

ഞാൻ എന്ത് ചെയ്യുമെന്ന് ചിന്തിച്ചുകൊണ്ടേയിരുന്നു. അസ്വസ്ഥ യായി, വിഷമിച്ചു. ഒടുവിൽ, ഒരു തീരുമാനത്തിലെത്തി. അയാൾ നാളെ രാവിലെയാണ് സ്ഥലം വിടുന്നത്. അന്തിമനടപടിയെടുക്കുവാൻ ഉറപ്പിച്ചു. അന്നു രാത്രി അമ്മൂമ്മ ഉറങ്ങിയപ്പോൾ എന്റെ ഉടുപ്പുകളെല്ലാം കെട്ടി ഒരു ഭാണ്ഡമാക്കി കൈയിൽ പിടിച്ച്, ഒരു ജീവച്ഛവംപോലെ ആ മച്ചിലേ ക്കുള്ള കോണി കയറി. ആ കോണിപ്പടി കയറി മുകളിലെത്താൻ ഒരു മണിക്കൂർ എടുത്തെന്ന് തോന്നി. അയാളുടെ വാതിൽ തള്ളിത്തുറന്നു. എന്നെ കണ്ടപ്പോൾ അയാൾ ശ്വാസം വിടാനാകാതെ നിന്ന് കിതച്ചു. ഞാൻ ഒരു പ്രേതമാണെന്നയാൾ കരുതി. പിന്നെ, എനിക്ക് നിൽക്കാൻ കഴിയില്ലെന്നു കണ്ട്, അയാൾ കുറച്ച് വെള്ളം കൊണ്ടുവരാനായി ഓടി. ഹൃദയം ഉറക്കെ കിടന്ന് പിടച്ചു, തല പൊളിഞ്ഞു, മനസ്സ് ചാഞ്ചാടി. എനിക്ക് സുഖമായപ്പോൾ, തുന്നിക്കെട്ട് അയാളുടെ കിടക്കയിൽ വെച്ച് അതിന്നടുത്ത് ഇരുന്നു. ഞാൻ എന്റെ മുഖം കൈകൾകൊണ്ട് മറച്ച് പൊട്ടി ക്കരഞ്ഞു. ഉടനെ അയാൾ എല്ലാം മനസ്സിലാക്കിക്കാണണം. കാരണം, അത്രയ്ക്ക് ദുഃഖം നിറഞ്ഞ കണ്ണുകളോടെ വിളറി നില്ക്കുകയാണയാൾ. അതുകൊണ്ട് എന്റെ ഹൃദയം തകർന്നുപോയി.

"നസ്തെങ്കാ." അയാൾ തുടങ്ങി. "ദയവായി ഞാൻ പറയുന്നത് ശ്രദ്ധി ക്കുക. എനിക്കൊന്നും ചെയ്യാൻ കഴിയില്ല. ഞാനൊരു ദരിദ്രനാണ്. എന്റേ തായി ഒന്നുമില്ല. അന്തസ്സുള്ള ഒരു ജോലിപോലും. ഞാൻ നിന്നെ വിവാഹം കഴിച്ചാൽ എങ്ങനെയാണ് നമ്മൾ ജീവിക്കുക?"

ഞങ്ങൾ കുറെനേരം സംസാരിച്ചു. ഒടുവിൽ ഒരു ഉന്മാദിനിയെപ്പോലെ അയാളോട് പറഞ്ഞു. എനിക്കിനി അമ്മൂമ്മയോടൊപ്പം ജീവിക്കാൻ കഴി യില്ലെന്ന്. ഒരു സെയ്ഫ്റ്റി പിന്നുമായി ബന്ധപ്പെട്ട് ജീവിക്കാൻ ആഗ്രഹി ക്കുന്നില്ല. അയാളോടൊപ്പം മോസ്കോയിലേക്ക് പോകും. അയാൾ ഇഷ്ട പ്പെട്ടാലും ഇല്ലെങ്കിലും. കാരണം, അയാളില്ലാതെ എനിക്ക് ജീവിക്കാൻ കഴിയില്ല. അതിൽ എല്ലാം അടങ്ങിയിരുന്നു. ലജ്ജ, സ്നേഹം, അഭിമാനം, എല്ലാം ഒന്നിച്ച് തൽക്ഷണം എന്നിലേക്ക് ഒഴുകിവന്നു. ഒരു അപസ്മാര രോഗിയെ ഞാൻ കിടക്കയിലേക്ക് വീണു. അയാളുടെ നിരാകരണം എന്നിൽ ഉൽക്കടഭീതി ഉയർത്തി.

അയാൾ ഏതാനും മിനിറ്റുകൾ നിശ്ശബ്ദനായി ഇരുന്നു. പിന്നെ എഴുന്നേറ്റ് നിന്നു. അടുത്തേക്കു വന്നു. കൈപിടിച്ചു.

“എന്റെ പ്രിയപ്പെട്ട നസ്തെങ്കാ,” അയാൾ തുടങ്ങി. അയാളുടെ കവിളിലൂടെ കണ്ണുനീർചാലുകൾ ഒഴുകി.

“ഞാൻ പറയുന്നത് കേൾക്കൂ. ഞാൻ നിന്നോട് ശപഥം ചെയ്യുന്നു. ഞാൻ വിവാഹം കഴിക്കാനുള്ള ഒരു നിലയിലെത്തുമ്പോൾ, നീയല്ലാതെ മറ്റാരും എന്റെ മനസ്സിലുണ്ടാവില്ല. മറ്റാർക്കും എന്നെ സന്തുഷ്ടനാക്കാൻ കഴിയില്ല. ഞാനത് പറയുമ്പോൾ നീ അത് വിശ്വസിക്കണം. ഇനി ശ്രദ്ധിക്കുക. ഞാൻ ഇപ്പോൾ മോസ്കോയിലേക്ക് പോകുകയാണ്. കൃത്യം ഒരു വർഷം ഞാനവിടെ നിൽക്കും. അതിനകം എന്റെ അവിടത്തെ പണികളെല്ലാം തീർക്കാൻ കഴിയുമെന്ന് പ്രതീക്ഷിക്കുന്നു. തിരിച്ചുവരുമ്പോൾ, അപ്പോഴും നീ എന്നെ സ്നേഹിക്കുന്നുണ്ടെങ്കിൽ, ഞാൻ ശപഥം ചെയ്യുന്നു, നമ്മൾ ഒന്നിച്ച് സുഖമായി ജീവിക്കും. എന്നാൽ, ഇപ്പോൾ അത് അസാധ്യമാണ്. എനിക്ക് കഴിയില്ല യാതൊന്നും ഇപ്പോൾ വാഗ്ദാനം ചെയ്യാൻ പറ്റില്ല. ഞാൻ ആവർത്തിക്കുന്നു. അത് ഒരു വർഷത്തിനുള്ളിൽ സംഭവിക്കില്ലെങ്കിൽ, ഏതെങ്കിലും ഒരു ദിവസം തീർച്ചയായും വരും. എനിക്കു നിന്നെ ഒരു വാഗ്ദാനത്തിന്റെ പേരിൽ കെട്ടിയിടാൻ പറ്റില്ല. നീ മറ്റൊരാളെ തിരഞ്ഞെടുക്കുമോ ഇല്ലയോ എന്നതിനെ ആശ്രയിച്ചായിരിക്കും അത്.”

അതാണയാൾ എന്നോട് പറഞ്ഞത്. പിറ്റേന്നുതന്നെ അയാൾ സ്ഥലം വിട്ടു. അമ്മൂമ്മയോട് ഇതിനെക്കുറിച്ച് ഒരക്ഷരം മിണ്ടില്ലെന്ന് ഞങ്ങൾ സമ്മതിച്ചു. അയാളുടെ ആഗ്രഹവും അതുതന്നെയായിരുന്നു. അത്രമാത്രം. എന്റെ കഥ മിക്കവാറും അവസാനിച്ചു. കൃത്യം ഒരു വർഷം കടന്നുപോയി. അയാൾ മടങ്ങിവന്നിട്ടുണ്ട്. മൂന്നു ദിവസമായി അയാൾ ഇവിടെ എത്തിയിട്ട്. പിന്നെ...”

“പിന്നെ, എന്ത്?” കഥയുടെ അന്ത്യം കേൾക്കാനായി അക്ഷമയോടെ ഞാൻ ശബ്ദമുയർത്തി ചോദിച്ചു.

“പിന്നെ, അയാൾ ഇതുവരെ മുഖം കാണിച്ചിട്ടില്ല.” വളരെ വിഷമത്തോടെ നസ്തെങ്കാ മറുപടി നല്കി. “അയാളുടെ ഒരു വാക്കോ, ശബ്ദമോ കേട്ടിട്ടില്ല.”

അവൾ നിർത്തി, തലകുനിച്ച് പെട്ടെന്ന് കൈകൾകൊണ്ട് മുഖം പൊത്തി ഭയങ്കരമായി കരയാൻ തുടങ്ങി. അതെന്റെ ഹൃദയം കീറിമുറിച്ചു. ഒരിക്കലും അപ്രകാരം ഒരന്ത്യം ഞാൻ പ്രതീക്ഷിച്ചിരുന്നില്ല.

“നസ്തെങ്കാ” ഞാൻ സ്നേഹവാത്സല്യം നിറഞ്ഞ സ്വരത്തിൽ മെല്ലെ പറഞ്ഞു. “നസ്തെങ്കാ, ദൈവത്തെ ഓർത്ത് കരയല്ലേ! നിനക്കെങ്ങനെ അറിയാം? അയാളിവിടെ ഇനിയും എത്തിയിട്ടില്ലായിരിക്കാം.”

"എത്തിയിട്ടുണ്ട്, അയാൾ ഇവിടെയുണ്ട്." നസ്തെങ്കാ മറുപടി നല്കി. "അയാൾ ഇവിടെയുണ്ട്, എനിക്കറിയാം. അയാൾ പോയതിന്റെ തലേന്ന് രാത്രി ഞങ്ങൾ അതെല്ലാം പ്ലാൻ ചെയ്തിരുന്നു. ഞങ്ങൾ പരസ്പരം എല്ലാം പറഞ്ഞ് സമ്മതിച്ചശേഷം ഇതേ സ്ഥലത്തേക്ക് ശുദ്ധവായു ശ്വസിക്കാനായി വന്നിരുന്നു. അപ്പോൾ പത്ത് മണി ആയിരുന്നു. ഞങ്ങൾ ഈ ബെഞ്ചിൽ ഇരുന്നു. ഞാൻ പിന്നെ കരഞ്ഞിട്ടില്ല. അയാൾ പറഞ്ഞത് ഹർഷപുളകിതയായി കേട്ടുകൊണ്ടിരുന്നു...

അയാൾ തിരിച്ചെത്തിയ ഉടനെ എന്നെ കാണാൻ വരുമെന്ന് പറഞ്ഞു. ഞാൻ വിരോധം കാണിച്ചില്ലെങ്കിൽ കാര്യങ്ങളെല്ലാം അമ്മൂമ്മയോട് തുറന്നു പറയും. ഇപ്പോൾ അയാൾ തിരിച്ചെത്തിയിരിക്കുന്നു. എനിക്കതറിയാം. എന്നിട്ടും അയാളിവിടെ വന്നില്ല, അയാൾ വന്നില്ല!"

അവൾ വീണ്ടും പൊട്ടിക്കരയാൻ തുടങ്ങി.

"നല്ലവനായ ദൈവമേ! സഹായിക്കാനായി ഒന്നും ചെയ്യാൻ കഴിയില്ലേ?"

ഞാൻ നിലവിളിച്ച് ബെഞ്ചിൽനിന്നും നിരാശയോടെ ചാടി എഴുന്നേറ്റു. "പറയൂ നസ്തെങ്കാ, ഒരുപക്ഷേ ഞാനയാളെ ചെന്നുകണ്ടാൽ ഗുണമുണ്ടാകുമോ?"

"നിങ്ങൾക്കതിന് കഴിയുമോ, അങ്ങനെ നിങ്ങൾ കരുതുന്നുണ്ടോ?" പെട്ടെന്ന് തല ഉയർത്തി അവൾ ചോദിച്ചു.

"ഇല്ല, തീർച്ചയായും ഇല്ല." അതിലെ മണ്ടത്തരം ഓർത്ത് ഞാൻ പറഞ്ഞു. "എനിക്ക് മറ്റൊരു ആശയം തോന്നുന്നു. അയാൾക്കൊരു കത്തെഴുതുക."

"ഇല്ല, എനിക്കതിന് കഴിയില്ല, അത് പറ്റില്ല." അവൾ ഉറപ്പിച്ച് പറഞ്ഞു. അതേസമയം അവൾ കണ്ണുകൾ താഴ്ത്തി എന്റെ നോട്ടം ഒഴിവാക്കാൻ ശ്രമിച്ചു.

"എന്തുകൊണ്ട് അത് ചെയ്യാൻ പറ്റില്ല?" എന്റെ അഭിപ്രായം വിശദീകരിക്കാൻ തുടങ്ങി. "എന്നാൽ, അതൊരു സ്പെഷൽ കത്തായിരിക്കണം. നിനക്കറിയാമോ... അതിലെ വാക്കുകളെ ആശ്രയിച്ചിരിക്കും എല്ലാം. ഓഹ്, നസ്തെങ്കാ, സത്യമായും അതപ്രകാരമാണ്. നീ എന്നിൽ വിശ്വാസമർപ്പിക്കൂ. ദയവായി ചെയ്യുക! ഞാൻ നിനക്ക് ദുരുപദേശം തരില്ല. ഇതെല്ലാം നമ്മൾക്ക് നേരെയാക്കാൻ കഴിയും. ആദ്യചുവട് വെച്ചത് നീ ആയിരുന്നു. അപ്പോൾ, എന്തുകൊണ്ട് ഇപ്പോൾ ആയിക്കൂടാ?"

"ഇല്ല, ഇല്ല. ഞാൻ വളരെ പുരോഗമന ചിന്താഗതിക്കാരിയാണെന്നത് തോന്നിപ്പോകും."

"ഓഹ്, എന്റെ പ്രിയപ്പെട്ട നസ്തെങ്കാ!" അവളെ തടഞ്ഞ്, പുഞ്ചിരിയോടെ ഞാൻ പറഞ്ഞു, "അങ്ങനെയൊന്നും തോന്നിപ്പിക്കില്ല. അയാൾ വാക്ക് തന്നിട്ടുള്ളതിനാൽ, അത് നിന്റെ അവകാശമാണ്. പിന്നെ, നീ

എന്നോട് പറഞ്ഞതെല്ലാം വെച്ച് നോക്കുമ്പോൾ അയാളൊരു നയമുള്ള മനുഷ്യനാണ്. അയാൾ അന്തസ്സോടെയാണ് പ്രവർത്തിച്ചിട്ടുള്ളത്." എന്റെ യുക്തി പ്രയോഗിച്ച് കൂടുതൽ വിജയാഹ്ലാദത്തോടെ തുടർന്നു. "അയാൾ എങ്ങനെയാണ് പ്രവർത്തിച്ചത്? അയാൾ ഒരു വാഗ്ദാനത്താൽ നിർബന്ധിതനാണ്. അയാൾ നിന്നെയല്ലാതെ മറ്റാരേയും വിവാഹം കഴിക്കില്ലെന്ന് പറഞ്ഞു. അതേസമയം നിനക്കിഷ്ടമില്ലെങ്കിൽ ഏത് സമയത്തും അത് നിരസിക്കാനുള്ള സ്വാതന്ത്ര്യം അയാൾ നിനക്ക് നല്കി. അതുകൊണ്ട് നീ ആദ്യകാൽവെപ്പ് വെക്കുന്നത് ന്യായീകരിക്കപ്പെടുന്നു. നിനക്കതിനുള്ള അവകാശമുണ്ട്. നിനക്കയാളുടെ മേൽ ആനുകൂല്യമുണ്ട്. ഇപ്പോൾ അയാളെ സ്വന്തം വാഗ്ദാനത്തിൽ നിന്ന് നിനക്ക് ഒഴിവാകണമെങ്കിൽ...."

"എന്നോട് പറയൂ, നിങ്ങൾ എങ്ങനെയാണത് എഴുതുക?"

"എന്തെഴുതുക?"

"ഈ കത്ത്."

"ഞാൻ പറയും, 'പ്രിയപ്പെട്ട സാർ...'"

"പ്രിയപ്പെട്ട സാർ എന്ന് തന്നെ വേണോ?"

"തീർച്ചയായും. എന്നാൽ എനിക്കറിയില്ല. ഒരുപക്ഷേ..."

"സാരമില്ല, തുടരൂ!"

"പ്രിയപ്പെട്ട സാർ, ഞാൻ ഖേദിക്കുന്നു, ഞാൻ..." ഒന്നുകൂടി ചിന്തിച്ചു. വേണ്ട, ക്ഷമാപണമൊന്നും നീ ചെയ്യേണ്ട. സത്യം തന്നെ എല്ലാം ന്യായീകരിക്കും. ഇത്രമാത്രം എഴുതുക. "ഞാൻ നിങ്ങൾക്ക് എഴുതുകയാണ്. എന്റെ അക്ഷമയോട് പൊറുക്കുക. എന്നാൽ, ഒരു വർഷം മുഴുവൻ ആനന്ദകരമായ പ്രതീക്ഷയിൽ ഞാൻ സംതൃപ്തയായിരുന്നു. ഇപ്പോൾ ഒരു ദിവസംപോലും സംശയം സഹിക്കാനാകാത്തത് എന്റെ കുറ്റമാണോ? നിങ്ങൾ തിരിച്ചെത്തി. നിങ്ങൾ ഒരുപക്ഷേ, മനസ്സ് മാറ്റിയിരിക്കാം. അങ്ങനെയാണെങ്കിൽ ഈ കത്ത് നിങ്ങളോട് പറയും. ഞാൻ ദുരിതങ്ങൾ എടുത്ത് പറയുകയോ, നിങ്ങളെ വിധിന്യായം നടത്തുകയോ അല്ലെന്ന്. നിങ്ങളുടെ ഹൃദയത്തിനുമേൽ എനിക്ക് ആധിപത്യം ഇല്ലാത്തതിനാൽ ഞാൻ നിങ്ങളെ വിധി കല്പിക്കുന്നില്ല. അത്തരത്തിലാണ് എന്റെ വിധി!

നിങ്ങൾ അന്തസ്സുള്ളൊരു മനുഷ്യനാണ്. എന്റെ അക്ഷമയോടെയുള്ള വാചകങ്ങൾ വായിച്ച് നിങ്ങൾ പുഞ്ചിരിക്കുകയോ ദേഷ്യപ്പെടുകയോ ഇല്ല. ഈ എഴുതുന്ന വ്യക്തി, ഉപദേശിക്കാനും മാർഗനിർദ്ദേശം നല്കാനും ആരുമില്ലാത്തവളായ ഒരു പാവം ഏകാകിയായ പെൺകുട്ടിയാണെന്ന് നിങ്ങൾ ഓർക്കും. സ്വന്തം ഹൃദയത്തെ ഒരിക്കലും നിയന്ത്രിക്കാൻ കഴിയാത്തവൾ! ഒരു പ്രത്യേക നിമിഷത്തിൽ, മനസ്സിലേക്ക് ഇഴഞ്ഞു കയറിയ ഒരു സന്ദേഹത്തിന് ക്ഷമിക്കുക. നിങ്ങളെ സ്നേഹിച്ച, ഇപ്പോഴും

സ്നേഹിക്കുന്ന ഒരാളെ സ്വന്തം ചിന്തയിൽപോലും മുറിവേല്പിക്കാൻ കഴിയാത്തവനാണ് നിങ്ങൾ."

"അതെ, അതെ, ശരിക്കും അതുതന്നെയാണ് ഞാൻ ചിന്തിച്ചത്." നസ്തെങ്കാ ഉൽഘോഷിച്ചു. അവളുടെ കണ്ണുകൾ ആഹ്ലാദത്താൽ പ്രകാശിച്ചു. "ഓഹ്, നിങ്ങൾ എന്റെ സംശയങ്ങൾ അകറ്റി. ദൈവം തന്നെയാണ് നിങ്ങളെ എന്റെ അടുത്തേക്കയച്ചത്! താങ്ക് യൂ! താങ്ക് യൂ!"

"എന്തിന്, ദൈവം എന്നെ നിന്റെ പക്കലേക്കയച്ചതിനോ?" അവളുടെ ആഹ്ലാദഭരിതമായ മുഖത്തേക്ക് സന്തോഷപൂർവം നോക്കി ഞാൻ ചോദിച്ചു.

"അതെ, അതിനുവേണ്ടിത്തന്നെ."

"ആഹ് നസ്തെങ്കാ! ചിലപ്പോൾ നമ്മളോടൊപ്പം ഈ ലോകത്ത് ജീവിക്കുന്ന ചില ആളുകളോട് നമ്മൾ കൃതജ്ഞതയുള്ളവനായിരിക്കും. നിനക്കറിയാമോ, ഞാൻ നിന്നോട് നന്ദിയുള്ളവനാണ്. നമ്മൾ പരസ്പരം മനസ്സിലാക്കാനിടയായതിൽ, ശേഷിച്ച എന്റെ ജീവിതകാലം മുഴുവൻ ഞാൻ നിന്നെ ഓർക്കും!"

"ധാരാളം, ധാരാളം! ഇനി എനിക്കു പറയാനുള്ളത് കേൾക്കൂ. നമ്മൾ പരസ്പരം തീരുമാനിച്ചിട്ടുള്ളത്, അയാൾ തിരിച്ചെത്തിയ ഉടനെ അയാൾ ഒരു കത്തെഴുതി എന്നെ വിവരം അറിയിക്കണം. ഇതിനെക്കുറിച്ച് ഒന്നു മറിയാത്ത എന്റെ നല്ലവരായ ചില സുഹൃത്തുക്കൾക്ക് അയാൾ ഈ കത്ത് നല്കും. അല്ലെങ്കിൽ, അയാൾക്ക് എഴുതാൻ കഴിയില്ലെങ്കിൽ, ഒരാൾക്ക് എല്ലാം ഒരു കത്തിൽ എഴുതാൻ കഴിയില്ലെങ്കിൽ, അയാൾ എത്തിയ ദിവസം കൃത്യം പത്തുമണിക്ക് അയാൾ ഇവിടെ വരണം, നമ്മൾ സന്ധിക്കാൻ നിശ്ചയിച്ച ഇതേ സങ്കേതത്തിൽ അയാൾ എത്തിയിട്ടുണ്ടെന്ന് എനിക്കറിയാം. മൂന്നു ദിവസമായി. എന്നിട്ടും അയാൾ സ്വയം ഇവിടെ വരുകയോ എനിക്കുവേണ്ടി ഒരു കത്ത് തരുകയോ ചെയ്തില്ല. അമ്മൂമ്മയെ പകൽ സമയത്ത് വിട്ടുപോരാൻ എനിക്ക് സാധ്യമല്ല. അപ്പോൾ, നിങ്ങൾ ദയവായി ഞാൻ പറഞ്ഞ എന്റെ നല്ലവരായ സുഹൃത്തുക്കൾക്ക് നാളെ എന്റെ കത്ത് കൊടുക്കുമോ? അവർ അത് എത്തിച്ചുകൊടുക്കും. എന്തെങ്കിലും മറുപടി ഉണ്ടെങ്കിൽ, പത്തുമണിക്ക് നിങ്ങൾ അത് ഇവിടേക്ക് കൊണ്ടുവരണം."

"എന്നാൽ ആ കത്ത്, ആ കത്ത്! ആദ്യം നീ ആ കത്ത് എഴുതണം. മനസ്സിലായോ! അപ്പോൾ, മറ്റന്നാൾക്ക് മുമ്പ് അതാവില്ല."

"ആ കത്ത്..." എന്തോ ആശയക്കുഴപ്പത്തോടെ നസ്തെങ്കാ പറഞ്ഞു. "എന്തുകൊണ്ട്... ആ കത്ത്..."

അവൾ അത് മുഴുമിപ്പിച്ചില്ല. ആദ്യം അവൾ എന്നിൽനിന്ന് മുഖം തിരിച്ചു. പിന്നെ, ഒരു റോസാപ്പൂപോലെ അവളുടെ മുഖം തുടുത്തു. പെട്ടെന്ന്, ഒരു കത്ത് അവൾ എന്റെ കൈയിൽ വെച്ചതായി തോന്നി.

47

തീർച്ചയായും അത് വളരെ മുമ്പ് എഴുതിയതാണ്. നേരത്തെതന്നെ എഴുതി സീല് വെച്ചത്. നേരിയൊരു ഓർമ്മ ദ്രുതഗതിയിൽ മനസ്സിലൂടെ കടന്നുപോയി.

"റോ... സി... നാ..." ഞാൻ ഓർമ്മയിൽ നിന്ന് പറയാൻ തുടങ്ങി.

"റോസിനാ!" ഞങ്ങൾ ഒന്നിച്ച് പറഞ്ഞു.

ഞാൻ ആഹ്ലാദത്തോടെ അവളെ ആലിംഗനം ചെയ്തു. അവൾ ലജ്ജയോടെ ചിരിച്ചു. കറുത്ത കൺപീലികൾക്കിടയിൽ കണ്ണുനീർതുള്ളികൾ മുത്തുമണികൾപോലെ തങ്ങിനിന്നു.

"ധാരാളം, ധാരാളം! ഗുഡ്ബൈ, ഇപ്പോൾ ഗുഡ്ബൈ!" അവൾ ധൃതിയിൽ പറഞ്ഞു. "ഇതാ കത്ത്, നിങ്ങൾ കൊണ്ടുപോകേണ്ട സ്ഥലത്തിന്റെ വിലാസം ഇതാ. ഗുഡ്ബൈ, നാളെക്കാണാം."

അവൾ എന്റെ കൈകൾ ഊഷ്മളതയോടെ പിടിച്ചമർത്തി, തല കുലുക്കി. ഒരു ശരംപോലെ സ്വന്തം ഇടവഴിയിലേക്ക് പാഞ്ഞു. ഞാൻ അവിടെത്തന്നെ കുറെനേരം നിന്ന്, അവളെ കണ്ണുകൾകൊണ്ട് പിന്തുടർന്നു.

അവൾ എന്റെ കണ്ണിൽനിന്ന് അപ്രത്യക്ഷയായപ്പോൾ, എന്റെ മനസ്സിലൂടെ ആ വാക്കുകൾ കടന്നുപോയി. "നാളെ കാണാം! നാളെ കാണാം."

മൂന്നാംരാത്രി

അതൊരു വിഷാദം നിറഞ്ഞ മഴ ദിവസമായിരുന്നു. നേരിയ പ്രകാശംപോലുമില്ല. ഏകാന്തമായ എന്റെ വയസ്സുകാലം ഇതുപോലെ ആയിരിക്കും. വിചിത്രമായ ചിന്തകൾ മനസ്സിൽ വന്ന് നിറയുന്നു. ദുരൂഹമായ ആർദ്രത, അവ്യക്തമായ പ്രശ്നങ്ങൾ എന്നിവ ആത്മാവിനെ നോവിപ്പിക്കുന്നു. അവ വ്യക്തമായി എന്താണെന്ന് വിശകലനം ചെയ്യാനുള്ള ശക്തിയോ ആഗ്രഹമോ എന്തായാലും എനിക്കില്ല. ഇല്ല, ഞാനല്ല ഇതെല്ലാം പരിഹരിക്കേണ്ടത്!

ഇന്ന് രാത്രി ഞങ്ങൾ കാണില്ല. ഇന്നലെ രാത്രി പരസ്പരം ഗുഡ്നൈറ്റ് പറഞ്ഞപ്പോൾ ആകാശത്ത് കാർമേഘങ്ങൾ നിറയാനും മൂടൽമഞ്ഞ് ഉയരുവാനും തുടങ്ങിയിരുന്നു. നാളെ കാലാവസ്ഥ മോശമായിരിക്കുമെന്ന് ഞാൻ പറഞ്ഞു. അവൾ മറുപടി നല്കിയില്ല. സ്വയം ഭഗ്നാശയാകാൻ അവൾ ആഗ്രഹിച്ചില്ല. അവളെ സംബന്ധിച്ചിടത്തോളം ദിവസം തെളിഞ്ഞതും ഉജ്ജ്വലവുമായിരിക്കും. അവളുടെ സന്തോഷത്തെ നിഴലിലാകുന്ന നേരിയൊരു കാർമേഘം പോലും ഉണ്ടാകില്ല.

"മഴ പെയ്താൽ നമ്മൾക്ക് കാണാനാവില്ല." അവൾ പറയുകയുണ്ടായി. "ഞാൻ വരില്ല."

ഇന്നത്തെ മഴ അവൾ ശ്രദ്ധിച്ചതുപോലുമില്ലെന്ന് ഞാൻ കരുതി. എന്നിട്ടും അവൾ വന്നില്ല.

ഇന്നലെ രാത്രി ഞങ്ങളുടെ സങ്കേതത്തിലെ മൂന്നാമത്തെ ഒത്തു ചേരലായിരുന്നു, മൂന്നാമത്തെ വെളുത്ത രാത്രി...

എന്തായാലും അത് സ്തുത്യർഹമായിരുന്നു. സന്തോഷത്തിലൂടെയും ആഹ്ലാദത്തിലൂടെയും ഒരാൾ എത്ര സൗന്ദര്യമാണ് കൈവരിക്കുന്നത്! സ്നേഹംകൊണ്ട് ഒരാളുടെ ഹൃദയം എങ്ങനെയാണ് നിറയുന്നത്. നിങ്ങളുടെ സ്നേഹം മുഴുവൻ മറ്റൊരു ഹൃദയത്തിലേക്ക് പകർന്നു കൊടുക്കുവാൻ നിങ്ങൾക്ക് തോന്നുന്നു. നിങ്ങൾക്ക് ചുറ്റുമുള്ള വസ്തു ക്കളിൽ നിന്നെല്ലാം ആഹ്ലാദനിർഭരമായ പൊട്ടിച്ചിരി മാറ്റൊലികൊള്ളാൻ നിങ്ങൾ ആഗ്രഹിക്കുന്നു. പിന്നെ ആഹ്ലാദം എത്ര പടർന്നുപിടിക്കുന്ന താണത്! ഇന്നലെ രാത്രി അവളുടെ വാക്കുകളിൽ എത്ര വാത്സല്യമായി രുന്നു. ഹൃദയത്തിൽ എന്തൊരു അനുകമ്പയായിരുന്നു. അവൾ എന്നോട് എത്ര മധുരമായാണ് പെരുമാറിയത്. എന്റെ വികാരങ്ങളോട് എത്ര ദാക്ഷിണ്യമായിരുന്നു. എത്ര ലാളന നിറഞ്ഞ സ്വരത്തിലാണവർ എന്റെ ഹൃദയത്തിൽ പ്രതീക്ഷ വളർത്തിയത്. എത്ര വശ്യമായൊരു ശൃംഗാരം നിറഞ്ഞ ലോകത്തിന്നാണവൾ സ്വന്തം ആഹ്ലാദപ്രകടനങ്ങളിലൂടെ പ്രചോദനം നല്കിയത്. ഞാൻ.. ഞാൻ വിചാരിച്ചു അത് വാസ്തവ മാണെന്ന്. ഞാൻ വിചാരിച്ചു, അവൾ...

എന്നാൽ നല്ലവനായ ദൈവമേ, എനിക്കെങ്ങനെ ആ രീതിയിൽ ചിന്തി ക്കാൻ കഴിഞ്ഞു? എല്ലാം മറ്റൊരാളുടേതാണെന്നും എന്റേതായി ഒന്നുമി ല്ലെന്നും അറിഞ്ഞിട്ടും എനിക്കെങ്ങനെ ഇത്രയും അന്ധനാകാൻ കഴിഞ്ഞു? അവളുടെ വാത്സല്യം, അവളുടെ അഭിനിവേശം, അവളുടെ സ്നേഹം എന്നിവ എല്ലാം മറ്റവനുമായുള്ള കൂടിക്കാഴ്ചയേയും അയാ ളോടൊപ്പം പങ്കുകൊള്ളാൻ പോകുന്ന ആനന്ദത്തേയുംകുറിച്ചുള്ള ആസക്തിമൂലം ഉണ്ടായതാണ്. മറ്റൊന്നുമായിരുന്നില്ല... എന്തുകൊണ്ടെ ന്നാൽ ഞങ്ങൾ അയാൾക്കുവേണ്ടി വൃഥാ കാത്തിരുന്ന് അയാൾ വരാ തായപ്പോൾ അവൾ കോപിക്കുകയും പേടിക്കുകയും ചെയ്തു. അവളുടെ ചലനങ്ങളും വാക്കുകളുമെല്ലാം നിഷ്പ്രഭമായി, ആനന്ദരഹിതമായി. വിചിത്രമെന്നു പറയട്ടെ, അവൾ എന്റെ നേരെയുള്ള താല്പര്യം ഇരട്ടി യാക്കി, എന്റെ മേൽ കൂടുതൽ സ്നേഹം ചൊരിയാൻ തുടങ്ങി. അതവൾ ആശിച്ചിരുന്നു എന്നതുപോലെ; അത് യാഥാർത്ഥ്യമാകില്ലെന്ന് ഭയപ്പെട്ടി രുന്നതുപോലെ! ഒടുവിൽ, ഞാൻ അവളെ സ്നേഹിച്ചിരുന്നു എന്ന വസ്തുത അവൾ മനസ്സിലാക്കി എന്നോടവൾക്ക് അനുകമ്പ തോന്നി എന്ന് വിശ്വസിക്കുന്നു. അവളുടെ ഭയവും പരിഭ്രമവും വർധിച്ചു. അങ്ങനെ ഞങ്ങൾ സ്വയം സന്തുഷ്ടരായിരിക്കുമ്പോൾ, മറ്റാളുടെ വിഷമത്തെ ക്കുറിച്ച് കൂടുതൽ സൂക്ഷ്മബോധമുള്ളവരായി...

നിറഞ്ഞ ഹൃദയത്തോടെ, കൂടിക്കാഴ്ചയുടെ സമയം വരുന്നത് ആകാംക്ഷയോടെ പ്രതീക്ഷിച്ച്, ഞാൻ അവളുടെ അടുത്തേക്ക് പോയി. എന്തായിരിക്കും എന്റെ ഇപ്പോഴത്തെ വികാരമെന്ന് മുൻകൂട്ടിയൊന്നും ചിന്തിച്ചിരുന്നില്ല. അതെങ്ങനെ അവസാനിക്കുമെന്നും ചിന്തിച്ചിരുന്നില്ല. അവർ ആഹ്ലാദഭരിതയായിരുന്നു. അയാളുടെ മറുപടി പ്രതീക്ഷിച്ചിരിക്കയാണവൾ. അയാൾ തന്നെയാണവളുടെ മറുപടി. അയാൾ അവിടെ വരേണ്ടതാണ്. അവളുടെ വിളികേട്ട് ഓടി വരണം. ഞാൻ എത്തുന്നതിന് ഒരു മണിക്കൂർ മുമ്പ് തന്നെ അവൾ വന്നിരുന്നു. അവിടെ ഉള്ളതെല്ലാം ആദ്യം അവളെ രസിപ്പിച്ചു. ഞാൻ പറഞ്ഞ ഓരോ വാക്കിനും അവൾ ചിരിച്ചു.

എന്റെ മനസ്സിലുള്ളത് ഞാനവളോട് പറയാൻ പോയതാണ്, എന്നാൽ പറഞ്ഞില്ല.

"ഞാൻ ഇത്ര ആഹ്ലാദവതിയായിരിക്കുന്നത് എന്തുകൊണ്ടാണെന്ന് നിങ്ങൾക്കറിയാമോ?" അവൾ ചോദിച്ചു.

"എന്തുകൊണ്ടാണ് നിങ്ങളോട് എനിക്കിത്ര ഇഷ്ടം? ഞാൻ ഇന്ന് നിങ്ങളെ ഇപ്രകാരം സ്നേഹിക്കുന്നത് എന്തുകൊണ്ടാണ്?"

"ഇല്ല, എന്തുകൊണ്ടാണ്?" ഞാൻ ചോദിച്ചു. എന്റെ ഹൃദയം കിടന്ന് പിടച്ചു.

"നിങ്ങൾ എന്നിൽ അനുരക്തനായില്ലല്ലോ എന്നതിനാലാണ് ഞാൻ അപ്രകാരം സ്നേഹിക്കുന്നത്. എന്തിന്, നിങ്ങളുടെ സ്ഥാനത്ത് മറ്റാരെങ്കിലുമായിരുന്നെങ്കിൽ, എന്നെ അസഹ്യപ്പെടുത്തുകയും വിഷമിപ്പിക്കുകയും ചെയ്തേനേ. ഗോഷ്ടി കാണിക്കുകയും നെടുവീർപ്പിടുകയും ചെയ്തേനേ. എന്നാൽ, നിങ്ങൾ എത്ര നല്ലവനാണ്."

ഇത്രയും പറഞ്ഞ് അവൾ എന്റെ കൈപിടിച്ച് ശക്തിയായി അമർത്തി. ഞാൻ കരഞ്ഞുപോകേണ്ടതായിരുന്നു. അവൾ പൊട്ടിച്ചിരിച്ചു.

"എന്തൊരു അതിശയകരമായ സുഹൃത്താണ് നിങ്ങൾ!"

ഒരു മിനിറ്റിനുശേഷം വളരെ ഗൗരവത്തിലവൾ പറഞ്ഞു. "എന്തിന്, ദൈവം തന്നെ നിങ്ങളെ എന്റെ അടുത്തേക്ക് അയച്ചതാണ്. ഒന്നോർത്തു നോക്കൂ, നിങ്ങൾ ഇപ്പോൾ എന്നോടൊപ്പമുണ്ടായിരുന്നില്ലെങ്കിൽ എന്റെ സ്ഥിതി എന്താകുമായിരുന്നു? നിങ്ങൾ അത്രയ്ക്ക് നിസ്വാർത്ഥനാണ്. നിങ്ങൾക്കെന്നോടുള്ള സ്നേഹം അത്രയ്ക്ക് ഉദാരമാണ്. എന്റെ വിവാഹശേഷം നമ്മൾ വലിയ സുഹൃത്തുക്കളായിരിക്കും. നമ്മൾ സഹോദരീസഹോദരന്മാരേക്കാൾ വലിയ സുഹൃത്തുക്കൾ ആയിരിക്കും. ഞാൻ നിങ്ങളെ അയാളുടെ അത്രതന്നെ സ്നേഹിക്കും."

ഒരു നിമിഷം എനിക്ക് ഭയങ്കര ദുഃഖം തോന്നി. എന്നാൽ, ചിരിപോലെ എന്തോ ഒന്ന് എന്റെ ഹൃദയത്തിൽ കിടന്ന് കറങ്ങുന്നതായി എനിക്കനുഭവപ്പെട്ടു.

“നിനക്ക് മനോവിഭ്രാന്തിയാണ്.” ഞാൻ പറഞ്ഞു. “നീ പേടിച്ചിരിക്കയാണ്. അയാൾ വരില്ലെന്ന് നീ കരുതുന്നു.”

“ദൈവമേ, അല്ല!” അവൾ മറുപടി നല്കി. “ഞാൻ സന്തുഷ്ടയല്ലെങ്കിൽ നിങ്ങളുടെ കുറ്റപ്പെടുത്തലുകളും വിശ്വാസക്കുറവും എന്നെ കരയിച്ചേനേ. എന്തായാലും ദിവസങ്ങളോളം ചിന്തിക്കാനുള്ള വക നിങ്ങൾ എനിക്കു തന്നു. എന്നാൽ അക്കാര്യത്തെകുറിച്ച് ഞാൻ പിന്നീട് ചിന്തിക്കാം. ഇപ്പോൾ, നിങ്ങൾ പറഞ്ഞത് ശരിയാണെന്ന് നിങ്ങളോട് ഏറ്റു പറയുന്നു. അതേ, അങ്ങനെത്തന്നെ. ഞാൻ വല്ലാത്ത അസ്വസ്ഥതയിലാണ്. പ്രതീക്ഷയിലാണ്, എന്റെ വികാരങ്ങൾ ലഘൂകരിക്കപ്പെട്ടിരിക്കുന്നു. എന്നാൽ മതി, നമ്മൾക്ക് നമ്മുടെ വികാരങ്ങൾ മാറ്റിവെക്കാം...”

കാലടി സ്വരം ഞങ്ങളെ ഞെട്ടിച്ചു. ഒരു മനുഷ്യൻ ഇരുട്ടിൽനിന്നും പ്രത്യക്ഷപ്പെട്ട് ഞങ്ങൾക്കു നേരെ വന്നു. ഞങ്ങൾ ഇരുവരും വിറച്ചു. അവൾ നിലവിളിക്കേണ്ടതായിരുന്നു. ഞാൻ പോകുകയാണെന്ന മട്ടിൽ അവളുടെ കൈ വേർപെടുത്തി. എന്നാൽ ഞങ്ങൾക്ക് തെറ്റുപറ്റി. അത് അയാൾ ആയിരുന്നില്ല.

“എന്തിനെയാണ് നിങ്ങൾ പേടിക്കുന്നത്? നിങ്ങൾ എന്തിനാണെന്റെ കൈ വിട്ടത്?” അവൾ ചോദിച്ചു, വീണ്ടും അവൾ എനിക്ക് കൈ തന്നു. “ശരി, അപ്പോൾ എന്തുകൊണ്ട് ഇല്ല? നമ്മൾ അയാളെ ഒന്നിച്ച് കാണും. നമ്മൾ പരസ്പരം എന്തുമാത്രം സ്നേഹിക്കുന്നു എന്നയാൾ കാണണമെന്നാണെന്റെ ആഗ്രഹം.”

“നമ്മൾ പരസ്പരം എന്തുമാത്രം സ്നേഹിക്കുന്നു.” ഞാൻ നിലവിളിച്ചു.

“ഓഹ്, നസ്തെങ്കാ, ഓഹ് നസ്തെങ്കാ!” ഞാൻ വിചാരിച്ചു. “ആ ഒറ്റ വാക്കിന് എത്ര വലിയ അർത്ഥമാണുള്ളത്! ഇത്തരം സ്നേഹം ആത്മാവിന് ഭാരവും ഹൃദയത്തിന് മരവിപ്പും സൃഷ്ടിക്കുന്നു. നിന്റെ കൈ തണുത്തിരിക്കുന്നു. എന്റെ കൈ തീപോലെ ചൂടും. ഓ, നസ്തെങ്കാ, എത്ര അന്ധയാണ് നീ!... ഓഹ്, ചിലപ്പോൾ എത്ര സന്തോഷവതിയാണ്. എന്നാൽ, എനിക്ക് നിന്നോട് ദേഷ്യപ്പെടാൻ കഴിയില്ല.”

ഒടുവിൽ എനിക്ക് എന്റെ വികാരങ്ങൾ നിയന്ത്രിച്ച് നിർത്താൻ കഴിയാതായി.

“നസ്തെങ്കാ!” ഞാൻ ഉറക്കെ പറഞ്ഞു. “ഇന്നലെ രാത്രി മുതൽ ഞാൻ ചെയ്ത കാര്യങ്ങൾ എന്തെല്ലാമാണെന്ന് നിനക്കറിയാമോ?”

“ഇല്ല. എന്താണ്? എന്നോട് വേഗം പറയൂ! എന്തുകൊണ്ടാണ് ഇതുവരെ നിങ്ങളൊന്നും പറയാതിരുന്നത്?”

“പറയട്ടെ നസ്തെങ്കാ, നീ പറഞ്ഞ സ്ഥലത്തേക്ക് ഞാൻ പോയി നിന്റെ നല്ലവരായ സുഹൃത്തുക്കളെ കണ്ട് കത്ത് കൊടുത്തു. അതിനുശേഷം.. ഞാൻ തിരിച്ച് വീട്ടിൽ വന്ന് കിടന്നുറങ്ങി.”

"അത്രയേ ഉള്ളോ?" അവൾ ഇടയ്ക്ക് കയറിപ്പറഞ്ഞ് ചിരിച്ചു.

"അതെ, ഏറെക്കുറെ." ഞാൻ വിഷമിച്ച് മറുപടി നല്കി.

എന്റെ കണ്ണുകൾ നിറഞ്ഞു. "നമ്മുടെ സങ്കേതത്തിലേക്ക് പോകുന്നതിന് ഒരു മണിക്കൂർ മുമ്പ് ഞാൻ ഉണർന്നു.

എന്നാൽ, ഞാൻ ഉറങ്ങിയതേയില്ലെന്ന് തോന്നി. അതെന്താണെന്ന് കൃത്യമായി എനിക്കറിയില്ല. അതിനെക്കുറിച്ചെല്ലാം പറയാനാണ് ഞാനിവിടെ വന്നത്. സമയം എനിക്കുവേണ്ടി തടഞ്ഞുനിർത്തപ്പെട്ടതായി തോന്നി. ആ നിമിഷം മുതൽ ഒരു വിചാരമേയുള്ളൂ. ഒരേയൊരു വികാരമേ എന്റെ മനസ്സിൽ തങ്ങിനിന്നുള്ളൂ. അത് അനശ്വരമാണ്. ജീവിതം മുഴുവൻ എനിക്കുവേണ്ടി നിർത്തിയതുപോലെ... ഞാൻ ഉണർന്നപ്പോൾ, വളരെ മുമ്പ് എന്നോ കേട്ട് മറന്ന മധുരമായൊരു സംഗീതം ഞാൻ ഓർക്കുകയായിരുന്നെന്ന് തോന്നി. ജീവിതകാലം മുഴുവൻ അതെന്റെ ഹൃദയത്തിൽ കിടന്ന് പൊട്ടിത്തെറിക്കാൻ പോകുകയായിരുന്നെന്ന് തോന്നി. എന്നാൽ, ഇപ്പോൾ മാത്രമാണ്...."

"ഓഹ് നല്ലവനായ ദൈവമേ! നല്ലവനായ ദൈവമേ!" നസ്തെങ്കാ ഇടയ്ക്കു കയറി പറഞ്ഞു. "ഇതെല്ലാം എന്തിനുവേണ്ടിയാണ് പറയുന്നത്? നിങ്ങൾ പറയുന്നത് ഒരക്ഷരംപോലും എനിക്കു മനസ്സിലാകുന്നില്ല."

ആഹ് നസ്തെങ്കാ! ഈ വിചിത്രവികാരം നിന്നെ മനസ്സിലാക്കാൻ വേണ്ടി ഞാൻ ശ്രമിക്കുകയാണ്..."

ഞാൻ പരിതാപകരമായൊരു ശബ്ദത്തിൽ നേരിയൊരു ആശയോടെ തുടങ്ങി.

"ഹഷ്, തുടരേണ്ട." അവൾ പറഞ്ഞു. കാരണം, ഒറ്റനോട്ടത്തിൽ അവൾ എല്ലാം മനസ്സിലാക്കി, ബുദ്ധിശാലിയായ പെൺകുട്ടി!

പെട്ടെന്നവൾ പതിവിന്ന് വിപരീതമായി വാചാലയും ആഹ്ലാദവതിയും ഉല്ലാസവതിയുമായിത്തീർന്നു. അവൾ എന്റെ കൈപിടിച്ചു, ചിരിച്ചു. എന്നെ ചിരിപ്പിക്കാൻ ശ്രമിച്ചു. പരിഭ്രാന്തിയോടെ ഞാൻ ഉച്ചരിച്ച ഓരോ വാക്കും അവളെ ദീർഘനേരം പൊട്ടിച്ചിരിപ്പിച്ചു. എനിക്ക് ദേഷ്യം വന്നുതുടങ്ങി. പെട്ടെന്നവൾ പ്രേമപ്രകടനത്തിലേക്ക് സ്വരം മാറ്റി.

"നിങ്ങൾക്കറിയാമോ" അവൾ പറഞ്ഞു: "നിങ്ങൾ എന്നോട് അനുരക്തനാകാതിരുന്നതിൽ എനിക്കല്പം നിരാശയുണ്ട്. അത് ഒരു സ്ത്രീ ഹൃദയത്തെ കുഴക്കുന്നു! എന്തായാലും മി. നിർബന്ധബുദ്ധി, എന്റെ കപടമില്ലായ്മയെ നിങ്ങൾ അഭിനന്ദിക്കണം. ഞാൻ നിങ്ങളോട് എല്ലാ മെല്ലാം പറയുന്നു, എന്റെ തലയ്ക്കകത്തേക്ക് വരുന്ന ചിന്തകൾ എത്ര ബാലിശമായാലും!"

"ശ്രദ്ധിക്കുക! അത് പതിനൊന്നല്ലേ?" ദൂരെ പട്ടണത്തിലെ ടവർ ബെൽ അടിക്കുന്നത് ശ്രദ്ധിച്ചുകൊണ്ട് ഞാൻ പറഞ്ഞു. അവളുടെ ചിരി നിലച്ചു. പെട്ടെന്ന് നിശ്ശബ്ദയായി നിന്ന് മണിയടി എണ്ണി.

“അതെ, അത് പതിനൊന്നാണ്.” ഒടുവിൽ പേടിച്ച് ഇടറിയ സ്വരത്തിൽ അവൾ പറഞ്ഞു.

അവളെക്കൊണ്ട് മണിയടി എണ്ണിപ്പിച്ച് ഭയപ്പെടുത്താനിടവരുത്തിയതിൽ ഞാൻ ഖേദിച്ചു. എന്റെ ദ്രോഹചിന്തയെ ഞാൻ ശപിച്ചു. അവളുടെ ദയനീയാവസ്ഥ എന്നെ ദുഃഖിപ്പിച്ചു. എന്റെ പാപത്തിന് എന്താണ് പ്രാശ്ചിത്തം എന്നെനിക്കറിയില്ല. അവളെ ആശ്വസിപ്പിക്കുവാൻ ശ്രമിച്ചു. അയാൾക്ക് വരാൻ പറ്റാത്തതിനെ ന്യായീകരിക്കാനും തെളിയിക്കാനും ശ്രമിച്ചു. ഇതുപോലൊരു നിമിഷത്തിൽ ഏതൊരാളും അത്തരം ആശ്വാസവാക്കുകൾ സന്തോഷത്തോടെ ശ്രദ്ധിക്കും. എന്തെങ്കിലും നേരിയ ഒഴികഴിവ് കണ്ടെത്താൻ കഴിഞ്ഞാൽ അങ്ങേയറ്റം ആശ്വസിക്കുകയും ചെയ്യും.

“അത് യഥാർത്ഥത്തിൽ വിചിത്രമായി തോന്നുന്നു. നിനക്കറിയാമോ” എന്റെ വിഷയത്തെ കൂടുതൽ ചൂടുപിടിപ്പിച്ചുകൊണ്ട് ഞാൻ പറഞ്ഞു. എന്റെ വാദം അസാമാന്യ സ്പഷ്ടതയോടെ കൂടുതൽ മതിപ്പുളവാക്കും വിധം അവതരിപ്പിച്ചു. “ഒരുപക്ഷേ അയാൾക്ക് വരാൻ കഴിഞ്ഞിട്ടുണ്ടാവില്ല! നീ എന്നെ വഞ്ചിക്കുകയും ആശയക്കുഴപ്പത്തിലാക്കുകയും ചെയ്തു. നസ്തെങ്കാ; അതുകൊണ്ട്, ഞാൻ സമയഘടകങ്ങൾ എല്ലാം കൂട്ടിക്കുഴച്ചു. ഒരു നിമിഷം ഒന്ന് ചിന്തിച്ചുനോക്കൂ. കത്ത് ഇനിയും അയാൾക്ക് കിട്ടാൻ സമയമായിട്ടില്ല. അയാൾക്ക് വരാൻ കഴിയാത്ത നിലയ്ക്ക്, അയാൾ കത്തയച്ചിട്ടുണ്ടെങ്കിൽത്തന്നെ നാളെയേ അത് നിനക്ക് കിട്ടുകയുള്ളൂ. നാളെ ഞാനത് പോയി അന്വേഷിക്കാം. ഉടനെ അക്കാര്യം നിന്നെ അറിയിക്കാം. അപ്രതീക്ഷിതമായി സംഭവിക്കാനിടയുള്ള ആയിരക്കണക്കിന് കാര്യങ്ങൾ ഒന്ന് സങ്കല്പിച്ചുനോക്കൂ. നിന്റെ കത്ത് എത്തിയ നേരത്ത് അയാൾ അവിടെ ഇല്ലായിരുന്നെങ്കിലോ, അതിനിയും അയാൾ വായിച്ചിട്ടില്ലെങ്കിലോ! എന്തു വേണമെങ്കിലും സംഭവിക്കാം.”

“തീർച്ചയായും, തീർച്ചയായും!” നസ്തെങ്കാ മറുപടി നല്കി. “ഞാൻ ഒരിക്കലും അതിനെക്കുറിച്ച് ചിന്തിച്ചില്ല. എന്തും സംഭവിച്ചിരിക്കാമെന്ന് ഞാൻ ഊഹിക്കുന്നു. അവൾ പരസ്പരവിരുദ്ധമായ ചിന്തകൾ കൂട്ടിക്കലർത്തി ദുഃഖനിവേദനം നല്കുന്ന സ്വരത്തിൽ സംസാരിച്ചു. “ഇപ്പോൾ ഇതാണ് നിങ്ങൾ ചെയ്യേണ്ടത്. അവൾ പറഞ്ഞു. “നാളെ കഴിയുന്നത്ര നേരത്തെ അവിടെ പോകുക, നിങ്ങൾക്ക് ഒരു മറുപടി കിട്ടിയാൽ ഉടനെ എന്നെ അറിയിക്കുക. ഞാൻ താമസിക്കുന്നതെവിടെയാണെന്ന് നിങ്ങൾക്കറിയാമല്ലോ, ഇല്ലേ?” അവൾ വിലാസം വീണ്ടും പറഞ്ഞു.

പിന്നെ, പെട്ടെന്നവൾ എന്നോട് വളരെ മധുരമായി പെരുമാറി. വളരെ വാത്സല്യത്തോടെ! ഞാൻ അവളോട് പറഞ്ഞതെല്ലാം വളരെ ശ്രദ്ധിച്ചു കേൾക്കുന്നതുപോലെ കാണപ്പെട്ടു. എന്നാൽ, ഞാനവളോട് നേരിട്ട് ഒരു ചോദ്യം ചോദിച്ചാൽ, അവൾ മറുപടി ഒന്നും തരാതെ അമ്പരപ്പോടെ

എന്നിൽനിന്നും തലതിരിച്ചു. ഞാൻ അവളുടെ കണ്ണുകളിലേക്ക് നോക്കി – അതെ, അവൾ കരയുകയായിരുന്നു.

"ഓഹ് ദൈവമേ, എന്റെ ദൈവമേ! നീ എന്തൊരു കുട്ടിയാണ്! എന്ത് കുട്ടിത്തം! ദയവായി!"

അവൾ ചിരിക്കാൻ ശ്രമിച്ചു. ഉല്ലാസവതിയാകാൻ നോക്കി. എന്നാൽ, അവളുടെ താടി വിറച്ചു. നെഞ്ചിടിച്ചു.

"നിങ്ങളെക്കുറിച്ചാണ് ഞാൻ ചിന്തിച്ചുകൊണ്ടിരുന്നത്."

അല്പനേരത്തിനുശേഷം അവൾ പറഞ്ഞു. "നിങ്ങൾ അത്രയ്ക്ക് നല്ലവനാണ്. എന്റെ ഹൃദയം കണ്ണുകൊണ്ട് സൃഷ്ടിച്ചതാണെങ്കിൽ മാത്രമേ എനിക്കത് മനസ്സിലാക്കാൻ കഴിയാതിരിക്കൂ. ഇപ്പോൾ എന്താണെനിക്ക് സംഭവിച്ചതെന്ന് നിങ്ങൾക്ക് അറിയാമോ? ഞാൻ നിങ്ങളെ ഇരുവരേയും താരതമ്യപ്പെടുത്തുകയായിരുന്നു. അയാൾ എന്തുകൊണ്ട് നിങ്ങളെപ്പോലെയല്ല? നിങ്ങൾ അയാളേക്കാൾ നല്ലവനാണ്, ഞാനയാളെ കൂടുതൽ സ്നേഹിക്കുന്നുണ്ടെങ്കിലും."

ഞാൻ മറുപടി ഒന്നും പറഞ്ഞില്ല. ഞാൻ എന്തെങ്കിലും പറയുമെന്നവൾ പ്രതീക്ഷിക്കുന്നതുപോലെ കാണപ്പെട്ടു.

"തീർച്ചയായും, ഞാനിനിയും അയാളെ ശരിക്കും മനസ്സിലാക്കിയിട്ടില്ലായിരിക്കാം. എനിക്കയാളെ നന്നായി അറിയില്ല. എനിക്ക് തോന്നുന്നത് ഞാനയാളെ എപ്പോഴും ഭയപ്പെടുന്നുണ്ടെന്നാണ്. അയാൾ എപ്പോഴും ഗൗരവത്തിലാണ്. ഒരുതരം ഗർവ്! അങ്ങനെ വെറുതെ കാണപ്പെടുന്നതാണെന്ന് എനിക്കറിയാം, തീർച്ചയായും. എന്നേക്കാൾ ലോലമാണയാളുടെ ഹൃദയം. അന്ന് ഞാൻ എന്റെ ഭാണ്ഡവുമായി അയാളുടെ അടുത്ത് ചെന്നപ്പോൾ, അയാൾ എന്നെ നോക്കിയ രീതി ഓർക്കുന്നു. എന്നാലും എനിക്കയാളോട് വലിയ ബഹുമാനവുമാണെന്ന് കരുതുന്നു. അതിന്റെ അർത്ഥം നിങ്ങൾ തുല്യരല്ലെന്നല്ലേ?"

"അല്ല, നസ്തെങ്കാ, അല്ല." ഞാൻ മറുപടി നല്കി. "ലോകത്തിലെ ഏതൊരാളേക്കാൾ ഏറെ നീ അയാളെ സ്നേഹിക്കുന്നു എന്നാണ്, നീ നിന്നെ സ്വയം സ്നേഹിക്കുന്നതിനേക്കാൾ ഏറെ."

"അതെ, അത് തന്നെയാണെന്ന് ഞാൻ കരുതുന്നു." ആ ശുദ്ധഹൃദയയായ പെൺകുട്ടി സമ്മതിച്ചു. "എന്നാൽ, ഇപ്പോൾ എന്താണ് എനിക്ക് സംഭവിച്ചതെന്ന് നിങ്ങൾക്ക് അറിയാമോ? അയാളുമായി അതിന് യാതൊരു ബന്ധവുമില്ല. ഞാൻ പൊതുവായൊരു കാര്യം പറയുകയാണ്. അതെന്റെ മനസ്സിൽ കുറെ നാളായി പതിഞ്ഞുകിടക്കുകയായിരുന്നു. നമ്മൾക്ക് എല്ലാവർക്കും എന്തുകൊണ്ട് സഹോദരങ്ങൾ ആയിക്കൂടാ? ഏറ്റവും നല്ലവരായ മനുഷ്യർപോലും എന്തുകൊണ്ട് ചില കാര്യങ്ങൾ മറ്റുള്ളവരിൽനിന്ന് രഹസ്യമായി വെക്കുന്നു? നിങ്ങളുടെ ഹൃദയത്തിലുള്ളത് എന്തുകൊണ്ട് പുറത്തുപറയുന്നില്ല? എന്തിന് എല്ലാവരും

ശരിക്കുള്ളതിനേക്കാളേറെ അപ്രീതരായി പുറമേക്ക് പ്രകടിപ്പിക്കാൻ ശ്രമിക്കുന്നു? അത് പ്രകടിപ്പിച്ചാൽ അപമാനമായി കരുതപ്പെടുമെന്നതു പോലെ!"

"ആഹ് നസ്തെങ്കാ, നീ പറയുന്നത് സത്യമാണ്. എന്നാൽ, അതിന് വ്യത്യസ്തമായ പല കാരണങ്ങളുമുണ്ട്."

എന്നത്തേക്കാളേറെ സ്വന്തം വികാരങ്ങളെ നിയന്ത്രിച്ചുകൊണ്ട് ഞാൻ പറഞ്ഞു.

"ഇല്ല, ഇല്ല." വല്ലാതെ വികാരഭരിതയായി അവൾ നിലവിളിച്ചു. "നിങ്ങൾ മറ്റുള്ളവരെപ്പോലെയല്ല; വാസ്തവത്തിൽ, എന്റെ വികാരം എങ്ങനെയാണ് ഭംഗിയായി നിങ്ങളോട് പറയുക എന്നെനിക്കറിയില്ല. എന്നാൽ, എനിക്ക് തോന്നുന്നത് നിങ്ങൾ.... ഇപ്പോൾ, ഉദാഹരണത്തിന്... എനിക്കു തോന്നുന്നത് നിങ്ങൾ ചിലതെല്ലാം എനിക്കു വേണ്ടി ത്യജി ക്കുന്നു." അവൾ ആർദ്രതയോടെ എന്നെ ഒന്ന് കടാക്ഷിച്ച് തുടർന്നു, "ഇക്കാര്യം ഞാൻ നിങ്ങളോട് പറയുന്നതിൽ നിങ്ങൾ എന്നോട് ക്ഷമി ക്കണം, ഞാൻ ഒരു സാധാരണ പെൺകുട്ടിയാണ്. ഞാൻ ഇനിയും ലോകം എന്താണെന്ന് ശരിക്ക് കണ്ടിട്ടില്ല. ചിലപ്പോൾ കാര്യങ്ങൾ എങ്ങനെ അവതരിപ്പിക്കണമെന്ന് അറിയില്ല, തീർച്ചയാണ്." നിഗൂഢമായ എന്തോ വികാരത്താൽ വിറയ്ക്കുന്ന സ്വരത്തോടെ അവൾ പറഞ്ഞു. ആ വികാരം മറച്ചുവെക്കാനായി അൾ മുഖത്തൊരു പുഞ്ചിരി വരുത്തിയി രുന്നു. " എന്നാൽ, ഞാൻ നിങ്ങളോട് എന്തുമാത്രം നന്ദിയുള്ളവളാണെന്ന് പറയാൻ ഞാൻ ആഗ്രഹിക്കുന്നു. നിങ്ങൾക്ക് എല്ലാവിധ സന്തോഷങ്ങളും നേരുന്നു. നിങ്ങളുടെ സ്വപ്നജീവിയെക്കുറിച്ച് നിങ്ങൾ അന്ന് പറഞ്ഞ കാര്യങ്ങൾ ഒന്നും ശരിയല്ല. ഞാൻ ഉദ്ദേശിച്ചത്, അത് നിങ്ങളെ സംബ ന്ധിക്കുന്നതേയല്ല എന്നാണ്. നിങ്ങൾ നിങ്ങളെക്കുറിച്ചുതന്ന വിവരണ ങ്ങളിൽനിന്നും തികച്ചും വ്യത്യസ്തനാണ് നിങ്ങൾ. നിങ്ങൾ ആരെയെ ങ്കിലും സ്നേഹിക്കാനിടയായാൽ അവളോടൊപ്പം സന്തോഷകരമാ യൊരു ജീവിതം നിങ്ങൾക്ക് ആശംസിക്കുന്നു. ഞാൻ അവളോട് യാതൊന്നും ആശംസിക്കേണ്ടതില്ല. കാരണം, തീർച്ചയായും അവൾ നിങ്ങളോടൊപ്പം സന്തോഷവതിയായിരിക്കും. എന്നെ എനിക്കറിയാം, ഞാനുമൊരു സ്ത്രീയാണ്. ഞാൻ അങ്ങനെ പറയുമ്പോൾ നിങ്ങൾ എന്നെ വിശ്വസിക്കണം."

അവൾ നിശ്ശബ്ദയായി, എന്റെ കൈ ഊഷ്മളതയോടെ പിടിച്ചമർത്തി. എന്റെ വികാരവിക്ഷോഭത്തിൽ ഒന്നും പറയാൻ കഴിഞ്ഞില്ല. ഏതാനും മിനിറ്റുകൾ കടന്നുപോയി.

"ഇന്നു രാത്രി അയാൾ വരില്ലെന്ന് സ്പഷ്ടമായി."

അവൾ ഒടുവിൽ തല ഉയർത്തി പറഞ്ഞു. "വളരെ വൈകിയിരി ക്കുന്നു."

“അയാൾ നാളെ വരും.” ഞാൻ വിശ്വസനീയമായ സ്വരത്തിൽ വളരെ ദൃഢമായി പറഞ്ഞു.

“ഉവ്വ്.” അവൾ പ്രസന്നഭാവത്തിൽ പറഞ്ഞു.

“എനിക്കതിപ്പോൾ സ്വയം മനസ്സിലാക്കാൻ കഴിയുന്നുണ്ട് - അയാൾ നാളെയേ വരൂ. ശരി, ഗുഡ്ബൈ! നാളെ കാണാം. മഴ പെയ്താൽ ഞാൻ വരില്ല. എന്നാൽ, മറ്റന്നാൾ ഞാൻ വരും. എന്തുതന്നെ ആയാലും നിങ്ങൾ തീർച്ചയായും വരണം. ഞാൻ നിങ്ങളോട് എല്ലാം പറയും.”

ഞങ്ങൾ വിട പറയുന്ന നേരത്ത്, എന്റെ നേരെ നിഷ്കളങ്കമായി നോക്കി, എനിക്ക് കൈ തന്നുകൊണ്ടവൾ പറഞ്ഞു, “നമ്മൾ എന്നും ഇനി ഒന്നിച്ചായിരിക്കും, അല്ലേ?

ഓഹ് നസ്തെങ്കാ, നസ്തെങ്കാ! ഞാൻ എത്ര ഏകാന്തനാണെന്ന് നീ അറിഞ്ഞെങ്കിൽ!

ക്ലോക്ക് ഒമ്പത് അടിച്ചപ്പോൾ എനിക്കെന്റെ മുറിയിലിരിക്കാൻ കഴിഞ്ഞില്ല. മഴയുണ്ടായിട്ടും ഞാൻ വസ്ത്രം ധരിച്ച് പുറത്തുപോയി. പതിവ് സ്ഥലത്തെത്തി ഞങ്ങളുടെ ബെഞ്ചിൽ ഇരുന്നു. അവളുടെ ഇടവഴിയിലേക്ക് നടന്നു. എന്നാൽ, എനിക്ക് ലജ്ജ തോന്നി. അവളുടെ ജനാലയിലേക്ക് ഒന്നു നോക്കാൻപോലും നില്ക്കാതെ വീട്ടിലെത്തുന്നതിനുമുമ്പ് തിരിച്ചുപോന്നു. അതുവരെ ഒരിക്കലും അനുഭവിച്ചിട്ടില്ലാത്തത്ര നിരാശയോടെ എന്റെ മുറിയിലേക്ക് മടങ്ങി. എത്ര ഭീകരമായ മഴയുള്ള ദിവസം! കാലാവസ്ഥ അതുപോലെ അല്ലായിരുന്നെങ്കിൽ ഞാനവിടെ രാത്രി മുഴുവൻ അലഞ്ഞുനടന്നേനേ.

എന്നാൽ നാളെ വരെ! നാളെ വരെ! നാളെ അവൾ എല്ലാം എന്നോട് പറയും.

ഇന്ന് കത്തൊന്നും ഇല്ലായിരുന്നു.

നാലാം രാത്രി

ഓഹ് ദൈവമേ, അതെല്ലം അവസാനിച്ച രീതി. അതിന്റെയെല്ലാം അന്ത്യം!

ഞാൻ ഒമ്പത് മണിക്ക് എത്തി. അവൾ അപ്പോഴേക്കും വന്നുകഴിഞ്ഞിരുന്നു. അല്പം ദൂരെ നിന്നുതന്നെ അവളെ കണ്ടു. അവൾ കൈവരിയിൽ ചാരി നില്ക്കുകയാണ്. ആദ്യരാത്രിയിലേതുപോലെ അടുത്തുചെന്ന ശബ്ദം അവൾ കേട്ടില്ല.

“നസ്തെങ്കാ!” കഷ്ടപ്പെട്ട് വികാരാവേശം നിയന്ത്രിച്ച് ഞാൻ വിളിച്ചു.

അവൾ ഉടനെ തിരിഞ്ഞു.

“കൊള്ളാം!” അവൾ പറഞ്ഞു. “അതെനിക്ക് വേഗം തരൂ!”

ഞാൻ അസ്ഡാളിപ്പോടെ അവളെ നോക്കിനിന്നു.

"ശരി. കത്തെവിടെ? നിങ്ങൾ കത്ത് കൊണ്ടുവന്നോ?" ഒരു കൈകൊണ്ട് കൈവരിയിൽ മുറുക്കിപ്പിടിച്ച് അവൾ ആവർത്തിച്ചു.

"ഇല്ല, എന്റെ പക്കൽ കത്തൊന്നുമില്ല." ഞാൻ ഒടുവിൽ പറഞ്ഞു. "നിങ്ങൾ അയാളെ ഇനിയും കണ്ടില്ലേ?"

അവൾ വല്ലാതെ വിളവെടുത്തു. എന്നെ കുറേനേരം മിഴിച്ചുനോക്കി നിന്നു. ഞാൻ അവളുടെ അവസാന പ്രതീക്ഷയും തകർത്തു.

"ഓഹ്, ശരി. അയാൾ എന്തെങ്കിലും ചെയ്യട്ടെ." തകർന്ന സ്വരത്തിൽ ഒടുവിൽ അവൾ പറഞ്ഞു. "എന്നെ ഇതുപോലെ ഉപേക്ഷിക്കാനാണ യാൾ ആഗ്രഹിക്കുന്നതെങ്കിൽ അങ്ങനെ ആകട്ടെ."

അവൾ കണ്ണുകൾ താഴ്ത്തി. പിന്നെ, എന്റെ കണ്ണുകളിലേക്ക് നോക്കാൻ ആഗ്രഹിച്ചു. എന്നാൽ, അതിന് കഴിഞ്ഞില്ല. ഏതാനും മിനിറ്റു കൾ അവൾ തന്റെ വികാരങ്ങൾ നിയന്ത്രിക്കാനൊരു ശ്രമം നടത്തി. പിന്നെ, പെട്ടെന്ന് തിരിഞ്ഞ്, കൈവരികളിൽ ഞാന്നുകിടന്ന് പൊട്ടി ക്കരഞ്ഞു.

"പറയൂ, പറയൂ." ഞാൻ തുടങ്ങി. എന്നാൽ അവളെ നോക്കിയപ്പോൾ തുടരാനെനിക്ക് ശക്തിയില്ലാതായി. അതുമല്ല, എന്താണ് പറയാനുള്ളത്?

"എന്നെ ആശ്വസിപ്പിക്കേണ്ട." കണ്ണുനീരോടെ അവൾ പറഞ്ഞു. "അയാളെക്കുറിച്ച് എന്നോട് സംസാരിക്കരുത്. അയാൾ വരുമെന്ന് എന്നോട് പറയല്ലേ. അയാൾ അത്ര ക്രൂരമായ രീതിയിൽ മനുഷ്യത്വ മില്ലാതെ എന്നെ കൈയൊഴിയുകയില്ല എന്ന് പറയല്ലേ. എന്തിന്? എന്തിന്? എന്റെ ആ നശിച്ച കത്തിൽ തീർച്ചയായും മോശമായ യാതൊന്നുമില്ലല്ലോ അല്ലേ?"

അവൾ തേങ്ങിക്കരഞ്ഞു. അവളെ നിരീക്ഷിക്കുമ്പോൾ എന്റെ ഹൃദയം തകരുകയായിരുന്നു.

"ഓഹ്, എന്ത് മനുഷ്യത്വമില്ലാത്ത ക്രൂരതയാണയാൾ ചെയ്തത്." അവൾ വീണ്ടും പറഞ്ഞുതുടങ്ങി. "ഒരു വാചകം, ഒറ്റ വാചകംപോലും. ചുരുങ്ങിയത് അയാൾക്കെന്നെ ആവശ്യമില്ലെന്നെങ്കിലും എഴുതാമാ യിരുന്നു. അയാൾ എന്നെ ത്യജിക്കയാണെന്ന്. എന്നാൽ മൂന്നു ദിവസ മായിട്ടും ഒറ്റ വാചകംപോലുമില്ല. ഒരു പാവം അശരണയായ പെൺ കുട്ടിയെ നിന്ദിക്കുവാനും വ്രണപ്പെടുത്തുവാനും അയാൾക്കെത്ര എളുപ്പം സാധിക്കുന്നു? അവളുടെ ഒരേ ഒരു കുറ്റം അവൾ അയാളെ സ്നേഹി ക്കുന്നു എന്നതു മാത്രമാണ്. ഈ മൂന്നു ദിവസങ്ങൾക്കുള്ളിൽ ഞാൻ എന്തുമാത്രം ക്ലേശമനുഭവിച്ചു? ഓഹ്, എന്റെ ദൈവമേ, ഓഹ് എന്റെ ദൈവമേ! ഞാൻ ഓർക്കുകയാണ്, ഞാനായിരുന്നു ആദ്യം അയാളുടെ അടുത്ത് ചെന്നത്. ഞാൻ വളരെ എളിമയോടെ കരഞ്ഞുകൊണ്ട് അയാളുടെ സ്നേഹത്തിനുവേണ്ടി യാചിച്ചു. ഒരു തുള്ളി സ്നേഹത്തിനു

വേണ്ടി! എന്തായാലും അത്... കേൾക്കുക." അവൾ എനിക്കുനേരെ തിരിഞ്ഞു. അവളുടെ കരിനീല നയനങ്ങൾ ജ്വലിച്ചു. "അതങ്ങനെ വരില്ല. അതങ്ങനെയാക്കാൻ ഇടയില്ല. അത് അസംബന്ധമാണ്. എനിക്കും നിങ്ങൾക്കും തെറ്റുപറ്റിയതാകാം. ഒരുപക്ഷേ, അയാൾക്ക് ഇനിയും എന്റെ കത്ത് കിട്ടിക്കാണില്ലായിരിക്കുമോ? ഒരുപക്ഷേ അതിനെക്കുറിച്ചയാൾ ഒന്നും അറിയില്ലായിരിക്കുമോ? എന്തുകൊണ്ടെന്നാൽ എങ്ങനെയാണ് ഒരാൾക്ക് ഇത്ര ക്രൂരമായി പെരുമാറാൻ കഴിയുക? അയാൾ എന്നോട് പെരുമാറിയതുപോലെ അത്രയും കഠോരമായി. ദൈവത്തെ ഓർത്ത് എന്നോട് പറയുക, നിങ്ങൾ വിധി കല്പിക്കുക. എനിക്കത് മനസ്സിലാ ക്കാൻ കഴിയുന്നില്ല. അതൊന്ന് വിശദീകരിച്ച് തരാമോ? ഒരക്ഷരംപോലു മില്ല. ഏറ്റവും വൃത്തികെട്ടവൻപോലും ഇതിനേക്കാളേറെ സഹാനുഭൂതി കാണിച്ചേനേ. ഒരുപക്ഷേ, അയാൾ എന്നെക്കുറിച്ച് എന്തെങ്കിലും കേട്ടി രിക്കാം. ആരെങ്കിലും എന്നെക്കുറിച്ച് എന്തെങ്കിലും കഥ പറഞ്ഞു കൊടു ത്തിരിക്കാം." അവൾ നിലവിളിച്ചു. "നിങ്ങൾ എന്ത് കരുതുന്നു?"

"ഇങ്ങോട്ടു നോക്കൂ, നസ്തെങ്കാ, നാളെ ഞാൻ അവിടെ പോയി അയാളോട് നിനക്കുവേണ്ടി സംസാരിക്കാം."

"എന്നിട്ട്?"

"ഞാൻ അയാളോട് എല്ലാറ്റിനെക്കുറിച്ചും ചോദിക്കും. ഞാനയാളോട് എല്ലാം പറയും."

"എന്നിട്ട്?"

"ഞാൻ അയാൾക്കൊരു കത്തെഴുതും. വേണ്ട എന്നു പറയരുത്, നസ്തെങ്കാ. വേണ്ട എന്ന് പറയല്ലേ. നിന്റെ അഭിപ്രായത്തെ ഞാൻ അയാളെക്കൊണ്ട് ആദരവോടെ അംഗീകരിപ്പിക്കും. അയാൾ എല്ലാം മനസ്സിലാക്കും. പിന്നെ..."

"വേണ്ട എന്റെ സുഹൃത്തേ, വേണ്ട." അവൾ ഇടയ്ക്കു കയറി പറഞ്ഞു. "ധാരാളം! ഒരക്ഷരം എന്നിൽനിന്ന് ഉണ്ടാകില്ല - ധാരാളം! എനി ക്കയാളെ അറിയില്ല. എനിക്ക് അയാളെ ഇനി സ്നേഹിക്കാൻ കഴിയില്ല. ഞാനയാളെ മറക്കും..." അവൾക്ക് തുടരാൻ കഴിഞ്ഞില്ല.

"മിണ്ടാതിരിക്കൂ. ഇപ്പോൾ സ്വയം ശാന്തയാകൂ, ഇവിടെ വന്നിരിക്കൂ, നസ്തെങ്കാ!" അവളെ ബഞ്ചിൽ പിടിച്ചിരുത്താൻ സഹായിക്കവേ ഞാൻ പറഞ്ഞു.

"എന്നാൽ, ഞാൻ ശാന്തയാണ്. വിഷമിക്കേണ്ട. അതൊന്നുമല്ല. ഇത് വെറും കണ്ണുനീരാണ്. അത് ഉണങ്ങും. ഞാൻ ജീവനൊടുക്കാൻ പോകുക യാണെന്ന് നിങ്ങൾ കരുതുന്നോ, പുഴയിൽ ചാടുമെന്ന് വിചാരിക്കുന്നോ?"

എന്റെ ഹൃദയം പിടച്ചു. എനിക്ക് സംസാരിക്കണമെന്നുണ്ടായിരുന്നു. എന്നാൽ ഒരക്ഷരം മിണ്ടാൻ കഴിഞ്ഞില്ല.

"എന്നോട് പറയൂ." അവൾ എന്റെ കരം ഗ്രഹിച്ചുകൊണ്ട് തുടർന്നു. "നിങ്ങൾ ഇതു ചെയ്യുമായിരുന്നില്ല, ഉവ്വോ? നിങ്ങളുടെ അടുത്ത് വന്ന ഒരുവളെ നിങ്ങൾ ഉപേക്ഷിക്കുമായിരുന്നില്ല, ഉവ്വോ? അവൾ ഏകയാണെന്ന് നിങ്ങൾ മനസ്സിലാക്കുമായിരുന്നില്ലേ? അവൾ കുറ്റക്കാരിയല്ല, അവൾ ഒരു തെറ്റും ചെയ്തിട്ടില്ല. ഓഹ് ദൈവമേ! ഓഹ് പ്രിയപ്പെട്ട ദൈവമേ!"

"നസ്തെങ്കാ!" എനിക്ക് വികാരങ്ങൾക്ക് കടിഞ്ഞാണിടാൻ കഴിഞ്ഞില്ല, ഞാൻ നിലവിളിച്ചു. "നസ്തെങ്കാ, നീ എന്നെ വേദനിപ്പിക്കുകയാണ്! നീ എന്റെ ഹൃദയം തകർക്കുന്നു, നീ എന്നെ കൊല്ലുകയാണ്, നസ്തെങ്കാ! എനിക്ക് നിശ്ശബ്ദനായിരിക്കാൻ കഴിയില്ല! ഞാൻ സംസാരിക്കണം, ഒടുവിൽ ഞാൻ എല്ലാം നിന്റെ മുന്നിൽ തുറന്നു കാണിക്കണം, എന്റെ ഹൃദയത്തിൽ നിറഞ്ഞൊഴുകുന്നതെല്ലാം!"

അപ്രകാരം പറഞ്ഞ് ഞാൻ ബെഞ്ചിൽ നിന്നെഴുന്നേറ്റു. അവൾ എന്റെ കൈ പിടിച്ചു. പിന്നെ അതിശയത്തോടെ എന്നെ നോക്കി.

"എന്താണത്?" ഒടുവിലവൾ ചോദിച്ചു.

"നസ്തെങ്കാ" ഞാൻ ദൃഢസ്വരത്തിൽ പറഞ്ഞു. "ഞാൻ പറയുന്നത് ശ്രദ്ധിക്കുക, നസ്തെങ്കാ! ഞാൻ നിന്നോട് പറയാൻ പോകുന്നത് ഒരു വിഡ്ഢിത്തമായിരിക്കാം. അറുവഷളൻ സ്വപ്നം, നിരർത്ഥകമായത്. അതൊരിക്കലും ഒരു യാഥാർത്ഥ്യമാകില്ലെന്ന് എനിക്കറിയാം. എന്നാൽ, ഇപ്പോൾ എനിക്ക് നിശ്ശബ്ദനായിരിക്കാനും കഴിയില്ല. അതിന്റെ പേരിൽ നിനക്ക് വിഷമം തോന്നിയാൽ, എന്നോട് ക്ഷമിക്കണമെന്ന് ഞാൻ മുൻകൂട്ടി അപേക്ഷിക്കുന്നു."

"എന്തിന് നിങ്ങളോട് ക്ഷമിക്കണം?" കണ്ണുനീർ പ്രവാഹം തടഞ്ഞ്, ജിജ്ഞാസയും ആശ്ചര്യവും തുളുമ്പുന്ന കണ്ണുകളോടെ എന്നെ മിഴിച്ചു നോക്കി. അവൾ ചോദിച്ചു, "എന്താണത്? എന്താണ് കാര്യം?"

"അതൊരു അറുവഷളൻ കാര്യമാണെന്ന് എനിക്കറിയാം. എന്നാൽ ഞാൻ നിന്നെ സ്നേഹിക്കുന്നു. നസ്തെങ്കാ! നിന്നോട് എല്ലാം ഞാൻ ഇതാ തുറന്നു പറയുന്നു. അത് ആശയറ്റ ഒരു കാര്യമാണെന്ന് പറഞ്ഞല്ലോ." ഇതിനുശേഷം നീയാണൊരു തീരുമാനമെടുക്കേണ്ടത്. എന്നോടുള്ള നിന്റെ സംഭാഷണം തുടരണമോ എന്നും ഞാൻ നിന്നോട് പറയാൻ പോകുന്നത് കേൾക്കണമോ എന്നും...."

"എന്നാൽ എന്തുകൊണ്ടില്ല?" നസ്തെങ്കാ എന്നെ തടഞ്ഞുകൊണ്ട് പറഞ്ഞു, "തീർച്ചയായും നിങ്ങളെന്നിൽ താല്പര്യമെടുത്തിരുന്നു എന്നെനിക്കറിയാം. എന്നാൽ, നിങ്ങളുടെ സ്നേഹം വ്യത്യസ്ത രീതിയിലുള്ളതാണെന്നാണ് ഞാൻ സങ്കല്പിച്ചിരുന്നത്. ആ വിധത്തിലുള്ള തല്ല. ഓഹ് ഡിയർ, ഓഹ് ഡിയർ!"

"ആദ്യം അതപ്രകാരം തന്നെ ആയിരുന്നു. നസ്തെങ്കാ, എന്നാൽ ഇപ്പോൾ... ഇപ്പോൾ, എന്റെ മനസ്സിലെ വികാരം, നീ തുന്നിക്കെട്ടുമായി

അയാളുടെ അടുത്തേക്ക് പോയപ്പോൾ, നിനക്കുണ്ടായ വികാരം തന്നെ യാണ്. അതിനേക്കാൾ മോശം, നസ്‌തെങ്കാ."

"നിങ്ങൾ എന്താണ് എന്നോട് ഈ പറയുന്നത്? നിങ്ങളെ എനിക്ക് മനസ്സിലാകുന്നതേയില്ല. എന്നാൽ, കേൾക്കുക, എന്തിനു വേണ്ടിയാണിത്. എന്നാൽ, എന്തിന് നിങ്ങൾ... ഇത്ര പെട്ടെന്ന്... ദൈവമേ! ഞാൻ എന്ത സംബന്ധമാണ് പറയുന്നത്! എന്നാൽ, നിങ്ങൾ..."

നസ്‌തെങ്കാ, വല്ലാത്ത ആശയക്കുഴപ്പത്തിലായി. അവളുടെ കവിളു കൾ ചുകന്ന് തുടുത്തു. അവൾ നോട്ടം പിൻവലിച്ചു.

"എന്നാൽ, ഞാൻ എന്ത് ചെയ്യും, നസ്‌തെങ്കാ. ഞാനെന്ത് ചെയ്യും? തെറ്റ് എന്റേതാണ്. ഞാൻ ചീത്ത രീതിയിൽ പ്രയോജനപ്പെടുത്തി... എന്നാൽ, അല്ല നസ്‌തെങ്കാ, എനിക്കത് അനുഭവപ്പെടുന്നു. എനിക്കത് കേൾക്കാൻ കഴിയുന്നു. കാരണം, ഞാൻ ചെയ്തത് ശരിയാണെന്ന് ഹൃദയം പറയുന്നു, എനിക്ക് ഒരിക്കലും നിന്നെ വേദനിപ്പിക്കാനോ, നിന്ദി ക്കാനോ കഴിയില്ല! ഞാൻ നിന്റെ സ്നേഹിതനായിരുന്നു. ശരി, ഞാൻ ഇപ്പോഴും നിന്റെ സ്നേഹിതനാണ്. ഞാൻ ഒരു വിശ്വാസവഞ്ചനയും ചെയ്തിട്ടില്ല. എന്റെ കവിളുകളിലൂടെ പ്രവഹിക്കുന്ന കണ്ണുനീർ നോക്കൂ, നസ്‌തെങ്കാ? അത് പ്രവഹിക്കട്ടെ. അതൊരു കുഴപ്പവും ചെയ്യില്ല. അത് ഉണങ്ങിക്കോളും നസ്‌തെങ്കാ."

"ഓഹ്, ഇരിക്കൂ, ഇരിക്കൂ." എന്നെ അവൾ പിടിച്ചുവലിച്ച് അടുത്തി രുത്തി. "ഓഹ് ഡിയർ, ഓഹ് ഡിയർ!"

"ഇല്ല, നസ്‌തെങ്കാ, ഞാൻ ഇരിക്കുന്നില്ല. എനിക്കിവിടെ ഇനി നില്ക്കാ നാവില്ല. നീ എന്നെ ഇനി കാണാൻ പാടില്ല. ഞാൻ നിന്നോട് എല്ലാം പറഞ്ഞ് പോകും. നീ എന്റെ സ്നേഹം ഒരിക്കലും മനസ്സിലാക്കിയിരു ന്നില്ലെങ്കിൽ എന്ന് പറയാൻ മാത്രം ഞാൻ ആഗ്രഹിക്കുന്നു. ഞാൻ രഹസ്യമായത് വെക്കേണ്ടതായിരുന്നു. ഇതുപോലൊരു അവസരത്തിൽ സ്വാർത്ഥ താല്പര്യത്തിനുവേണ്ടി നിന്നെ ഒരിക്കലും വേദനിപ്പിക്കരു തായിരുന്നു. എന്നാൽ, അത് എന്റെ സഹനശക്തിക്കപ്പുറമായിരുന്നു. നീയാണത് സംസാരിക്കാൻ തുടങ്ങിയത്. നിന്റെ കുറ്റമാണത് - എല്ലാ റ്റിനും ഉത്തരവാദി നീയാണ്. ഞാനല്ല. നിനക്കെന്നെ നിന്നിൽനിന്നും ഓടിക്കാൻ കഴിയില്ല..."

"ഇല്ല, ഞാൻ നിങ്ങളെ എന്നിൽനിന്നും ഓടിക്കുകയില്ല. ഇല്ല." അവളുടെ ആശയക്കുഴപ്പം പരമാവധി ഒളിപ്പിക്കാൻ ശ്രമിച്ചുകൊണ്ട് നസ്‌തെങ്ക പറഞ്ഞു, പാവം. "നീ എന്നെ ഓടിപ്പിക്കില്ല? ഇല്ല? ഞാൻ നിന്നിൽ നിന്ന് സ്വയം ഓടിപ്പോകുകയായിരുന്നു. ഞാൻ പോകും. എന്നാൽ ഞാൻ പോകുന്നതിനുമുമ്പ് എല്ലാം നിന്നോട് പറയും. എന്തുകൊണ്ടെ ന്നാൽ, തൊട്ടുമുമ്പ് നീ എന്നോട് സംസാരിക്കുമ്പോൾ എന്നെത്തന്നെ നിയന്ത്രിക്കാൻ കഴിഞ്ഞില്ല. നിന്റെ സ്നേഹം അപമാനിക്കപ്പെട്ടെന്നും

നീ ഉപേക്ഷിക്കപ്പെട്ടെന്നും ഉള്ള ചിന്തയിൽ നീ കരയുകയും വേദനിക്കുകയും ചെയ്തപ്പോൾ, നിനക്കുവേണ്ടി എന്റെ ഹൃദയത്തിൽ എന്തുമാത്രം സ്നേഹമുണ്ടെന്ന് ഞാൻ അറിഞ്ഞു, നസ്തെങ്കാ. എന്തുമാത്രം സ്നേഹമുണ്ടെന്ന്. അത് കഠിനമായി എന്നെ ദുഃഖിപ്പിച്ചു, എന്റെ ഈ സ്നേഹംകൊണ്ട് എനിക്ക് നിന്നെ സഹായിക്കാൻ കഴിയില്ലല്ലോ... അതെന്റെ ഹൃദയം തകർത്തു, എനിക്ക് നിശ്ശബ്ദത പാലിക്കാൻ കഴിഞ്ഞില്ല. എനിക്ക് സംസാരിക്കണം, നസ്തെങ്കാ, എനിക്ക് സംസാരിക്കണം."

"ശരി, സംസാരിക്കൂ. ഇതുപോലെ എന്നോട് സംസാരിക്കൂ!"

നിർവചിക്കാനാകാത്ത വികാരത്തോടെ നസ്തെങ്കാ പറഞ്ഞു.

"ഞാനിങ്ങനെ പറയുന്നത് നിങ്ങൾക്ക് വിചിത്രമായി തോന്നിയേക്കാം... എന്നാൽ, സംസാരിക്കൂ, സംസാരിക്കൂ! ഞാൻ നിങ്ങളോട് പിന്നീട് പറയാം. ഞാൻ നിങ്ങളോട് എല്ലാം പറയാം!"

"നീ എനിക്കുവേണ്ടി ദുഃഖിക്കുന്നു, നസ്തെങ്കാ. നീ വേദനിക്കുന്നു. എന്റെ പ്രിയ സുഹൃത്തേ, ശരി, നടന്നത് നടന്നു. പറഞ്ഞുകഴിഞ്ഞ് നിനക്ക് തിരിച്ചെടുക്കാൻ കഴിയില്ലല്ലോ. അതങ്ങനെയല്ലേ? നിനക്കിപ്പോൾ എല്ലാം അറിയാം. അതുകൊണ്ട്, ഇത് തുടക്കമായെടുക്കാം വളരെ നല്ലത്. എല്ലാം ഉജ്ജ്വലമാണിപ്പോൾ. ഞാൻ പറയുന്നത് കേൾക്കുക. നീ അവിടെ ഇരുന്ന് കരയുന്നത് കണ്ടപ്പോൾ ഞാൻ ചിന്തിച്ചു. ഞാൻ കരുതി നീ... നീ ഇനി അയാളെ സ്നേഹിക്കില്ലെന്ന്. പിന്നെ, മിനിഞ്ഞാന്ന് രാത്രിയും ഇന്നലെ രാത്രിയും ചിന്തിക്കുകയായിരുന്നു, നസ്തെങ്കാ... നിന്നെക്കൊണ്ട് എന്നെ പ്രേമിപ്പിക്കുവാൻ തീർച്ചയായും എന്തെങ്കിലും ചെയ്യണമെന്ന് നീ എന്നോട് പറഞ്ഞല്ലോ. നീ സ്വയം എന്നോട് പറഞ്ഞല്ലോ, നസ്തെങ്കാ. നീ എന്നെ മിക്കവാറും പ്രേമിക്കാൻ തുടങ്ങിയെന്ന്. ശരി. അപ്പോൾ എന്താണ് ഞാൻ പറയാൻ പോയിരുന്നത്? ഓഹ്, ശരി, ഞാനത് എല്ലാം പറഞ്ഞെന്നു തോന്നുന്നു. ഇപ്പോൾ എനിക്ക് പറയാനുള്ളത് നീ എന്നെ സ്നേഹിച്ചിരുന്നെങ്കിൽ എന്ത് സംഭവിക്കുമായിരുന്നു. അത്രമാത്രം. മറ്റൊന്നുമില്ല. അപ്പോൾ ശ്രദ്ധിക്കുക. എന്റെ പ്രിയ സ്നേഹിതേ, തീർച്ചയായും ഞാനൊരു സാധാരണ മനുഷ്യനാണ്. ഞാൻ ദരിദ്രനും നിസ്സാരമായൊരു വ്യക്തിയാണ്. എന്നാൽ അതല്ല കാര്യം. ഞാൻ നിന്നെ അത്രമാത്രം സ്നേഹിക്കും. ആ സ്നേഹം നിനക്കൊരു ഭാരമായി ഒരിക്കലും തോന്നാത്ത വിധത്തിൽ, എനിക്കറിയാത്ത മറ്റേ മനുഷ്യനെ നീ സ്നേഹപൂർവം പരിലാളിച്ചാലും. നീ എന്നും ബോധവതി ആയിരിക്കേണ്ട ഒരു കാര്യം നിന്റെ അടുത്ത് സദാസമയം പിടയ്ക്കുന്ന ഒരു ഹൃദയം, കൃതജ്ഞതയോടെ ജ്വലിക്കുന്ന ഒരു ഹൃദയം തയ്യാറായി ഇരിക്കുന്നുണ്ടെന്നതാണ്... ഓ, നസ്തെങ്കാ! നസ്തെങ്കാ! നീ എന്താണെന്നോട് ചെയ്തത്."

"ദയവായി കരയല്ലേ, നിങ്ങൾ കരയുന്നത് എനിക്കിഷ്ടമല്ല."

ബെഞ്ചിൽനിന്ന് പെട്ടെന്നെഴുന്നേറ്റ് നസ്തെങ്കാ പറഞ്ഞു.

"വരൂ, എഴുന്നേല്‍ക്കൂ, എന്നോടൊപ്പം വരൂ, ഇപ്പോള്‍ കരയരുത്, കരയല്ലേ." അവള്‍ സ്വന്തം തൂവാലകൊണ്ട് എന്റെ കണ്ണുനീര്‍ തുടച്ചു. "ശരി, എന്നോടൊപ്പം വരൂ, എനിക്ക് നിങ്ങളോട് ചില കാര്യങ്ങള്‍ പറയാനുണ്ട്. എന്തായാലും അയാള്‍ ഇപ്പോള്‍ എന്നെ ഉപേക്ഷിച്ചു, അയാള്‍ എന്നെ മറന്നു. ഞാനിപ്പോഴും അയാളെ സ്നേഹിക്കുന്നുണ്ടെങ്കിലും ഞാന്‍ നിങ്ങളെ വഞ്ചിക്കാനാഗ്രഹിക്കുന്നില്ല... എന്നാല്‍, എന്നോട് പറയൂ, എനിക്ക് മറുപടി തരൂ. ഉദാഹരണത്തിന്, ഞാന്‍ നിങ്ങളെ പ്രേമിക്കാനിടയായാല്‍, അതായത്... ഓഹ് എന്റെ ആത്മാര്‍ത്ഥ സുഹൃത്തേ! ഞാന്‍ ഓര്‍ക്കുന്നു. എന്നോട് നിങ്ങള്‍ പ്രേമത്തിലകപ്പെടാതിരുന്നതിനെ ഞാന്‍ പ്രശംസിച്ചത്. നിങ്ങളുടെ പ്രേമത്തെ ഞാന്‍ പരിഹസിച്ചത്. ഞാനിതെന്തു കൊണ്ട് മുന്‍കൂട്ടി കണ്ടില്ല. എന്തൊരു വിഡ്ഢിയാണ് ഞാന്‍. എന്നാല്‍... ഞാന്‍ തീരുമാനിച്ചു. ഞാന്‍ നിങ്ങളോടെല്ലാം പറയും."

"കാത്തിരിക്കുക, നസ്തെങ്കാ, നിന്നെ ശാന്തയായി ഇവിടെ വിട്ട് പോകുന്നതാണ് നല്ലതെന്ന് ഞാന്‍ വിചാരിക്കുന്നു. ഞാന്‍ നിന്നെ വ്രണപ്പെടുത്തുക മാത്രമാണിപ്പോള്‍ ചെയ്യുന്നത്. നീ എന്നെ പരിഹസിച്ച തോര്‍ത്ത് നിന്റെ മനസ്സാക്ഷി നിന്നെ പീഡിപ്പിക്കാന്‍ തുടങ്ങിയിരിക്കുന്നു. ഞാനത് ആഗ്രഹിക്കുന്നില്ല. ഇല്ല, ഞാനത് ആഗ്രഹിക്കുന്നില്ല. നിനക്ക് അല്ലെങ്കില്‍ത്തന്നെ, നിന്റേതായ ദുഃഖങ്ങള്‍ ഉണ്ട്... അത് തീര്‍ച്ചയായും എന്റെ കുറ്റമാണ്, നസ്തെങ്കാ. ഗുഡ്ബൈ!"

"നിര്‍ത്തൂ. ഞാന്‍ പറയുന്നത് കേള്‍ക്കൂ. നിങ്ങള്‍ക്ക് കാത്തിരിക്കുവാന്‍ കഴിയുമോ?"

"കാത്തിരിക്കുക - എന്തിനുവേണ്ടി?"

"ഞാന്‍ അയാളെ സ്നേഹിക്കുന്നു. എന്നാല്‍, അത് കടന്നുപോകും. അത് കടന്നുപോകണം. കടന്നുപോകാതിരിക്കാനാവില്ല. അത് കടന്നു പോയിക്കൊണ്ടിരിക്കയാണ്. എനിക്കത് അനുഭവപ്പെടുന്നു... ആര്‍ക്കറിയാം, ഒരുപക്ഷേ, അത് ഇന്നു രാത്രിതന്നെ സംഭവിച്ചേക്കും. കാരണം, ഞാനയാളെ വെറുക്കുന്നു. എന്നെ അയാള്‍ അവഹേളിച്ചു. ആ സ്ഥാനത്ത് നിങ്ങള്‍ എന്നോടൊപ്പം കരഞ്ഞു. നിങ്ങള്‍ എന്നെ സ്നേഹിക്കുന്നു. അതു കൊണ്ടാണ് അയാളെപ്പോലെ നിങ്ങള്‍ എന്നെ ത്യജിക്കാതിരുന്നത്. അയാള്‍ എന്നെ ഒരിക്കലും സ്നേഹിച്ചിട്ടില്ല. ഞാന്‍ നിങ്ങളേയും സ്നേഹിക്കുന്നു... അതേ! നിങ്ങള്‍ എന്നെ സ്നേഹിക്കുന്നതുപോലെ ഞാന്‍ നിങ്ങളേയും സ്നേഹിക്കുന്നു. ഞാന്‍ മുമ്പത് നിങ്ങളോട് പറഞ്ഞിട്ടുണ്ട്. നിങ്ങള്‍ക്കറിയാമല്ലോ - നിങ്ങള്‍ അയാളേക്കാള്‍ കൂടുതല്‍ നല്ലവനായതിനാല്‍ ഞാന്‍ നിങ്ങളെ സ്നേഹിക്കുന്നു. നിങ്ങള്‍ കൂടുതല്‍ ആദരണീയനാണ്, എന്തുകൊണ്ടെന്നാല്‍, നിങ്ങള്‍..."

പാവം നസ്തെങ്കാ, അത്രയധികം വികാരഭരിതയായതിനാല്‍ അവള്‍ക്ക് തുടരാനായില്ല. അവള്‍ എന്റെ തോളില്‍ തല ചായ്ച്ചു. പിന്നെ നെഞ്ചില്‍ തലവെച്ച് ആശ്വസിപ്പിക്കാനാവാത്തവിധം കരഞ്ഞു. ഞാനവളെ

സമാധാനിപ്പിക്കാൻ ശ്രമിച്ചു. സാന്ത്വനിപ്പിക്കാൻ നോക്കി. എന്നാൽ, കണ്ണുനീർ തടയാൻ കഴിഞ്ഞില്ല. അവൾ എന്റെ കൈ അമർത്തിപ്പിടിച്ച് തേങ്ങിക്കൊണ്ട് ആവർത്തിച്ചു. "ഒരു നിമിഷം, ഒരു നിമിഷം ഞാനിപ്പോൾ നിർത്താം! ഞാൻ നിങ്ങളോട് പറയുവാനാഗ്രഹിക്കുന്നു... ഈ കണ്ണുനീർ എന്തെങ്കിലും ഉദ്ദേശിച്ചിട്ടുള്ളതാണെന്ന് കരുതരുത്. ദൗർബല്യത്തിൽ നിന്നുയർന്ന കരച്ചിലാണത്, ഒരു നിമിഷംകൊണ്ടത് മാറും." ഒടുവിൽ അവളുടെ തേങ്ങൽ നിലച്ചു. കണ്ണുനീർ തുടച്ചു. ഞങ്ങൾ നടന്നു. ഞാൻ സംസാരിക്കാൻ തുടങ്ങിയതാണ്. എന്നാൽ, എന്നോട് കാത്തിരിക്കാനവൾ യാചിച്ചു. ഇരുവരും നിശ്ശബ്ദത പാലിച്ചു. ഒടുവിലവൾ പറഞ്ഞുതുടങ്ങി.

"അപ്പോൾ, ഞാൻ എന്റെ സ്നേഹത്തിൽ അത്രയ്ക്ക് ചപലയും സ്ഥിരതയില്ലാത്തവളുമാണെന്ന് ദയവായി കരുതരുത്."

ദുർബലമായ ഇടറിയ സ്വരത്തോടെ അവൾ പറഞ്ഞു. എന്നാൽ, അതെന്റെ ഹൃദയത്തിലേക്ക് നേരെ തുളച്ചുകയറി. അതെന്നിൽ മധുര മായൊരു വേദന ഉളവാക്കി.

"അത്ര എളുപ്പത്തിൽ, പെട്ടെന്ന് മറക്കാനോ വഞ്ചിക്കാനോ കഴിവു ള്ളവളാണ് ഞാനെന്ന് ദയവായി കരുതരുത്... ഒരു വർഷം മുഴുവൻ ഞാനയാളെ സ്നേഹിച്ചു. ദൈവത്തിന്റെ പേരിൽ ഞാൻ ശപഥം ചെയ്യുന്നു. എന്റെ ചിന്തകളിൽപോലും ഞാൻ ആത്മാർത്ഥത ഇല്ലാത്ത വളായിരുന്നിട്ടില്ല. എന്റെ വിശ്വസ്തതയെ അയാൾ അവഹേളിച്ചു. അയാൾ എന്നെ പരിഹസിച്ചു. അയാൾ അങ്ങനെ ചെയ്തോട്ടെ. എന്നാൽ, അയാളെന്നെ വ്രണപ്പെടുത്തി. എന്റെ പ്രേമത്തെ നിന്ദിച്ചു. ഞാൻ... ഞാൻ അയാളെ സ്നേഹിക്കുന്നില്ല. കാരണം, മഹാമനസ്കരും ധാരണയുള്ള വരും അന്തസ്സുള്ളവരുമായവരെ മാത്രമേ എനിക്ക് സ്നേഹിക്കാൻ കഴിയൂ. അയാൾ എനിക്ക് അനുയോജ്യനല്ല. ശരി, അയാൾ എന്തെങ്കിലുമാകട്ടെ! അയാൾ അങ്ങനെ പ്രവർത്തിച്ചത് നന്നായി. പിന്നീടാണയാൾ എന്നെ നിരാശപ്പെടുത്തിയിരുന്നതെങ്കിൽ സ്ഥിതി കൂടുതൽ മോശമായേനേ. ഇപ്പോൾ അതെല്ലാം അവസാനിച്ചു. എന്നാൽ, ആർക്കറിയാം എന്റെ സുഹൃത്തേ?" അവൾ സ്വന്തം വിരലുകൾ എന്റേതുമായി കോർത്തുപിടിച്ച് തുടർന്നു. "ഒരുപക്ഷേ, എന്റെ ഈ പ്രേമം ഒരു മരീചികയായിരിക്കാം. സാങ്കല്പികമായ ഒരു ലീലാവിലാസം. ഒരുപക്ഷേ, അയാളെ ആയിരു ന്നില്ല ഞാൻ പ്രേമിക്കേണ്ടിയിരുന്നത്. എന്നോട് അനുകമ്പയുള്ള മറ്റൊ രാളെ ആയിരുന്നു... പിന്നെ... വേണ്ട, നമ്മൾക്കത് വിടാം. അക്കാര്യം വിടാം."

നസ്തെങ്കാ പെട്ടെന്ന് നിർത്തി, വികാരാവേശം കൊണ്ടവൾക്ക് വീർപ്പു മുട്ടി. "ഒരു കാര്യം മാത്രം ഞാൻ നിങ്ങളോട് പറയാനാഗ്രഹിക്കുന്നു. ഞാൻ അയാളെ സ്നേഹിക്കുന്നുണ്ടെങ്കിലും ഒരിക്കൽ കൂടി പറഞ്ഞാൽ... നിങ്ങളുടെ സ്നേഹം അത്രയ്ക്ക് ഉൽകൃഷ്ടമാണെങ്കിൽ, അതിന് മറ്റതിനെ എന്റെ ഹൃദയത്തിൽനിന്നും നിഷ്കാസനം ചെയ്യാൻ കഴിയും...

നിങ്ങൾക്കെന്നോട് സഹാനുഭൂതിയുണ്ടെങ്കിൽ, എന്നെ ഒറ്റയ്ക്ക് തീരാ ദുഃഖത്തിലേക്ക്, നിരാശയിലേക്ക്, തള്ളിവിടാനാഗ്രഹിക്കുന്നില്ലെങ്കിൽ, എന്നെ ഇപ്പോഴത്തേതുപോലെ എന്നുമെന്നും സ്നേഹിക്കാനാഗ്രഹിക്കു ന്നുണ്ടെങ്കിൽ, ഞാൻ ശപഥം ചെയ്യുന്നു എന്റെ സ്നേഹത്തിന് നിങ്ങൾ അർഹനാണെന്ന്. അപ്പോൾ, നിങ്ങൾ എന്റെ കരം സ്വീകരിക്കുമോ?"

"നസ്തെങ്കാ!" ഞാൻ കരഞ്ഞു. എന്റെ തേങ്ങൽ എന്നെ ശ്വാസം മുട്ടിച്ചു. "നസ്തെങ്കാ! ഓ, നസ്തെങ്കാ!"

"ധാരാളം, ധാരാളം! അത് ധാരാളം, തികച്ചും." അവൾ ബുദ്ധിമുട്ടി പറഞ്ഞു. "എല്ലാം ഇപ്പോൾ പറഞ്ഞുകഴിഞ്ഞു, ഇല്ലേ? നിങ്ങൾ ഇപ്പോൾ സന്തോഷവാനാണ്. ഞാനും അപ്രകാരം തന്നെ. ഇനി അതിനെക്കുറിച്ച് ഒന്നും പറയേണ്ട, എന്നോട് ദയ കാണിക്കുക. മറ്റെന്തെങ്കിലും സംസാ രിക്കൂ, ദൈവത്തെ ഓർത്ത്!"

"അതേ, നസ്തെങ്കാ, തീർച്ചയായും! ഇത് ധാരാളം, ഞാൻ ഇപ്പോൾ സന്തുഷ്ടനാണ്, ഞാൻ... അതേ, നമ്മൾക്ക് മറ്റെന്തെങ്കിലും സംസാ രിക്കാം. നസ്തെങ്കാ. മറ്റേതെങ്കിലും സംഭാഷണവിഷയം പെട്ടെന്ന് നമ്മൾക്ക് കണ്ടെത്താം. അതേ! ഞാൻ തയ്യാറാണ്..."

സംസാരിക്കാനൊരു വിഷയവും ഞങ്ങൾക്ക് കണ്ടെത്താൻ കഴി ഞ്ഞില്ല. ഞങ്ങൾ ചിരിച്ചു, ഞങ്ങൾ കരഞ്ഞു, പരസ്പരം ബന്ധമില്ലാത്ത ഒരായിരം വിഡ്ഢിത്തങ്ങൾ പുലമ്പി. പുഴയോരത്ത് ഞങ്ങൾ അലഞ്ഞു നടന്നു. പെട്ടെന്ന് തിരിച്ചുനടന്നു. റോഡും റെയിലും കുറുകെ കടന്നു. ഞങ്ങൾ രണ്ടു കുട്ടികളെപ്പോലെ ആയിരുന്നു.

"ഞാനിപ്പോൾ ഒറ്റയ്ക്കാണ് ജീവിക്കുന്നത്. എന്നാൽ, നാളെ..." ഞാൻ പറഞ്ഞുതുടങ്ങി. "ഞാനൊരു ദരിദ്രനാണെന്ന് നിനക്കറിയാമോ, നസ്തെങ്കാ, എനിക്കാകെയുള്ള വരുമാനം പ്രതിവർഷം ആയിരത്തി ഇരുന്നൂറ് റൂബിൾ ആണ്. അത് സാരമില്ല..."

"തീർച്ചയായും അത് സാരമില്ല. പിന്നെ അമ്മൂമ്മയ്ക്ക് അവരുടേതായ പെൻഷൻ ഉണ്ട്. അവർ നമ്മൾക്കൊരു ഭാരമാവില്ല. നമ്മൾ അമ്മൂമ്മയെ കൂട്ടണം."

"തീർച്ചയായും അമ്മൂമ്മയെ കൂട്ടണം... എന്നാൽ, മാട്രിയോണയുണ്ട്."

"ഓഹ്, അതേ. നമ്മുടെ ഫിയോൾക്കായുമുണ്ട്!"

"മാട്രിയോണ ഒരു ശുദ്ധാത്മാവാണ്. അവളുടെ ഒരേയൊരു ദോഷം ചിന്താശക്തി ഇല്ലെന്നതാണ്, നസ്തെങ്കാ. ഒട്ടും ചിന്താശക്തിയില്ല. എന്നാൽ, അത് സാരമില്ല."

"സാരമില്ല, അവർ ഇരുവർക്കും ഒന്നിച്ച് താമസിക്കാൻ കഴിയും. എന്നാൽ, നിങ്ങൾ നാളെത്തന്നെ ഞങ്ങളുടെ വീട്ടിലേക്ക് താമസം മാറ്റണം.

"നീ എന്താണുദ്ദേശിക്കുന്നത്? നിങ്ങളുടെ വീട്ടിലേക്കോ? വളരെ നല്ലത്, എനിക്ക് സമ്മതമാണ്."

"ശരി, നിങ്ങൾ ഞങ്ങളോടൊപ്പം താമസിക്കും. ഞങ്ങൾക്കൊരു മച്ച് ഉണ്ട്. അതിപ്പോൾ ഒഴിഞ്ഞുകിടക്കുകയാണ്. ഞങ്ങളുടെ വീട്ടിൽ ഒരു വൃദ്ധയായ മഹതി താമസിച്ചിരുന്നു. എന്നാൽ, അവർ പോയി. അമ്മൂമ്മാ ആ മുറി ഒരു യുവാവിന് വാടകയ്ക്ക് കൊടുക്കാനാഗ്രഹിക്കുന്നു. ഞാൻ ചോദിച്ചു, "എന്തുകൊണ്ടൊരു യുവാവ്?" അമ്മൂമ്മ മറുപടി നല്കി. 'വെറുതെ, എന്നാൽ, നിനക്ക് ഊഹിക്കാനാകുന്നില്ലേ, നിനക്കൊരു ജോടിയെ കണ്ടെത്തുവാൻ ശ്രമിക്കുകയാണ് ഞാൻ, നസ്തെങ്കാ!' എനിക്കുടനെ കാര്യം പിടികിട്ടി."

"ആഹ് നസ്തെങ്കാ!"

പിന്നെ ഞങ്ങൾ ഇരുവരും ചിരിക്കാൻ തുടങ്ങി.

"നിർത്തൂ, നിർത്തൂ! നിങ്ങൾ എവിടെയാണ് താമസിക്കുന്നത്?"

"ഞാൻ നിങ്ങളോട് ചോദിക്കാൻ മറന്നുപോയി."

"അതാ അവിടെ, പാലത്തിന്നടുത്ത്, ബാരന്നിക്കോവിന്റെ വീട്ടിൽ."

"അത് വളരെ വലിയ ഒരു വീടല്ലേ?"

"അതേ, വളരെ വലിയൊരു വീട്."

"ഓഹ്, എനിക്കറിയാം അതൊരു നല്ല വീടാണ്. എന്നാൽ, അത് ഉപേക്ഷിച്ച് നിങ്ങൾ കഴിയാവുന്നത്ര വേഗം ഞങ്ങളുടെ സ്ഥലത്തേക്ക് മാറ്റുക."

"രാവിലെ ആയാലുടനെ, നസ്തെങ്കാ, നാളെത്തന്നെ. എനിക്ക് കുറച്ച് വാടക ബാക്കിയുണ്ട്. എന്നാൽ, അത് സാരമില്ല. എന്റെ ശമ്പളദിവസം അടുത്തിരിക്കയാണ്."

"നിങ്ങൾക്കറിയാമോ, എനിക്ക് ട്യൂഷൻ കൊടുക്കാനാകും. അതായത്, ഞാൻ ആദ്യം പഠിക്കും, പിന്നെ പഠിപ്പിക്കും."

"എന്ത്! അതിവിശിഷ്ടം... എനിക്കെന്റെ ഗ്രാറ്റുവിറ്റി വേഗം കിട്ടും നസ്തെങ്കാ."

"അപ്പോൾ നിങ്ങൾ നാളെ എന്റെ വാടകക്കാരനാകും."

"അതേ, പിന്നെ, നമ്മൾ 'ബാർബർ ഓഫ് സെവില്ലാ'യ്ക്ക് പോകും. അത് ഉടനെ വീണ്ടും വരും."

"അതേ, നമ്മൾക്ക് പോകാം." നസ്തെങ്കാ പുഞ്ചിരിയോടെ പറഞ്ഞു. "എന്നാൽ, അത് വേണ്ട. ബാർബറിന് പകരം മറ്റേതെങ്കിലും കാണുന്നതാണ് ഭേദം."

ഈ രീതിയിലുള്ള സംസാരത്തിൽ മുഴുകി ലഹരി പിടിച്ചവരെപ്പോലെ ഞങ്ങൾ അലഞ്ഞുനടന്നു. ഞങ്ങൾക്കെന്താണ് സംഭവിക്കുന്നതെന്ന് അറിഞ്ഞില്ല. ഏതെങ്കിലും ഒരു സ്ഥലത്ത്, കുറെ നേരം സംസാരിച്ച്

നില്ക്കും. പിന്നെ വീണ്ടും നടത്തം തുടരും, ദൈവത്തിനറിയാം എവിടേക്കാണെന്ന്. ഞങ്ങൾ വീണ്ടും പൊട്ടിച്ചിരിക്കും. അല്ലെങ്കിൽ, പെട്ടെന്ന് നസ്തെങ്കാ വീട്ടിലേക്ക് പോകണമെന്നാവശ്യപ്പെടും. ഞാനവളെ പിടിച്ചു നിർത്താൻ ധൈര്യപ്പെടില്ല. അവളെ വാതിൽപ്പടിവരെ കൊണ്ടുചെന്നാക്കുവാൻ ആഗ്രഹിക്കും. ഞങ്ങൾ പോകും. അപ്പോൾ അതിശയകരമെന്നു പറയട്ടെ, കാൽ മണിക്കൂറിനുശേഷം ഞങ്ങൾ വീണ്ടും പുഴയോരത്തെത്തിയതായി കാണപ്പെടുന്നു. ഞങ്ങളുടെ ബെഞ്ചിൽ ഇരിക്കുകയാണ്. പെട്ടെന്നവളിൽനിന്നൊരു ദീർഘശ്വാസം ഉയരും. വീണ്ടും കണ്ണുകൾ നിറയും. എന്റെ രക്തം തണുത്ത് മരവിക്കും. എന്നാൽ, അടുത്ത നിമിഷം അവളെന്റെ കൈ പിടിച്ചമർത്തും. എന്നെ അവളുടെ അടുത്തേക്ക് വലിച്ചടുപ്പിക്കും. വീണ്ടും സംസാരിച്ചുകൊണ്ട് നടക്കും.

"ഇപ്പോൾ സമയമായി, എനിക്ക് ശരിക്കും വീട്ടിൽ പോകേണ്ട സമയമായി. ഞാൻ വല്ലാതെ വൈകി." ഒടുവിൽ നസ്തെങ്കാ പറഞ്ഞു. "നമ്മൾ കുറെ നേരമായി കുട്ടികളെപ്പോലെ പെരുമാറുന്നു."

"ശരിയാണ്, നസ്തെങ്കാ. എന്നാൽ, എനിക്കിപ്പോൾ ഒരിക്കലും ഉറക്കം വരില്ല. ഞാൻ വീട്ടിലേക്ക് പോകുകയേയില്ല."

"എനിക്കും ഉറങ്ങാൻ കഴിയുമെന്ന് തോന്നുന്നില്ല. എന്നാൽ, എന്നെ വീട്ടിലേക്ക് കൊണ്ടുപോകൂ."

"തീർച്ചയായും!"

"ഇപ്രാവശ്യം നമ്മൾ സത്യമായും വീട്ടിലേക്ക് പോകണം."

"തീർച്ചയായും നമ്മൾ പോകും."

"ശപഥം? എന്തുകൊണ്ടെന്നാൽ, എനിക്ക് എപ്പോഴെങ്കിലും വീട്ടിൽ പോകണമല്ലോ."

"ഞാൻ ശപഥം ചെയ്യുന്നു." ഞാൻ ചിരിച്ചുകൊണ്ട് മറുപടി നല്കി.

"ശരി, വരൂ."

"നമ്മൾക്ക് പോകാം."

"ആകാശത്തേക്കൊന്ന് നോക്കൂ നസ്തെങ്കാ. നോക്കൂ, നാളെ അതിശയകരമായൊരു ദിവസമായിരിക്കും. ചന്ദ്രനെ ഒന്നു നോക്കൂ. ആകാശം എത്ര നീലയാണ്! നോക്കൂ – ആ മഞ്ഞമേഘം ചന്ദ്രനുമീതെ നുഴഞ്ഞു കയറുന്നു. നോക്കൂ, നോക്കൂ! എന്നാൽ ഇല്ല. അത് നീങ്ങിപ്പോയി. ഇപ്പോൾ നോക്കൂ, നോക്കൂ!"

എന്നാൽ നസ്തെങ്കാ മേഘത്തിലേക്ക് നോക്കിയിരുന്നില്ല. അവൾ ആ സ്ഥലത്ത് വേരൂന്നിയതുപോലെ നിശ്ചലയായി നിന്നു. ഒന്നും മിണ്ടാതെ. അവൾ പേടിയോടെ എന്നെ ചാരുന്നതുപോലെ എനിക്കു തോന്നി. എന്നെ പിടിച്ചിരുന്ന അവളുടെ കൈ വിറയ്ക്കുന്നതായി അനുഭവപ്പെട്ടു. ഞാനവളെ നോക്കി. അവളെന്റെ കൈയിൽ കൂടുതൽ ശക്തിയോടെ ചാരി.

ഒരു യുവാവ് ഞങ്ങളെ കടന്നുപോയി. അയാൾ പെട്ടെന്ന് നിന്നു. ഞങ്ങളെ ഒളിഞ്ഞുനോക്കി. എന്റെ മനസ്സിടിഞ്ഞു.

"നസ്തെങ്കാ." ഞാൻ മെല്ലെ ചോദിച്ചു. "ആരാണത്, നസ്തെങ്കാ?"

"അതയാളാണ്." എന്നോട് കൂടുതൽ ചേർന്നുനിന്ന് അവൾ മന്ത്രിച്ചു. അവൾ കിടുകിടാ വിറയ്ക്കുന്നുണ്ടായിരുന്നു. എന്റെ കാൽമുട്ടുകൾ കുഴഞ്ഞു.

"നസ്തെങ്കാ! നസ്തെങ്കാ! അത് നീയാണോ!" ഞങ്ങൾ പിന്നിൽനിന്ന് കേട്ടു. അതേ നിമിഷം ആ യുവാവ് ഞങ്ങളുടെ അടുത്തേക്ക് ഏതാനും ചുവടുകൾ വെക്കുകയും ചെയ്തു.

നല്ലവനായ ദൈവമേ, അവളിൽ നിന്നൊരു നിലവിളി ഉയർന്നു! ഏത് രീതിയിലാണവൾ എന്റെ കൈകളിൽനിന്നും വേർപെട്ട് അവളുടെ പക്കലേക്ക് പറന്നതെന്നോ!... ഹൃദയം തകർന്ന്, ഞാനവരെ നോക്കി നിന്നു. അവൾ അയാൾക്ക് കൈ കൊടുക്കുകയും ആ ബാഹുക്കളിൽ വീഴുകയും ചെയ്തു. ഉടനെ, എന്റെ നേരെ തിരിഞ്ഞ് ഒരു കാറ്റുപോലെ എന്റെ അരികിൽ പറന്നെത്തി. ഞാൻ സമചിത്തത വീണ്ടെടുക്കുന്നതിനു മുമ്പ് അവൾ ഇരുകൈകൾകൊണ്ടും എന്റെ കഴുത്തിൽ ചുറ്റിപ്പിടിച്ച് എന്നെ തീക്ഷ്ണമായി ഊഷ്മളതയോടെ ചുംബിച്ചു. പിന്നെ, എന്നോടൊരക്ഷരം മിണ്ടാതെ അയാളുടെ അടുക്കലേക്ക് വീണ്ടും പാഞ്ഞു. അയാളുടെ കൈ കോർത്തുപിടിച്ച് അവൾ അയാളെ പിടിച്ചുകൊണ്ടുപോയി.

ഒരു മൂഢനെപ്പോലെ, കുറെനേരം അവർ പോകുന്നതും നോക്കി ഞാനവിടെ നിന്നു. ഒടുവിൽ അവർ ഇരുവരും ദൃഷ്ടിയിൽ നിന്ന് മറഞ്ഞു.

പ്രഭാതം

ആ പ്രഭാതം, എന്റെ രാത്രികൾക്ക് അന്ത്യം കുറിച്ചു. ദുരിതപൂർണമായൊരു ദിവസമായിരുന്നു അത്. നല്ല മഴ. എന്റെ ജന്നൽപാളികളിൽ മഴത്തുള്ളികൾ പതിച്ച് വിഷാദകരമായ ശബ്ദം പുറപ്പെടുവിച്ചുകൊണ്ടിരിക്കുന്നു. എന്റെ കൊച്ചുമുറി ഇരുളിലാണ്. ആകാശം മഴക്കാറുകൊണ്ട് മൂടിക്കെട്ടിയിരിക്കുന്നു. എനിക്ക് തലവേദനയും തലചുറ്റും അനുഭവപ്പെട്ടു. അംഗങ്ങളിലൂടെ പനി മുകളിലേക്ക് ഇഴഞ്ഞുകയറുന്നതുപോലെ തോന്നി.

"ഇതാ നിങ്ങൾക്കൊരു കത്ത്, സാർ, പോസ്റ്റുമാൻ കൊണ്ടുവന്നതാണ്. തപാലിലൂടെ വന്നത്." മാട്രിയോണാ മുന്നിൽ വന്ന് പറഞ്ഞു.

"ഒരു കത്ത്? ആരിൽനിന്ന്?" കസേരയിൽനിന്നും ചാടി എഴുന്നേറ്റ് ചോദിച്ചു.

"അതെനിക്കറിയില്ല, സാർ. ഇത് വാങ്ങിനോക്കൂ. ഒരുപക്ഷേ ആരുടേതാണെന്നതിൽ എഴുതിക്കാണും."

സീൽ പൊട്ടിച്ചു നോക്കി. അത് അവളിൽ നിന്നുള്ളതാണ്.

"ഓഹ് എന്നോട് പൊറുക്കുക. എന്നോട് പൊറുക്കുക."
നസ്തെങ്കാ എഴുതി. ഞാൻ മുട്ടുകുത്തിനിന്ന് നിങ്ങളോട് മാപ്പിരക്കുക യാണ്. ഞാൻ നിങ്ങളേയും എന്നെത്തന്നെയും വഞ്ചിച്ചു. അതൊരു സ്വപ്നമായിരുന്നു. ഒരു മനോരഥ സൃഷ്ടി. ഇന്ന്, നിങ്ങൾക്കുവേണ്ടി എന്റെ ഹൃദയം വേദനിക്കുന്നു, എന്നോട് ക്ഷമിക്കൂ, എന്നോട് ക്ഷമിക്കൂ... എനിക്കെതിരെ കഠിനമായി വിധി കല്പിക്കല്ലേ. കാരണം, നിങ്ങൾക്കു നേരെയുള്ള എന്റെ മനോഗതിയിൽ യാതൊരു മാറ്റവും വന്നിട്ടില്ല. ഞാൻ നിങ്ങളെ സ്നേഹിക്കുമെന്ന് പറഞ്ഞിരുന്നു. ഞാൻ ഇപ്പോഴും നിങ്ങളെ സ്നേഹിക്കുന്നു. കൂടുതൽ സ്നേഹിക്കുന്നു! ഓഹ് ദൈവമേ! നിങ്ങളെ ഇരുവരേയും ഒരേസമയം എനിക്ക് സ്നേഹിക്കാൻ കഴിഞ്ഞിരുന്നെങ്കിൽ! നിങ്ങൾ അയാൾ ആയിരുന്നെങ്കിൽ! 'അയാൾ നിങ്ങൾ ആയിരുന്നെങ്കിൽ!' എന്റെ മനസ്സിലൂടെ ആ ഓർമ്മ കടന്നുപോയി. ഞാൻ നിങ്ങളുടെ സ്വന്തം വാക്കുകൾ ഓർത്തു.

ഞാൻ ഇപ്പോൾ നിങ്ങൾക്കുവേണ്ടി എന്തെല്ലാം ചെയ്യുമായിരുന്നില്ല. അത് സത്യമാണെന്ന് ദൈവത്തിനറിയാം. നിങ്ങൾ ദുഃഖിതനും വ്രണ പ്പെടുത്തപ്പെട്ടവനുമാണെന്ന് എനിക്കറിയാം. ഞാൻ നിങ്ങളെ മുറി വേല്പിച്ചു. എന്നാൽ, സ്നേഹിക്കുന്നവൻ ദുഃഖിപ്പിച്ചവർക്ക് മാപ്പ് നല്കു മെന്ന് നിങ്ങൾക്കറിയാം. നിങ്ങൾ എന്നെ സ്നേഹിക്കുന്നവനാണല്ലോ!

ഈ സ്നേഹത്തിന് ഞാൻ നിങ്ങൾക്ക് നന്ദി പറയുന്നു. ഞാൻ നന്ദി പറയുന്നു. കാരണം അതെന്റെ സ്മരണയിൽ മധുരമായൊരു സ്വപ്നം പോലെ പതിഞ്ഞുകിടക്കുകയാണ്. നിങ്ങൾ ഉണർന്നശേഷവും ആ സ്വപ്നം വളരെ നേരം നിങ്ങളിൽ തങ്ങിനില്ക്കും. ആ സമയം ഞാൻ എന്നുമെന്നും ഓർക്കും. സഹോദരനിർവിശേഷമായ വാത്സല്യത്തോടെ നിങ്ങളുടെ ഹൃദയം എനിക്ക് തുറന്നു കാണിച്ചു. തകർന്ന ഹൃദയത്തെ അത്രയ്ക്ക് ഉദാരതയോടെ ഒരു പാരിതോഷികമായി സ്വീകരിച്ചു. അതിനെ പരിചരിച്ച് താലോലിച്ച്, ശുശ്രൂഷിച്ച് ജീവിതത്തിലേക്ക് തിരിച്ചുകൊണ്ടു വന്നു. നിങ്ങൾ മാപ്പുതന്നാൽ നിങ്ങളെക്കുറിച്ചുള്ള എന്റെ സ്മരണ എന്റെ അനന്തമായ നന്ദിയാൽ വിശുദ്ധമാക്കപ്പെടും. എന്റെ ഹൃദയത്തിൽനിന്നും ഒരിക്കലും തുടച്ചുമാറ്റാനാവാത്ത ഒരു വൈകാരികാനുഭൂതിയാണത്. ആ ഓർമ്മ ഞാനെന്നും കാത്തുസൂക്ഷിക്കും. അതിനോട് ഞാനെന്നും സത്യ സന്ധത പാലിക്കും. ഞാനതിനെ വഞ്ചിക്കില്ല. ഞാനെന്റെ ഹൃദയത്തെ ചതിക്കില്ല. അത് അനശ്വരമായിരിക്കും. ഇന്നലെ രാത്രി മാത്രമാണ് പെട്ടെന്നത് പറന്ന് അതിന്റേതായ പഴയ സ്ഥാനത്ത് എന്നെന്നേക്കുമായി എത്തിച്ചേർന്നത്.

നമ്മൾ ഇനിയും കാണും. നിങ്ങൾ ഞങ്ങളെ കാണാൻ വരും. നിങ്ങൾ ഞങ്ങളെ ഉപേക്ഷിക്കില്ല. നിങ്ങൾ എന്റെ സുഹൃത്തായിരിക്കും. എന്നും എന്റെ സഹോദരനായിരിക്കും. പിന്നെ നിങ്ങൾ എന്നെ കാണുമ്പോൾ, നിങ്ങൾ എനിക്ക് കൈ തരും ഇല്ലേ? നിങ്ങൾ എനിക്ക് കൈ തരും. നിങ്ങൾ

എനിക്ക് മാപ്പ് തന്നു. ഇല്ലേ? നിങ്ങൾ എന്നെ പഴയതുപോലെ സ്നേഹിക്കുന്നില്ലേ?

ഓഹ്, എന്നെ സ്നേഹിക്കൂ. എന്നെ ഉപേക്ഷിക്കല്ലേ. എന്തുകൊണ്ടെന്നാൽ ഞാൻ ഇപ്പോൾ നിങ്ങളെ അത്രമാത്രം സ്നേഹിക്കുന്നു. ഞാൻ നിങ്ങളുടെ സ്നേഹത്തിന് അനുയോജ്യയാകാൻ ആഗ്രഹിക്കുന്നു... എന്റെ ഡിയർ, പ്രിയ സുഹൃത്തേ! ഞാൻ അയാളെ അടുത്ത ആഴ്ച വിവാഹം കഴിക്കാൻ പോകുകയാണ്. എന്നോടുള്ള സ്നേഹത്താൽ അയാൾ മടങ്ങിവന്നു. അയാൾ ഒരിക്കലും എന്നെ മറന്നിരുന്നില്ല. ഞാൻ അയാളെക്കുറിച്ചെഴുതുന്നതിൽ നിങ്ങൾക്ക് ദേഷ്യമൊന്നുമില്ലല്ലോ. അയാളോടൊപ്പം നിങ്ങളുടെ അടുത്തേക്ക് വരാൻ ഞാൻ ആഗ്രഹിക്കുന്നു. നിങ്ങൾ അയാളോട് വിരോധം കാണിക്കില്ലല്ലോ അല്ലേ?

ഞങ്ങളോട് ക്ഷമിക്കുക, ഞങ്ങളെ ഓർക്കുക, സ്നേഹിക്കുക.

നിങ്ങളുടെ

നസ്തെങ്കാ.

ഞാൻ ഈ കത്ത് വീണ്ടും വീണ്ടും വായിച്ചു. എനിക്ക് കരച്ചിൽ വന്നു. ഒടുവിൽ ആ കത്ത് എന്റെ വിരലുകളിൽനിന്നും വഴുതിവീണു. ഞാൻ എന്റെ മുഖം എന്റെ കൈകളിൽ ഒളിപ്പിച്ചു.

“പ്രിയപ്പെട്ടവനേ, ഞാൻ പറയട്ടെ, പ്രിയപ്പെട്ടവനേ.”

മാട്രിയോനാ പറഞ്ഞു.

“എന്താണ്?”

“നോക്കൂ, ആ ചിലന്തിവലകൾ മുഴുവൻ ഞാൻ അടിച്ച് വൃത്തിയാക്കി. അതിപ്പോൾ ഒരു വിവാഹസദ്യക്കോ പാർട്ടിക്കോ തയ്യാറാക്കപ്പെട്ടതുപോലുണ്ട്. നിങ്ങൾക്കങ്ങനെ ഒരു ഉദ്ദേശ്യമുണ്ടെങ്കിൽ, അത്രയ്ക്ക് വൃത്തിയായിട്ടുണ്ട് അത്.”

ഞാൻ മാട്രിയോണായെ നോക്കി. അവൾ ഇപ്പോഴും പൂർണ ആരോഗ്യവതിയും ഹൃദയഹാരിയുമായൊരു ‘യുവ’ വൃദ്ധയാണ്. എന്നാൽ, പെട്ടെന്നവൾ ഇനിയും ചുക്കിച്ചുളിഞ്ഞതുമായൊരു പടുകിഴവിയായി തോന്നി. എന്തുകൊണ്ടാണെന്നറിയില്ല. പെട്ടെന്ന് എന്റെ മുറിയും മാട്രിയോണായെപ്പോലെ വാർധക്യം പ്രാപിച്ചതുപോലെ തോന്നി. തട്ടും ചുമരുകളും മങ്ങിയിരിക്കുന്നു. എല്ലാം അഴുക്ക് പുരണ്ടിരിക്കുന്നു, ചിലന്തിവലകൾ എന്നത്തേക്കാളേറെ കട്ടിയിൽ ഞാന്നുകിടക്കുന്നു. എന്തുകൊണ്ടാണെന്നറിയില്ല, ജനാലയ്ക്ക് പുറത്തേക്ക് നോക്കിയപ്പോൾ, എതിർവശത്തുള്ള വീടും ജീർണിച്ച് വൃത്തികെട്ടതായി മാറിയിരിക്കുന്നു. തൂണുകളിൽനിന്ന് പ്ലാസ്റ്റർ അടർന്നുവീണിരിക്കുന്നു, ചുമരിന്റെ മുകൾഭാഗത്തെ ചിത്രവേലകൾ കറുക്കുകയും വിണ്ട് പൊളിയുകയും ചെയ്തിരിക്കുന്നു. തിളങ്ങിയിരുന്ന മഞ്ഞച്ചുമരുകളിൽ കറുപ്പും വെളുപ്പും പുള്ളികൾ വീണിരിക്കുന്നു.

ഒരുപക്ഷേ, അപ്രതീക്ഷിതമായി പുറത്തേക്ക് നോക്കിയിരുന്ന സൂര്യപ്രകാശം വീണ്ടും കാർമേഘങ്ങൾക്കിടയിൽ പോയി ഒളിച്ചതുകൊണ്ടായിരിക്കാം, എല്ലാം കണ്ണുകൾക്കു മുന്നിൽ വീണ്ടും അഴുക്ക് പുരണ്ടതായി കാണപ്പെടുന്നത്. അല്ലെങ്കിൽ, ഒരുപക്ഷേ, എന്റെ ജീവിതപാത മുന്നിൽ വളരെ നിരാനന്ദകരവും ദുഃഖപൂർണവുമായി നീണ്ടുകിടക്കുന്നതു കൊണ്ടാകാം. ഇപ്പോൾ പതിനഞ്ച് വർഷങ്ങൾക്കുശേഷമുള്ള ഒരു വൃദ്ധ നായി ഇതേ പഴയ മുറിയിൽ, എന്നത്തേയുംപോലെ ഏകാന്തതയിൽ ഇതേ വൃദ്ധ മാട്രിയോണയോടൊപ്പം കഴിയുന്നതായി കാണുന്നു.

എന്നാൽ, എന്റെ നീതികേടിൽ ആധിപൂണ്ടിരിക്കുമോ, നസ്തെങ്കാ, ഒരിക്കലുമില്ല! നിന്റെ പരിശുദ്ധവും പരമാനന്ദകരവുമായ സന്തോഷത്തെ ദുഃഖകരമായ കാർമേഘംകൊണ്ട് ഞാൻ തടസ്സപ്പെടുത്തുമോ അല്ലെങ്കിൽ കടുത്ത കുറ്റപ്പെടുത്തൽകൊണ്ടോ മനസ്സാക്ഷിക്കുത്തിന്റെ രഹസ്യമായ തീവ്രവേദനകൊണ്ടോ നീ ആഹ്ലാദവതിയായിരിക്കുന്ന സമയത്ത് നിന്റെ ഹൃദയത്തെ ഞാൻ മുറിപ്പെടുത്തുമോ, ഇല്ല, ഒരിക്കലുമില്ല! അയാളോടൊപ്പം നീ അൾത്താരയിലേക്ക് നടക്കുമ്പോൾ, നിന്റെ കറുത്ത തലമുടി ച്ചുരുളിൽ കുത്തിവെച്ച അനുപമ സൗന്ദര്യമുള്ള പൂക്കളിൽ ഒന്നെങ്കിലും ഞാൻ ഞെരിച്ച് അരയ്ക്കുമോ... ഓഹ്, ഒരിക്കലുമില്ല! ഒരിക്കലുമില്ല! നമ്മുടെ ആകാശം എപ്പോഴും തെളിഞ്ഞിരിക്കട്ടെ. നമ്മുടെ മധുരമായ പുഞ്ചിരി ഉജ്ജ്വലവും പ്രശാന്തവുമായിരിക്കട്ടെ. ഒരു ഏകാകിയും കൃതജ്ഞതയുള്ളവനും ആയ ഒരാൾക്ക് ആ ഒരു നിമിഷത്തെ സ്വർഗീയാനുഭൂതിയും ആനന്ദവും പ്രദാനം ചെയ്തതിന് നീ എന്നുമെന്നും അനുഗൃഹീതയായിരിക്കട്ടെ!

നല്ലവനായ പ്രഭോ! പരമാനന്ദത്തിന്റേതായ ഒരു മിനിറ്റ്! അത് ധാരാളമല്ലേ, ഒരു ജീവിതകാലത്തിന്....

ഒരു ദുർബലഹൃദയം

ഒരു കെട്ടിടത്തിലെ നാലാംനിലയിലെ ഒരു ഫ്ളാറ്റിൽ രണ്ട് യുവസഹ പ്രവർത്തകർ താമസിച്ചിരുന്നു. ആർക്കഡി ഇവാനോവിച്ച് നെഫെഡേവിച്ചും വാസ്യാ ഷുംക്കോവും. ഹീറോമാരിൽ ഒരാളെ സ്വന്തം പേരും പൂർവികരുടെ പേരും ചേർത്ത് പറയുമ്പോൾ മറ്റാളെ ചുമ്മാ വാസ്യാ എന്നു മാത്രം വിളിക്കുന്നതിനെക്കുറിച്ചൊരു വിശദീകരണം വായനക്കാരന് നല്കാൻ സ്വാഭാവികമായും താൻ കടപ്പെട്ടവനാണെന്ന് ഗ്രന്ഥകർത്താവ് കരുതുന്നു. എങ്കിൽ മാത്രമേ അത് മര്യാദകേടല്ലെന്ന് കരുതപ്പെടൂ. ഹീറോമാരുടെ പദവി, പ്രായം, വയസ്സ്, ജോലി, സ്വഭാവവിശേഷതകൾ തുടങ്ങിയവ വിവരിച്ചുകൊണ്ടാകണമല്ലോ തുടങ്ങേണ്ടത്. ആ രീതിയിലാണ് അധികം എഴുത്തുകാരും തുടങ്ങുക പതിവ്. എന്നാൽ, ഈ കഥയുടെ രചയിതാവ് ഒരു സംഭവത്തോടെ കഥ ആരംഭിക്കുവാനാണ് തീരുമാനിച്ചിട്ടുള്ളത്. മറ്റുള്ളവരിൽനിന്ന് തികച്ചും വ്യത്യസ്തമായിരിക്കണമെന്നയാൾ ആഗ്രഹിക്കുന്നു. അയാളുടെ ആമുഖം അതോടെ അവസാനിച്ചു. അയാൾ ആരംഭിക്കുന്നു.

പുതുവർഷത്തിന്റെ തലേന്ന് സന്ധ്യയ്ക്ക് അഞ്ച് മണിക്കുശേഷം ഷുംക്കോവ് വീട്ടിലെത്തി. കിടക്കയിൽ കിടന്നിരുന്ന ആർക്കഡി ഇവാനോവിച്ച് എഴുന്നേറ്റ് പാതി തുറന്ന കണ്ണോടെ സുഹൃത്തിനെ ഒളിഞ്ഞു നോക്കി. ഭംഗിയായി തയ്ച്ച സിവില്യൻ ഫ്രോക്ക് കോട്ടും നിർമലമായൊരു ഷർട്ടുമാണയാൾ ധരിച്ചിരിക്കുന്നതെന്ന് കണ്ടു. അത് തീർച്ചയായും ആർക്കഡി ഇവാനോവിച്ചിനെ ആശ്ചര്യപ്പെടുത്തി.

"ഇപ്പോൾ എവിടെന്നാണ് വാസ്യാ വരുന്നത്, ഇതുപോലെ വസ്ത്രം ധരിച്ച്? അയാൾ ഡിന്നറിന് വീട്ടിൽ എത്തിയിരുന്നുമില്ല." അതിനിടയിൽ ഷുംക്കോവ് ഒരു മെഴുകുതിരി കത്തിച്ചു. തന്നെ ഉണർത്താനുള്ള ഉദ്ദേശമാണ് സുഹൃത്തിന്റെ ഉദ്ദേശ്യമെന്ന് ഉടനെ ആർക്കഡി ഇവാനോവിച്ച് ഊഹിച്ചു. സന്ദർഭവശാൽ അതുതന്നെയായിരുന്നു കാര്യം. വാസ്യാ രണ്ട് പ്രാവശ്യം കണ്ഠശുദ്ധി വരുത്തി. മുറിയിൽ അങ്ങോട്ടുമിങ്ങോട്ടും രണ്ട് പ്രാവശ്യം നടന്നു. ഒടുവിൽ, അടുപ്പിന്റെ അടുത്ത് ഒരു മൂലയിൽ നിന്ന് തന്റെ പൈപ്പ് നിറച്ചു. പിന്നെ അത് വിരലിന്റെ ഇടയിലൂടെ നിലത്ത്

വീഴാനനുവദിച്ചു. യാദൃച്ഛികമാണെന്ന് തോന്നിക്കുന്ന രീതിയിൽ. ആർക്കഡി ഇവാനോവിച്ച് ശബ്ദമുണ്ടാക്കാതെ ഉള്ളാലെ ചിരിച്ചു.

"വാസ്യാ, നിന്റെ തന്ത്രം മതിയാക്ക്!"

"നീ ഉറങ്ങുകയല്ലായിരുന്നോ ആർക്കാഷാ?"

"ശരിക്കും എനിക്കത് ഉറപ്പിച്ച് നിന്നോട് പറയാനാവില്ല. എന്നാൽ, ഉറങ്ങുകയല്ലായിരുന്നു എന്നാണെനിക്ക് തോന്നുന്നത്."

"ഓഹ്, ആർക്കാഷാ! ഹല്ലോ കുട്ടി! കൊള്ളാം സഹോദരാ! കൊള്ളാം സഹോദരാ! ഞാൻ നിന്നോട് പറയാൻ പോകുന്നത് നിനക്കൊരിക്കലും ഊഹിക്കാൻ കഴിയില്ല."

"എനിക്ക് കഴിയില്ലെന്ന് ഉറപ്പാണ്. ഇങ്ങോട്ട് വരൂ."

താൻ അത് പ്രതീക്ഷിച്ചിരുന്നതുപോലെ വാസ്യാ ഉടനെ അയാളുടെ അടുത്തേക്ക് ചെന്നു. ആർക്കഡി ഇവാനോവിച്ച് എന്തെങ്കിലും കുതന്ത്രം പ്രവർത്തിക്കുമോ എന്നയാൾ ഒട്ടും കരുതിയിരുന്നില്ല. അയാളുടെ കൈ അതിവിദഗ്ധമായി പിടിച്ച് വലിച്ച് തിരിച്ച് മെത്തയിൽ വീഴ്ത്തി. തമാശ കാണിക്കാൻ ആഗ്രഹിച്ച ആർക്കഡി ഇവാനോവിച്ചിനെ അത് വളരെയേറെ ആഹ്ലാദിപ്പിച്ചു.

"നിന്നെ പിടികൂടി!" അയാൾ അട്ടഹസിച്ചു. "നിന്നെ പിടികൂടി."

"ആർക്കാഷാ! ആർക്കാഷാ! നീ എന്താണ് ചെയ്യുന്നത്? എന്നെ വിടൂ, ദൈവത്തെ ഓർത്ത്, എന്നെ പോകാനനുവദിക്കൂ! എന്റെ ഫ്രോക്ക് - കോട്ട് ചുളിയും!"

"ഞാനത് കാര്യമാക്കുന്നില്ല. നിനക്കെന്തിനാണിപ്പോൾ ഫ്രോക്ക് കോട്ട്? നീ എന്താണിത്ര പച്ചപ്പരമാർത്ഥിയെപ്പോലെ നടക്കുന്നത്? നീ സ്വയം പിടിക്കപ്പെട്ടില്ലേ? പറയൂ, നീ എവിടെയായിരുന്നു, എവിടെന്നാണ് നീ ഡിന്നർ കഴിച്ചത്?"

"ആർക്കാഷാ, ദൈവത്തെ ഓർത്ത് എന്നെ പോകാനനുവദിക്കൂ."

"എവിടെന്നാണ് നീ ആഹാരം കഴിച്ചത്?"

"എന്നാൽ, അതാണ് ഞാൻ നിന്നോട് പറയാൻ പോകുന്നത്."

"ശരി, എന്നോട് പറയൂ."

"ആദ്യം എന്നെ പോകാനനുവദിക്കൂ."

"ഓഹ്, ഇല്ല. ഞാൻ വിടില്ല. നീ അതെന്നോട് പറയുന്നതുവരെ ഞാൻ നിന്നെ പോകാനനുവദിക്കില്ല."

"ആർക്കാഷാ, ആർക്കാഷാ! എനിക്കതിന് കഴിയില്ലെന്ന് നീ കാണുന്നില്ലേ, തികച്ചും അസാധ്യമാണത്!"

ദുർബലനായ വാസ്യാ തന്റെ ശത്രുവിന്റെ കരുത്തുറ്റ പിടിയിൽ നിന്ന് ഊരാനായി പിടഞ്ഞുകൊണ്ട് നിലവിളിച്ചു.

“ചില കാര്യങ്ങൾ ഉണ്ട്, നിനക്കറിയാമോ?”

“എന്ത് കാര്യങ്ങൾ?”

“അവയെകുറിച്ച് പറഞ്ഞാൽ നീ ഇപ്പോഴത്തേത് പോലെ അന്തസ്സില്ലാതെ സംസാരിക്കാൻ തുടങ്ങും. അത് പറ്റില്ല. ഇക്കാര്യം തമാശയായി എടുക്കാനാവില്ല. വളരെ ഗൗരവമുള്ള കാര്യമാണ്.”

“ഗൗരവമുള്ളതാണെങ്കിൽ പോട്ടെ. അടുത്തതെന്താണ്? എന്നെ ചിരിപ്പിക്കുന്നതെന്തെങ്കിലും പറയൂ. നീ അതാണ് എന്നോട് പറയേണ്ടത്. ഗൗരവമുള്ള കാര്യങ്ങൾ ഒന്നും എനിക്ക് കേൾക്കേണ്ട. അപ്പോൾ നീ എന്തുതരം സ്നേഹിതനാണ്? എനിക്ക് മറുപടി തരൂ, നീ ഏതുതരം സ്നേഹിതനാണ്?

“ആർക്കാഷാ, എനിക്കതിന് കഴിയില്ലെന്ന് ഞാൻ ശപഥം ചെയ്യുന്നു.”

“നിന്റെ ഒരു ഒഴികഴിവുകളും കേൾക്കേണ്ട.”

“ഞാൻ പറയട്ടെ ആർക്കാഷാ.” മെത്തയിൽ അമർന്ന് കിടക്കുമ്പോഴും തന്നാൽ കഴിയുന്നത്ര അന്തസ്സ് സംസാരത്തിൽ വരുത്തിക്കൊണ്ട് വാസ്യാ തുടങ്ങി.”

ആർക്കാഷാ! നിങ്ങളോട് പറയണമെന്നാണ് ഞാൻ കരുതുന്നത്. എന്നാൽ....

“തുടരൂ.”

“ശരി, ഞാൻ വിവാഹാഭ്യർത്ഥന നടത്തിയിരിക്കുന്നു.”

ഒരക്ഷരം മിണ്ടാതെ ആർക്കാഡി ഇവാനോവിച് വാസ്യായെ ഒരു കുഞ്ഞിനെപ്പോലെ കൈകളിൽ പൊക്കിയെടുത്ത് മുറിയിൽ അങ്ങോട്ടുമിങ്ങോട്ടും നടന്നു. വാസ്യാ മെലിഞ്ഞിട്ടാണെങ്കിലും നല്ല പൊക്കമുള്ളൊരു മനുഷ്യനാണ്. താൻ ഒരു കുഞ്ഞിനെ ആട്ടി ഉറക്കുകയാണെന്ന നാട്യത്തിലായിരുന്നു അയാളുടെ നടത്തം.

“ഞാൻ നിന്നെ ഇപ്പോൾ തുണികൊണ്ട് പൊതിയട്ടെ മണവാളാ.” അയാൾ പറഞ്ഞുതുടങ്ങി. എന്തായാലും വാസ്യാ ഒരക്ഷരം മിണ്ടാതെ നിശ്ചലനായി. തന്റെ കൈകളിൽ കിടക്കുകയാണെന്നു കണ്ട് ആർക്കാഡി ഉടനെ ശാന്തനായി. തമാശ അതിര് കടന്നുപോയെന്ന് അയാൾ മനസ്സിലാക്കി. അയാൾ തന്റെ സുഹൃത്തിനെ മുറിയുടെ നടുവിൽ ഇറക്കി നിർത്തി. ഏറ്റവും ആത്മാർത്ഥതയോടെയും സ്നേഹത്തോടെയും കവിളിൽ ചുംബിച്ചു.

“നിനക്ക് ദേഷ്യം വന്നോ വാസ്യാ?”

“ആർക്കാഷാ, കേൾക്കൂ...”

“പുതുവർഷത്തിന് തയ്യാറെടുക്കുക.”

“എനിക്ക് വിരോധമില്ല. നിനക്കറിയാമല്ലോ. എന്താണ് നീ ഇത്ര അമിതാവേശം കാണിക്കുന്നത്? ആഭാസത്തരം കാണിക്കുന്നത്? ഞാൻ

എപ്പോഴും പറയാറുള്ളതാണ്. ആർക്കാഷാ, സത്യമായും നീ കാണിക്കുന്നത് തമാശയല്ല, ഒട്ടുമല്ല!"

"ശരി. എന്നാൽ, നീ ദേഷ്യത്തിലല്ലല്ലോ?"

"ഓഹ്, ഞാൻ കാര്യമാക്കിയിട്ടില്ല. ദേഷ്യപ്പെടാൻ ഞാൻ ആരാണ്? എന്നാൽ, നീ എന്നെ ശരിക്കും വേദനിപ്പിച്ചു, നീ കാണുന്നില്ലേ?"

"എങ്ങനെ, ഞാൻ നിന്നെ വേദനിപ്പിച്ചോ, എങ്ങനെ?"

"നിറഞ്ഞ ഹൃദയത്തോടെ, എന്റെ സന്തോഷം നിന്നെ അറിയിക്കാൻ, എന്റെ ഹൃദയം തുറന്നു കാണിക്കാൻ, നല്ലൊരു സുഹൃത്തിനെപ്പോലെ, ഞാൻ നിന്റെ അടുത്തേക്ക് വരുകയായിരുന്നു."

"എന്ത് സന്തോഷം? നീ എന്തുകൊണ്ടതിനെക്കുറിച്ച് അപ്പോൾ പറഞ്ഞില്ല?"

"എന്റെ വിവാഹനിശ്ചയത്തെക്കുറിച്ച് നിനക്കറിയാമോ?" വാസ്യാ നീരസത്തോടെ മറുപടി നല്കി. കാരണം, അയാൾ ശരിക്കും അല്പം ദേഷ്യത്തിലായിരുന്നു.

"നീ! നീ വിവാഹം കഴിക്കാൻ പോകുന്നോ! നീ അത് ശരിക്കും ഉദ്ദേശിച്ചിരുന്നു?" ആർക്കാഷ്യാ അത്യുച്ചത്തിൽ അലറിപ്പൊളിച്ചു. "ഇല്ല, ശരിക്കും... എന്ത്, എങ്ങനെയാണത്? കണ്ണുനീരൊഴുക്കികൊണ്ട് നീ അത് പറഞ്ഞ രീതി! വാസ്യാ, പ്രിയപ്പെട്ട വാസ്യുക്, എന്റെ ഏറ്റവും പ്രിയപ്പെട്ട കുട്ടി, കരയല്ലേ! നീ ശരിക്കും അത് ഉദ്ദേശിക്കുന്നോ, ഉണ്ടോ?" ആർക്കഡി ഇവാനോവിച് വാസ്യായെ വീണ്ടും ആലിംഗനം ചെയ്തു.

"ഞാൻ എന്തുകൊണ്ടാണ് അത്രയ്ക്ക് വിഷമിച്ചതെന്ന് ഇപ്പോൾ നിനക്ക് മനസ്സിലായോ?" വാസ്യാ ചോദിച്ചു, "നീ കാരുണ്യവാനാണ്, എന്റെ ആത്മാർത്ഥ സുഹൃത്താണ്, എനിക്കതറിയാം. സന്തോഷത്തോടെ പരമാനന്ദത്തോടെ, നിർവൃതിയടഞ്ഞ ആത്മാവോടെയാണ് ഞാൻ നിന്റെ അടുത്ത് വന്നത്. എന്നാൽ, എന്റെ അന്തസ്സ് നഷ്ടപ്പെടുംവിധം കിടക്കയിൽ കിടന്ന് പൊരുതവെ, പെട്ടെന്ന് എന്റെ മനസ്സിനുള്ളിലെ സന്തോഷവും പരമാനന്ദവും ഏറ്റുപറയാൻ ഞാൻ നിർബന്ധിതനായി. നീ മനസ്സിലാക്കുന്നുണ്ടോ, ആർക്കാഷാ," പാതി പുഞ്ചിരിയോടെ വാസ്യാ തുടർന്നു. "അതെന്റെ നില അവലക്ഷണം പിടിച്ചതാക്കി. എന്നാൽ, ഞാൻ ആ സമയത്ത് അതത്ര കാര്യമായി എടുത്തില്ല. അപ്പോൾ നീ അവളുടെ പേര് ചോദിക്കാതിരുന്നത് എന്തായാലും നന്നായി. നീ എന്നെക്കൊന്നാലും ഞാനത് പറയില്ലായിരുന്നു."

"എന്നാൽ വാസ്യാ, നീ എന്തുകൊണ്ട് എന്നോട് പറഞ്ഞില്ല? നീ എന്നോടെല്ലാം നേരത്തെ പറയേണ്ടതായിരുന്നു. എങ്കിൽ നിന്നെ ഞാൻ കളിയാക്കില്ലായിരുന്നു." യഥാർത്ഥ ഹതാശയോടെ ആർക്കാഡി ഇവാനോവിച് നിലവിളിച്ചു.

"ഓഹ്, അത് പോട്ടെ! ഞാനത് ഒന്ന് സൂചിപ്പിച്ചെന്നു മാത്രം. എന്തു കൊണ്ടാണ് ഞാനത് എങ്ങനെ എടുത്തതെന്ന് നിനക്കറിയാമല്ലോ, ഇല്ലേ? എനിക്ക് ഒരു കരുണാമയമായ മനസ്സുള്ളതുകൊണ്ട്. അതുകൊണ്ടാണത് എന്നെ അത്രയ്ക്ക് ദുഃഖിതനാക്കുന്നത്. എനിക്ക് ഞാൻ ആഗ്രഹിക്കുന്ന രീതിയിൽ അത് പറയാൻ കഴിയാത്തത്. നിന്നെ സന്തോഷിപ്പിക്കാൻ കഴി യാത്തത്, ആഹ്ലാദിപ്പിക്കാൻ കഴിയാത്തത്, വേണ്ട രീതിയിൽ അവതരി പ്പിക്കാൻ കഴിയാത്തത്. സത്യമായും, ആർക്കാഷാ, ഞാൻ നിന്നെ അത്രയ്ക്ക് സ്നേഹിക്കുന്നു, നീ ഇല്ലായിരുന്നെങ്കിൽ ഞാൻ ഒരിക്കലും വിവാഹം കഴിക്കുകയോ, ഈ ലോകത്ത് ജീവിച്ചിരിക്കുകയോപോലും ഇല്ലായിരുന്നു!"

ജന്മനാ അങ്ങേയറ്റം സൂക്ഷ്മസംവേദനശക്തിയുള്ള ആർക്കഡി ഇവാനോവിച് കണ്ണുനീരോടെ ചിരിച്ചുകൊണ്ട് വാസ്യാ പറഞ്ഞത് ശ്രദ്ധിച്ചു. വാസ്യായും അപ്രകാരം വികാരഭരിതനായിരുന്നു. വീണ്ടും അവർ പരസ്പരം ആലിംഗനം ചെയ്തു. അവർ അഭിപ്രായ വ്യത്യാസ ങ്ങൾ മറന്നു.

"അപ്പോൾ, അത് എങ്ങനെ സംഭവിച്ചു? എന്നോട് പറയൂ, വാസ്യാ! നീ എന്നോട് പൊറുക്കണം. കുട്ടീ, ഞാൻ ശരിക്കും ആശ്ചര്യപ്പെട്ടുപോയി. ഇടിവെട്ടേറ്റതുപോലെ ആയി, സത്യമായും! എന്നാൽ, ഇല്ല, കുട്ടീ, ഇല്ല, നീ ആ കുറവ് തീർത്തു. ഞാൻ ശപഥം ചെയ്യുന്നു. നീ ആ കുറവ് തീർത്തു, നീ നുണ പറയുകയാണ്! ആർക്കഡി ഇവാനോവിച് നിലവിളിച്ച്, വാസ്യായുടെ മുഖത്തേക്ക് സംശയത്തോടെ ഒളിച്ചുനോക്കി. എന്നാൽ, കഴിയുന്നത്ര വേഗം വിവാഹം കഴിക്കാൻ ദൃഢനിശ്ചയമെടുത്ത ഭാവം കണ്ടപ്പോൾ, അയാൾ കിടക്കയിലേക്ക് ആവേശത്തോടെ ചാടിവീണ് അതിൽ ശക്തിയായി കുത്തിമറിയാൻ തുടങ്ങി. അതിന്റെ ആഘാതത്തിൽ ചുമരുകൾ പോലും കുലുങ്ങി!

"വാസ്യാ, ഇവിടെ വന്നിരിക്കൂ!" അയാൾ അട്ടഹസിച്ചു. ഒടുവിൽ, അയാളുടെ ഉല്ലാസം ഒന്നടങ്ങി.

"എങ്ങനെ ആരംഭിക്കണമെന്ന് എനിക്ക് ശരിക്കും അറിയില്ല. കുട്ടീ, ഞാൻ എങ്ങനെ തുടങ്ങും?"

രണ്ട് സുഹൃത്തുക്കളും ആഹ്ലാദഭരിതരായി പരസ്പരം നോക്കി.

"ആരാണവൾ, വാസ്യാ?"

"ആർട്ടെമിയേവാ..." വാസ്യാ പറഞ്ഞു. അയാളുടെ സ്വരം ആനന്ദ ത്താൽ മൃദുവായിരുന്നു.

"ഇല്ലാ!"

"ഓഹ്, ഞാനവരെക്കുറിച്ച് നിന്നോട് പല തവണ സംസാരിച്ചിട്ടുണ്ട്. നീ ഒരിക്കലും അത് ശ്രദ്ധിച്ചിട്ടില്ല. ഓഹ് ആർക്കാഷാ, നിന്നോടത് ഒളിപ്പിച്ചു

വെക്കാൻ ഞാൻ കഷ്ടപ്പെട്ടിട്ടുണ്ട്. അത് പറയുവാനെനിക്ക് ഭയമായിരുന്നു! എല്ലാം തകർന്നുവീണെങ്കിലോ എന്ന് ഭയപ്പെട്ടു. ഞാൻ പ്രേമത്തിലാണ്. നിനക്കറിയാമോ, ആർക്കാഷാ! ഓഹ് പ്രഭോ! ഓഹ് പ്രഭോ! ഇപ്പോൾ ഇതാണ് സംഭവിച്ചത്." മനഃക്ഷോഭത്താൽ അയാൾ നിർത്തി നിർത്തി, വിക്കി വിക്കിക്കൊണ്ട് പറഞ്ഞു. "ഒരു വർഷം മുമ്പ് അവൾക്കൊരു പ്രതിശ്രുതവരൻ ഉണ്ടായിരുന്നു. പെട്ടെന്നയാൾ എങ്ങോട്ടോ പോയി. എനിക്കയാളേയും അറിയാമായിരുന്നു. അയാൾ ശരിക്കും രക്ഷപ്പെട്ടതാണ്. പിന്നെ, കത്തെഴുതലും അയാൾ നിർത്തി. പൂർണമായും അപ്രത്യക്ഷനായി. അതിന്റെ അർത്ഥമെന്താണെന്നറിയാതെ അവർ കാത്തിരുന്നു. പെട്ടെന്ന് നാല് മാസം മുമ്പ് ഭാര്യയുമായി അയാൾ തിരിച്ചെത്തി. ഒരിക്കലും അവരുടെ വീട്ടിൽ കാലെടുത്ത് കുത്തിയില്ല. എന്ത് മര്യാദയില്ലായ്മ! എന്ത് ഹീനകൃത്യം! എന്നാൽ, അവർക്കു പിന്നിൽ നിലകൊള്ളാൻ ആരുമില്ലായിരുന്നു. അവൾ കരച്ചിലോട് കരച്ചിലായിരുന്നു. പാവം പെൺകുട്ടി, ഞാൻ അവിടെ പോയി. അവളുമായി പ്രേമത്തിലായി... എന്തായാലും ഞാൻ അവളുമായി വളരെ കാലത്തോളം പ്രേമത്തിലായിരുന്നു. ഞാനവളെ ആശ്വസിപ്പിക്കുവാൻ തുടങ്ങി. ഞാനവിടെ സ്ഥിരമായി പോയ്ക്കൊണ്ടിരുന്നു. പിന്നെ എങ്ങനെ അതെല്ലാം സംഭവിച്ചെന്ന് ശരിക്കും എനിക്കറിയില്ല. അവളും എന്നെ പ്രേമിക്കാൻ തുടങ്ങി. ഒരാഴ്ച മുമ്പ് എനിക്കെന്നെ നിയന്ത്രിക്കാൻ കഴിയില്ലെന്ന് തോന്നി. ഞാൻ പൊട്ടിക്കരഞ്ഞു. കണ്ണീരോടെ അവളോട് എല്ലാം പറഞ്ഞു, അതായത്, ഞാൻ അവളെ പ്രേമിക്കുന്നു എന്ന്!"

"ഞാനും നിങ്ങളെ പ്രേമിക്കാൻ തയ്യാറാണ്. വാസിലി പെട്രോവിച്ച്." അവൾ പറഞ്ഞു. "എന്നാൽ, ഞാനൊരു പാവം പെൺകുട്ടിയാണ്. എന്നെ വഞ്ചിക്കരുത്. ആരെയും പ്രേമിക്കാൻ ഞാൻ ധൈര്യപ്പെടുന്നില്ല." നീ മനസ്സിലാക്കുന്നോ ആർക്കാഡി? നീ മനസ്സിലാക്കുന്നോ? അപ്പോൾത്തന്നെ ഞങ്ങളുടെ വിവാഹനിശ്ചയം നടന്നു. ഞാൻ ചിന്താധീനനായി കുറെ നേരം ഇരുന്നു. ഞാൻ ചോദിച്ചു, "നിന്റെ മമ്മായോട് എങ്ങനെയാണ് പറയുക?"

അവൾ മറുപടി നല്കി. "ഇപ്പോൾ അത് പ്രയാസമാണ്. നമ്മൾ അല്പം കാത്തിരിക്കണം. അമ്മ പേടിച്ചിരിക്കയാണ്. ഇപ്പോൾ നിങ്ങളെ വിവാഹം കഴിക്കാൻ എന്നെ അനുവദിക്കില്ല." അവൾ കരഞ്ഞു. ഞാൻ, അവളോട് കൂടിയാലോചിക്കാതെ, ഇന്ന് ആ വൃദ്ധയുടെ അടുത്ത് ചെന്ന് കാര്യങ്ങൾ അവതരിപ്പിച്ചു. ലിസങ്കാ അവരുടെ കാൽക്കൽ വീണു. ഞാനും അപ്രകാരം ചെയ്തു... അവർ ഞങ്ങളെ അനുഗ്രഹിച്ചു. ആർക്കാഷാ, ആർക്കാഷാ, എന്റെ ഏറ്റവും പ്രിയപ്പെട്ട സുഹൃത്തേ! ഞങ്ങൾ എല്ലാവരും ഒന്നിച്ച് ജീവിക്കും. ഇല്ല, ഞാൻ എന്ത് വന്നാലും നിന്നെ ഒരിക്കലും വിട്ടുപിരിയില്ല!"

"വാസ്യാ, ഞാൻ എത്ര ശ്രമിച്ചിട്ടും എനിക്കത് ഒട്ടും വിശ്വസിക്കാൻ കഴിയുന്നില്ല. സത്യസന്ധമായും എനിക്കതിന് കഴിയുന്നില്ല. ഞാൻ

ശപഥം ചെയ്യുന്നു. ശരിക്കും ഞാൻ എന്തൊക്കെയോ സങ്കല്പിച്ചു കൊണ്ടിരിക്കുന്നു... കേൾക്കൂ, നീ വിവാഹം കഴിക്കാൻ പോകയാണോ, അതെങ്ങനെ സാധ്യമാകും? ഞാൻ എങ്ങനെ അതറിഞ്ഞില്ല? ഞാൻ ഏറ്റുപറയുന്നു വാസ്യാ, ഞാൻ വിവാഹം കഴിക്കാൻ ചിന്തിക്കുകയായിരുന്നു, കുട്ടീ. എന്നാൽ, നീ വിവാഹിതനാകാൻ പോകുന്നതിനാൽ അത് സാരമില്ല. കൊള്ളാം. നീ സന്തോഷവാനായിരിക്കും എന്ന് ഞാൻ ആശിക്കുന്നു, വളരെ സന്തോഷവാൻ!"

"ഓഹ് ആർക്കാഷാ, എന്റെ ഹൃദയഭാരം ഇപ്പോൾ വളരെ ലഘുവായിരിക്കുന്നു. എന്ത് മധുരമായ വികാരം!" വാസ്യാ എഴുന്നേറ്റ് മുറിയിൽ ആവേശത്തോടെ ഉലാത്തിക്കൊണ്ട് പറഞ്ഞു. "അത് ശരിയല്ലേ? അത് സത്യമല്ലേ? നിനക്കും അതുതന്നെ അനുഭവപ്പെടുന്നില്ലേ? നമ്മൾ ദരിദ്രരായിരിക്കാം, തീർച്ചയായും. എന്നാൽ നമ്മൾ സന്തുഷ്ടരായിരിക്കും. അതൊരു വൃഥാ സങ്കല്പമല്ല, എന്തായാലും. പുസ്തകത്തിൽ നിന്നെടുത്ത സന്തോഷമല്ല നമ്മളുടേത്. നമ്മൾ യഥാർത്ഥത്തിൽ സന്തോഷമുള്ളവരായിരിക്കും. നിനക്കറിയാമോ?"

"വാസ്യാ, കേൾക്കൂ, വാസ്യാ."

"ശരി." ആർക്കാഡിക്കു മുന്നിൽനിന്ന് വാസ്യാ ചോദിച്ചു.

"ഞാൻ ഒരു കാര്യം ചിന്തിക്കുകയാണ്. എന്നാൽ എന്തുകൊണ്ടോ അത് പറയുവാൻ എനിക്ക് പേടി തോന്നുന്നു... നീ എന്നോട് ക്ഷമിക്കണം. എന്നാൽ, ദയവായി എന്റെ സംശയങ്ങൾ അകറ്റുക. നീ എങ്ങനെയാണ് ജീവിക്കുക? നീ വിവാഹിതനാകാൻ പോകുന്നതിൽ ഞാൻ വളരെ ആഹ്ലാദവാനാണെന്ന് നിനക്കറിയാം. തീർച്ചയായും ഞാൻ ആഹ്ലാദവാനാണ്. എനിക്കത് ഒതുക്കിനിർത്താനാകുന്നില്ല. എന്നാൽ, നിന്റെ ഉപജീവനമാർഗം എന്താണ്, എന്നോടു പറയൂ."

"ഓഹ്, നല്ലവനായ ദൈവമേ, ശരിക്കും ആർക്കാഷാ!"

നെഫെഡേവിച്ചിനെ ഭയങ്കര അദ്ഭുതത്തോടെ നോക്കി, വാസ്യാ മറുപടി നല്കി. "നിനക്കെന്തു പറ്റി? ഞാൻ എല്ലാം ആ വൃദ്ധയ്ക്ക് വ്യക്തമാക്കിയിട്ടും അവർക്ക് പുനർചിന്തയുടെ യാതൊരാവശ്യവും ഉള്ളതായി കാണപ്പെട്ടിട്ടില്ല. അവർ എങ്ങനെ ജീവിക്കുന്നു എന്നാണ് നീ കരുതുന്നത്? പ്രതിവർഷം അഞ്ഞൂറ് റൂബിളാണ് അവരുടെ വരുമാനം. അതുകൊണ്ട് മൂന്നുപേർക്ക് ജീവിക്കണം. നിനക്കറിയാമോ? ആ വൃദ്ധന് ലഭിക്കുന്ന പെൻഷൻ അത്ര മാത്രമാണ്. ലിസെങ്കാ, ആ വൃദ്ധ, താഴെയുള്ള സഹോദരൻ. അതേ പണത്തിൽനിന്ന് അവന്റെ സ്കൂൾ ഫീസും കൊടുക്കണം. എങ്ങനെയാണ് ആളുകൾ കാര്യങ്ങൾ നിർവഹിക്കുന്നതെന്ന് നോക്കുക. എന്നെയും നിന്നെയുംപോലുള്ള മുതലാളിമാർക്ക് മാത്രമറിയാം. ഒന്നാലോചിച്ചുനോക്കൂ, ചിലപ്പോൾ നല്ല വർഷമാണെങ്കിൽ, എന്റെ വരുമാനം എഴുന്നൂറോളം എത്തും."

"ഞാൻ പറയട്ടെ, വാസ്യാ, ദയവായി അതൊന്നും കാര്യമാക്കേണ്ട. ഞാൻ ശപഥം ചെയ്യുന്നു. നിന്റെ കാര്യങ്ങൾ എങ്ങനെ ഏറ്റവും നല്ല നിലയിലാക്കാം എന്നാണ് ഞാൻ ആലോചിക്കുന്നത്. എന്നാൽ, എവിടെ യാണ് എഴുന്നൂറ്. അത് മൂന്നു മാത്രമല്ലേ?"

"മൂന്ന്! അപ്പോൾ മത്സാകോവിച്ചിന്റേതോ? അയാളെ നീ മറന്നോ?"

"യുലിയൻ മസ്താകോവിച്ച്, തീർച്ചയായും! എന്നാൽ, അതൊരു ഉറപ്പുള്ള കാര്യമല്ല, നിനക്കറിയാമല്ലോ, കുട്ടീ! അതൊരു സ്ഥിരം ജോലി പോലെയല്ല, അതിലെ ഓരോ റൂബിളും ഒരു യഥാർത്ഥ സുഹൃത്തിനെ പ്പോലെയാണ്. തീർച്ചയായും യൂലിയൻ മസ്താകോവിച് ഒരു ശ്രേഷ്ഠ നായ വ്യക്തിയാണ്. ഞാനയാളെ ആദരിക്കുന്നു. അയാൾ ഉന്നതനിലയി ലുള്ളവനാണെങ്കിലും അയാളെ മനസ്സിലാക്കുന്നു. സത്യമായും അയാളെ ഇഷ്ടപ്പെടുന്നു. എന്തുകൊണ്ടെന്നാൽ, അയാൾ നിന്നെ ഇഷ്ടപ്പെടുന്നു. നിന്റെ ജോലിക്ക് പ്രതിഫലം തരുന്നു. അയാൾക്ക് വേണമെങ്കിൽ ഒരു ക്ലാർക്കിനെ സ്വന്തം ജോലികൾക്കായി നിയമിക്കാമായിരുന്നു. നിനക്ക് പണം തരുന്നതിന് പകരം, വാസ്യാ, നീയത് മനസ്സിലാക്കണം... പിന്നെ, നിന്റേതുപോലെ ഇത്രയും മനോഹരമായ കൈയക്ഷരം സെന്റ് പീറ്റേഴ്സ് ബർഗ് മുഴുവൻ പരിശോധിച്ചാലും കണ്ടെത്താൻ കഴിയില്ല എന്ന് സമ്മതി ക്കുന്നു. എനിക്ക് നിന്നോട് സമ്മതിക്കാതെ പറ്റില്ല." നെഫെഡേവിച്ച് ഉത്സാഹത്തോടെ പറഞ്ഞവസാനിപ്പിച്ചു.

"എന്നാൽ, എന്തിന്, അങ്ങനെ സംഭവിക്കാതിരിക്കട്ടെ, നീ അയാളെ വെറുപ്പിച്ചു. അയാൾ നിന്നോട് ഇഷ്ടക്കേടായാലും അയാളുടെ ബിസിനസ്സ് അവസാനിച്ചാലും അയാൾ വേറെ ആളെ എടുത്താലും അല്ലെങ്കിൽ മറ്റെന്തെങ്കിലും സംഭവിച്ചാലും എന്തായിരിക്കും ഗതി? നിനക്കറിയാമോ, യൂലിയൻ മസ്താകോവിച്ച് ഒരു ദിവസം ഇവിടെയാ ണെങ്കിൽ മറ്റൊരു ദിവസം മറ്റെവിടെയെങ്കിലും ആയിരിക്കും, വാസ്യാ."

"ഇങ്ങോട്ടു നോക്കൂ ആർക്കാഷാ, നീ പറയുന്ന രീതി കേട്ടാൽ മേൽക്കൂര ഇപ്പോൾ നമ്മൾക്കു മീതെ ഇടിഞ്ഞ് വീഴുമെന്ന് തോന്നും."

"അതെ, തീർച്ചയായും, തീർച്ചയായും. ഞാൻ പറയുകയായിരുന്നു."

"വേണ്ട. ഞാൻ പറയുന്നത് കേൾക്കൂ, ശ്രദ്ധിക്കൂ. നിനക്കറിയാമോ, അയാൾക്കെന്നെ വിട്ടുപിരിയാൻ കഴിയില്ല. ഇല്ല, ഞാൻ പറയുന്നതൊന്ന് ശ്രദ്ധിക്കൂ, ശ്രദ്ധിക്കൂ. ഞാൻ അയാളുടെ ഓർഡറുകൾ ഉത്സാഹപൂർവം നിർവഹിക്കുന്നു എന്ന് നിനക്കറിയാമോ. അയാൾ വളരെ ഉദാരമതിയാണ്. നിനക്കറിയാമോ ആർക്കാഷാ, അയാൾ ഇന്നെനിക്ക് അമ്പത് വെള്ളി റൂബിൾ തന്നു!"

"ശരിക്കും തന്നോ, വാസ്യാ? നിന്റെ പ്രതിഫലമാണോ അത്?"

"പേടിക്കേണ്ട. അതയാളുടെ പോക്കറ്റിൽ നിന്ന് തന്നതാണ്. അയാൾ പറഞ്ഞു "ഇതാ, അഞ്ച് മാസമായി നിങ്ങൾക്ക് പണമൊന്നും ലഭിക്കു ന്നില്ല. ഇത് നിങ്ങൾക്ക് ഇഷ്ടമാണെങ്കിൽ എടുക്കാം. താങ്ക് യൂ." അയാൾ

പറഞ്ഞു, "താങ്ക് യൂ, ഞാൻ നിങ്ങളോട് സന്തുഷ്ടനാണ്." ഞാൻ നിങ്ങൾക്ക് വാക്ക് തരുന്നു.! "എന്തായാലും നിങ്ങൾ എനിക്കുവേണ്ടി വെറുതെയല്ല ജോലി ചെയ്യുന്നത്." സത്യസന്ധമായും! അയാൾ പറഞ്ഞ അതേ വാക്കുകൾ ആണത്. എന്റെ കണ്ണുകൾ നിറഞ്ഞൊഴുകി, ആർക്കാഷാ! ദൈവം മുകളിലുണ്ട്."

"എന്നോട് പറയൂ, വാസ്യാ, ആ പേപ്പറുകൾ നീ പകർത്തി എഴുതി ത്തീർത്തോ?"

"ഇല്ല... ഇനിയും തീർന്നിട്ടില്ല."

"ഓഹ് വാസ്യാ! എന്റെ മാലാഖേ! നീ എന്താണ് ചെയ്തത്?"

"നോക്കൂ, ആർക്കാഡി, അത് സാരമില്ല, എനിക്കിനി രണ്ട് ദിവസം കൂടിയുണ്ട്. ഞാൻ തീർക്കും."

"എന്തുകൊണ്ടാണത് നീ ചെയ്യാതിരുന്നത്?"

"എവിടേക്കാണ് നിന്റെ പോക്ക്! നീ ആകെ തകർന്നപോലെ കാണ പ്പെടുന്നല്ലോ. അതെന്റെ മനസ്സും ഹൃദയവും മുറിപ്പെടുത്തുന്നു. ഓഹ്, ശരി. നീ എപ്പോഴും ഇതുപോലെ എന്റെ ആവേശം തണുപ്പിക്കുന്നു. സഹായത്തിനുവേണ്ടി ഉടനെ തൊള്ള പൊളിക്കുന്നു! ഒരു നിമിഷം ചിന്തിച്ചുനോക്കൂ, എന്തെങ്കിലും സംഭവിച്ചോ? ശരി, ഞാനത് പൂർത്തി യാക്കും. ഞാൻ ശപഥം ചെയ്യുന്നു."

"നീ പൂർത്തിയാക്കിയില്ലെങ്കിൽ?" ആർക്കാഡി ചാടി എഴുന്നേറ്റ് നില വിളിച്ചു. "അയാൾ ഇന്ന് നിനക്ക് പണം തന്നിരിക്കുന്നു! നീയാണെങ്കിൽ വിവാഹം കഴിക്കാൻ ഉദ്ദേശിക്കുന്നു... ഓഹ് എന്റെ ദൈവമേ! എന്റെ ദൈവമേ!"

"വിഷമിക്കേണ്ട, വിഷമിക്കേണ്ട." ഷുംക്കോവ് ഒച്ചവെച്ചു.

"ഇപ്പോൾത്തന്നെ ഞാനീ കണക്ക് തീർക്കാൻ പോകയാണ്, വിഷമി ക്കേണ്ട."

"നിനക്ക് സ്വന്തം ഡ്യൂട്ടി എങ്ങനെ അവഗണിക്കാൻ കഴിഞ്ഞു വാസ്യാ, എന്റെ സ്നേഹിതാ?"

"ഓഹ് ആർക്കാഷാ! എനിക്കെങ്ങനെ അനങ്ങാതിരിക്കാൻ കഴിയും? എന്റെ അവസ്ഥ നോക്കൂ! എന്തിന്, എനിക്കെന്റെ ഓഫീസ് കസേരയിൽ ഇരിക്കാൻ പോലും കഴിയുന്നില്ല. എനിക്കെന്റെ വികാരം അടക്കി നിർത്താൻ കഴിയുന്നില്ല, നിനക്കറിയാമോ... ദൈവമേ! ഞാൻ ഇന്ന് രാത്രി മുഴുവൻ ഇരിക്കും, നാളെ രാത്രിയും മറ്റന്നാൾ രാത്രിയും. അങ്ങനെ ഞാനത് പൂർത്തിയാക്കും."

"ഇനി അധികം ബാക്കിയുണ്ടോ?"

"എന്നെ ശല്യപ്പെടുത്തല്ലേ, ദൈവത്തെ ഓർത്ത് എന്നെ ശല്യപ്പെടു ത്തല്ലേ മിണ്ടാതിരിക്കുക."

ആർക്കാഡി ഇവാനോവിച് നിശ്ശബ്ദം കട്ടിലിൽ ചെന്നിരുന്നു. പെട്ടെന്ന് ചാടി എഴുന്നേറ്റ് വീണ്ടും ഇരുന്നു. എന്തുകൊണ്ടെന്നാൽ, അത് വാസ്യായ്ക്ക് ശല്യമായെങ്കിലോ എന്നോർത്തു. എന്നാലും അയാളുടെ മാനസിക വിക്ഷോഭം അയാളെ അനങ്ങാതിരിക്കാനനുവദിച്ചില്ല. ആ വാർത്ത അയാളെ കീഴടക്കി എന്ന കാര്യത്തിൽ സംശയമില്ല. അയാളുടെ ആഹ്ലാദത്തിന്റെ ആദ്യപ്രതികരണം ഇനിയും മാഞ്ഞിട്ടില്ലായിരുന്നു. അയാൾ ഷുംക്കോവിനുനേരെ ദൃഷ്ടി പായിച്ചു. ഷുംക്കോവ് അയാളേയും നോക്കി. പുഞ്ചിരിയോടെ അയാൾക്കുനേരെ വിരലാട്ടിക്കാണിച്ചു. പിന്നെ നെറ്റി ചുളിച്ച് തന്റെ പേപ്പറിലേക്ക് കണ്ണുകൾ പതിപ്പിച്ചു. അയാൾക്കും സ്വന്തം വികാരവിക്ഷോഭം നിയന്ത്രിക്കാൻ കഴിയാത്തതുപോലെ കാണപ്പെട്ടു. കാരണം, അയാൾ പേനകൾ മാറ്റിക്കൊണ്ടിരുന്നു. കസേരയ്ക്ക് ചുറ്റും അസ്വസ്ഥനായി നടന്നു. ഇരുപ്പ് മാറ്റിനോക്കി. വീണ്ടും എഴുത്ത് തുടങ്ങി. എന്നാൽ, അയാളുടെ കൈ വിറച്ചു, എഴുതാനായില്ല.

"ആർക്കാഷാ! ഞാൻ അവരോട് നിന്നെക്കുറിച്ച് പറഞ്ഞു." ഇപ്പോഴാണ് അക്കാര്യം ഓർമ്മ വന്നതെന്ന മട്ടിൽ അയാൾ പെട്ടെന്ന് വിളിച്ചു പറഞ്ഞു.

"നീ പറഞ്ഞോ?" ആർക്കാഡി ചോദിച്ചു. "അക്കാര്യം ഞാൻ നിന്നോട് ചോദിക്കാൻ പോകുകയായിരുന്നു. എന്നിട്ട്?"

"ശരി, ഞാൻ എല്ലാം നിന്നോട് പിന്നീട് പറയാം. നോക്കൂ, അതെന്റെ തെറ്റാണ്. സത്യമായും എന്റെ മനസ്സിൽ നിന്ന് വഴുതിവീണതാണ്. നാല് പേജെങ്കിലും എഴുതാതെ ഞാനൊന്നും പറയില്ലെന്ന് വിചാരിച്ചിരുന്നതാണ്. എന്നാൽ, ഞാൻ പെട്ടെന്ന് നിന്നേയും അവരേയും ഓർത്തുപോയി. നിനക്കറിയാമോ, എനിക്ക് ഒന്നും എഴുതാൻ കഴിയുന്നില്ല. ഞാൻ നിന്നെക്കുറിച്ച് ഓർത്തുകൊണ്ടിരിക്കുകയാണ്..." വാസ്യാ പുഞ്ചിരിച്ചു.

അവർ നിശ്ശബ്ദരായി ഇരുന്നു.

"ഹട്ട്, എന്തൊരു വൃത്തികെട്ട പേന!" വെറുപ്പോടെ പേനകൊണ്ട് മേശമേൽ അടിച്ച് ഷുംക്കോവ് നിലവിളിച്ചു. അയാൾ മറ്റൊന്ന് എടുത്തു.

"വാസ്യാ! കേൾക്കൂ! ഒറ്റ വാക്ക്."

"എന്താണത്? വേഗം പറയൂ. ഇത് അവസാനത്തേതായിരിക്കട്ടെ."

"ഒരു പാട് ബാക്കിയുണ്ടോ?"

"ഓഹ് ദൈവമേ!" ഇതിനേക്കാൾ വെറുപ്പുള്ളതും മാരകമായതുമായ ചോദ്യം ഈ ലോകത്തിലില്ലെന്ന മട്ടിൽ വാസ്യാ വേദനിച്ച് പുളഞ്ഞു. "ഒരുപാട്, ഭയങ്കരം!"

"നിനക്കറിയാമോ, എനിക്കൊരു ആശയം തോന്നുന്നു."

"എന്ത്?"

"സാരമില്ല, നീ എഴുത്ത് തുടർന്നോളൂ."

"എന്നാൽ, അതെന്താണ്? എന്നോട് പറയൂ."

"ഇപ്പോൾ ആറ് മണി കഴിഞ്ഞു, വാസ്യാ, കുട്ടീ!"

നെഫെഡേവിച്ച് പുഞ്ചിരിച്ച് പേടിയോടെ വാസ്യായ്ക്കു നേരെ ഒന്ന് കണ്ണിറുക്കി കാണിച്ചു. വാസ്യായുടെ പ്രതികരണം എന്തായിരിക്കുമെന്നോർത്ത് അയാൾക്ക് നേരിയ ഭയമുണ്ടായിരുന്നു.

"ശരി, എന്താണത്?" എഴുത്ത് പാടെ നിർത്തി നേരെ ആർക്കാഡിയുടെ കണ്ണുകളിലേക്ക് നോക്കി വാസ്യാ ചോദിച്ചു. അയാൾ അക്ഷമയിൽ വിളർത്തിരുന്നു.

"എന്താണെന്ന് നിനക്കറിയാമോ?"

"ഓഹ്, ദൈവത്തെ ഓർത്ത്, എന്താണത്?"

"നിനക്കറിയാമോ എന്താണെന്ന്? നീ വികാരവിവശനാണ്. നിനക്ക് കാര്യമായൊന്നും ചെയ്യാനാവില്ല... കാത്തിരിക്കൂ, കാത്തിരിക്കൂ, കാത്തിരിക്കൂ. എനിക്കറിയാം. എനിക്കറിയാം - ശ്രദ്ധിക്കൂ!" കട്ടിലിൽ നിന്ന് ആകാംക്ഷയോടെ ചാടി എഴുന്നേറ്റ് വാസ്യയെ തടഞ്ഞുകൊണ്ട് നെഫെഡേവിച് പറഞ്ഞു. "ആദ്യമായി നീ ശാന്തനാകണം, ആത്മനിയന്ത്രണം പാലിക്കണം, മനസ്സിലായോ?"

"ആർക്കാഷാ! ആർക്കാഷാ!" തന്റെ കസേരയിൽനിന്ന് ചാടി എഴുന്നേൽക്കവേ വാസ്യ നിലവിളിച്ചു.

"ഓഹ്, ഇല്ല. നിനക്ക് കഴിയില്ല. നേരം പുലരുമ്പോഴേക്കും നീ ഗാഢനിദ്രയിലായിരിക്കും."

"ഇല്ല, ഞാൻ ഉറങ്ങില്ല."

"ഇല്ല, അത് പറ്റില്ല, ഇല്ല. തീർച്ചയായും നീ ഉറങ്ങും. അതെ, അഞ്ചുമണിക്ക് ഉറങ്ങാൻ പോകൂ. എട്ടുമണിക്ക് ഞാൻ നിന്നെ വിളിക്കാം. നാളെ ഒഴിവുദിവസമാണ്. സുഖമായി ഇരുന്ന് ദിവസം മുഴുവൻ എഴുതാം... പിന്നെ രാത്രി, അതിനിടയ്ക്ക് ഒരുപാട് എഴുതാൻ ബാക്കിയുണ്ടോ?"

"ഇതാ, ഇങ്ങോട്ട് നോക്കൂ! നോക്കൂ!"

വാസ്യാ, പ്രതീക്ഷയോടെയും ആകാംക്ഷയോടെയും വിറച്ചുകൊണ്ട്, തന്റെ നോട്ടുപുസ്തകം കാണിച്ചുകൊടുത്തു. "ഇതാ!"

"കുട്ടീ, അതത്രയ്ക്ക് അധികമൊന്നുമില്ലല്ലോ, നിനക്കറിയാമോ."

"ആർക്കാഷാ ഡിയർ, കുറച്ചു കൂടിയുണ്ട്."വാസ്യാ നെഫെഡേവിച്ചിനെ വളരെ വളരെ എളിമയോടെ നോക്കി, തനിക്ക് പുറത്തുപോകാനുള്ള അനുവാദം അവനാണ് നല്കേണ്ടത് എന്നതുപോലെ.

"എത്ര കൂടി ഉണ്ട്?"

"രണ്ട്... ചെറിയ പേജുകൾ."

"കൊള്ളാം അപ്പോൾ? ഇങ്ങോട്ട് നോക്കൂ, നമ്മൾ അത് സമയത്തിന് തന്നെ തീർക്കും, തീർച്ചയായും!"

"ആർക്കാഷാ!"

"വാസ്യാ, കേൾക്കൂ! ഇത് 'ന്യൂ ഇയർ ഈവ്' ആണ്. എല്ലാവരും അത് സുഹൃത്തുക്കളോടും കുടുംബങ്ങളോടുമൊപ്പം ചിലവഴിക്കുന്നു. നീയും ഞാനും മാത്രമാണ് വീടില്ലാത്തവർ, അനാഥർ. ആഹ്, വാസെങ്കാ!" നെഫെഡേവിച്ച് വാസ്യായെ ആലിംഗനം ചെയ്തു. കരടിയുടേതുപോലുള്ള അവന്റെ ആലിംഗനത്തിൽ അവൻ തവിടുപൊടിയായി.

"ആർക്കാഡി! അതിലൊരു തീരുമാനമായി."

"വാസിയുക്ക്, ഞാനതിപ്പോൾ പറയാൻ പോകുകയായിരുന്നു. നീ മനസ്സിലാകുന്നോ, വാസിയുക്ക്, അവലക്ഷണം പിടിച്ചവനേ! കേൾക്കൂ, കേൾക്കൂ! നിനക്കറിയാമോ..."

ആഹ്ലാദത്താൽ മിണ്ടാനാകാതെ ആർക്കാഡി വായ പൊളിച്ച് നിന്നു. വാസ്യാ അവന്റെ തോളുകളിൽ കൈവെച്ച് കണ്ണുകളിലേക്ക് മിഴിച്ചു നോക്കി. അവന്റെ വാചകം പൂർത്തീകരിക്കാനെന്നോണം ചുണ്ടുകൾ ചലിപ്പിച്ചു.

"ശരി." ഒടുവിൽ വാസ്യാ ചോദിച്ചു.

"അവർക്ക് മുന്നിൽ എന്നെ ഇന്ന് കൊണ്ടുപോകൂ!"

"ആർക്കാഡീ, നമ്മൾക്കവിടേക്ക് ചായ കുടിക്കാൻ പോകാം. എന്താണെന്ന് നിനക്ക് മനസ്സിലായോ? നമ്മൾ ഇവിടെ പുതുവർഷം കാണാൻ പോലും നില്ക്കുന്നില്ല. നിനക്ക് മനസ്സിലായോ, നമ്മൾ നേരത്തെ സ്ഥലം വിടും." വാസ്യാ ഊർജ്ജസ്വലതയോടെ വിളിച്ചു പറഞ്ഞു,

"അതിന്റെ അർത്ഥം രണ്ട് മണിക്കൂർ കൂടുതലുമല്ല, കുറവുമല്ല."

"അപ്പോൾ ഞാൻ എഴുതിത്തീരുന്നതുവരെ നമ്മൾക്ക് പിരിയാം."

"വാസിയുക്ക്!"

"ആർക്കാഡി!"

തന്റെ ഫ്രോക് കോട്ട് ധരിക്കാനായി ആർക്കാഡി വെറും മൂന്ന് മിനിറ്റേ എടുത്തുള്ളൂ. വാസ്യക്ക് ഒന്ന് തട്ടിക്കുടഞ്ഞാൽ മാത്രം. കാരണം, വീട്ടിൽ വന്ന ഉടനെ എഴുതിത്തുടങ്ങാനുള്ള ഉത്സാഹത്തിൽ അവൻ ഫ്രോക്ക് കോട്ട് ഊരാൻ മറന്നുപോയിരുന്നു.

അവർ ധൃതി പിടിച്ച് തെരുവിലേക്ക് നടന്നു. ഒരാൾ മറ്റാളേക്കാൾ ആഹ്ലാദവാനായിരുന്നു. പീനേഴ്സ്ബർഗ് സൈഡിൽ നിന്ന് കൊലോമ്നായിലേക്കുള്ള വഴിയിലാണ് അവർ പോകുന്ന വീട് സ്ഥിതിചെയ്യുന്നത്. വളരെ വേഗത്തിൽ ഊർജ്ജസ്വലതയോടെയായിരുന്നു ആർക്കാഡി

ഇവാനോവിച്ചിന്റെ നടത്തം. വാസ്യായുടെ സൗഭാഗ്യത്തിൽ എന്തുമാത്രം ആഹ്ലാദഭരിതനാണയാൾ എന്ന് ആ നടത്തത്തിൽ നിന്നുതന്നെ വ്യക്തമാണ്. വാസ്യാ അല്പം മെല്ലെയായിരുന്നു നടന്നിരുന്നത്. എന്നാൽ, അയാളുടെ ഭാവം അന്തസ്സില്ലാത്തതായിരുന്നില്ല. ആർക്കാഡി ഇവാനോവിച്ചിന് ഇത്രയും തൃപ്തികരമായൊരു അഭിപ്രായം അവനെക്കുറിച്ച് ഇതുവരെ തോന്നിയിട്ടില്ല. അവനോടയാൾക്ക് അഗാധമായ ആദരവ് അനുഭവപ്പെട്ടു. വാസ്യായുടെ ശാരീരിക വൈകല്യം ഇതുവരെ വായനക്കാരൻ അറിഞ്ഞിട്ടില്ല. വാസ്യായുടെ ശരീരത്തിന് ഒരു വശത്തേക്ക് ചെറിയൊരു ചെരിവുണ്ട്. ആർക്കാഡിയുടെ കാരുണ്യഹൃദയത്തിൽ അതുമൂലം, അവനോട് സഹാനുഭൂതിയാണ്. ഇപ്പോൾ, അവന്റെ വാത്സല്യം നിറഞ്ഞ സ്നേഹത്തെ അത് വർധിപ്പിക്കാനിടയാക്കി. സ്വാഭാവികമായും വാസ്യാ അത് അർഹിക്കുന്നുണ്ട്. തീർച്ചയായും ആർക്കാഡി ഇവാനോവിച് ആനന്ദക്കണ്ണുനീർ പൊഴിക്കുമെന്ന് തോന്നി. എന്നാൽ, അയാൾ നിയന്ത്രിച്ചു.

“നീ എങ്ങോട്ടാണ് പോകുന്നത് വാസ്യാ? ഇതിലെ പോകുന്നതാണ് എളുപ്പം!” വാസ്യാ വോസ്റ്റെസെൻസ്കി പ്രോസ്പെക്ടിലേക്ക് തിരിയാൻ നില്ക്കുന്നതുകണ്ട് അവൻ വിളിച്ചുപറഞ്ഞു.

“മിണ്ടാതിരിക്കൂ, ആർക്കാഷാ, മിണ്ടാതിരിക്കൂ!”

“ശരിക്കും ഇതാണ് എളുപ്പവഴി, വാസ്യാ!”

“ആർക്കാഷാ! നിനക്കറിയാമോ, എന്താണ് കാര്യമെന്ന്?” നിഗൂഢഭാവത്തിൽ വാസ്യാ തുടങ്ങി, അവന്റെ ശബ്ദം ആനന്ദഭരിതമായിരുന്നു! “നിനക്കറിയാമോ എന്താണെന്ന്? ഞാൻ ലിസങ്കായ്ക്ക് ഒരു കൊച്ചു സമ്മാനം കൊടുക്കാനാഗ്രഹിക്കുന്നു.”

“അതെന്താണ്?”

“അതിശയകരമായൊരു ഷോപ്പുണ്ട് ഈ മൂലയിൽ, മാഡം ലാറോക്സിന്റേത്.”

“ശരിക്കും.”

“ഒരു തൊപ്പി, കുട്ടീ, ഒരു തൊപ്പി. മനോഹരമായൊരു കൊച്ചു തൊപ്പി ഞാൻ ഇന്നു കണ്ടു. ഞാൻ അന്വേഷിച്ചു. ആ ഫാഷന് മാനൊൻലെ സ്കോട്ട് എന്നാണവർ പറയുന്നത്. അതിമനോഹരം! അതിൽ ചുകന്ന റിബണുകൾ ഉണ്ട്. അതത്രയ്ക്ക് വിലയുള്ളതല്ലെങ്കിൽ... ആർക്കാഷാ, അത് വളരെ വിലയുള്ളതാണെങ്കിൽപോലും!”

“നീ ഏറ്റവും മഹാനായൊരു കവിതന്നെ, വാസ്യാ ഞാൻ പ്രഖ്യാപിക്കുന്നു. എന്നാൽ നടക്കൂ.”

അവർ നടത്തം വേഗത്തിലാക്കി, ഓടി. രണ്ടു മിനിറ്റുകൊണ്ട് കടയിലെത്തി. കറുത്ത കണ്ണുകളുള്ള ഒരു ഫ്രഞ്ചുകാരിയെ കണ്ടു. ചുരുണ്ട

മുടിയുള്ള മാഡം ലാറോക്സ്. വളരെ സന്തോഷവതിയായ അവളെ കണ്ടപ്പോൾ അവർ കൂടുതൽ ആഹ്ലാദഭരിതരായി. ആഹ്ലാദത്തിമിർപ്പിൽ വാസ്യാ അവളെ ചുംബിക്കാൻപോലും തയ്യാറായിരുന്നു.

"ആർക്കാഷാ!" ആ ഷോപ്പിലെ വലിയ മേശപ്പുറത്തുള്ള കൊച്ചു കൊച്ചു മരസ്റ്റാന്റുകളിൽ പ്രദർശിപ്പിച്ചിട്ടുള്ള മനോഹരവും അത്യാകർഷകവുമായ വസ്തുക്കൾ അലസനായി നോക്കി. അവൻ മെല്ലെ പറഞ്ഞു.

"അദ്ഭുതം! എത്ര മനോഹരം! അവിടെയുള്ള ആ മനോഹരമായ വസ്തു ഒന്നു നോക്കൂ." സുന്ദരമായൊരു തൊപ്പി ചൂണ്ടിക്കാണിച്ചുകൊണ്ടവൻ മന്ത്രിച്ചു. എന്നാൽ, അവൻ വാങ്ങിക്കാൻ ഉദ്ദേശിച്ചിരുന്നത് അതായിരുന്നില്ല. കാരണം, അയാൾക്കാവശ്യമുള്ളതും അതായിരുന്നില്ല. കാരണം, അയാൾക്കാവശ്യമുള്ളത് നേരത്തെ തിരഞ്ഞെടുത്തുകഴിഞ്ഞിരുന്നു. ഇപ്പോൾ, മേശയുടെ മറ്റെ അറ്റത്ത് പ്രദർശിപ്പിച്ചിരുന്ന അതിമനോഹരമായ തൊപ്പിയിൽ അവന്റെ ആശ്ചര്യം സ്ഫുരിക്കുന്ന കണ്ണുകൾ കുടുങ്ങിക്കിടന്നു. അവന്റെ തുറിച്ചുനോട്ടം കണ്ടാൽ ആരും വിചാരിക്കും അത് മോഷ്ടിക്കാൻ വന്നവനാണെന്ന്. അല്ലെങ്കിൽ അയാൾക്ക് പിടികൊടുക്കാതെ ആ തൊപ്പി സ്വയം ആകാശത്തേക്ക് പറന്നുയരുമെന്ന്.

"അത്." ആർക്കാഡി ഇവാനോവിച് മറ്റൊരു തൊപ്പി ചൂണ്ടിക്കാണിച്ചു പറഞ്ഞു. "അതാണ് ഏറ്റവും നല്ലതെന്ന് കരുതുന്നു."

"നിനക്ക് നല്ലത് ആർക്കാഷാ! നിനക്ക് അഭിനന്ദനങ്ങൾ. സത്യത്തിൽ, നിന്റെ അഭിരുചിയോട് അസാധാരണമായൊരു ആദരവ് തോന്നുന്നു." ആർക്കാഷായുടെ തിരഞ്ഞെടുക്കാനുള്ള പാടവത്തെ ആത്മാർത്ഥമായി പ്രശംസിക്കുന്ന നാട്യത്തിൽ വാസ്യാ പറഞ്ഞു. "നിന്റെ തൊപ്പി മനോഹരമാണ്. എന്നാൽ ഇങ്ങോട്ട് വരൂ!"

'ഇതിനേക്കാൾ നല്ലതുണ്ടോ, കുട്ടീ?"

"ഇതൊന്ന് നോക്കൂ!"

"അതോ?" ആർക്കാഡി സംശയം പ്രകടിപ്പിച്ചു.

എന്നാൽ, ഇനിയും സ്വയം നിയന്ത്രിക്കാൻ കഴിയാതിരുന്ന വാസ്യാ, ആ തൊപ്പി സ്റ്റാന്റിൽ നിന്നും പിടിച്ചെടുത്തു. ഇത്രയുംകാലം കാത്തിരുന്നശേഷം നല്ലൊരു ഇടപാടുകാരനെ സ്വാഗതം ചെയ്യാനായപ്പോൾ സ്വമേധയാ ആ തൊപ്പി പറന്നുചെന്നതുപോലെ തോന്നി. അതിന്റെ ലെയ്സും ചട്ടയും തൊങ്ങലുമെല്ലാം മർമ്മരശബ്ദം പുറപ്പെടുവിക്കാൻ തുടങ്ങി. പെട്ടെന്ന് ആർക്കാഡി ഇവാനോവിച്ചിന്റെ കരുത്തുറ്റ നെഞ്ചിൽ നിന്നും അഭിനന്ദനത്തിന്റേതായൊരു നിലവിളി പൊട്ടിപ്പുറപ്പെട്ടു. അഭിരുചിയുടെ കാര്യത്തിൽ അവിതർക്കിതമായ ഔന്നത്യം നിലനിർത്തുന്ന മാഡം ലാറോക്സ് തൊപ്പി തിരഞ്ഞെടുക്കുന്ന സമയമെല്ലാം ഗൗരവത്തോടെ നിശ്ശബ്ദത പാലിക്കുകയായിരുന്നു. അവർ പോലും ആ തൊപ്പി

തിരഞ്ഞെടുത്ത വാസ്യായെ പ്രസന്നമായൊരു പുഞ്ചിരിയോടെ അംഗീകരിച്ചു. അവളുടെ നോട്ടം, അംഗവിക്ഷേപം, പുഞ്ചിരി, എല്ലാം ഇപ്രകാരം പറയുന്നതുപോലെ തോന്നി. “അതേ! നിങ്ങൾ അത് അനുമാനിച്ചു. നിങ്ങളെ കാത്തിരിക്കുന്ന സന്തോഷത്തിന് നിങ്ങൾ അർഹനാണ്.”

“നിനക്ക് നാണം വരുന്നു, അല്ലേ?” തന്റെ സ്നേഹം മുഴുവൻ ആ മനോഹരമായ തൊപ്പിയിൽ കേന്ദ്രീകരിച്ച്, വാസ്യാ നിലവിളിച്ചു. ‘നീ മനപ്പൂർവം ഒളിച്ചിരിക്കയായിരുന്നു കൊച്ചുതെമ്മാടി, ഡാർലിംഗ്!” അവൻ അതിനെ ചുംബിച്ചു. സത്യത്തിൽ അതിനു ചുറ്റുമുള്ള വായുവിലാണ് ചുംബിച്ചത്. കാരണം തന്റെ അമൂല്യനിധിയെ സ്പർശിക്കാനവൻ ഭയപ്പെട്ടു.

“അങ്ങനെ യഥാർത്ഥ അർഹതയും മൂല്യവും സ്വയം ഗോപ്യമായി വെക്കുന്നു.” ഒരു നേരംപോക്കുകൾ പ്രസിദ്ധീകരിക്കുന്ന പത്രത്തിൽ അന്നു രാവിലെ വായിച്ച ഒരു വാചകം ആഹ്ലാദപൂർവം ആർക്കാഡി ആവർത്തിച്ചു. “ശരി, വാസ്യാ, ഇനി എന്ത്?”

“ആർക്കാഷാ! ഹുറേ! എന്ത്, നീ ഇന്ന് വലിയ രസികനായിരിക്കുന്നല്ലോ. ആളുകൾ പറയുന്നതുപോലെ സ്ത്രീകൾക്കിടയിൽ നീ ഒരു ഒച്ചപ്പാട് തന്നെ സൃഷ്ടിക്കും. എന്റെ വാക്കുകൾ കുറിച്ചിടുക. മാഡം ലാറോക്സ്! മാഡം ലാറോക്സ്!”

“ഞാൻ എന്താണ് നിങ്ങൾക്കുവേണ്ടി ചെയ്യേണ്ടത്?”

“പ്രിയപ്പെട്ട മാഡം ലാറോക്സ്!”

മാഡം ലാറോക്സ് ആർക്കാഡി ഇവാനോവിച്ചിനു നേരെ നോക്കി. സന്തോഷിപ്പിക്കുംവിധം പുഞ്ചിരിച്ചു.

“ഈ സമയം ഞാൻ നിങ്ങളെ എന്തുമാത്രം ആരാധിക്കുന്നു എന്ന് നിങ്ങൾക്ക് സങ്കല്പിക്കാൻ കഴിയില്ല... നിങ്ങളെ ഒന്ന് ചുംബിക്കാൻ എന്നെ അനുവദിക്കൂ...” പിന്നെ, വാസ്യാ ഷോപ്പുടമയെ ചുംബിച്ചു.

തന്റെ സമനില പാലിക്കാൻ അവൾക്ക് ഒരു നിമിഷം സകല കഴിവുകളും പ്രയോഗിക്കേണ്ടി വന്നു. വാസ്യയെപ്പോലുള്ളൊരു പോക്കിരിക്കു മുന്നിൽ സ്വന്തം അന്തസ്സ് കൈമോശം വരാതെ നോക്കണമല്ലോ. എന്നാൽ, മാഡം ലാറോക്സിന്റെ നൈസർഗികവും പരിശുദ്ധവും അനുഗൃഹീതവുമായ മര്യാദയാണ് അയാളുടെ ആവേശകരമായ പ്രവൃത്തിയെ സ്വീകരിക്കാൻ പ്രേരിപ്പിച്ചതെന്നാണ് എന്റെ ദൃഢമായ വിശ്വാസം. അവൾ അയാളോട് ക്ഷമിച്ചു. എത്ര വിവേകത്തോടെയും സൗകുമാര്യത്തോടെയുമുള്ള പെരുമാറ്റമാണ് അവൾ ഇക്കാര്യത്തിൽ കൈകൊണ്ടത്! ആർക്കെങ്കിലും വാസ്യായോട് ശരിക്കും ദേഷ്യപ്പെടാൻ കഴിഞ്ഞേക്കുമോ!

“മാഡം ലാറോക്സ്, ഇതിന്റെ വില എത്രയാണ്?”

“ഏഴ് വെള്ളി റൂബിൾ.” ഒരു പുഞ്ചിരിയോടെ അവൾ മറുപടി നല്കി. അവൾ ശാന്തത കൈവരിച്ചിരിക്കുന്നു.

“മറ്റേതോ, മാഡം ലാറോക്സ്?” ആർക്കാഡി ഇവാനോവിച് താൻ തിരഞ്ഞെടുത്തത് ചൂണ്ടി ചോദിച്ചു.

“അതിന് എട്ട് വെള്ളി റൂബിൾ.”

“ഓഹ്. എന്നാൽ ഞാൻ പറയട്ടെ. ഞാൻ പറയട്ടെ. മാഡം ലാറോക്സ് ഏതാണ് കൂടുതൽ നല്ലതെന്ന് നിങ്ങൾ പറയണം. കൂടുതൽ മനോഹരവും ശാലീനതയുള്ളതും ഏതെന്ന്? ഏതാണ് കൂടുതൽ ഫാഷനുള്ളത്?”

“അത് വില കൂടുതലുള്ളതാണ്. എന്നാൽ നിങ്ങൾ തിരഞ്ഞെടുത്തതാണ് നല്ലത്.”

“ശരി. അപ്പോൾ, അതാണ് നിങ്ങൾ എടുക്കുന്നത്!”

മാഡം ലാറോക്സ് വളരെ വളരെ നേരിയ ഒരു കടലാസെടുത്ത് തൊപ്പി അതിൽ പൊതിഞ്ഞു ചെറിയൊരു പിൻ കുത്തിവെച്ച് വാസ്യാ ഭദ്രമാക്കി അതെല്ലാം ശ്രദ്ധയോടെ എടുത്തുപിടിച്ച് ശ്വാസംപോലും വിടാതെ മാഡം ലാറോക്സിനെ കുനിഞ്ഞു വണങ്ങി, അഭിനന്ദിച്ചു. പിന്നെ ഷോപ്പിൽനിന്ന് പുറത്തു കടന്നു. അസ്വസ്ഥമായൊരു പുഞ്ചിരിയോടെ ശബ്ദമില്ലാത്തൊരു ചിരി ചിരിച്ചു. റോഡിലൂടെ നടന്നുപോകുന്നവർ മനപ്പൂർവം മുട്ടി തന്റെ അമൂല്യമായ തൊപ്പി ചതച്ചെങ്കിലോ എന്ന ഭയത്താൽ ദൂരെ മാറിയാണയാൾ നടന്നത്.

“കേൾക്കൂ, ആർക്കാഡി, കേൾക്കൂ!” ഒരു മിനിറ്റിനുശേഷം അയാൾ പറഞ്ഞു. പാവനമായ എന്തോ ഒരു ധ്വനി ആ സംസാരത്തിലുണ്ടായിരുന്നു. പറഞ്ഞറിയിക്കാനാവാത്ത സ്നേഹം നിറഞ്ഞൊരു ശബ്ദം. “ആർക്കാഡി, ഞാൻ വളരെ സന്തോഷവാനാണ്, അത്രയ്ക്കധികം!”

“വാസെങ്കാ! ഞാനും, ഞാനും വളരെ സന്തോഷവാനാണ്. എന്റെ പ്രിയപ്പെട്ട കുട്ടീ!”

“അല്ല, ആർക്കാഷാ, അല്ല, നിനക്കെന്നോടുള്ള സ്നേഹം, അതിരറ്റതാണ്, എനിക്കറിയാം. എന്നാൽ, എന്റെ മനസ്സിലെ ഇപ്പോഴത്തെ വികാരത്തിന്റെ നൂറിൽ ഒന്നുപോലും ഗ്രഹിക്കുവാൻ നിനക്ക് കഴിയില്ല. എന്റെ ഹൃദയം അത്രയ്ക്ക് നിറഞ്ഞിരിക്കയാണ്. ആർക്കാഷാ, നിറഞ്ഞ് തുളുമ്പുന്നു. ഈ സന്തോഷത്തിന് ഞാൻ അർഹനല്ല. എനിക്കത് കേൾക്കാൻ കഴിയും. അനുഭവിച്ചറിയാൻ കഴിയും. അത് അർഹിക്കുവാനായി ഞാൻ എന്താണ് ചെയ്തിട്ടുള്ളത്.” അടക്കിയ തേങ്ങലോടെ അയാൾ പറഞ്ഞു. “ഞാൻ എന്താണ് ചെയ്തിട്ടുള്ളത്. എന്നോട് പറയൂ! എല്ലാ മനുഷ്യരേയും ഒന്ന് നോക്കൂ, എന്തുമാത്രം ദുഃഖിതരാണവർ എന്നു നോക്കൂ. എത്രമാത്രം രോദനങ്ങൾ. എത്രയെത്ര വിരസദിനങ്ങൾ, ഒറ്റ ഒഴിവുദിവസം പോലുമില്ലാതെ! ഞാനോ! അത്തരം ഒരു പെൺകുട്ടിയാൽ സ്നേഹിക്കപ്പെടുന്നവൻ, ഞാൻ... എന്നാൽ, നീ അവളെ സ്വയം കാണും. അവളുടെ ശ്രേഷ്ഠമായ ഹൃദയം നീ സ്വയം വിലമതിക്കും. ഞാൻ ഒരു താഴ്ന്ന

നിലയിലുള്ളവനാണ്. എന്നാൽ, ഇപ്പോൾ എനിക്കൊരു പദവിയും സ്വതന്ത്രമായൊരു ജോലിയും വരുമാനവുമുണ്ട്. ഞാൻ അംഗവൈകല്യത്തോടെ ജനിച്ചവനാണ്. എന്റെ തോളുകൾക്ക് നേരിയ വളവുണ്ട്. നോക്കൂ, എന്നിട്ടും അവളെന്നെ സ്നേഹിക്കുന്നു. പിന്നെ യൂലിയൻ മാസ്താകോവിച്ചും നല്ലവനും ദാക്ഷിണ്യമുള്ളവനും മര്യാദയുള്ളവനുമായിരുന്നു ഇന്ന്. അയാൾ വിരളമായേ എന്നോട് സംസാരിക്കാറുള്ളൂ. ഇന്നയാൾ മുകളിൽ വന്ന് ചോദിച്ച് കൊള്ളാം, വാസ്യാ, അവധി സമയത്ത് ഉല്ലസിക്കാൻ പോകണോ?" സത്യമാണ്, വെറും വാസ്യാ എന്നാണയാൾ വിളിച്ചത്! എന്നിട്ടയാൾ ചിരിച്ചു."

"അതിപ്രകാരമാണ്, യുവർ എക്സെലൻസി." ഞാൻ പറഞ്ഞു. "എനിക്ക് ചില പണികൾ ചെയ്തുതീർക്കാനുണ്ട്."

പിന്നെ ഞാൻ ധൈര്യം സംഭരിച്ച് പറഞ്ഞു. "ഒരുപക്ഷേ, എനിക്ക് ചില സന്തോഷകരമായ കാര്യങ്ങളും നടന്നേക്കും. യുവർ എക്സലൻസി." ഞാൻ പറഞ്ഞെന്ന് ശപഥം ചെയ്യുന്നു. അപ്പോൾ അദ്ദേഹം എനിക്ക് പണം തന്ന് ഒന്നുരണ്ട് വാക്ക് പറഞ്ഞു. ഞാൻ കരഞ്ഞുപോയി. സത്യസന്ധമായി പറയുകയാണ്. എന്റെ കണ്ണുകൾ നിറഞ്ഞു. അദ്ദേഹത്തിന്റേയും കരളലിയിച്ചു എന്ന് ഞാൻ കരുതുന്നു. അദ്ദേഹം എന്റെ തോളിൽ തട്ടിക്കൊണ്ട് പറഞ്ഞു. "അതാണ് വേണ്ടത് വാസ്യാ. നിനക്കെപ്പോഴും ഇതുപോലെ അനുഭവപ്പെടണം."

ഒരു നിമിഷം വാസ്യാ നിർത്തി. ആർക്കാഡി ഇവാനോവിച്ച് തിരിഞ്ഞു നിന്ന് തന്റെ കൈകൊണ്ട് ഒരു തുള്ളി കണ്ണുനീർ തുടച്ചു.

"പിന്നെ, അപ്പോൾ, അപ്പോൾ..." വാസ്യാ തുടർന്നു.

"ഞാനിതൊരിക്കലും നിന്നോട് മുമ്പ് പറഞ്ഞിട്ടില്ല. ആർക്കാഡി... ആർക്കാഡി! നിന്റെ സൗഹൃദം എന്നെ അതീവസന്തോഷവാനാക്കുന്നു. നീ ഇല്ലായിരുന്നെങ്കിൽ ഞാൻ ഇന്ന് ജീവിച്ചിരിക്കില്ലായിരുന്നു. വേണ്ട, വേണ്ട. ഒരക്ഷരം പറയേണ്ട. ആർക്കാഷാ! ഞാൻ നിന്റെ കൈ ഒന്ന് പിടിച്ച് കുലുക്കിക്കോട്ടെ, നിന്നോട് നന്ദി പറഞ്ഞോട്ടെ!" വീണ്ടും വാസ്യായ്ക്ക് തുടരാൻ കഴിഞ്ഞില്ല.

ആർക്കാഡി ഇവാനോവിച്ചിന് അവിടെ വെച്ചുതന്നെ വാസ്യായെ ആലിംഗനം ചെയ്യണമെന്നുണ്ടായിരുന്നു. അവർ ആ റോഡ് മുറിച്ചുകടക്കുമ്പോൾത്തന്നെ!

പെട്ടെന്ന് ചീറുന്ന സ്വരത്തിൽ ഒരു നിലവിളി കേട്ടു. "ഹേയ്, നോക്കൂ!" അവരുടെ കാതുകളിലാണത് മുഴങ്ങിയത്. അവർ പേടിച്ച് ആത്മരക്ഷാർത്ഥം നടപ്പാതയിലേക്കോടി. ആർക്കാഡി ഇവാനോവിച്ചിനത് വലിയ ആശ്വാസം നല്കി. വാസ്യായുടെ പ്രതിജ്ഞാരൂപത്തിലുള്ള നന്ദിപ്രവാഹം ആ സമയത്തെ പ്രത്യേകതമൂലം ഉണ്ടായതല്ലാതെ മറ്റൊന്നുമല്ലെന്ന് അയാൾ കണക്കുകൂട്ടി. അയാൾ സ്വയം തീവ്രമനോവ്യഥയിലായിരുന്നു. ഇതുവരെ വാസ്യാക്കുവേണ്ടി താൻ കാര്യമായി ഒന്നും

ചെയ്തിട്ടില്ലെന്ന് അയാൾക്കു തോന്നി. താൻ ചെയ്ത കൊച്ചു കാര്യങ്ങളുടെ പേരിൽ വാസ്യാ നന്ദി പ്രകടിപ്പിക്കുമ്പോൾ, ശരിക്കും അയാൾക്ക് തന്നോടുതന്നെ ലജ്ജ തോന്നിയിരുന്നു. എന്നാൽ, ഒരു ജീവിതകാലം മുഴുവൻ മുന്നിലുണ്ടല്ലോ. ആർക്കാഡി ഇവാനോവിച്ച് ആശ്വാസത്തോടെ ഒന്ന് നിശ്വസിച്ചു.

അവരുടെ ആതിഥേയ സ്ത്രീകൾ അവർക്കുവേണ്ടിയുള്ള കാത്തിരിപ്പ് അവസാനിപ്പിച്ചു. അതിന്റെ തെളിവിതാണ്. അവൻ ചായ കുടിച്ചു കഴിഞ്ഞു. എന്നാൽ സത്യത്തിൽ മൂത്തവരുടെ മനസ്സിന് ചിലപ്പോൾ ഇളയവരുടേതിനേക്കാൾ കൂർമ്മതയുണ്ടാകും. എന്തുകൊണ്ടെന്നാൽ, ലിസങ്കാ തികച്ചും ആത്മാർത്ഥതയോടെത്തന്നെ ശഠിച്ചു. അയാൾ വരില്ലെന്ന്. “അയാൾ വരാൻ പോകുന്നില്ല മമ്മാ, എന്റെ ഹൃദയം അങ്ങനെ പറയുന്നു.” എന്നാൽ, അതിന് നേരെ വിപരീതമാണ് തന്റെ ഹൃദയം പറയുന്നതെന്ന് മമ്മാ പറഞ്ഞുകൊണ്ടിരുന്നു. അയാൾ തീർച്ചയായും വരും. അയാൾക്ക് ദൂരെ മാറി മാറിനില്ക്കാൻ കഴിയില്ല. അയാൾ ഓടി വരും. ആ സമയത്ത് ആർക്കും ഓഫീസ് ജോലി ഉണ്ടാകില്ല. അതും ന്യൂ ഇയർ ഈവ് ദിവസം! മുന്നിലെ വാതിൽ തുറക്കാൻ പോയപ്പോഴും അവൾ അവരെ കാണുമെന്ന് പ്രതീക്ഷിച്ചിരുന്നില്ല. അവൾക്ക് സ്വന്തം കണ്ണുകളെ വിശ്വസിക്കാൻ കഴിഞ്ഞില്ല. അവളുടെ ശ്വാസം നിലച്ചു. പിടികൂടിയ ഒരു കൊച്ചുകിളിയെപ്പോലെ അവളുടെ ഹൃദയം കിടന്ന് പിടച്ചു.

ഒരു ‘ചെറി’പോലെ അവൾ ചുകന്നുപോയി! നല്ലവനായ ദൈവമേ, എന്തൊരദ്ഭുതം! എന്തൊരാനന്ദം!

“ഓഹ്!” അവളുടെ അധരങ്ങളിൽനിന്നും പൊട്ടിവിടർന്നു. “വിശ്വസിക്കാനൊക്കാത്തവനേ! ഡാർലിംഗ്!” വാസ്യായുടെ കഴുത്തിൽ കെട്ടിപ്പിടിച്ചവൾ നിലവിളിച്ചു. എന്നാൽ, അവളുടെ പെട്ടെന്നുള്ള അമ്പരപ്പും അദ്ഭുതവും ഒന്നു സങ്കല്പിച്ചു നോക്കൂ. വാസ്യായുടെ തൊട്ടുപിന്നിൽ അവന്റെ പിൻഭാഗം മറയ്ക്കാനെന്നതുപോലെ അല്പം ജാള്യതയോടെ ആർക്കാഡി ഇവാനോവിച് നിന്നിരുന്നു. അയാൾക്ക് സ്ത്രീകളുടെ മുന്നിൽ വരാൻ ലജ്ജയാണ് എന്നത് സമ്മതിക്കാതെ തരമില്ല. വല്ലാത്ത ഒരു അസ്വസ്ഥതയാണ്. എന്തായാലും അയാളുടെ അവസ്ഥയും നിങ്ങൾ കണക്കിലെടുക്കണം. അതിൽ പരിഹസിക്കാനായി ഒന്നുമില്ല. അയാൾ ഗംബൂട്ടുമിട്ട് ഹാളിൽ നില്ക്കുകയാണ്. ധൃതിയിൽ വലിച്ചിട്ട ഓവർകോട്ടും തൊപ്പിയും മഞ്ഞ മഫ്ളറിനുമീതെ ചുക്കുച്ചുളിഞ്ഞു കിടക്കുന്നു. വല്ലാതെ അലങ്കോലപ്പെട്ട് അവലക്ഷണം പിടിച്ച രീതിയിൽ! ഇതെല്ലാം പെട്ടെന്ന് ശരിയാക്കേണ്ടിയിരുന്നു. അയാൾക്ക് കൂടുതൽ വെളിച്ചത്തിലേക്ക് കടന്നു വരണം. ഏറ്റവും നല്ല പ്രകാശത്തിൽ വന്ന് സ്വയം പ്രദർശിപ്പിക്കണമെന്ന് ആഗ്രഹിക്കാത്ത ആരാണ് ഈ ലോകത്തിലുള്ളത്? അപ്പോൾ വാസ്യാ ദയനീയമായി നിലവിളിച്ചു. “ഇതാ, ലിസങ്കാ, എന്റെ ആർക്കാഡിയെ

നിനക്കുവേണ്ടി കൊണ്ടുവന്നിരിക്കുന്നു! എന്താണവനെകുറിച്ച് നീ കരുതുന്നത്? ഇതാണെന്റെ ഏറ്റവും അടുത്ത സുഹൃത്ത്. അവനെ ആലിംഗനം ചെയ്ത് നീ ആദ്യം ചുംബിക്കൂ. നീ അവനെ കൂടുതൽ അറിയുമ്പോൾ അവനെ ചുംബിക്കുവാൻ നീ സ്വയം ആഗ്രഹിക്കും."

ശരി. അപ്പോൾ? ശരി, അപ്പോൾ ഞാൻ നിങ്ങളോട് ചോദിക്കുകയാണ്. എന്താണ് ആർക്കാഡി ഇവാനോവിച് ചെയ്തത്? അതുവരെ മഫ്ളറിന്റെ പാതിഭാഗം മാത്രമേ നേരെയാക്കാൻ അയാൾക്ക് കഴിഞ്ഞിട്ടുള്ളൂ! സത്യത്തിൽ, ചിലപ്പോഴെല്ലാം വാസ്യായുടെ അമിതാവേശം കണ്ട് എനിക്ക് ലജ്ജ തോന്നിയിട്ടുണ്ട്. തീർച്ചയായും അതയാളുടെ കരുണാർദ്രമായ ഹൃദയമാണ് കാണിക്കുന്നത്. എന്നാൽ... അത് അമ്പരപ്പുളവാക്കുന്നതാണ്, അനാവശ്യമാണ്.

ഒടുവിൽ അവർ ഇരുവരും അകത്തേക്ക് പ്രവേശിച്ചു. ആ വൃദ്ധ, ആർക്കാഡി ഇവാനോവിച്ചിനെ പരിചയപ്പെട്ടപ്പോൾ, അതീവ സന്തുഷ്ടയായി. അവൾ അയാളെക്കുറിച്ച് ധാരാളം കേട്ടിട്ടുണ്ട്... എന്നാൽ, അവൾക്ക് തന്റെ വാചകം പൂർത്തീകരിക്കാനായില്ല. അപ്പോഴേക്കും 'ഓഹ്' എന്ന ആഹ്ലാദസൂചകമായൊരു ഒച്ച അവിടെ ഉയർന്നു. ഓഹ്, എന്തൊരാഹ്ലാദം! തൊപ്പിയുടെ പൊതി തുറന്ന് അപ്രതീക്ഷിതമായി കണ്ട ആ സമ്മാനത്തിൽ കണ്ണുംനട്ട് ഏറ്റവും നിഷ്കളങ്കതയോടെ, പുഞ്ചിരി പരത്തി സുന്ദരമായ ആ കൈകൾ കൂട്ടിപ്പിടിച്ച് നില്ക്കുകയാണ് ലിസങ്കാ... ഓഹ് എന്റെ ദൈവമേ, മാഡം ലാറോക്സിന് ഇതിനേക്കാൾ മനോഹരമായ തൊപ്പി എന്തുകൊണ്ട് നല്കാൻ കഴിയില്ല?

എന്നാൽ, നല്ലവനായ ദൈവമേ, എവിടെനിന്നാണ് നിങ്ങൾ ഇതിനേക്കാൾ നല്ലൊരു തൊപ്പി കണ്ടെത്തുക? അത്, ശരിക്കും കൂടിപ്പോയി. എവിടെന്നാണ് ഇതിനേക്കാൾ മനോഹരമായ ഒന്ന് കണ്ടെത്തുക? തികച്ചും ഗൗരവത്തോടെയാണ് ഞാനക്കാര്യം എടുത്തത്. ഈ കാമുകിയുടെ നന്ദികേട് എന്നെ തികച്ചും വെറുപ്പിച്ചു എന്നു പോലും ഞാൻ പറയും. യഥാർത്ഥത്തിൽ എന്നെ അത് അല്പം ദുഃഖിപ്പിച്ചു. എന്നാൽ, നോക്കൂ, ഈ സുന്ദരമായ തൊപ്പിയേക്കാൾ ഭേദപ്പെട്ടത് ഏതാണ്... നോക്കൂ... ഇല്ല, ഇല്ല. എന്റെ പരാതി അനാവശ്യമാണ്. അവരെല്ലാവരും ഇപ്പോൾ എന്നോട് യോജിക്കുന്നു. അത് നൈമിനിഷകമായൊരു മിഥ്യാഭ്രമം മാത്രമായിരുന്നു. കണ്ണഞ്ചിക്കുന്ന ഒരവസ്ഥ, ഒരു വികാര വിഭ്രാന്തി! ഞാനവർക്ക് മാപ്പുകൊടുക്കാൻ തയ്യാറാണ്. എന്നാൽ നോക്കൂ... നിങ്ങൾ എന്നോട് ക്ഷമിക്കണം. ഞാൻ ഇപ്പോഴും തൊപ്പിയെക്കുറിച്ചുള്ള ചിന്തയിലാണ്. അതൊരു മൃദുവായ, മനോഹരമായ സിൽക്കുകൊണ്ടുള്ള തൊപ്പിയാണ്. തൂവൽപോലെ ഭാരമില്ലാത്തത്. വീതിയിൽ സുതാര്യമായ ചുകന്ന റിബൺ, സുന്ദരമായ ലെയിസ് തുന്നിപ്പിടിപ്പിച്ചത്, വീതിയുള്ള രണ്ട് റിബണുകളുടെ അറ്റങ്ങളും പിൻഭാഗത്ത് ഞാന്നു കിടക്കുന്നു.

പിടലിക്ക് താഴെ വരെ അതെത്തും. തലയുടെ പിൻഭാഗത്തേക്ക് ചെരിച്ച് വേണം ആ തൊപ്പി ധരിക്കുവാൻ. നോക്കൂ, ഒന്ന് നോക്കിയശേഷം എന്നോട് പറയൂ... എന്നാൽ, നിങ്ങൾ നോക്കുന്നില്ല...! നിങ്ങൾ ശ്രദ്ധിക്കുന്നതായി തോന്നുന്നില്ല! നിങ്ങൾ മറ്റൊരു ദിശയിലേക്കാണ് മിഴിച്ചു നോക്കുന്നത്. കരിനീല നയനങ്ങളിൽ പെട്ടെന്ന് പ്രത്യക്ഷപ്പെട്ട മുത്തുമണിപോലുള്ള വലിയ കണ്ണുനീർതുള്ളികളിലാണ് നിങ്ങളുടെ ശ്രദ്ധ. അവ കൺപീലികളിൽ ഒരു നിമിഷം വിറച്ച് നിന്ന് താഴേക്ക് വീണു... എനിക്ക് വീണ്ടും മനോവേദന തോന്നി. തൊപ്പിക്കുവേണ്ടിയുള്ള കണ്ണുനീർ പോര, എന്നതുപോലെ!... ഓഹ്, ഇല്ല! എന്റെ അഭിപ്രായത്തിൽ, അത്തരം പാരിതോഷികങ്ങൾ നിർവികാരമായൊരവസ്ഥയിലാണ് നല്കേണ്ടത്. എങ്കിൽ മാത്രമേ അത് ഉചിതമായ രീതിയിൽ വിലമതിക്കപ്പെടുകയുള്ളൂ. ഞാൻ തൊപ്പിക്കുവേണ്ടിയാണ് നിലകൊള്ളുന്നത്. ഞാനത് ഏറ്റുപറയുന്നു.

അവർ ഇരുന്നു. വാസ്യാ ലിസങ്കായ്ക്ക് അടുത്തും വൃദ്ധ ആർക്കാഡി ഇവാനോവിച്ചിന്നടുത്തും. അവർ സംഭാഷണത്തിലേർപ്പെട്ടു. ആർക്കാഡി ഇവാനോവിച്ച് ഉത്സാഹത്തിലായിരുന്നു. ഞാൻ അയാളെ ആഹ്ലാദപൂർവം അംഗീകരിക്കുന്നു. തീർച്ചയായും ഞാനത് അയാളിൽ നിന്ന് പ്രതീക്ഷിച്ചിരുന്നില്ല. വാസ്യായെക്കുറിച്ച് ഒന്നുരണ്ടു വാക്ക് പറഞ്ഞശേഷം അയാൾ സംഭാഷണം ഏറ്റവും സാമർത്ഥ്യത്തോടെ വാസ്യായുടെ രക്ഷകനായ യുലിയൻ മാസ്താകോവിച്ചിലേക്ക് തിരിച്ചുവിട്ടു. വളരെ വിവേകപൂർവമായിരുന്നു അയാളുടെ സംസാരം.

സത്യത്തിൽ, ഒരു മണിക്കൂർ സംസാരിച്ചിട്ടും ആ വിഷയം തീർന്നിരുന്നില്ല. ബുദ്ധിപൂർവവും തന്ത്രപരവുമായ ആർക്കാഡി ഇവാനോവിച്ചിന്റെ നേരിട്ടോ അല്ലാതെയോ വാസ്യായെ സ്പർശിച്ചുകൊണ്ടുള്ള പരാമർശം, കേട്ടിരിക്കേണ്ടതുതന്നെയാണ്. ആ വൃദ്ധയെ അത് വല്ലാതെ ആകർഷിച്ചു, ശരിക്കും. അവൾ അത് സ്വയം അംഗീകരിച്ചു. അവൾ വാസ്യായെ ഒരു വശത്തേക്ക് വിളിച്ച്, അവന്റെ സുഹൃത്ത് ഏറ്റവും ഉപചാരശീലമുള്ള അതിവിശിഷ്ടനായൊരു യുവാവാണെന്ന് അഭിപ്രായപ്പെട്ടു. അതുപോലെ, ശാന്തഗംഭീരനും സമചിത്തനുമായൊരു ചെറുപ്പക്കാരൻ. താൻ ധന്യനായെന്ന മട്ടിൽ വാസ്യാ പൊട്ടിച്ചിരിച്ചു. ശാന്തഗംഭീരനായ ആർക്കാഷാ തന്നോട് കിടക്കയിൽ കിടന്ന് ഗുസ്തിപിടിച്ചത് അവൻ ഓർത്തു. എങ്കിലും പിന്നെ ആ വൃദ്ധ വാസ്യായോട് ഒരു ആംഗ്യം കാണിച്ചു. തന്റെ പിന്നാലെ നിശ്ശബ്ദം മറ്റൊരു മുറിയിലേക്ക് പതുങ്ങിവരാൻ പറഞ്ഞു. അവൾ ലിസങ്കയോട് ചെറിയൊരു ചെറ്റത്തരമാണ് ചെയ്തതെന്ന് പറയാതെ നിവൃത്തിയില്ല. അതൊരു വിശ്വാസവഞ്ചനയായിരുന്നു. ലിസങ്കാ അവനുവേണ്ടി ഉണ്ടാക്കുന്ന പുതുവത്സരസമ്മാനത്തിലേക്ക് ഒന്ന് ദൃഷ്ടി പായിക്കാനവൾ വാസ്യായെ അനുവദിച്ചു. മനോഹരമായി ഡിസൈൻ ചെയ്ത് സുവർണ നൂലുകൊണ്ട് മുത്തുമണികൾ തുന്നിച്ചേർത്ത ഒരു പേഴ്സ് ആയിരുന്നു അത്. അതിന്റെ ഒരു വശത്ത് ജീവസ്സുറ്റ ഒരു മാൻ, അതിവേഗത്തിൽ

കുതിക്കുന്നതുപോലുണ്ട്. വളരെ നന്നായിരിക്കുന്നു. അത്രയ്ക്ക് സ്വാഭാവികം! മറുവശത്ത് സുപ്രസിദ്ധനായൊരു ജനറൽ, അതും കുറ്റമറ്റ രീതിയിൽ തുന്നിയിരിക്കുന്നു! വാസ്യായുടെ ആഹ്ലാദം പറഞ്ഞറിയിക്കേണ്ടതില്ല. അതിനിടയ്ക്ക് സന്ദർശനമുറിയിലും ഒറ്റ നിമിഷംപോലും നഷ്ടപ്പെടുത്തിയില്ല. ലിസങ്കാ നേരെ ആർക്കാനി ഇവാനോവിച്ചിന്റെ അടുത്തുചെന്ന് അയാളുടെ ഇരുകൈകളും പിടിച്ച് എന്തോ കാര്യത്തിനുവേണ്ടി നന്ദി പറഞ്ഞു. ഒടുവിൽ, അത് ശ്രേഷ്ഠനായ വാസ്യായെ സംബന്ധിച്ചാണെന്ന് ആർക്കാഡി ഇവാനോവിച്ച് മനസ്സിലാക്കി.

തീർച്ചയായും ലിസങ്കാ വല്ലാതെ ഇളകിയിരുന്നു, ഹൃദയത്തെ സ്പർശിക്കുംവിധം. തന്നെ വിവാഹം കഴിക്കാൻ പോകുന്നവന്റെ ഉറ്റ സുഹൃത്താണ് ആർക്കാഡി ഇവാനോവിച്ച് എന്നവൾ കേട്ടിരുന്നു. അയാൾക്ക് വാസ്യായയെ അത്രയ്ക്ക് ഇഷ്ടമാണെന്ന്. അവനെ ശ്രദ്ധിക്കയും ഓരോ കാൽവെപ്പിലും ഗുണപ്രദമായ ഉപദേശങ്ങൾ നല്കുകയും ചെയ്യുന്നു എന്ന്. സത്യത്തിൽ ലിസങ്കായ്ക്ക് അയാളോട് നന്ദി പ്രകടിപ്പിക്കാതിരിക്കാൻ കഴിഞ്ഞില്ല. കൃതജ്ഞത നിറഞ്ഞ വികാരം അടക്കി നിർത്താനായില്ല. ആർക്കാഡി ഇവാനോവിച്ച് തന്നേയും സ്നേഹിക്കണം എന്ന് അവൾ ആഗ്രഹിച്ചു. അയാൾ വാസ്യായെ സ്നേഹിക്കുന്നതിന്റെ പാതിയെങ്കിലും വാസ്യാ സ്വന്തം ആരോഗ്യം ശ്രദ്ധിക്കുന്നുണ്ടോ എന്നവൾ ചോദിച്ചു. അവന്റെ വിചിത്രമായ ആവേശപ്രകൃതത്തേയും ജനങ്ങളേയും ജീവിതത്തേയും കുറിച്ചുള്ള അവന്റെ അവ്യക്തധാരണയേയുംകുറിച്ചവൾ ആശങ്ക പ്രകടിപ്പിച്ചു. താൻ ധർമ്മിഷ്ഠയോടെ അവനെ നോക്കുമെന്നും പരിലാളിക്കുമെന്നും അവൾ പറഞ്ഞു. ആർക്കാഡി ഇവാനോവിച്ച് അവരെ കൈവിടരുതെന്നും തങ്ങളെ ഒരു കുടുംബാംഗമായി കരുതണമെന്നും അവൾ ആശിച്ചു. “നമ്മൾ മൂവരും ഒരുപോലെ ആയിരിക്കും.” നിഷ്കളങ്കമായ ആഹ്ലാദത്തോടെ അവൾ പറഞ്ഞു.

അവർക്ക് പോകേണ്ട സമയമായി. എന്നാൽ, അവർ നിൽക്കാനായി നിർബന്ധിക്കപ്പെട്ടു. തങ്ങൾക്കതിന് കഴിയില്ലെന്ന് വളരെ ദൃഢമായി വാസ്യാ പ്രഖ്യാപിച്ചു. അവന്റെ പ്രഖ്യാപനത്തെ ആർക്കാഡി ഇവാനോവിച്ച് പിന്താങ്ങി. സ്വാഭാവികമായും അതിന്റെ കാരണം അവർ ആരാഞ്ഞു. ഉടനെ യുലിയൻ മസ്താക്കോവിച്ച് വാസ്യായെ ഏല്പിച്ച ജോലിയെക്കുറിച്ചവർ വെളിപ്പെടുത്തി. അത്യാവശ്യവും പ്രധാനപ്പെട്ടതും ഭീകരവുമായൊരു ജോലി. മറ്റന്നാൾ രാവിലെ അത് തീർത്തുകൊടുക്കേണ്ടതാണ്. ഒരുപാട് പണി ബാക്കിയുണ്ട്. ഇതുകേട്ട് മമ്മാ ദീർഘശ്വാസം വിട്ടു. ലിസങ്കാ വല്ലാതെ അസ്വസ്ഥതയായി, ഭയപ്പെട്ടു. വാസ്യായെ വേഗം പറഞ്ഞയച്ചു. അതുകൊണ്ട് അവരുടെ വിടവാങ്ങൽ ചുംബനത്തിന് കോട്ടമൊന്നും സംഭവിച്ചില്ല. അത് ഹ്രസ്വവും ത്വരിതഗതിയിലുമായിരുന്നു എന്നു മാത്രം. എന്നാൽ, എല്ലാ രീതിയും ഊഷ്മളവും കരുത്തുറ്റതുമായിരുന്നു.

അവർ ഒടുവിൽ വിടവാങ്ങി. രണ്ട് കൂട്ടുകാരും വീട്ടിലേക്ക് ധൃതിപിടിച്ച് നടന്നു.

അവർ റോഡിലെത്തിയ ഉടനെ ഏകചിത്തതയോടെ അവരുടെ വിചാരം പരസ്പരം പങ്കുവെക്കാൻ തുടങ്ങി. അതിപ്രകാരമായിരുന്നു. ആർക്കാഡി ഇവാനോവിച്ച് ലിസങ്കയുമായി സ്നേഹത്തിലാണ്. അടിമുടി എന്നു പറയാം. ഏറ്റവും ഭാഗ്യവാനായ വാസ്യായോടല്ലാതെ വേറെ ആരോടാണ് ഇക്കാര്യം വിശ്വാസത്തിലെടുത്ത് പറയുക? അതുതന്നെയാണവൾ ചെയ്തത്. യാതൊരു മനസ്സാക്ഷിക്കുത്തുമില്ലാതെ തൽക്ഷണം എല്ലാം അയാൾ വാസ്യായോട് കുമ്പസാരിച്ചു. വാസ്യായ്ക്കത് ഭയങ്കര രസമായി തോന്നി. വല്ലാത്ത ആഹ്ലാദത്തിമിർപ്പോടെ എല്ലാം നല്ലതിനാണെന്ന് അഭിപ്രായപ്പെടുകപോലും ചെയ്തു. ഇനി അവരുടെ സ്നേഹബന്ധം കൂടുതൽ ദൃഢമാക്കുമെന്നും.

“നീ എന്റെ ചിന്ത വായിച്ചറിഞ്ഞു, വാസ്യാ.” ആർക്കാഡി ഇവാനോവിച്ച് പറഞ്ഞു. “അതെ! ഞാൻ നിന്നെ സ്നേഹിക്കുന്നതുപോലെ അവളേയും സ്നേഹിക്കുന്നു. അവൾ എന്റെ രക്ഷിതാവായ മാലാഖയായിരിക്കും, നിന്റേതുപോലെ. നിന്റെ സന്തോഷത്തിന്റെ പ്രകാശം എന്നിലും പതിക്കും. ആ രശ്മികൾ എന്നെ ഊഷ്മളമാക്കും. എന്റെ വിധിയുടേയും യജമാനത്തി ആയിരിക്കും അവൾ, വാസ്യാ. എന്റെ ആനന്ദം അവളുടെ കരങ്ങളിലായിരിക്കും. അവൾ എന്നേയും നിന്നേയും ഒരുപോലെ നയിക്കട്ടെ. അതെ, നിന്നോടുള്ള എന്റെ സ്നേഹം തന്നെയാണെനിക്ക് അവളോടുമുള്ളത്. നിങ്ങൾ ഇരുവരും ഇപ്പോൾ എനിക്ക് വിട്ടുപിരിയാൻ പറ്റാത്തവരാണ്. ഒന്നിനു പകരം ഇപ്പോൾ രണ്ടായി...” ആർക്കാഡി വികാരം നിയന്ത്രിക്കാനാകാതെ ഹൃദയം തകർക്കുന്ന നിലയിലായി. വാസ്യയാകട്ടെ തന്റെ സുഹൃത്തിന്റെ വാക്കുകൾ കേട്ട്, കരളലിഞ്ഞ് നിന്നുപോയി. ആർക്കാഡിയിൽ നിന്നും ഒരിക്കലും ഇത്തരം വാക്കുകൾ അവൻ പ്രതീക്ഷിച്ചിരുന്നില്ല. അയാൾ വാചാലനായൊരു പ്രഭാഷകനോ വാഗ്മിയോ അല്ല. ഒരു സ്വപ്നജീവിയുമല്ല. എന്നിട്ടും ഇപ്പോൾ ഏറ്റവും ആനന്ദകരവും അത്യുജ്ജ്വലവും സ്വർഗീയാനുഭൂതിയുളവാകുന്നതുമായ സ്വപ്നങ്ങൾ നെയ്തെടുക്കുവാൻ തുടങ്ങിയിരിക്കുന്നു.” ഓഹ്, ഞാൻ നിങ്ങളെ ഇരുവരേയും എങ്ങനെയാണ് സംരക്ഷിക്കുക, എങ്ങനെയാണ് പരിലാളിക്കുക?”

അയാൾ വീണ്ടും പറഞ്ഞുതുടങ്ങി. “ആദ്യമായി വാസ്യാ, ഞാൻ നിന്റെ എല്ലാ മക്കൾക്കും തലതൊട്ടപ്പനായിരിക്കും. ഓരോരുത്തർക്കും. രണ്ടാമതായി, വാസ്യാ, നമ്മൾക്ക് ഭാവിയെക്കുറിച്ച് ചിന്തിക്കേണ്ടതുണ്ട്. കുറച്ച് ഫർണീച്ചർ വാങ്ങിക്കണം. ഒരു ഫ്ളാറ്റ് വാടകയ്ക്കെടുക്കണം. അങ്ങനെ അവൾക്കും നിനക്കും എനിക്കും സ്വന്തമായ സ്വകാര്യ മുറികൾ ഉണ്ടായിരിക്കണം. നിനക്കറിയാമോ വാസ്യാ, ഞാൻ നാളെത്തന്നെ ‘വാടകയ്ക്ക്’ എന്ന ബോർഡുകൾ അന്വേഷിച്ച് പോകാം. മൂന്ന്... വേണ്ട

രണ്ട് മുറികൾ. കൂടുതൽ വേണ്ട. അതിനെക്കുറിച്ചൊന്ന് ചിന്തിക്കൂ. ഇന്നു രാവിലെ ഞാൻ പറഞ്ഞത് മണ്ടത്തരമാണ്. നമ്മൾക്ക് ധാരാളം പണം ഉണ്ടാകും, പേടിക്കേണ്ട. ഒരിക്കലും! അവളുടെ മനോഹരമായ കണ്ണുകളിലേക്ക് ഞാൻ ദൃഷ്ടി പായിച്ചപ്പോൾ, എനിക്കുടനെ മനസ്സിലായി നിങ്ങൾക്ക് ധാരാളം പണം ഉണ്ടാകുമെന്ന്. എല്ലാം അവൾക്കുവേണ്ടി. ഹും, നമ്മൾ കഠിനാധ്വാനം ചെയ്യും. ഇപ്പോൾ, വാസ്യാ, നമ്മൾക്ക് ഇരുപത്തഞ്ച് റൂബിൾ വരെയുള്ള ഫ്ളാറ്റ് വാടകയ്ക്കെടുക്കാം. ഒരു ഫ്ളാറ്റ് എന്നു പറഞ്ഞാൽ എല്ലാം ആയി, കുട്ടീ! നല്ല മുറികളിൽ... നിനക്കറിയാമോ, ഒരു മനുഷ്യന്റെ ഹൃദയഭാരം കുറയുന്നു. സ്വപ്നങ്ങൾ പരമാനന്ദകരമാകുന്നു! രണ്ടാമതായി ലിസങ്കാ ആയിരിക്കും നമ്മുടെ പൊതു ട്രഷറർ. ഒരു കോപെക് പോലും പാഴാക്കില്ല. ഞാനിനി എപ്പോഴെങ്കിലും ബാറിൽ പോകുമെന്ന് നീ കരുതുന്നുണ്ടോ? നീ എന്താണെന്നെക്കുറിച്ച് കരുതുന്നത്? നിന്റെ ജീവിതത്തെ മാത്രം ആശ്രയിക്കേണ്ട! പിന്നെ നമ്മൾക്ക് ശമ്പളവർധനയുണ്ടാകും, ഗ്രാറ്റുവിറ്റി കിട്ടും. കാരണം, നമ്മൾ അത്യുത്സാഹത്തോടെയായിരിക്കും ജോലി ചെയ്യുക. എന്തുമാത്രം കഠിനാധ്വാനം ചെയ്യുമെന്നോ! കാളകളെപ്പോലെ അധ്വാനിക്കും. ഒന്നോർത്തുനോക്കൂ." ആനന്ദമൂർച്ഛയാൽ ആർക്കാഡി ഇവാനോവിച്ചിന്റെ ശബ്ദം നേർത്തു.

"പെട്ടെന്ന് ഇരുപത്തഞ്ചോ മുപ്പതോ റൂബിൾ വന്ന് പതിക്കും... നിനക്കറിയാമോ, ഓരോ ഗ്രാറ്റുവിറ്റിയും ഒരു തൊപ്പിക്കോ ഒരു സ്കാർഫിനോ ഒരു സ്റ്റോക്കിംഗ്സിനോ തുല്യമാണ്. അവൾ എനിക്കൊരു മഫ്ളർ തുന്നിത്തന്നാൽ മതി. നോക്കൂ, എന്റേത് എത്ര മോശപ്പെട്ടതാണെന്ന്. മഞ്ഞ, വെറുപ്പു തോന്നിപ്പിക്കുന്നത്, ഇന്നെനിക്കത് വല്ലാത്ത അസുഖകരമായ അവസ്ഥ സൃഷ്ടിച്ചു. നീയും നല്ലൊരാളു തന്നെ. ആ നുകം എന്റെ കഴുത്തിൽ ചുറ്റിപ്പിണഞ്ഞു കിടക്കുമ്പോൾ എന്നെ അവൾക്ക് പരിചയപ്പെടുത്തിക്കൊടുത്തു. എന്നാൽ, അതല്ല കാര്യം! കാര്യം ഇതാണ്: നോക്കൂ, ഫ്ളാറ്റിന്റെ ചിലവ് മുഴുവൻ ഞാൻ വഹിക്കും. ഞാൻ നിനക്ക് ചെറിയൊരു പാരിതോഷികം തരേണ്ടതാണല്ലോ. നിനക്കറിയാമോ, അതൊരു അന്തസ്സാണ്. ആത്മാഭിമാനത്തിന്റെ പ്രശ്നം. എന്റെ ഗ്രാറ്റുവിറ്റി എന്നിൽനിന്ന് പറന്നുപോകുകയൊന്നുമില്ല, പോകുമോ? ഇങ്ങോട്ടു നോക്കൂ, ഞാൻ നിനക്കുവേണ്ടി കുറച്ച് വെള്ളിക്കരണ്ടികളും നല്ല കുറച്ച് കത്തികളും വാങ്ങിക്കും. വെള്ളിയല്ല. എന്നാൽ, വളരെ നല്ല കത്തികൾ. പിന്നെ ഒരു വെയിസ്റ്റ് കോട്ട്, അതെനിക്കുവേണ്ടി. ഞാൻ നിന്റെ ഏറ്റവും നല്ല ആളായിരിക്കും. നിനക്ക് മനസ്സിലായോ? നിനക്കിപ്പോൾ കുറച്ച് കഷ്ടപ്പെട്ട് അധ്വാനിക്കേണ്ടതുണ്ട്. നീ അതിൽ ശ്രദ്ധിക്കൂ. ഞാൻ ഒരു വടിയുമായി നിന്റെ അടുത്തുനിന്ന് ഇന്നു രാത്രിയും നാളെ രാത്രിയും എല്ലാ രാത്രികളും നിന്നെക്കൊണ്ട് പണിയെടുപ്പിക്കും. നീ എങ്ങനെയെങ്കിലും അത് പൂർത്തിയാക്കണം. പെട്ടെന്ന്! പിന്നെ, സന്ധ്യയ്ക്ക് വീണ്ടും കറങ്ങാൻ പോകും. നമ്മൾ ഇരുവരും അപ്പോൾ

സന്തുഷ്ടരായിരിക്കും. നമ്മൾ 'ബിംഗൊ'യിൽ പോയി വാതുവെച്ച് കളിക്കും. നമ്മൾ ഒരു സായാഹ്നം ഒന്നിച്ച് ചിലവഴിക്കും. ദൈവമേ, എന്ത് രസമായിരിക്കും. ഓഹ് സഹോദരാ, എനിക്ക് നിന്നെ സഹായിക്കാൻ കഴിയാത്തത് എന്ത് കഷ്ടമാണ്. ഞാൻ സസന്തോഷം ഇരുന്ന് അതെല്ലാം നിനക്കുവേണ്ടി എഴുതിയേനേ. എന്തുകൊണ്ട് എനിക്കും നിനക്കും ഒരേ കൈയക്ഷരത്തിൽ എഴുതിക്കൂടാ?"

"അതെ." വാസ്യാ പറഞ്ഞു. "അതെ, ഞാൻ തിരക്കുപിടിച്ച് അത് ചെയ്യട്ടെ. ഇപ്പോൾ ഏകദേശം പതിനൊന്ന് മണി ആയിട്ടുണ്ടാകുമെന്ന് തോന്നുന്നു. ഞാൻ പെട്ടെന്ന്... ജോലി ചെയ്യട്ടെ!" അതുവരെ പുഞ്ചിരിയോടെ ജീവസ്സുറ്റ രീതിയിൽ പെരുമാറുകയും അഭിപ്രായപ്രകടനങ്ങൾ നടത്തുകയും ചെയ്തിരുന്ന വാസ്യാ പെട്ടെന്ന് നിശ്ശബ്ദനായി. അതിവേഗം റോഡിലൂടെ നടന്നു, ഓടുന്ന രീതിയിൽ. എന്തോ ദുസ്സഹമായ ചിന്ത പെട്ടെന്നവന്റെ ഉജ്ജ്വലമായ മനസ്സിനെ ഐസ് പോലെ തണുപ്പിച്ചു. അവന്റെ ഹൃദയം വിങ്ങി.

അത് ശരിക്കും ആർക്കാഡി ഇവാനോവിച്ചിനെ വിഷമിപ്പിച്ചു. അയാളുടെ ഉത്കണ്ഠാകുലമായ ചോദ്യങ്ങൾക്കവൻ ശരിയായ മറുപടി നല്കിയില്ല. ഒന്നോ രണ്ടോ വാക്കുകൾ എറിഞ്ഞുകൊടുക്കുകയോ, അപ്രസക്തമായ എന്തെങ്കിലും വിശദീകരണം നല്കുകയോ മാത്രമാണുണ്ടായത്.

"വാസ്യാ, നിനക്കെന്ത് പറ്റി?" വാസ്യാക്കൊപ്പം നടന്നെത്താൻ പാടുപെട്ടുകൊണ്ട് ഒടുവിൽ അയാൾ അലറി. "അത് നിന്നെ അത്രയേറെ വിഷമിപ്പിക്കുന്നോ?"

"നീ ഈ ചിലയ്ക്കൽ ഒന്നു നിർത്തൂ." ചെറിയ ദേഷ്യത്തോടെ വാസ്യാ മറുപടി നല്കി.

"നോക്കൂ, വാസ്യാ നിരാശനാകരുത്." ആർക്കാഡി ഇടയ്ക്കു കയറി പറഞ്ഞു. "എന്തിന്, ഇതിനേക്കാൾ കുറച്ച് സമയംകൊണ്ട് എത്രയോ അധികം നീ എഴുതുന്നത് ഞാൻ കണ്ടിട്ടുണ്ട്... പിന്നെന്തിന് വിഷമിക്കണം? അക്കാര്യത്തിൽ നീ അനുഗൃഹീതനാണ്. വേണമെങ്കിൽ നിനക്ക് കൂടുതൽ വേഗത്തിൽ എഴുതാൻ കഴിയും. അവർ അതുകൊണ്ട് ശിലാലേഖനം മുദ്രകുത്താനോ കൈയെഴുത്ത് പുസ്തകമാക്കാനോ അല്ല പോകുന്നത്, നിനക്കറിയാമല്ലോ! നിനക്ക് അത് നിർവഹിക്കാനാകും! ഒരേ ഒരു കാര്യം നീ ഇപ്പോൾ വികാരവിക്ഷോഭത്തിലാണ്, മാനസികാസ്വസ്ഥതയിലാണ്. അതുമൂലം ജോലി സാവധാനത്തിലാകും."

വാസ്യാ എന്തോ പിറുപിറുത്തു. പരിഭ്രമത്തോടെ ഇരുവരും വീട്ടിലേക്ക് ഓടി.

വാസ്യാ ഉടനെ ജോലി ചെയ്യാനിരുന്നു. അപ്പോഴേക്കും ശാന്തനായ ആർക്കാഡി ഇവാനോവിച്ച് ഡ്രസ്സ് മാറ്റി മെല്ലെ മെത്തയിൽ ചെന്നു കിടന്നു.

അയാളുടെ ദൃഷ്ടി സദാസമയവും വാസ്യായിൽ പതിഞ്ഞുകിടന്നു. അയാ
ളിൽ വിചിത്രമായൊരു ഭയം കടന്നുവന്നു. "അവനെന്തുപറ്റി?" വാസ്യാ
യുടെ വിളറിയ മുഖവും ജ്വലിക്കുന്ന കണ്ണുകളും ഓരോ അംഗവിക്ഷേപ
ത്തിലും പ്രകടമാകുന്ന ഉൽക്കണ്ഠയും നിരീക്ഷിച്ചുകൊണ്ടിരിക്കവേ
അയാൾ സ്വയം ചോദിച്ചു. "അയാളുടെ കൈ വിറയ്ക്കുന്നുമുണ്ടല്ലോ...
ഓ... നാശം, സത്യമായും! അവനെ ഒന്നോ രണ്ടോ മണിക്കൂർ കിടന്നുറ
ങ്ങാനായി ഞാൻ ഉപദേശിച്ചാലോ? ചുരുങ്ങിയത് അവന്റെ ക്ഷോഭ
മെങ്കിലും മാറിക്കിട്ടും." വാസ്യാ അപ്പോൾത്തന്നെ ഒരു പേജ് എഴുതി
ത്തീർത്ത് കണ്ണുകൾ ഉയർത്തി ആർക്കാഡിയെ ഒന്നു നോക്കി. എന്നാൽ,
കണ്ണുകൾ ഉടനെ താഴ്ത്തി, വീണ്ടും പേന കൈയിലെടുത്തു.

"ഞാൻ പറയട്ടെ, വാസ്യാ." ആർക്കാഡി ഇവാനോവിച്ച് ആവേശ
ഭരിതനായി പറഞ്ഞു. "നീ അല്പനേരം കിടന്നുറങ്ങുന്നത് നന്നായിരി
ക്കില്ലേ? നോക്കൂ, നീ വല്ലാതെ അസ്വസ്ഥനായിരിക്കുന്നു."

വാസ്യാ ആർക്കാഡിയെ ദേഷ്യത്തോടെ നോക്കി, മറുപടി ഒന്നും പറ
ഞ്ഞില്ല.

"കേൾക്കൂ വാസ്യാ, നീ എന്താണ് സ്വയം ചെയ്യുന്നത്?"
വാസ്യായ്ക്ക് ശരീരം കൊളുത്തിവലിക്കുന്നതുപോലെ അനുഭവപ്പെട്ടു.

"നമ്മൾക്ക് കുറച്ച് ചായ കുടിച്ചാലോ, ആർക്കാഷാ?" അവൻ
ചോദിച്ചു.

"എന്തിന്? എന്താ കാര്യം?"

"അതെന്നെ ഉഷാറാക്കും. ഞാൻ ഇപ്പോൾ ഉറങ്ങാൻ ആഗ്രഹിക്കു
ന്നില്ല. ഇല്ല, ഞാൻ ഉറങ്ങില്ല. ഞാൻ എഴുത്ത് തുടരും. ചായ കുടിക്കു
മ്പോൾ ഞാൻ അല്പം വിശ്രമിക്കാം. ഈ മോശം സ്ഥിതി അപ്പോൾ
മാറിക്കിട്ടും."

"മിടുക്കൻ! വാസ്യാ, നീ അതിസമർത്ഥനായൊരു കുട്ടിതന്നെ. നീ
പറഞ്ഞ വാക്കുകൾ ഉഗ്രനാണ്. നിന്നോട് കിടന്നുറങ്ങുവാൻ നിർദ്ദേശി
ക്കുകയായിരുന്നു ഞാൻ. എന്നാൽ, ഞാൻ എന്തുകൊണ്ട് ചായയെക്കുറിച്ച്
ചിന്തിച്ചില്ല? നിനക്ക് മാത്രമേ എന്തു വേണമെന്ന് അറിയുള്ളൂ? എന്തു
വന്നാലും എഴുന്നേൽക്കില്ല."

"ഹും!"

"നാശം! സാരമില്ല." നഗ്നപാദനായി മെത്തയിൽ നിന്നും ചാടി
എഴുന്നേറ്റ് ആർക്കാഡി ഇവാനോവിച്ച് ഉറക്കെ പറഞ്ഞു. "ഞാൻ
സമോവർ ചൂടാക്കാം. ഇതാദ്യമായിട്ടൊന്നുമല്ലല്ലോ, അല്ലേ."

ആർക്കാഡി ഇവാനോവിച്ച് ധൃതിപിടിച്ച് അടുക്കളയിലെത്തി സമോ
വർ തയ്യാറാക്കി. അതിന്നിടയിൽ വാസ്യാ എഴുത്ത് തുടർന്നു. അതു മാത്ര
മല്ല, ആർക്കാഡി ഇവാനോവിച്ച് വേഗം വസ്ത്രം മാറ്റി ബേക്കറിയിലേക്ക്

ഓടി. രാത്രി ജോലി ചെയ്യുമ്പോൾ വാസ്യായ്ക്ക് ക്ഷീണം തോന്നാതിരിക്കാൻ എന്തെങ്കിലും കഴിക്കണമല്ലോ. കാൽ മണിക്കൂറിനുശേഷം സമോവർ മേശപ്പുറത്തെത്തി. അവർ ചായ കുടിക്കാനിരുന്നു. എന്നാൽ, സംഭാഷണം ദുർബലമായിരുന്നു. വാസ്യായുടെ മനസ്സ് ദൂരെയെങ്ങോ അലഞ്ഞു നടക്കുകയായിരുന്നു.

"നാളെ ഒന്ന് ചുറ്റിക്കറങ്ങി നവവത്സരാശംസകൾ നല്കണം..." വർത്തമാനകാലത്തിലേക്ക് തിരിച്ചുവന്നതുപോലെ. ഒടുവിൽ വാസ്യാ പറഞ്ഞു.

"നീ പോകേണ്ട ആവശ്യമേയില്ല."

"അല്ല കുട്ടീ. എനിക്കു പോകണം." വാസ്യാ പറഞ്ഞു.

"എന്നാൽ, എല്ലായിടത്തും ഞാൻ നിന്റെ പേരിൽ ഒപ്പുവെക്കാം... നീ എന്തിന് പോകണം? നീ നാളെ നിന്റെ ജോലി ചെയ്യുന്നതാണ് നല്ലത്. ഞാൻ നിന്നോട് പറഞ്ഞില്ലേ, പുലർച്ചെ അഞ്ചുമണി വരെ നീ ജോലി തുടരണമെന്ന്. പിന്നെ, നിനക്ക് ഉറങ്ങാൻ പോകാം. അല്ലെങ്കിൽ, നിന്റെ അവസാനം എന്തായിരിക്കുമെന്ന് ഒന്നോർത്തുനോക്കൂ. ഞാൻ നിന്നെ കൃത്യം എട്ടുമണിക്ക് ഉണർത്താം."

"എന്നാൽ, നീ എനിക്കുവേണ്ടി ഒപ്പുവെക്കുന്നത് ശരിയാണോ?" വാസ്യാ പാതി സമ്മതിച്ചതുപോലെ പറഞ്ഞു.

"എന്തുകൊണ്ടല്ല? എല്ലാവരും അത് ചെയ്യുന്നു."

"മറ്റുള്ളവർക്കത് സാരമില്ലായിരിക്കാം. നിങ്ങൾക്കറിയാമോ; എന്നാൽ, യുലിയൻ മാസ്താകോവിച്ച് അദ്ദേഹം എന്റെ രക്ഷിതാവാണ്, ആർക്കാഷാ. അത് മറ്റൊരാളുടെ ഒപ്പാണെന്ന് അദ്ദേഹം ശ്രദ്ധിച്ചാൽ?"

"അദ്ദേഹം ശ്രദ്ധിക്കുക. ഹട്! എന്തൊരു മനുഷ്യനാണ് നീ, വാസ്യുക്! എങ്ങനെയാണതദ്ദേഹം ശ്രദ്ധിക്കുക? നിനക്കറിയാമല്ലോ ഞാൻ നിന്റെ ഒപ്പ് എത്ര ഭംഗിയായാണ് ഇടുന്നതെന്ന്! പറയൂ, പിന്നെ എങ്ങനെയാണ് ആരെങ്കിലും അതിന്റെ വ്യത്യാസം മനസ്സിലാക്കുന്നത്?

വാസ്യ ഒന്നും പറഞ്ഞില്ല. ചായ കുടിക്കുന്നതിൽ മുഴുകി... പിന്നെ, സംശയത്തോടെ തലകുലുക്കി.

"വാസ്യാ, എന്റെ ഡിയർ! ഓഹ്, നമ്മൾക്കത് ചെയ്തുതീർക്കാൻ കഴിഞ്ഞെങ്കിൽ! വാസ്യാ എന്താണത്? നീ എന്നെ ഭയപ്പെടുത്തുന്നു. നിനക്കറിയാമോ, ഞാനിപ്പോൾ ഉറങ്ങാൻ പോകുന്നില്ല. വാസ്യാ, ഞാൻ ഉറങ്ങാൻ പോകുന്നില്ല. എനിക്ക് കാണിച്ചുതരൂ, ഇനിയും കുറെ ബാക്കിയുണ്ടോ?"

വാസ്യായുടെ നോട്ടം കണ്ട് ആർക്കാഡി ഇവാനോവിച്ചിന്റെ ഹൃദയം തകർന്നു. താൻ പറയാനുദ്ദേശിച്ചത് തുടരാനയാൾക്ക് കഴിഞ്ഞില്ല.

“വാസ്യാ, എന്താണ് കാര്യം? എന്താണത്? എന്താണ് നീ ഇങ്ങനെ നോക്കുന്നത്?”

“ആർക്കാഡി, നാളെ ഞാൻ ശരിക്കും പോയി യുലിയൻ മാസ്ത കോവിച്ചിന് നവവത്സരാശംസകൾ ആശംസിച്ചാലോ എന്ന് ചിന്തിക്കുകയാണ്.”

“കൊള്ളാം, ഒരുപക്ഷേ പോകാൻ പറ്റിയേക്കാം.” വേദനയോടെ അവനെ മിഴിച്ചു നോക്കി ആർക്കാഡി പറഞ്ഞു.

“കേൾക്കുക, വാസ്യാ. വേഗം എഴുതൂ. ഞാൻ നിനക്ക് ദുരുപദേശമൊന്നും തരില്ല. ഞാൻ ശപഥം ചെയ്യുന്നു. യൂലിയൻ മാസ്തകോവിച്ച് എപ്പോഴും പറയാറുള്ളത് നീ ഓർക്കുന്നോ, അദ്ദേഹം ഏറ്റവും ഇഷ്ടപ്പെടുന്നത് നിന്റെ വൃത്തിയിലുള്ള കൈയക്ഷരമാണെന്ന്. സ്കോറോപ്ലിയോഖിൻ മാത്രമാണ്. ഒരു കൈയെഴുത്ത് പുസ്തകംപോലെ, വൃത്തിയും ഭംഗിയും ആഗ്രഹിക്കുന്നത്. അതുകൊണ്ടയാൾ പിന്നീട് ആ കടലാസുകൾ കടത്തിക്കൊണ്ടുപോയി തന്റെ കുട്ടികൾക്ക് പകർത്താനായി കൊടുക്കുന്നു. അയാൾക്ക് എക്സർസൈസ് ബുക്ക് വാങ്ങാൻ കഴിവില്ലാത്തതുപോലെ. വിഡ്ഢി! യൂലിയൻ മാസ്താകോവിച്ചിനെ സംബന്ധിച്ചിടത്തോളം അദ്ദേഹം ഒരു കാര്യമേ ആവശ്യപ്പെടൂ. സ്പഷ്ടത, സ്പഷ്ടത, സ്പഷ്ടത! അതിൽ കൂടുതൽ നിനക്കെന്താണ് വേണ്ടത്? സത്യമായും വാസ്യാ, നിന്നോട് കൂടുതൽ എന്താണ് പറയേണ്ടതെന്ന് എനിക്കറിയില്ല... എനിക്ക് പേടിയാകുന്നു... നിന്റെ വിഷാദഭാവം എന്നെ കൊല്ലുകയാണ്.”

“സാരമില്ല, സാരമില്ല.” വാസ്യാ പിറുപിറുത്ത് കസേരയിലേക്ക് തളർന്നുവീണു. ആർക്കാഡി പേടിച്ചുപോയി. “നിനക്ക് വെള്ളം വേണോ? വാസ്യാ! വാസ്യാ!!”

“വിഷമിക്കേണ്ട, വേണ്ട.” അവന്റെ കൈ പിടിച്ചമർത്തി വാസ്യാ പറഞ്ഞു. “എനിക്കൊരു കുഴപ്പവുമില്ല. എനിക്കെന്തോ വിഷമം തോന്നി എന്നു മാത്രം ആർക്കാഡി. അതെന്താണെന്നുപോലും എനിക്ക് പറയാൻ കഴിയില്ല. കേൾക്കൂ, മറ്റെന്തെങ്കിലും സംസാരിക്കൂ. എന്നെ അതോർമ്മിപ്പിക്കല്ലേ...”

“സ്വയം ശാന്തനാകൂ. ദൈവത്തെ ഓർത്ത് ശാന്തനാകൂ, വാസ്യാ! നീ അത് എഴുതിത്തീർക്കും. സത്യമായും നീ അത് പൂർത്തിയാക്കും. നിനക്കത് കഴിഞ്ഞില്ലെങ്കിൽത്തന്നെ എന്താണ്? അതൊരു കുറ്റമൊന്നുമല്ല, നിനക്കറിയാമോ?”

“ആർക്കാഡി.” അർത്ഥഗർഭമായൊരു നോട്ടത്തോടെ വാസ്യാ പറഞ്ഞു. ആർക്കാഡിയെ അത് ഭയപ്പെടുത്തി. കാരണം, ഇതിന് മുമ്പൊരിക്കലും വാസ്യാ ഇത്ര അസ്വസ്ഥനായി കാണപ്പെട്ടിട്ടില്ല. “ഞാൻ ഒറ്റയ്ക്കായിരുന്നെങ്കിൽ, മുമ്പത്തെപ്പോലെ... അല്ല, അതല്ല ഞാൻ പറയാൻ

ഉദ്ദേശിച്ചത്. ഞാൻ നിന്നോട് പറയാൻ ആഗ്രഹിക്കുന്നത്, ഒരു സുഹൃത്തിനെപ്പോലെ വിശ്വാസപൂർവം മനോഗതം വെളിപ്പെടുത്താനുദ്ദേശിക്കുന്നത്... എന്തായാലും നിന്നെ ഞാൻ എന്തിന് വിഷമിപ്പിക്കണം? നിനക്കറിയാമോ, ആർക്കാഡി, ചിലർ മഹത്തായ കാര്യങ്ങൾ ചെയ്യാൻ കഴിവുള്ളവരാണ്, മറ്റു ചിലർ എന്നെപ്പോലെ കൊച്ചു കൊച്ചു കാര്യങ്ങൾ ചെയ്യുന്നവരും. നീ നന്ദിയും അഭിനന്ദനവും പ്രകടിപ്പിക്കുമെന്ന് പ്രതീക്ഷിക്കപ്പെട്ടിട്ടുണ്ടെന്ന് കരുതുക. എന്നാൽ നിനക്കത് ചെയ്യാൻ കഴിയാതാവുന്ന ഒരു നില ചിന്തിച്ചുനോക്കൂ?"

"വാസ്യാ! നിന്നെ എനിക്ക് മനസ്സിലാകുന്നേയില്ല!"

"ഞാൻ ഒരിക്കലും നന്ദിയില്ലാത്തവനായിട്ടില്ല." വാസ്യാ മൃദുസ്വരത്തിൽ തന്നോടുതന്നെ സംസാരിക്കുന്നതുപോലെ തുടർന്നു. "എന്നാൽ, എന്റെ മനസ്സിലെ വികാരം മുഴുവൻ തുറന്നു കാണിക്കാൻ കഴിയാതായാൽ, അത്... ഞാൻ നന്ദിയില്ലാത്തവനാണെന്ന് ശരിക്കും കരുതപ്പെടും, ആർക്കാഡി. അതെന്നെ കൊല്ലുന്നതിന് തുല്യമാണ്."

"ഓഹ്, നോക്കൂ! നിന്റെ ജോലി സമയത്തിന് തീരുമോ ഇല്ലയോ എന്നതിനെ ആശ്രയിച്ചല്ല നിന്റെ കൃതജ്ഞത നിലകൊള്ളുന്നത്. ആണോ? നീ പറയുന്നതെന്താണെന്ന് ഓർത്തുനോക്കൂ വാസ്യാ! അതു മാത്രമാണോ കൃതജ്ഞതയുടെ തെളിവ്?"

വാസ്യാ പിന്നെ കൂടുതലൊന്നും പറഞ്ഞില്ല. ഈ അപ്രതീക്ഷിതമായ ന്യായീകരണത്തിൽ തന്റെ എല്ലാ സംശയങ്ങളും ദൂരീകരിക്കപ്പെട്ടു എന്ന ഭാവത്തിൽ പെട്ടെന്ന് ആർക്കാഡിയെ സൂക്ഷ്മമായി ഒന്നു നോക്കി. അവൻ ഒന്ന് പുഞ്ചിരിക്കുകപോലും ചെയ്തു. എന്നാൽ തൽക്ഷണം വീണ്ടും അതേ വിഷാദഭാവം പൂണ്ടു. തന്റെ ഭയം അസ്ഥാനത്താണെന്ന് ആ പുഞ്ചിരിയെ ആർക്കാഡി വ്യാഖ്യാനിച്ച്, വളരെ സന്തോഷിച്ചു. വാസ്യായുടെ മുഖത്ത് വീണ്ടും പ്രകടമായ ഉൽക്കണ്ഠ കൂടുതൽ നല്ല മാർഗം സ്വീകരിക്കാനുള്ള അവന്റെ ദൃഢനിശ്ചയമായി ആർക്കാഡി കരുതി.

"ശരി, ആർക്കാഷാ, നീ ഉണരുമ്പോൾ എന്നെ ഒന്നു നോക്കണം." വാസ്യാ പറഞ്ഞു. "ഞാൻ ഉറങ്ങിപ്പോയാൽ തുലഞ്ഞു. ഞാൻ ജോലി തുടങ്ങാൻ പോകുകയാണ്... ആർക്കാഷാ?"

"ശരി?"

"ഇല്ല, ഒന്നുമില്ല. ഞാൻ ഇത്രമാത്രം ആവശ്യപ്പെടുന്നു..."

വാസ്യാ എഴുതാനായി ഇരുന്നു. പിന്നെ, ഒന്നും പറഞ്ഞില്ല. ആർക്കാഡി കിടക്കാൻ പോയി.

ഇരുവരും അവരുടെ കൊളോമ്നാ സന്ദർശനത്തെക്കുറിച്ചൊരക്ഷരം മിണ്ടിയില്ല. തങ്ങളുടെ ആ കൊച്ചു ഉല്ലാസയാത്ര അസമയത്തായിപ്പോയി

എന്നതിൽ ഇരുവർക്കും കുറ്റബോധമുണ്ടായിരുന്നു. വാസ്യായെക്കുറി ച്ചോർത്ത് ദുഃഖിച്ചുകൊണ്ടുതന്നെ ആർക്കാഡി ഇവാനോവിച്ച് പെട്ടെന്ന് ഉറങ്ങിപ്പോയി. ഏഴുമണി കഴിഞ്ഞ ഉടനെ പ്രതീക്ഷയ്ക്ക് വിപരീതമായി അവൻ എഴുന്നേറ്റു. ക്ഷീണിച്ച് വിളർത്ത് കൈയിൽ പേനയുമായി വാസ്യാ കസേരയിൽ ഇരുന്ന് ഉറങ്ങുകയാണ്. മെഴുകുതിരി കത്തിക്കഴിഞ്ഞു. മാവ്രാ അടുക്കളയിൽ സമോവർ ചൂടാക്കുന്ന തിരക്ക് കേൾക്കാം.

"വാസ്യാ! വാസ്യാ!" ആർക്കാഡി പരിഭ്രമത്തോടെ ഒച്ചവെച്ചു. "നീ എപ്പോഴാണ് ഉറങ്ങിയത്?"

വാസ്യാ കണ്ണുതുറന്ന് ചാടി എഴുന്നേറ്റു.

"ദൈവമേ!" അവൻ കിതച്ചു. "ഞാൻ കസേരയിൽ കിടന്നുറങ്ങി പ്പോയി."

അവൻ ഉടനെ തന്റെ കടലാസുകൾ എടുത്ത് നോക്കി. എല്ലാം ക്രമ ത്തിലാണ്. അവയിൽ മഷിയോ, മെഴുകോ ഇറ്റുവീണിട്ടില്ല.

"എനിക്ക് തോന്നുന്നത്, ആറുമണിക്ക് ഞാൻ ഉറങ്ങിപ്പോയിട്ടുണ്ടാകു മെന്നാണ്." വാസ്യാ പറഞ്ഞു.

"രാത്രി എന്ത് തണുപ്പാണ്. നമ്മൾക്ക് അല്പം ചായ കുടിക്കാം. പിന്നെ, ഞാൻ ജോലി പുനരാരംഭിക്കാം."

"നിനക്കിപ്പോൾ സുഖം തോന്നുന്നുണ്ടോ?"

"ഉവ്വ്, ഉവ്വ്. എനിക്ക് സുഖമാണ്, എനിക്ക് സുഖമാണ്..."

"ഹാപ്പി ന്യൂ ഇയർ, വാസ്യാ, എന്റെ കുട്ടീ!"

"ഹാപ്പി ന്യൂ ഇയർ, എന്റെ ഡിയർ!"

അവർ ആലിംഗനം ചെയ്തു. വാസ്യായുടെ താടി വിറച്ചു. കണ്ണുകൾ നിറഞ്ഞു. ആർക്കാഡി ഇവാനോവിച്ച് നിശ്ശബ്ദനായിരുന്നു. അവന് ദുഃഖം തോന്നി. അവർ ചായ കുടിക്കാനിരുന്നു....

"ആർക്കാഡീ! ഞാൻ ഒരു തീരുമാനത്തിലെത്തി. ഞാൻ യൂലിയൻ മാസ്താകോവിച്ചിന്റെ അടുത്തേക്ക് പോകും."

"എന്നാൽ, അയാൾ ശ്രദ്ധിക്കില്ല, നിനക്കറിയാമോ?"

"എന്റെ മനസ്സാക്ഷി അതിനനുവദിക്കുന്നില്ല, കുട്ടീ."

"എന്നാൽ, അദ്ദേഹത്തിനുവേണ്ടിയാണ് നീ ഇവിടെ ഇരിക്കുന്നത്. അദ്ദേഹത്തിനുവേണ്ടിയാണ് നീ വിഷമിച്ചുകൊണ്ടിരിക്കുന്നത്. ഞാൻ പറയട്ടെ! കുട്ടീ, ഇന്ന് ഞാൻ അവിടെ പോകാം."

"എവിടെ?" വാസ്യാ ചോദിച്ചു.

"ആർട്ടെമിയേവ്മാരുടെ അടുത്ത്. നമ്മൾ ഇരുവരുടേയും പുതു വത്സരാശംസകൾ ഞാൻ അവർക്ക് അർപ്പിക്കും."

"ഓഹ്, എന്റെ ഏറ്റവും പ്രിയപ്പെട്ട സുഹൃത്തേ! വളരെ നല്ലത്. ഞാൻ ഇവിടെ ഇരിക്കാം. നീ പറഞ്ഞതാണ് ശരി എന്ന് ഞാൻ മനസ്സിലാക്കുന്നു. എന്തായാലും ഞാൻ ജോലിയിലേർപ്പെട്ടിരിക്കയാണല്ലോ. ഞാൻ സമയം വെറുതെ കളയുകയല്ല. ഒരു നിമിഷം കാത്തുനിൽക്കൂ. ഞാൻ പെട്ടെന്നൊരു കുറിപ്പ് എഴുതാം."

"എഴുതിക്കോളൂ, നിനക്ക് ഇഷ്ടംപോലെ സമയമുണ്ട്, ധൃതിപിടിക്കേണ്ട. എനിക്ക് ഷേവ് ചെയ്യുകയും കുളിക്കുകയും കോട്ട് ബ്രഷ് ചെയ്യുകയും വേണം. ശരി, വാസ്യാ കുട്ടീ, നമ്മൾ സന്തോഷത്തോടെ കഴിയാൻ പോകുകയാണ്. എന്നെ ആലിംഗനം ചെയ്യൂ വാസ്യാ."

"ഇപ്പോൾ..."

"മി. ഷുംക്കോവ് ഇവിടെയാണോ താമസിക്കുന്നത്?"

ഒരു കുട്ടിയുടെ ശബ്ദം കോണിയിൽ നിന്നും കേട്ടു.

"അതെ, ഡിയർ, അതെ." സന്ദർശകനെ ഉള്ളിലേക്ക് കടത്തിവിടവേ മാവ്രാ പറഞ്ഞു.

"ആരാണത്? ആരാണത്?" കസേരയിൽനിന്നും ചാടി എണീറ്റ് വാസ്യാ വിളിച്ചു ചോദിച്ചു. അയാൾ ഹാളിലേക്ക് ഓടിച്ചെന്നു. "പെടെങ്കാ, നീ!"

"ഗുഡ് മോണിംഗ്. നിങ്ങളെ ന്യൂ ഇയർ ആശംസിക്കുന്നത് വലിയ അന്തസ്സായി ഞാൻ കരുതുന്നു. വാസിലി പെട്രോവിച്ച്." പത്തു വയസ്സുള്ള ഒരു സുന്ദരൻകുട്ടി പറഞ്ഞു. ചുരുണ്ട് കറുത്ത തലമുടിയാണവന്റേത്. "ചേച്ചിയും മമ്മായും അവരുടെ അഭിവാദ്യങ്ങൾ അയച്ചിരിക്കുന്നു. ചേച്ചിക്കുവേണ്ടി നിങ്ങളെ ചുംബിക്കാനവൾ എന്നോടു പറഞ്ഞിട്ടുണ്ട്."

വാസ്യാ അവനെ പൊക്കിയെടുത്ത് അവന്റെ ചുണ്ടുകളിൽ പരമാനന്ദകരമായൊരു നീണ്ട ചുംബനം നല്കി. ശരിക്കും ലിസങ്കായുടേതുപോലെ!

"അവനെ ചുംബിക്കൂ ആർക്കാഡി!" പെറ്റ്യായെ അയാൾക്ക് കൈമാറി. ആ ബാലൻ നിലംതൊടാതെ ആർക്കാഡി ഇവാനോവിച്ചിന്റെ കരുത്തുറ്റ കരങ്ങളിലേക്ക് മാറി.

"ഓ, ഓമനക്കുട്ടാ, കുറച്ച് ചായ കുടിച്ചാലോ?"

"താങ്ക് യൂ. ഞങ്ങൾ ചായ കുടിച്ചു. ഇന്ന് തങ്ങൾ നേരത്തെ എഴുന്നേറ്റു. അവർ പള്ളിയിൽ പോയി. ചേച്ചി രണ്ടു മണിക്കൂർ എടുത്താണ് എന്റെ മുടി സുഗന്ധതൈലം പുരട്ടി ഇങ്ങനെ ചുരുട്ടി എടുത്തത്. എന്റെ മുഖം കഴുകി വൃത്തിയാക്കിയതും ഇന്നലെ സാഷ്കായോടൊപ്പം റോഡിൽ വെച്ച് കളിക്കുമ്പോൾ കീറിപ്പോയ ട്രൗസർ തുന്നിയതും ചേച്ചിയാണ്. ഞങ്ങൾ സ്നോബോൾ കളിക്കയായിരുന്നു."

"'ശരി, ശരി, ശരി!"

"അവൾ എന്നെ വസ്ത്രം ധരിപ്പിച്ച് നിങ്ങളുടെ അടുത്ത് വരാനായി ഒരുക്കി, മുടിയിൽ സുഗന്ധതൈലം പുരട്ടിത്തന്നു. പിന്നെ എന്നെ ഉമ്മ വെച്ച് കൊന്നു! അതിനുശേഷം പറഞ്ഞു. "പോയി വാസ്യായെ കാണുക, അയാൾക്ക് പുതുവത്സരാശംസകൾ നേരുക. അയാൾക്ക് സുഖമല്ലേ എന്ന ന്വേഷിക്കുക, സുഖമായി ഉറങ്ങിയോ...! മറ്റെന്തോ ചോദിക്കാനായി അവൾ എന്നോട് പറഞ്ഞു. ഓഹ്, ശരി, നിങ്ങൾക്ക് ചെയ്യാനുണ്ടായിരുന്ന പണി തീർന്നോ... അവൾ എങ്ങനെയാണ് പറഞ്ഞത്... ഓഹ്, ഇതാ ഇവിടെ, ഞാനത് ഇവിടെ എഴുതിവെച്ചിട്ടുണ്ട്." ആ ബാലൻ പറഞ്ഞു, പിന്നെ പോക്കറ്റിൽ നിന്നൊരു കടലാസ് കഷണമെടുത്ത് വായിച്ചു. "അതെ, അതിനെക്കുറിച്ച് ഉൽക്കണ്ഠയുണ്ട്."

"അത് പൂർത്തിയാക്കും! അത് തീർക്കും! അങ്ങനെ അവളോട് പറയൂ. അത് തീർക്കും. ഞാനത് തീർച്ചയായും തീർക്കും. അന്തസ്സോടെയുള്ള വാഗ്ദാനം!"

"അതെ... ഓഹ്! ഞാനത് മറന്നേ പോയി! ചേച്ചി ചെറിയൊരു കുറിപ്പും ഒരു സമ്മാനവും തന്നയച്ചിട്ടുണ്ട്. ഞാനത് പാടെ മറന്നുപോയി."

"നല്ലവനായ ദൈവമേ! ഓ, ഓമനക്കുട്ടാ! എവിടെ... എവിടെയാണത്? ആഹ് ഇതാ! നോക്കൂ. എന്താണവൾ എനിക്കെഴുതിയിരിക്കുന്നത് ആർക്കാഷാ, എന്റെ ഡാർലിംഗ്! നിനക്കറിയാമോ, അവൾ എനിക്കുവേണ്ടി ഒരു പേഴ്സ് തുന്നിക്കൊണ്ടിരിക്കുന്നത് ഇന്നലെ ഞാൻ കണ്ടു. എന്നാൽ അതിന്റെ പണി പൂർത്തിയായിട്ടില്ലായിരുന്നു. അതുകൊണ്ട് അവളുടെ ഒരു മുടിച്ചുരുൾ അവൾ അയയ്ക്കുകയാണെന്നും മറ്റേ സമ്മാനം പിന്നീട് അയയ്ക്കാമെന്നും അവൾ പറഞ്ഞു. നോക്കൂ, ആർക്കാഷാ, നോക്കൂ!"

പിന്നെ ഈ ലോകത്തിലെ ഏറ്റവും വിലമതിക്കുന്ന കറുത്ത, ഒരു മുടിച്ചുരുൾ ആഹ്ലാദത്തോടെ വാസ്യാ ആർക്കാഡി ഇവാനോവിച്ചിന് കാണിച്ചുകൊടുത്തു. അതിനുശേഷം, വികാരവായ്പോടെ അവനതിൽ ചുംബിച്ചു. തന്റെ നെഞ്ചിലെ പോക്കറ്റിൽ, ഹൃദയത്തിനടുത്തായി അത് സൂക്ഷിച്ചുവെച്ചു.

"വാസ്യാ! അത് സൂക്ഷിക്കാനായി ഞാനൊരു ലോക്കറ്റ് ഓർഡർ ചെയ്യാം!" ദൃഢനിശ്ചയത്തോടെ ആർക്കാഡി ഇവാനോവിച് പറഞ്ഞു.

"ഞങ്ങൾ ഇന്ന് ബീഫ് വറുത്തത് കഴിക്കാൻ പോകുകയാണ്, നാളെ തലച്ചോറ് കഴിക്കും. മമ്മാ കുറച്ച് ബിസ്ക്കറ്റുകൾ ഉണ്ടാകും... പോറിഡ്ജ് ഒന്നും ഉണ്ടാകില്ല." എങ്ങനെയാണ് തന്റെ വിവരണം ശുഭമായി അവ സാനിപ്പിക്കുക എന്ന് ചിന്തിക്കുവാനായി ആ ബാലൻ ഒരു നിമിഷം നിർത്തി.

"ദൈവമേ എന്ത് ചന്തമുള്ള കൊച്ചുബാലൻ!"

ആർക്കാഡി ഇവാനോവിച്ച് വിളിച്ചു പറഞ്ഞു. "വാസ്യാ, ഏറ്റവും ഭാഗ്യ വാനായ മനുഷ്യനാണ് നീ!"

ആ ബാലൻ ചായ കുടിച്ച്, വാസ്യായുടെ കുറിപ്പും വാങ്ങി ഒരായിരം ചുംബനങ്ങളും ഏറ്റുവാങ്ങി എന്നത്തേയുംപോലെ ആഹ്ലാദവാനായി ഓടിപ്പോയി.

"ശരി, സ്നേഹിതാ," ആർക്കാഡി ഇവാനോവിച്ച് ആശ്വാസത്തോടെ പറഞ്ഞു. "എന്തൊരു ഭാഗ്യം നോക്കൂ? എല്ലാം നല്ലതിനാണ്, വിഷമിക്കരുത്, നിരാശപ്പെടരുത്, നേരെ മുന്നേറൂ. അത് തീർക്കൂ, വാസ്യാ, അത് എഴുതിത്തീർക്കൂ! ഞാൻ രണ്ടുമണിക്ക് തിരിച്ചെത്തും. ഞാൻ അവരെ ആദ്യം സന്ദർശിക്കും. പിന്നെ യൂലിയൻ മാസ്താകോവിച്ചിനെ."

"ശരി, ഗുഡ്ബൈ, കൂട്ടുകാരാ. ഗുഡ്ബൈ. എനിക്കും!.... അപ്പോൾ, ശരി, പൊയ്ക്കോളൂ." വാസ്യാ പറഞ്ഞു. "യൂലിയൻ മാസ്താകോവിച്ചിന്റെ അടുത്തേക്ക് ഞാൻ പോകുന്നില്ലെന്ന് തീർച്ചപ്പെടുത്തി."

"ഗുഡ്ബൈ!"

"നില്ക്കൂ, നില്ക്കൂ ഒരു മിനിറ്റ്. അവരോട് പറയൂ... ശരി, ഏതാണ് യോജിച്ചതെന്നു വെച്ചാൽ അവരോട് നീ പറയൂ. അവളെ ചുംബിക്കൂ... പിന്നെ ഇവിടെ വന്ന ശേഷം അതിനെക്കുറിച്ചെല്ലാം എന്നോട് പറയൂ, എന്റെ പ്രിയപ്പെട്ട കുട്ടീ."

"അപ്പോൾ ശരി - നിന്റെ വികാരം എല്ലാവർക്കുമറിയാം. ആഹ്ലാദമാണ് നിന്നെ അത്രയും അസ്വസ്ഥനാക്കുന്നത്. അവിചാരിതസംഭവങ്ങൾ... ഇന്നലേക്ക് ശേഷം സ്വയം മാറി. നീ അല്ലാതായി. ഇന്നലത്തെ വികാരവിവശമായ മാനസിക നിലയിൽ നിന്ന് നീ സമനില പ്രാപിച്ചിട്ടില്ല. മതി, ധാരാളം. നീ സമാധാനമായിരിക്കൂ, വാസ്യാ ഡിയർ, ഗുഡ്ബൈ. ഗുഡ്ബൈ!"

ഒടുവിൽ സുഹൃത്തുക്കൾ വിട പറഞ്ഞു. രാവിലെ മുഴുവൻ ആർക്കാഡി ഇവാനോവിച്ച് വാസ്യായെക്കുറിച്ചല്ലാതെ മറ്റൊന്നും ചിന്തിച്ചിരുന്നില്ല. അവന്റെ ദുർബലവും എളുപ്പം സ്വാധീനിക്കപ്പെടുന്നതുമായ സ്വഭാവം അയാൾക്കറിയാം. "അതെ അവന്റെ ആഹ്ലാദമാണ് അവനെ അത്രയ്ക്ക് ഇളക്കിമറിക്കുന്നത്. എനിക്ക് തെറ്റുപറ്റിയിട്ടില്ല." അയാൾ സ്വയം പറഞ്ഞു. "ദൈവമേ! അവൻ എന്നേയും വിഷാദത്തിലേക്ക് വലിച്ചിഴച്ചു. നിസ്സാര കാര്യത്തിനായി അവൻ സൃഷ്ടിക്കുന്ന ദുരന്ത നാടകം! ദൈവമേ! എന്തൊരു എടുത്തുചാട്ടക്കാരൻ! ആഹ്, അവനെ രക്ഷിക്കണം! അവനെ രക്ഷിക്കണം! അവനെ രക്ഷിക്കണം!"

ആർക്കാഡി ഇവാനോവിച്ച് പിറുപിറുത്തു. സ്വന്തം ഹൃദയത്തിൽ അവരുടെ കൊച്ചു കുടുംബപ്രശ്നങ്ങൾ പെരുപ്പിച്ച് ഒരു അത്യാപത്തിലെത്തിച്ചത് അയാളാണെന്ന ബോധം ആർക്കാഡി ഇവാനോവിച്ചിന് ഇല്ലായിരുന്നു. അയാൾ യൂലിയൻ മാസ്താകോവിച്ചിന്റെ വീട്ടിലെത്തിയപ്പോൾ പതിനൊന്നു മണി ആയിരുന്നു. തന്റെ എളിയ പേര്, അവിടെ പ്രവേശന

ഹാളിൽ ആദരവോടെ വന്നെത്തിയിട്ടുള്ള മനുഷ്യർ ഒപ്പുവെച്ച ലിസ്റ്റിന്റെ അടിയിൽ എഴുതി അയാൾ ഒപ്പിട്ടു. എന്നാൽ അതിൽ വാസ്യായുടെ ഒപ്പ് കണ്ടപ്പോൾ അയാൾ അദ്ഭുതപ്പെട്ടുപോയി. ശരിക്കും ആശ്ചര്യപൂർവം അയാൾ ചിന്തിച്ചു. “എന്താണവന് സംഭവിക്കുന്നത്?” അല്പനേരം മുമ്പ് പ്രതീക്ഷയാൽ ഉന്മേഷവാനായിരുന്ന ആർക്കാഡി ഇവാനോവിച്ച് പുറത്തു വന്നത് വല്ലാത്ത വിഷാദത്തോടെ ആയിരുന്നു. തീർച്ചയായും എന്തോ അത്യാപത്ത് അടുത്തുവരുന്നുണ്ട്. എന്നാൽ എവിടെനിന്ന്? എന്ത് അത്യാപത്ത്?

അടക്കാനാവാത്ത വിഷാദത്തോടെയാണയാൾ കെളോമ്നായിൽ എത്തിയത്. അയാളുടെ മനസ്സ് എങ്ങോ അലഞ്ഞുതിരിയുകയായിരുന്നു. എന്നാൽ, ലിസങ്കായോട് അല്പനേരം സംസാരിച്ചപ്പോൾ അയാൾ ശരിക്കും വാസ്യായെ ഓർത്ത് ഭയപ്പെട്ടു. അവളുടെ വീട്ടിൽ നിന്ന് പുറത്തു വന്നപ്പോൾ അയാളുടെ കണ്ണുകൾ നിറഞ്ഞിരുന്നു. അയാൾ വീട്ടിലേക്ക് ഓടി. നേവായിൽ വെച്ച് അയാൾ വാസ്യായെ മുഖാമുഖം കണ്ടു. അവനും ഓടുകയായിരുന്നു.

“നീ എങ്ങോട്ടാണ് ഓടുന്നത്?” ആർക്കാഡി ഇവാനോവിച്ച് ഉറക്കെ വിളിച്ചു ചോദിച്ചു.

എന്തോ കുറ്റം കൈയോടെ പിടികൂടിയതുപോലെ വാസ്യാ പെട്ടെന്ന് നിന്നു.

“ഞാൻ ഇപ്പോൾത്തന്നെ പുറത്തു വന്നതേയുള്ളൂ കുട്ടീ, എനിക്കല്പം ശുദ്ധവായു ശ്വസിക്കണം.”

“അപ്പോൾ നിനക്ക് നിയന്ത്രിക്കാനാകുന്നില്ല. നീ കൊളോമ്നായിലേക്ക് പോകുകയാണ് ങ്ഹേ? ഓഹ് വാസ്യാ, വാസ്യാ! നീ എന്തിനാണ് യുലിയൻ മാസ്താകോവിച്ചിന്റെ അടുത്തേക്ക് പോയത്?”

വാസ്യാ ഒന്നും മിണ്ടിയില്ല. പിന്നെ, കൈവീശിക്കൊണ്ടവൻ പറഞ്ഞു “ആർക്കാഡി! എനിക്കെന്താണ് സംഭവിക്കുന്നതെന്ന് എനിക്കുതന്നെ അറിയില്ല! ഞാൻ...”

“വരൂ, വാസ്യാ, വരൂ! അതെന്താണെന്ന് എനിക്കറിയാം. സ്വയം ആശ്വസിക്കുക! ഇന്നലെ ഉളവായ അസ്വസ്ഥതയും വികാരാവേശവും നിന്നിൽ ഇപ്പോഴും നിലനില്ക്കുന്നു! ശരിക്കും അത് സഹിക്കാൻ അത്രയ്ക്ക് ബുദ്ധിമുട്ടാണോ? എന്തിന് വിഷമിക്കണം, എല്ലാവരും നിന്നെ സ്നേഹിക്കുന്നു, ഓരോരുത്തനും തനിക്ക് കഴിയാവുന്നതെല്ലാം നിനക്കു വേണ്ടി ചെയ്യുന്നു. നിന്റെ ജോലി മുന്നോട്ടു നീങ്ങുന്നുണ്ട്. നീ അത് തീർക്കും. തീർച്ചയായും. നീ അത് തീർക്കും, എനിക്കറിയാം. നീ എന്തൊക്കെയോ സങ്കല്പിക്കയാണ്. നീ എന്തൊക്കെയോ ഭയപ്പെടുന്നു.

“ഇല്ല. ഒന്നുമില്ല. അത് സാരമില്ല.”

“ഓർക്കുക വാസ്യാ, ഇതൊക്കെ മുമ്പും സംഭവിച്ചിട്ടുണ്ട്. നിനക്ക് ആദ്യം ജോലി കിട്ടിയ സന്ദർഭം ഒന്നോർത്തുനോക്കൂ, സന്തോഷം കൊണ്ടും കൃതജ്ഞതകൊണ്ടും നിനക്ക് അത്യുത്സാഹമായിരുന്നു. അങ്ങനെ ഒരാഴ്ച മുഴുവൻ നീ ജോലി ചെയ്ത് നാശമാക്കുകയായിരുന്നു? അതേ നിലയിലാണ് ഇപ്പോഴും.”

“അതെ, അതെ, ആർക്കാഡി, ഇപ്പോൾ അത് വ്യത്യസ്തമായൊരു രീതിയിലാണെന്ന് മാത്രം, അതല്ല കാര്യം...”

“ഇങ്ങോട്ടു നോക്കൂ, എന്ത് വ്യത്യാസമാണുള്ളത്? ഒരുപക്ഷേ, ജോലി അത്യാവശ്യമല്ലായിരുന്നിരിക്കാം. നീ അതിനുവേണ്ടി ചാകാൻ പോകുക യാണ്...”

“അത് ശരി, എല്ലാം ശരിതന്നെ, വരൂ.”

“അപ്പോൾ, വീട്ടിലേക്കല്ലേ നീ പോകുന്നത്, കൊലോമ്നയിലേ ക്കല്ലല്ലോ?”

“അതെ, കുട്ടി. ഞാൻ എങ്ങനെയാണവിടെ മുഖം കാണിക്കുക? ഞാൻ എന്റെ മനസ്സ് മാറ്റി. നീ ഇല്ലാതെ ഒറ്റയ്ക്ക് പിടിച്ചുനില്ക്കാൻ കഴി ഞ്ഞേക്കില്ല. ഇപ്പോൾ, നീ എന്നോടൊപ്പമുള്ള നിലയ്ക്ക് ഞാൻ ഇരുന്ന് എഴുതും. നമുക്കു പോകാം!”

അവർ കുറച്ചുനേരം നിശ്ശബ്ദരായി നടന്നു. വാസ്യാ ധൃതി പിടിച്ചു.

“അവരെക്കുറിച്ച് എന്താണ് ഒന്നും ചോദിക്കാത്തത്?” ആർക്കാഡി ഇവാനോവിച്ച് ആരാഞ്ഞു.

“ഓഹ് ശരി! ആർക്കാഷാ പ്രിയപ്പെട്ടവനേ, പറയൂ!”

“വാസ്യാ, നീ നിന്നെപ്പോലെയല്ല പെരുമാറുന്നത്!”

“സാരമില്ല, സാരമില്ല. എന്നോടെല്ലാം പറയൂ ആർക്കാഷാ!” കൂടു തൽ വിശദീകരണങ്ങൾ ഒഴിവാക്കാൻ ആഗ്രഹിക്കുന്നതുപോലെ വാസ്യാ കെഞ്ചി. ആർക്കാഡി ഇവാനോവിച്ച് ഒന്നു നെടുവീർപ്പിട്ടു. വാസ്യായ്ക്ക് നേരെ നോക്കിയപ്പോൾ അയാൾ അന്തംവിട്ടുനിന്നുപോയി.

അയാൾ പറഞ്ഞത് കേട്ടപ്പോൾ, സത്യത്തിൽ, വാസ്യായുടെ മുഖം ഒന്ന് പ്രകാശിച്ചു. സ്വാഭിപ്രായങ്ങൾ പ്രകടിപ്പിക്കുകപോലും ചെയ്തു. അവർ ഭക്ഷണം കഴിച്ചു. ആ വൃദ്ധ ആർക്കാഡി ഇവാനോവിച്ചിന് ഒരു പോക്കറ്റ് നിറയെ ബിസ്കറ്റ് കൊടുത്തു. രണ്ട് സുഹൃത്തുക്കളും ആഹ്ലാദ ത്തോടെ അത് കഴിച്ചു. ഉച്ചഭക്ഷണത്തിനുശേഷം കുറച്ചുനേരം കിടന്നു റങ്ങാമെന്ന് വാസ്യാ വാക്കുകൊടുത്തു. അപ്പോൾ രാത്രി മുഴുവൻ അവന് ഇരുന്ന് എഴുതാമല്ലോ. അവൻ ഉറങ്ങാൻ പോയി. ആർക്കാഡി ഇവാനോ വിച്ചിന് അന്നു രാവിലെ നിരസിക്കാനാവാത്ത ആരുടെയോ ചായ സൽക്കാരത്തിന് ക്ഷണം ഉണ്ടായിരുന്നു. സുഹൃത്തുക്കൾ വിട പറഞ്ഞു,

കഴിയുന്നത്ര വേഗം തിരിച്ചെത്താമെന്ന് ആർക്കാഡി പറഞ്ഞു. ഒരുപക്ഷേ, എട്ടുമണിക്ക് എത്താൻ കഴിഞ്ഞേക്കും. അയാൾ വീട്ടിൽനിന്നും ഒഴിഞ്ഞു നിന്ന മൂന്നു മണിക്കൂർ മൂന്നു വർഷമായിട്ടാണയാൾക്ക് തോന്നിയത്. ഒടുവിൽ അവിടന്ന് വിട പറഞ്ഞയാൾ വാസ്യായുടെ അടുക്കലേക്ക് പാഞ്ഞു. വീട് ഇരുട്ടിലാണ്ടു കിടക്കുന്നതാണയാൾ കണ്ടത്. വാസ്യാ വീട്ടിലില്ല. അയാൾ മാവ്രായോട് ചോദിച്ചു. ഒന്ന് കണ്ണടയ്ക്കപോലും ചെയ്യാതെ മുഴുവൻ സമയവും അവൻ എഴുതുകയായിരുന്നെന്ന് മാവ്രാ പറഞ്ഞു. പിന്നെ, മുറിക്കകത്ത് ഉലാത്താൻ തുടങ്ങി. ഒരു മണിക്കൂർ മുമ്പവൻ പുറത്തേക്ക് പാഞ്ഞു. അരമണിക്കൂറിനുള്ളിൽ വരാമെന്നാണ് പറഞ്ഞത്. 'ആർക്കാഡി ഇവാനോവിച്ച് വരുമ്പോൾ ഞാൻ നടക്കാൻ പോയിരിക്കയാണെന്ന് അവനോട് പറയണം' എന്നവൻ പറഞ്ഞു. അതവൻ മൂന്നുനാല് പ്രാവശ്യം ആവർത്തിച്ചു. “മാവ്രാ പറഞ്ഞവസാനിപ്പിച്ചു.

“അവൻ ആർടെമിയേവുകളുടെ അടുത്തുണ്ടാകും.” ആർക്കാഡി ഇവാനോവിച്ച് ചിന്തിച്ച് തലകുലുക്കി.

ഒരു മിനിറ്റിനുശേഷം അയാൾ ചാടി എഴുന്നേറ്റു. പെട്ടെന്നുള്ള ഒരു ആശ അയാളെ ഉന്മേഷവാനാക്കി. അവൻ എഴുത്ത് പൂർത്തിയാക്കിക്കാണും അതാണതിന് കാരണം. അയാൾ വിചാരിച്ചു. അയാൾക്ക് സഹിക്കാൻ കഴിഞ്ഞില്ല.

എന്നാൽ, ഒന്നുകൂടി ചിന്തിച്ചു, ഇല്ല! അവൻ, എനിക്കു വേണ്ടി കാത്തിരുന്നേനേ. അവൻ എന്താണ് ചെയ്തിട്ടുള്ളതെന്ന് ഞാനൊന്നു നോക്കട്ടെ!

അയാൾ ഒരു മെഴുകുതിരി കത്തിച്ച് ജിജ്ഞാസയോടെ വാസ്യായുടെ മേശയിലേക്ക് ചെന്നു. ജോലി പുരോഗമിച്ചുകൊണ്ടിരിക്കുന്നു. ഇനി അധികം ബാക്കിയുള്ളതായി തോന്നിയില്ല. ആർക്കാഡി ഇവാനോവിച്ച് കൂടുതൽ പരിശോധിക്കാൻ പോകുകയായിരുന്നു. പെട്ടെന്ന് വാസ്യാ അകത്തേക്ക് കടന്നുവന്നു.

“ഓഹ്! നീ ഇവിടെയുണ്ടോ?” പേടിയോടെ ഞെട്ടിത്തെറിച്ച് അവൻ അലറി.

ആർക്കാഡി ഇവാനോവിച്ച് പ്രതികരിച്ചില്ല. വാസ്യായോട് എന്തെങ്കിലും ചോദിക്കാനയാൾ ഭയപ്പെട്ടു. വാസ്യാ ഒന്നും മിണ്ടാതെ താഴോട്ട് നോക്കി. തന്റെ കടലാസുകൾ അടുക്കിവെക്കാൻ തുടങ്ങി. ഒടുവിൽ അവരുടെ ദൃഷ്ടികൾ കൂട്ടിമുട്ടി. വാസ്യായുടെ കണ്ണുകളിലെ യാചനാരൂപത്തിലുള്ള തകർന്ന ഭാവം കണ്ട് ആർക്കാഡി ഞെട്ടിപ്പോയി. അയാളുടെ ഹൃദയം വികാരവിവശനായി കിടന്ന് പിടച്ചു.

“വാസ്യാ, എന്റെ പ്രിയസഹോദരാ, നിനക്കെന്തുപറ്റി? എന്താണിത്?” അവന്റെ അടുക്കലേക്കയാൾ പാഞ്ഞുചെന്ന് കൈകൾ കൂട്ടിപ്പിടിച്ച് നില വിളിച്ചു. “എന്നോട് എല്ലാം പറയൂ! എനിക്ക് നിന്നെ മനസ്സിലാകുന്നില്ല. നിന്റെ തീവ്രദുഃഖത്തിന്റെ കാരണം മനസ്സിലാകുന്നില്ല. എന്താണിത്, പാവം കുട്ടി. എന്നോട് സത്യം മുഴുവൻ പറയൂ. തീർച്ചയായും ഇത് മാത്ര മായിരിക്കില്ല അതിന് കാരണം...”

വാസ്യാ അയാളെ ആലിംഗനം ചെയ്തു. ഒരക്ഷരം മിണ്ടാനവന് കഴിഞ്ഞില്ല. അവന്റെ ശ്വാസം തൊണ്ടയിൽ തടഞ്ഞുനിന്നു.

“പറയൂ, വാസ്യാ പറയൂ! ശരി, നിനക്ക് എഴുതിത്തീർക്കാൻ കഴിഞ്ഞി ല്ലെങ്കിലെന്താണ്? എനിക്ക് നിന്നെ മനസ്സിലാക്കാനാകുന്നില്ല. നിന്നെ എന്താണ് വേദനിപ്പിക്കുന്നതെന്ന് പറയൂ? നോക്കൂ, നിനക്കുവേണ്ടി ഞാൻ.. ഓഹ്, എന്റെ ദൈവമേ, എന്റെ ദൈവമേ!”

അയാൾ മുറിയിൽ, മുന്നിൽ കണ്ടതെല്ലാം പിടിച്ചുപിടിച്ച്, നടന്നു. വാസ്യായ്ക്ക് അതിൽനിന്ന് പെട്ടെന്ന് എന്തെങ്കിലും ഗുണം കിട്ടിയെ ങ്കിലോ എന്ന മട്ടിൽ. “ഞാൻ നാളെ, യൂലിയൻ മസ്താകോവിച്ചിനെ കാണാൻ പോകും. മറ്റൊരു ദിവസംകൂടി നിനക്ക് ഇളവ് തരുവാനായി ഞാനദ്ദേഹത്തോട് അപേക്ഷിക്കും. ഞാനയാൾക്ക് എല്ലാം വിശദീകരിച്ചു കൊടുക്കും. എല്ലാം. ഇതു മാത്രമാണ് നിന്റെ വേദനയുടെ കാരണ മെങ്കിൽ!”

“അങ്ങനെ സംഭവിക്കാതിരിക്കട്ടെ!” വിളറി വെളുത്ത് വാസ്യാ നില വിളിച്ചു. അവൻ മോഹാലസ്യപ്പെട്ടതുപോലെ കാണപ്പെട്ടു.

“വാസ്യാ! വാസ്യാ!”

വാസ്യായ്ക്ക് സുബോധം വന്നു. അവന്റെ ചുണ്ടുകൾ വിറച്ചു. അവൻ എന്തോ സംസാരിക്കാൻ ശ്രമിച്ചു. എന്നാൽ, നിശ്ശബ്ദം ആർക്കാഡിയുടെ കൈ ഒരു അപസ്മാരരോഗിയെപ്പോലെ പിടിച്ചമർത്താനേ അവന് കഴി ഞ്ഞുള്ളൂ. അവന്റെ കൈ തണുത്തിരുന്നു. ഉൽക്കണ്ഠയും വേദനയും നിറഞ്ഞ ഭാവത്തിൽ ആർക്കാഡി അവന് മുന്നിൽ നിന്നു. വാസ്യാ അവനു നേരെ വീണ്ടും കണ്ണുകൾ ഉയർത്തി.

“വാസ്യാ, നല്ലവനായ ദൈവമേ, വാസ്യാ, നീ എന്റെ ഹൃദയം തകർക്കുന്നു. എന്റെ സുഹൃത്തേ, എന്റെ പ്രിയ സുഹൃത്തേ.”

വാസ്യായുടെ കണ്ണുകളിൽനിന്നും കണ്ണുനീർ പ്രവഹിച്ചു. അവൻ ആർക്കാഡിയുടെ നെഞ്ചിൽ തലചായ്ച്ചു.

“ഞാൻ നിന്നെ വഞ്ചിച്ചു, ആർക്കാഡി!” അവൻ പറഞ്ഞു.

“ഞാൻ നിന്നെ വഞ്ചിച്ചു. എന്നോട് പൊറുക്കൂ, എന്നോട് പൊറുക്കൂ! ഞാൻ നിന്റെ സൗഹൃദത്തെ വഞ്ചിച്ചു!”

“എങ്ങനെ, വാസ്യാ എന്താണത്? എന്തായിരിക്കുമത്?” ആർക്കാഡി ഭയങ്കര പേടിയോടെ ചോദിച്ചു.

“അവിടെ!...”

നിരാശയോടെ വാസ്യാ ഒരു ഡ്രോയർ വലിച്ചുതുറന്ന്, ആറ് തടിച്ച നോട്ടുപുസ്തകങ്ങൾ മേശപ്പുറത്ത് എടുത്തിട്ടു. അയാൾ ഇപ്പോൾ പകർത്തുന്ന നോട്ടുപുസ്തകം പോലുള്ളത്.

“എന്താണത്?”

“മറ്റന്നാൾക്കകം എനിക്ക് എഴുതിത്തീർക്കാനുള്ളതാണതെല്ലാം. ഞാൻ അതിന്റെ കാൽഭാഗംപോലും എഴുതിത്തീർത്തിട്ടില്ല. എന്നോട് ചോദിക്കല്ലേ.... അതെങ്ങനെ സംഭവിച്ചെന്ന് എന്നോട് ചോദിക്കല്ലേ!” തന്നെ പീഡിപ്പിക്കുന്ന വസ്തുവിലേക്കുടനെ ദൃഷ്ടി തിരിച്ച് വാസ്യാ തുടർന്നു. “ആർക്കാഡി, എന്റെ സുഹൃത്തേ! ഞാൻ എന്തിനുള്ള പുറപ്പാടാണെന്ന് എനിക്കുതന്നെ അറിയില്ല. ഞാൻ സ്വപ്നത്തിൽനിന്ന് എഴുന്നേറ്റുവന്നവനാണെന്ന് എനിക്കു തോന്നുന്നു. മൂന്നാഴ്ച മുഴുവൻ ഞാൻ നഷ്ടപ്പെടുത്തി, ഞാനത് അതേപടി വെച്ചു... ഞാൻ അവളെ കാണാൻ പോയിക്കൊണ്ടിരുന്നു. എന്റെ ഹൃദയം വേദനിക്കുമായിരുന്നു; ഞാൻ വല്ലാത്ത പീഡനത്തിലായിരുന്നു... അനിശ്ചിതത്വത്തിൽനിന്നുള്ളത്... എനിക്ക് എഴുതാൻ കഴിഞ്ഞില്ല. ഞാനൊരിക്കലും അതിനെക്കുറിച്ച് ചിന്തിച്ചതുപോലുമില്ല. ഇപ്പോൾ മാത്രമാണ് ആ സന്തോഷം എനിക്കുവേണ്ടി ഉദിച്ചുയർന്നത്, ഞാൻ ഉണർന്നെഴുന്നേറ്റു.”

“വാസ്യാ.” ആർക്കാഡി ഇവാനോവിച്ച് ദൃഢമായി പറഞ്ഞു.

“വാസ്യാ”, ഞാൻ നിന്നെ രക്ഷിക്കാം. ഞാൻ അതെല്ലാം മനസ്സിലാക്കുന്നു. അതൊരു തമാശയായി എടുക്കേണ്ട കാര്യമല്ല. ഞാൻ നിന്നെ രക്ഷിക്കാം! ശ്രദ്ധിക്കൂ, ഞാൻ പറയുന്നതു ശ്രദ്ധിക്കൂ. ഞാൻ നാളെ പോയി യൂലിയൻ മാസ്താകോവിച്ചിനെ കാണും. നീ തലകുലുക്കേണ്ട, ശ്രദ്ധിക്കൂ! ഞാൻ അയാളോട് മുഴുവൻ കഥയും പറയും. എന്നെ എന്റേതായ രീതിയിൽ പ്രവർത്തിക്കാനനുവദിക്കൂ... ഞാനദ്ദേഹത്തിന് എല്ലാം വ്യക്തമാക്കിക്കൊടുക്കും... ഞാനതിന് ഏത് ദൂരം വരെയും പോകും. നീ എന്തുമാത്രം പീഡിതനും ദുഃഖിതനുമാണെന്ന് ഞാനദ്ദേഹത്തോട് പറയും.”

“നിനക്കറിയാമോ, ഇപ്പോഴും നീ എന്നെ കൊല്ലുകയാണ് എന്ന്?” വാസ്യാ പറഞ്ഞു. അവന്റെ രക്തം പേടിച്ച് ഉറഞ്ഞുപോയി.

ആർക്കാഡി ഇവാനോവിച്ച് വിളർത്തുപോയി. എന്നാൽ അയാൾ ആത്മനിയന്ത്രണം പാലിച്ച് പെട്ടെന്ന് പൊട്ടിച്ചിരിച്ചു.

“അത്രേ ഉള്ളോ?” അയാൾ പറഞ്ഞു. “എന്തിന് വാസ്യാ, വാസ്യാ, നിനക്ക് നിന്നോട് ലജ്ജ തോന്നുന്നില്ലേ? ഇപ്പോൾ ഞാൻ പറയുന്നതു

കേൾക്കൂ. നിന്നെ ഞാൻ വേദനിപ്പിക്കുകയാണെന്ന് എനിക്കറിയാം. എന്നാൽ, നോക്കൂ. ഞാൻ മനസ്സിലാക്കുന്നു. നിന്റെ മനസ്സിലൂടെ എന്താണ് കടന്നുപോകുന്നതെന്ന് അറിയാം. നല്ലവനായ ദൈവമേ, നമ്മൾ അഞ്ച് വർഷമായി ഒന്നിച്ചു ജീവിക്കുന്നു. നിനക്കറിയാമല്ലോ! നീ കാരുണ്യവാനും മാന്യനുമാണ്. എന്നാൽ, നീ ദുർബലനാണ്. അക്ഷന്തവ്യമാംവിധം ദുർബലൻ! നിനക്കറിയാമോ, ലിസവെറ്റാ മിഖെയിലോവ്നാപോലും അത് ശ്രദ്ധിച്ചിട്ടുണ്ട്. അതിനും പുറമെ, നീ ഒരു സ്വപ്നജീവിയാണ്. അതും അത്ര നല്ലതല്ല, നിനക്കറിയാമോ? വെറുതെ നീ തലച്ചോറ് പുണ്ണാക്കും, കുട്ടീ. കേൾക്കൂ, നിനക്കിഷ്ടമുള്ളത് എന്താണെന്ന് എനിക്കറിയാം. ഉദാഹരണത്തിന്, യൂലിയൻ മാസ്താകോവിച്ച് വളരെ ആഹ്ലാദവാനായിരിക്കണം. നീ വിവാഹിതനാകാൻ പോകുന്നു എന്ന സന്തോഷത്തിൽ നിനക്കൊരു നൃത്തവിരുന്നുപോലും തന്നേക്കും! നില്ക്കൂ. ഇപ്പോൾ, നില്ക്കൂ! നിനക്ക് കോപം വരുന്നു. എന്റെ ആദ്യവാക്ക് കേൾക്കുമ്പോഴേക്കും നീ യൂലിയൻ മാസ്താകോവിച്ചിനുവേണ്ടി വാളുയർത്താൻ തയ്യാറാകുന്നു! ഞാൻ അയാളെ വെറുതെ വിടാം. ഞാനും നിന്നെപ്പോലെ അയാളെ ആദരിക്കുന്നുണ്ട്. നിനക്കറിയാമോ, നീ വിവാഹം കഴിക്കാൻ പോകുന്ന ഈ അവസരത്തിൽ ഈ ലോകത്ത് ദുഃഖിക്കുന്ന ഒറ്റ വ്യക്തിയും ഉണ്ടാകരുതെന്ന് നീ ആഗ്രഹിക്കുന്നു. അല്ലെന്ന് നിനക്കെന്നെ ബോധ്യപ്പെടുത്താമോ?

നിന്റെ ഏറ്റവും അടുത്ത കൂട്ടുകാരനായ എനിക്ക്, പെട്ടെന്ന് ഒരു ലക്ഷം റൂബിൾ വരുമാനമുണ്ടാകണമെന്നും ലോകത്തിലെ എല്ലാ ശത്രുക്കളും അവർ ആരൊക്കെ ആയാലും, യാതൊരു കാരണവുമില്ലാതെ അവരുടെ ശത്രുത മറന്ന് തെരുവിൽ വെച്ച് പരസ്പരം ആലിംഗനം ചെയ്യണമെന്നും നീ ആഗ്രഹിക്കുന്നു, നിന്റെ ഫ്ളാറ്റിൽ സന്ദർശിക്കാനെത്തണമെന്ന് പോലും! ഓഹ്, എന്റെ സുഹൃത്തേ! എന്റെ ഡിയർ! ഞാൻ കളിയാക്കുകയല്ല, അത് സത്യമാണ്. കുറെക്കാലമായി ഇതുപോലെ ചിലത് നീ എനിക്ക് പലതരത്തിൽ തുറന്നു കാണിച്ചിട്ടുണ്ട്. എന്തുകൊണ്ടെന്നാൽ, നീ സന്തോഷവാനായിരിക്കുമ്പോൾ മറ്റുള്ളവരും തൽക്ഷണം സന്തോഷവാന്മാരായിരിക്കണമെന്ന് ആഗ്രഹിക്കുന്നു. നിനക്ക് ഒറ്റയ്ക്ക് ആനന്ദഭരിതനാകാനിഷ്ടമില്ല. നിനക്കത് വേദനാജനകമാണ്. അതുകൊണ്ടാണ് നീ സ്വന്തം സന്തോഷത്തിനനുയോജ്യമാംവിധം പ്രവർത്തിക്കുന്നത്. ധീരോത്തമായ പ്രവർത്തികൾ ചെയ്ത് സ്വന്തം മനസ്സാക്ഷിയെ ആശ്വസിപ്പിക്കുന്നത്. നീ ആവേശവും വിവേകവും കാണിക്കേണ്ടിടത്ത് സ്വയം പീഡിപ്പിക്കാൻ തയ്യാറാകുന്നത് എന്തുകൊണ്ടാണെന്ന് മനസ്സിലാക്കുന്നു... ശരി, ഒരുപക്ഷേ, നിന്റെ കൃതജ്ഞത നിന്നെ പെട്ടെന്ന് നിരുത്സാഹപ്പെടുത്തുന്നതാകാം. നിന്നിൽ യൂലിയൻ മാസ്താകോവിച്ച് അർപ്പിച്ച പ്രതീക്ഷകൾ പരാജയപ്പെട്ടതിൽ അയാൾ

നിന്നോട് ദേഷ്യപ്പെടുമെന്ന ചിന്ത കഠിനമായി ദുഃഖിപ്പിക്കുന്നുണ്ടാകാം. നീ രക്ഷകനായി കരുതുന്ന വ്യക്തിയിൽനിന്ന് കേൾക്കാൻ പോകുന്ന ശകാരമോർത്ത് വേദനിക്കുന്നുണ്ടാകാം, അതും ഇത്തരം ഒരു സന്ദർഭ ത്തിൽ! ഹൃദയം ആനന്ദത്തിലാറാടുമ്പോൾ, ആരുടെ മേലാണ് നിന്റെ കൃതജ്ഞത ചൊരിയേണ്ടതെന്ന് നിനക്കറിയില്ല. അതങ്ങനെയല്ലേ, അങ്ങനെയല്ലേ? അല്ലേ?"

ഈ അവസാനവാക്കുകൾ ഉച്ചരിച്ചപ്പോൾ, ആർക്കാഡി ഇവാനോവി ച്ചിന്റെ ശബ്ദം ഇടറി. അയാൾ നിശ്ശബ്ദനായി. ദീർഘശ്വാസം വലിച്ചു.

വാസ്യാ വാത്സല്യപൂർവം തന്റെ സുഹൃത്തിനെ മിഴിച്ചുനോക്കി. അധരങ്ങളിൽ പുഞ്ചിരി പൊട്ടിവിടർന്നു. അയാളുടെ മുഖത്ത് ആശാ കിരണങ്ങൾ പ്രകാശിച്ചു.

"ശരി അപ്പോൾ, ഞാൻ പറയുന്നതു കേൾക്കൂ." കൂടുതൽ ആശാ വഹമായ ആവേശത്തോടെ ആർക്കാഡി തുടർന്നു. "യൂലിയൻ മാസ്താ കോവിച്ചിനോടുള്ള നിന്റെ പ്രീതി നഷ്ടപ്പെടാൻ നമ്മൾ ആഗ്രഹിക്കു ന്നില്ല, അല്ലേ. എന്റെ പ്രിയപ്പെട്ട കുട്ടീ? അതാണോ നിന്റെ പ്രശ്നം? എങ്കിൽ, ഞാൻ" ആർക്കാഡി ചാടിഎഴുന്നേറ്റ് പറഞ്ഞു.

"നിനക്കുവേണ്ടി എന്നെത്തന്നെ ബലിയർപ്പിക്കും. നാളെ യൂലിയൻ മാസ്താകോവിച്ചിന്റെ അടുത്തേക്ക് പോകും. എന്നോട് തർക്കിക്കരുത്! വാസ്യാ, നിന്റെ ഉപേക്ഷയെ ഒരു കുറ്റമായി കാണുകയാണ്. എന്നാൽ, യൂലിയൻ മാസ്താകോവിച്ച് ഒരു മഹാമനസ്കനും ദയാലുവുമാണ്. അയാൾ നിന്നെപ്പോലെയല്ല! വാസ്യാ, അയാൾ നമ്മൾ പറയുന്നതു കേൾക്കും. നമ്മളെ കുഴപ്പങ്ങളിൽനിന്ന് രക്ഷിക്കാം. നിനക്കിപ്പോൾ സമാ ധാനമായോ?"

വാസ്യാ, നിറഞ്ഞ കണ്ണുകളോടെ ആർക്കാഡിയുടെ കൈ പിടിച്ച മർത്തി.

"വിഷമിക്കേണ്ട, ആർക്കാഡി, വിഷമിക്കേണ്ട." അയാൾ പറഞ്ഞു. "കാര്യം തീരുമാനിക്കപ്പെട്ടു. ഞാനത് പൂർത്തിയാക്കിയിട്ടില്ല. അതു കൊണ്ടെന്താണ്? തീർന്നിട്ടില്ല അത്രതന്നെ. നിനക്ക് പോകേണ്ട ആവശ്യമില്ല. ഞാനെല്ലാം അദ്ദേഹത്തോട് പറയും, ഞാൻ അദ്ദേഹത്തെ പോയി കാണും. ഇപ്പോൾ ഞാൻ തികച്ചും ശാന്തനാണ്. സമനില വീണ്ടെ ടുത്തു. എന്നാൽ, ദയവായി പോകരുത്... കേൾക്കൂ..."

"വാസ്യാ, ഓഹ് എന്റെ പ്രിയ സുഹൃത്തേ!" ആർക്കാഡി ഇവാനോ വിച്ച് ആഹ്ലാദപൂർവം അലറി. "ഞാൻ നിന്റെ വാക്കുകൾ ആവർത്തി ക്കുക മാത്രമാണ് ചെയ്യുന്നത്. നീ നിയന്ത്രണം പാലിക്കുകയും അതിനെ ക്കുറിച്ച് കൂടുതൽ ചിന്തിക്കുകയും ചെയ്തതിൽ വളരെ സന്തോഷമുണ്ട്. എന്നാൽ, നിനക്ക് എന്ത് സംഭവിച്ചാലും സാരമില്ല. എന്ത് തന്നെ ആയാലും

കാര്യമാക്കേണ്ട. ഞാൻ നിന്നോടൊപ്പമുണ്ടെന്ന് ഓർക്കുക! ഞാൻ യുലിയൻ മാസ്താകോവിച്ചിനോട് എന്തെങ്കിലും പറയുമെന്ന് വിചാരിച്ച് ഉൽക്കണ്ഠാകുലനാണെന്ന് കാണുന്നു. ഞാൻ പറയില്ല. അയാളോട് ഒന്നും പറയില്ല. നീതന്നെ പറഞ്ഞേക്കൂ. അപ്പോൾ നീ നാളെ പോകുമല്ലോ... അല്ലെങ്കിൽ വേണ്ട, നീ പോകണ്ട, നീ വീട്ടിൽ ഇരുന്ന് എഴുതിക്കോളൂ, മനസ്സിലായോ? ഏത് തരം പേപ്പറുകൾ ആണിതെന്ന് ഇത് അത്യാവശ്യമുള്ളതാണോ, അല്ലയോ എന്ന് അതേസമയത്തിനുതന്നെ ചെയ്തുതീർക്കേണ്ടതുണ്ടോ എന്ന്. അത് നീ എഴുതിത്തീർക്കാൻ വൈകിയാൽ ഉള്ള പ്രത്യാഘാതം എന്താണെന്ന് ഞാൻ പോയി കണ്ടെത്തി. പിന്നെ, നിന്റെ അടുത്ത് പാഞ്ഞെത്താം. മനസ്സിലായോ? നേരിയൊരു ആശയ്ക്ക് വഴിയുണ്ട്. ചെയ്യാൻ ഏല്പിച്ച ആ ജോലി അത്യാവശ്യമുള്ളതല്ലെങ്കിൽ നമ്മൾ വിജയിച്ചു, നിനക്കറിയാമോ. യൂലിയൻ മാസ്താകോവിച്ചിന്നത് ഓർമ്മയുണ്ടാവില്ല. അപ്പോൾ, നമ്മൾ രക്ഷപ്പെടും."

വാസ്യാ സന്ദേഹത്തോടെ തലകുലുക്കി. എന്നാൽ, അവന്റെ കൃതജ്ഞതാപൂർവമുള്ള നോട്ടം സുഹൃത്തിന്റെ മുഖത്തു തറച്ചുനിന്നു.

"ധാരാളം, ധാരാളം! എനിക്ക് വല്ലാത്ത ക്ഷീണം തോന്നുന്നു, വല്ലാത്ത തളർച്ച." അവൻ ശ്വാസം കിട്ടാത്ത മട്ടിൽ പറഞ്ഞു. "അതിനെക്കുറിച്ചൊന്നും ചിന്തിക്കാനേ തോന്നുന്നില്ല. നമ്മൾക്ക് മറ്റെന്തെങ്കിലും സംസാരിക്കാം. നോക്കൂ, ഇപ്പോൾ ഇനി കൂടുതൽ ഒന്നും എഴുതാൻ കഴിയുമെന്നെനിക്ക് തോന്നുന്നില്ല. ഒന്നോ രണ്ടോ പേർക്ക് കൂടി എഴുതി, ഞാൻ നിർത്താൻ പോകുകയാണ്. ഞാൻ പറയട്ടെ... കുറച്ചു കാലമായി നിന്നോടൊരു കാര്യം ചോദിക്കണമെന്ന് ഞാൻ ആഗ്രഹിക്കുന്നു. എങ്ങനെയാണ് നീ എന്നെ ഇത്ര നന്നായി മനസ്സിലാക്കിയത്?"

വാസ്യായുടെ കണ്ണുകളിൽനിന്നും ആർക്കാഡിയുടെ കൈകളിൽ കണ്ണുനീർ തുള്ളികൾ ഇറ്റിറ്റ് വീണു.

"വാസ്യാ, ഞാൻ നിന്നെ എന്തുമാത്രം സ്നേഹിക്കുന്നു എന്ന് നീ അറിഞ്ഞിരുന്നെങ്കിൽ നീ അതെന്നോട് ചോദിക്കില്ലായിരുന്നു, ഇല്ല!"

"ഇല്ല, ഇല്ല, ആർക്കാഡി! എനിക്കറിയില്ല... എന്തുകൊണ്ടെന്നാൽ, നീ എന്തുകൊണ്ടാണെന്നെ ഇപ്രകാരം സ്നേഹിച്ചതെന്ന് എനിക്കറിയില്ല. ഓ ആർക്കാഡി, നിനക്കറിയാമോ, നിന്റെ ഈ സ്നേഹം എന്നെ കൊല്ലുകയാണെന്ന്? നിനക്കറിയാമോ, ഞാൻ എത്ര പ്രാവശ്യം നിന്നെ ഓർത്ത് കണ്ണുനീർ പൊഴിക്കാറുണ്ടെന്ന് പ്രത്യേകിച്ച് ഉറങ്ങാൻ കിടക്കുന്ന നേരത്ത് നിന്നെക്കുറിച്ച് ഓർക്കുമ്പോൾ! ഞാൻ ഉറങ്ങാൻ പോകുമ്പോൾ എപ്പോഴും നിന്നെക്കുറിച്ചോർക്കുന്നു, എന്റെ ഹൃദയം പിടയ്ക്കുന്നു. എന്തുകൊണ്ടെന്നാൽ... നീ അത്രയ്ക്കെന്നെ സ്നേഹിക്കുന്നു. എനിക്ക് മറ്റൊരു രീതിയിലും എന്റെ വികാരം പ്രകടിപ്പിക്കുവാൻ കഴിയില്ല, നന്ദി പറയാനൊരു മാർഗവുമില്ല..."

"നോക്കൂ, നീ എന്തുപോലെ ആയിരിക്കുന്നു. വാസ്യാ നോക്കൂ? എന്തുമാത്രം അസ്വസ്ഥനാണിപ്പോൾ." തെരുവിൽ വെച്ചുണ്ടായ തലേന്നത്തെ സംഭവമോർത്ത് ആർക്കാഡി പറഞ്ഞു. അവന്റെ ഹൃദയം വേദനിച്ചു.

"ആർക്കാഡി, എന്നോട് ശാന്തനായിരിക്കാൻ നീ ആവശ്യപ്പെടുന്നു. എന്നാൽ, ഞാൻ ജീവിതത്തിലൊരിക്കലും ഇതുപോലെ ശാന്തനും സന്തോഷവാനുമായിട്ടില്ല. നിനക്കറിയാമോ... കേൾക്കുക, ഞാൻ നിന്നോട്, എല്ലാം പറയണമെന്ന് ആഗ്രഹിക്കാറുണ്ട്. എന്നാൽ, നിന്നെ അത് വിഷമിപ്പിക്കുമോ എന്ന് ഞാൻ എപ്പോഴും ഭയപ്പെട്ടിരുന്നു... നീ എന്നും സ്വയം വിഷമിക്കുകയും എനിക്കുനേരെ ഒച്ചവെക്കുകയും ചെയ്യും. അതെന്നെ പേടിപ്പിച്ചു... ഞാൻ ഇപ്പോൾ വിറയ്ക്കുന്നതു കണ്ടോ! എന്തുകൊണ്ടാണെന്ന് എനിക്കറിയില്ല. ഇതാണ് എനിക്കിപ്പോൾ നിന്നോട് പറയാനുള്ളത്. നേരത്തെ എനിക്ക് എന്നെത്തന്നെ അറിയില്ലായിരുന്നെന്ന് തോന്നുന്നു. ഇല്ല! മറ്റുള്ളവരെയെല്ലാം ഞാൻ അറിഞ്ഞത് ഇന്നലെ മാത്രമാണ്. എനിക്ക് വിവേചനശക്തിയും ആസ്വാദനശക്തിയും കുറവാണ്. ആർക്കാഡി എന്റെ ഹൃദയം... കഠിനമാണ്... നോക്കൂ, ലോകത്തിൽ ഒരാളോടും ഒരിക്കലും ഞാൻ ദയ കാണിച്ചിട്ടില്ലെന്ന് തോന്നുന്നു. ഒറ്റ ആളോടും. എന്തുകൊണ്ടെന്നാൽ അതിനെനിക്ക് കഴിവില്ല എന്നതുതന്നെ. എന്റെ രൂപംപോലും അരോചകമാണ്. എന്നിട്ടും എല്ലാവരും ദയ കാണിക്കുന്നു. ഒന്നാമതായി നീ! ഞാനതൊന്നും കാണുന്നില്ലെന്നതുപോലെ! എന്നാൽ ഞാൻ നിശ്ശബ്ദത പാലിക്കുന്നു, അത്രതന്നെ!"

"വാസ്യാ, അങ്ങനെയൊന്നും പറയല്ലേ!"

"എന്തുകൊണ്ട് പറയില്ല ആർക്കാഷാ? എന്തുകൊണ്ടില്ല? ഞാൻ..." കണ്ണീരൊഴുക്കിക്കൊണ്ട്, ബുദ്ധിമുട്ടി വാസ്യാ തുടർന്നു. "ഇന്നലെ ഞാൻ നിന്നോട് യുലിയൻ മാസ്താകോവിച്ചിനെക്കുറിച്ച് പറഞ്ഞു. എന്നെപ്പോലെ നിനക്കും നന്നായി അറിയാം. അദ്ദേഹം എത്ര നിഷ്കർഷ യുള്ളവനും വിട്ടുവീഴ്ചയില്ലാത്തവനുമാണെന്ന്. ഒന്നിലേറെ തവണ നിന്നിലും അദ്ദേഹം തെറ്റ് കണ്ടെത്തിയിട്ടുണ്ട്. എന്നിട്ടും ഇന്നലെ അദ്ദേഹം എന്നോട് സ്നേഹത്തോടും സന്തോഷത്തോടുംകൂടിയാണ് പെരുമാറിയത്. മറ്റെല്ലാവരിൽനിന്നും ബോധപൂർവം ഒളിപ്പിച്ചുവെച്ച കാരുണ്യ ഹൃദയത്തെ എനിക്ക് തുറന്നു കാണിച്ചുതന്നു..."

"നീ പറഞ്ഞത് ശരിയാണ്, വാസ്യാ! നീ ആനന്ദജീവിതം അർഹിക്കുന്നു എന്നാണത് കാണിക്കുന്നത്."

"ഓഹ്, ആർക്കാഷാ! ഈ ജോലി തീർക്കുവാൻ ഞാൻ എന്തുമാത്രം ആഗ്രഹിച്ചെന്നോ. ഇല്ല, ഞാൻ എന്റെ സന്തോഷം തല്ലിത്തകർക്കുമെന്ന് അറിയാം. എനിക്കൊരു പൂർവസൂചന ലഭിച്ചിരിക്കുന്നു. ഓഹ്, അല്ല. അതു

കാരണമല്ല." മേശപ്പുറത്ത് അടുക്കിവെച്ചിരിക്കുന്ന അത്യാവശ്യജോലി ചെരിഞ്ഞ് നോക്കുന്ന ആർക്കാഡിയോടായി വാസ്യാ പറഞ്ഞു. "അതൊന്നുമല്ല, കുറച്ച് ചവറ് കടലാസ്...! അത് തീരുമാനിച്ചുറപ്പിച്ച കാര്യമാണ്. ഞാൻ... ആർക്കാഷാ, ഞാൻ ഇന്നവിടെ പോയിരുന്നു. ഞാൻ ഉള്ളിലേക്ക് പോയില്ല, നിനക്കറിയാമോ. ഞാൻ അല്പനേരം അവരുടെ ഗേറ്റിനു മുന്നിൽ നിന്നു. അവൾ പിയാനോ വായിക്കുന്നത് കേട്ടു. മനസ്സിലായോ, ആർക്കാഡി." ശബ്ദം താഴ്ത്തി അവൻ പറഞ്ഞു. "എനിക്ക് ഉള്ളിലേക്ക് പോകാൻ ധൈര്യം വന്നില്ല."

"ഞാൻ ചോദിക്കട്ടെ, വാസ്യാ, നിനക്കെന്താണ് കുഴപ്പം? നീ എന്താണ് എന്നെ ഇങ്ങനെ നോക്കുന്നത്?"

"എന്ത്? ഓഹ്, ഒന്നുമില്ല! എനിക്ക് തലചുറ്റുന്നതുപോലെ തോന്നുന്നു, എന്റെ കാലുകൾ വിറയ്ക്കുന്നു. ഞാൻ രാത്രി മുഴുവൻ ഇരുന്ന് ജോലി ചെയ്തതുകൊണ്ടാകാം. ഇപ്പോൾ എന്റെ കൺമുന്നിൽ എല്ലാം പച്ചയായി കാണുന്നു. അതിവിടെയാണ്, ഇവിടെ..."

അയാൾ തന്റെ ഹൃദയത്തിൽ പിടിച്ചമർത്തി. അയാൾ ബോധം കെട്ട് വീണു.

വാസ്യായ്ക്ക് ബോധം വന്നപ്പോൾ, ആർക്കാഡി നിർബന്ധപൂർവം ചില നടപടികളെടുക്കാൻ തയ്യാറായി. അവനെ കിടന്നുറങ്ങാൻ അയാൾ പ്രേരിപ്പിച്ചു. എന്നാൽ, വാസ്യാ പാടെ നിരസിച്ചു. അവന് എഴുതണം. രണ്ട് പേജ് എഴുതിത്തീർക്കാനവൻ ദൃഢനിശ്ചയമെടുത്തിരിക്കയാണ്. അവനെ കൂടുതൽ പ്രകോപിപ്പിക്കേണ്ടെന്നു വിചാരിച്ച് അത് ചെയ്യാൻ ആർക്കാഡി അവനെ അനുവദിച്ചു.

"നീ നോക്കൂ", തന്റെ കസേരയിൽ ഇരുന്ന് വാസ്യാ പറഞ്ഞു. "എനിക്കൊരു ഐഡിയ തോന്നുന്നു. പ്രതീക്ഷയ്ക്ക് വകയുണ്ട്."

അവൻ ആർക്കാഡിയെ നോക്കി പുഞ്ചിരിച്ചു. അവന്റെ വിളർത്ത മുഖം സത്യത്തിൽ ആശാകിരണത്താൽ ശോഭിക്കുന്നതുപോലെ തോന്നി.

"കേൾക്കൂ. ഞാനതെല്ലാം മറ്റന്നാൾ അദ്ദേഹത്തിന്റെ അടുത്തേക്ക് കൊണ്ടുപോകുകയൊന്നുമില്ല. ബാക്കി ഉള്ളതിനെക്കുറിച്ച് നുണ പറയും. അത് കത്തിക്കരിഞ്ഞെന്നോ, നനഞ്ഞെന്നോ, നഷ്ടപ്പെട്ടെന്നോ പറയും... അല്ലെങ്കിൽ, എഴുതിത്തീർത്തിട്ടില്ല എന്നുതന്നെ പറയാം. നുണ പറയാൻ കഴിയില്ല. അദ്ദേഹത്തോട് എല്ലാം വിശദീകരിക്കും. അത് ഈ രീതിയിലാണ്. എനിക്ക് കഴിഞ്ഞില്ല... എന്റെ പ്രേമത്തെക്കുറിച്ചദ്ദേഹത്തോട് പറയും. അദ്ദേഹം വിവാഹം കഴിച്ചിട്ട് അധികം കാലമായിട്ടില്ലല്ലോ. അദ്ദേഹം മനസ്സിലാക്കും. ഞാനത് ആദരവോടെയും ശാന്തമായും അവതരിപ്പിക്കുമെന്ന് പറയേണ്ടതില്ലല്ലോ, എന്റെ കണ്ണുനീർതുള്ളികൾ അദ്ദേഹം കാണും. അത് അദ്ദേഹത്തിന്റെ കരളലിയിക്കും."

"അതെ, തീർച്ചയായും അദ്ദേഹത്തിന്റെ അടുത്തേക്ക് പോകുക, എല്ലാം വിശദീകരിക്കുക... പിന്നെ, കരയേണ്ട യാതൊരാവശ്യവുമില്ല. എന്തിനുവേണ്ടി? സത്യമായും വാസ്യാ നീ എന്നെ വല്ലാതെ പേടിപ്പിച്ചു."

"അതെ, ഞാൻ പോകും, പോകും. ഇനി എഴുതാനനുവദിക്കൂ. എഴുതട്ടെ, ആർക്കാഷാ. ഞാനൊരു ദ്രോഹവും ചെയ്യില്ല, ഞാനെഴുതട്ടെ!"

ആർക്കാഡി മെത്തയിൽ കിടന്നു. അയാൾ വാസ്യായിൽ വിശ്വാസ മർപ്പിച്ചില്ല. ഒട്ടും വിശ്വാസമർപ്പിച്ചില്ല. വാസ്യാ എന്തും ചെയ്യാൻ സാധ്യത യുണ്ട്! എന്നാൽ, പോയി ക്ഷമ യാചിക്കുക - എന്തിനുവേണ്ടി? എങ്ങനെ? അതല്ല കാര്യം, വ്യാസ സ്വന്തം ചുമതല നിർവഹിക്കുന്നതിൽ പരാജയ പ്പെട്ടു എന്നതാണ്. അതായത് വാസ്യായ്ക്ക് തന്നോടുതന്നെ കുറ്റബോധം തോന്നി. തന്റെ ഭാഗ്യനക്ഷത്രങ്ങളോടയാൾ നന്ദികേട് കാട്ടി എന്നവന് സ്വയം തോന്നി. തന്റെ സന്തോഷത്തിൽ അവൻ അന്തംവിട്ടു, തകർന്നു. താനതിനർഹനല്ലെന്നവൻ സ്വയം കരുതി. തന്റെ അർഹതയില്ലായ്മയെ ക്കുറിച്ച് ആവർത്തിച്ചു പറഞ്ഞുകൊണ്ടിരിക്കാനൊരു ഒഴികഴിവ് അവൻ കണ്ടെത്തി. ഇന്നലത്തെ തന്റെ ആഹ്ലാദത്തിൽ നിന്നവൻ ഇനിയും മുക്ത നായിട്ടില്ല.

"അതാണ് കാര്യം!" ആർക്കാഡി ഇവാനോവിച്ച് ചിന്തിച്ചു. "അവനെ രക്ഷിക്കണം. സ്വന്തം മനസ്സാക്ഷിയുമായി രഞ്ജിപ്പിലെത്തിക്കണം. അവൻ സ്വന്തം പ്രരോദനം ആലപിക്കുകയാണ്." അയാൾ ഒരുപാടുനേരം ചിന്തിച്ചശേഷം നേരം പുലർന്ന ഉടനെ യൂലിയൻ മാസ്താകോവിച്ചിന്റെ അടുത്തേക്ക് പോകാനും അയാളോട് എല്ലാം തുറന്നുപറയാനും തീരു മാനിച്ചു.

വാസ്യാ ഇരുന്ന് എഴുതുകയായിരുന്നു. ആർക്കാഡി ഇവാനോവിച്ച് ഓരോന്ന് ചിന്തിച്ചുകിടന്ന് തളർന്ന് ഉറങ്ങിപ്പോയി. ഉറക്കം ഉണർന്നപ്പോൾ നേരം പുലർന്നുകഴിഞ്ഞിരുന്നു.

"ഓഹ് നാശം! പിന്നെയും!" എഴുതിക്കൊണ്ടിരിക്കുന്ന വാസ്യയെ നോക്കി അയാൾ നിലവിളിച്ചു.

ആർക്കാഡി അവന്റെ അടുത്തേക്ക് പാഞ്ഞുചെന്ന്, കൈപിടിച്ചുവലിച്ച് നിർബന്ധപൂർവം കിടക്കയിൽ കിടത്തി. വാസ്യാ പുഞ്ചിരിച്ചു. ക്ഷീണം കൊണ്ടവന്റെ കണ്ണുകൾ അടഞ്ഞു. അവന് സംസാരിക്കാൻ പോലും കഴിഞ്ഞില്ല.

"ഞാൻ കിടക്കാൻ പോകുകയായിരുന്നു." അവൻ പറഞ്ഞു.

"നിനക്കറിയാമോ, ആർക്കാഡി, എനിക്കൊരു ഐഡിയാ തോന്നുന്നു. ഞാൻ എഴുതിത്തീർക്കും. ഇപ്പോൾ കൂടുതൽ വേഗത്തിൽ എഴുതുന്നുണ്ട്. ഇപ്പോൾ കൂടുതൽ നേരം ഇരിക്കാൻ കഴിയുമായിരുന്നില്ല. എട്ടുമണിക്ക് എന്നെ എഴുന്നേല്പിക്കൂ."

അവന്റെ വാക്കുകൾ ഇഴഞ്ഞു. പെട്ടെന്ന് ഗാഢനിദ്രയിലാണ്ടു.

“മാവ്രാ!” അവർക്കുള്ള ചായയുമായി വന്ന മാവ്രായോട് ആർക്കാഡി ഇവാനോവിച്ച് മന്ത്രിച്ചു. “ഒരു മണിക്കൂറിനുശേഷം വിളിച്ചുണർത്താന വൻ ആവശ്യപ്പെട്ടിട്ടുണ്ട്. തീർച്ചയായും പാടില്ല. അവൻ വേണമെങ്കിൽ പത്തുമണിക്കൂർ ഉറങ്ങട്ടെ, മനസ്സിലായോ?”

“മനസ്സിലായി സാർ. ഞാനങ്ങനെ ചെയ്യാം.”

“ഉച്ചഭക്ഷണം ഉണ്ടാക്കേണ്ട. വിറക് കത്തിക്കാനൊന്നും നിൽക്കേണ്ട. ഒരു ശബ്ദവും ഉണ്ടാക്കരുത്. അല്ലെങ്കിൽ കുഴപ്പമാകും. അവൻ എന്നെ ക്കുറിച്ച് ചോദിച്ചാൽ ഓഫീസിലേക്ക് പോയെന്ന് പറയുക. മനസ്സിലായോ?”

“മനസ്സിലാക്കുന്നു, സാർ, മനസ്സിലാക്കുന്നു. അവൻ സുഖമായി കിടന്നുറങ്ങട്ടെ. എനിക്കതുകൊണ്ട് എന്താണ്? യജമാനന്മാർ നന്നായി ഉറങ്ങണമെന്നാണ് ആഗ്രഹം, ഞാൻ എന്റെ യജമാനന്മാരുടെ എല്ലാ കാര്യങ്ങളും നന്നായി ശ്രദ്ധിക്കുന്നു. അന്നൊരു ദിവസം കപ്പ് പൊട്ടി ച്ചെന്നും പറഞ്ഞ് നിങ്ങൾ ശകാരിച്ചില്ലേ. അത് ഞാനല്ല പൊട്ടിച്ചത്. പൂച്ച യായിരുന്നു. എങ്ങനെ അത് പൊട്ടിച്ചു എന്നും എനിക്കറിയില്ല. ആ നശിച്ച പൂച്ച പോയി തുലയട്ടെ!”

“ശ്ശ്! മിണ്ടാതിരിക്കൂ, മിണ്ടാതിരിക്കൂ!”

ആർക്കാഡി ഇവാനോവിച്ച് മാവ്രായ്ക്ക് അടുക്കളയിലേക്ക് പോകാനുള്ള വഴി കാണിച്ചു. ആ വാതിലിന്റെ താക്കോൽ വാങ്ങിച്ച് അവളെ ഉള്ളിലാക്കി പൂട്ടി. അതിനുശേഷം അയാൾ ഓഫീസിലേക്ക് പോയി. പോകുംവഴിക്ക് ഏത് രീതിയിൽ യൂലിയൻ മസ്താകോവിച്ചിനെ സമീപി ക്കുന്നതാണ് ഏറ്റവും നന്നായിരിക്കുക എന്ന് ചിന്തിച്ചു. അത് ഉചിതമായ പ്രവൃത്തിയാണോ വലിയ ചങ്കൂറ്റമായിരിക്കുമോ എന്നെല്ലാം വിശകലനം ചെയ്തുനോക്കി. ഓഫീസിലെത്തിയപ്പോഴേക്കും അയാളുടെ ധൈര്യ മെല്ലാം ചോർന്നുപോയിരുന്നു. ‘ഹിസ് എക്സലെൻസി’ ഉള്ളിലുണ്ടോ എന്നയാൾ പേടിയോടെ ആരാഞ്ഞു. ഇല്ലെന്നും ഇന്നു വരില്ലെന്നും അയാൾക്ക് മറുപടി ലഭിച്ചു. ഉടനെ അദ്ദേഹത്തിന്റെ വീട്ടിലേക്ക് പോകാ മെന്ന് വിചാരിച്ചു. എന്നാൽ യൂലിയൻ മാസ്താകോവിച്ച് ഓഫീസിൽ വന്നിട്ടില്ലെങ്കിൽ എന്തെങ്കിലും ആവശ്യക്കാര്യം വീട്ടിൽ ഉണ്ടായിരിക്കും എന്ന് ആർക്കാഡി ഇവാനോവിച്ച് ചിന്തിച്ചു.

അയാൾ ഓഫീസിൽത്തന്നെ നിന്നു. മണിക്കൂറുകൾ ഇഴഞ്ഞിഴഞ്ഞ് നീങ്ങി. ഷുംക്കോവിനെ ഏല്പിച്ചിട്ടുള്ള ജോലിയെക്കുറിച്ചുള്ള വിവരം ശേഖരിക്കുവാൻ രഹസ്യമായി ശ്രമിച്ചു. എന്നാൽ ആർക്കും അതിനെ ക്കുറിച്ച് അറിയില്ലായിരുന്നു. യൂലിയൻ മാസ്താകോവിച്ച് സ്പെഷ്യൽ ജോലികളാണ് അവന് കൊടുക്കാറുള്ളതെന്ന് മാത്രം അവർക്കറിയാം.

എന്നാൽ, കൃത്യമായി എന്താണതെന്ന് ആർക്കും പറയാൻ കഴിഞ്ഞില്ല. ഒടുവിൽ ക്ലോക്ക് മൂന്നടിച്ചു. ആർക്കാഡി ഇവാനോവിച്ചിന് വീട്ടിലേക്കു പോകാം. ഒരു ക്ലാർക്ക് അയാളെ ഹാളിൽ വെച്ച് പിടിച്ചുനിർത്തി പറഞ്ഞു. പന്ത്രണ്ട് മണിക്കുശേഷം വാസിലി പെട്രോവിച്ച് ഷുംക്കോവ് വന്നിരുന്നെന്നും ആർക്കാഡി ഇവാനോവിച്ച് ഉണ്ടോ എന്നും യുലിയൻ മാസ്താകോവിച്ച് വന്നിട്ടുണ്ടോ എന്നും അന്വേഷിച്ചു എന്ന്. ഇതുകേട്ട ഉടനെ ആർക്കാഡി ഇവാനോവിച്ച് ഒരു വാടക വണ്ടി വിളിച്ച് ആപദ്ഭയത്തോടെ ഫ്ളാറ്റിലേക്ക് വിട്ടു.

ഷുംക്കോവ് അകത്തുണ്ടായിരുന്നു. ഭയങ്കര മനഃക്ഷോഭത്തോടെ മുറിയിൽ ഉലാത്തുകയായിരുന്നു. ആർക്കാഡി ഇവാനോവിച്ചിനെ കണ്ടപ്പോൾ അവൻ സ്വയം നിയന്ത്രിച്ച് ശാന്തനാവാൻ ശ്രമിച്ചു. തന്റെ സംഭ്രമം ഒളിപ്പിച്ചുവെച്ചു. അവൻ നിശ്ശബ്ദം ഇരുന്ന് എഴുതാൻ തുടങ്ങി. തന്റെ സുഹൃത്തിന്റെ ചോദ്യങ്ങളിൽനിന്ന് ഒഴിഞ്ഞുമാറാനവൻ ആഗ്രഹിക്കുന്നതുപോലെ. ചോദ്യങ്ങൾ വലിയ ശല്യമായി കരുതി. താൻ എടുത്ത ചില തീരുമാനങ്ങൾ മനസ്സിൽത്തന്നെ വെക്കാനവൻ തീരുമാനിച്ചു. കാരണം, സൗഹൃദംപോലും ഇനി വിശ്വസിക്കാൻ കൊള്ളാത്തതാണ്. ആർക്കാഡിയെ ഈ മനോഭാവം അദ്ഭുതപ്പെടുത്തി. അവന്റെ ഹൃദയം കഠിനമായി വേദനിച്ചു. കട്ടിലിൽ ഇരുന്ന് ഒരു പുസ്തകം ചുമ്മാ മറിച്ചുനോക്കി. എന്നാൽ, ദൃഷ്ടി തന്റെ പാവം സുഹൃത്തിൽത്തന്നെ തറച്ചുനിന്നു. വാസ്യാ കർശനമായ നിശ്ശബ്ദത പാലിച്ച് എഴുതിക്കൊണ്ടിരിക്കുകയാണ്. തല ഉയർത്തി നോക്കിയതേയില്ല. ഈ ജോലി അനേകം മണിക്കൂറുകളോളം തുടർന്നു. ആർക്കാഡി വല്ലാതെ ഉൽക്കണ്ഠാകുലനായി. ഒടുവിൽ, ഏകദേശം പത്തു മണി ആയപ്പോൾ വാസ്യാ തല ഉയർത്തി ആർക്കാഡിക്കു നേരെ കല്ലുപോലെ നിർവികാരനായി ഒന്നു നോക്കി. ആർക്കാഡി അനങ്ങിയില്ല. രണ്ടുമൂന്ന് മിനിറ്റുകൾ കടന്നുപോയി. വാസ്യാ മരവിച്ച് ഇരിക്കയാണ്. "വാസ്യാ" ആർക്കാഡി നിലവിളിച്ചു. വാസ്യാ മറുപടി നല്കിയില്ല. "വാസ്യാ!" അയാൾ വീണ്ടും വിളിച്ചു. കിടക്കയിൽനിന്ന് ചാടി എഴുന്നേറ്റു. "വാസ്യാ, നിനക്ക് എന്തുപറ്റി? എന്താണത്?" അവന്റെ അടുത്തേക്ക് ഓടിക്കൊണ്ടയാൾ ചോദിച്ചു. വാസ്യാ തല ഉയർത്തി. പഴയതുപോലെ നിർവികാരഭാവത്തിൽ നോക്കി.

"അവന് തളർവാതം ബാധിച്ചോ?" ആർക്കാഡി പേടിയോടെ ചിന്തിച്ചു. അയാൾ വെള്ളം ജഗ്ഗ് എടുത്ത് വാസ്യായെ കസേരയിൽ താങ്ങി ഇരുത്തി. തലയിൽ വെള്ളം ഒഴിച്ചു. നെറ്റി നനച്ചു. കൈപ്പത്തി പിടിച്ച് തിരുമ്മി. വാസ്യായ്ക്ക് സ്വബോധം വന്നു. "വാസ്യാ! വാസ്യാ" ആർക്കാഡി നിലവിളിച്ചു. അയാൾക്ക് കണ്ണുനീർ തടയാൻ കഴിഞ്ഞില്ല. "വാസ്യാ, നിന്റെ ജീവിതം തകർക്കല്ലേ, ഓർക്കുക! ഓർക്കുക!" അയാൾക്ക് തുടരാൻ

കഴിഞ്ഞില്ല. അവനെ കൂട്ടിപ്പിടിച്ചയാൾ നിന്നു. വാസ്യായുടെ മുഖത്തിലൂടെ ചില വേദന നിറഞ്ഞ വികാരങ്ങൾ കടന്നുപോയി. അവൻ തന്റെ നെറ്റി തിരുമ്മി, തല പിടിച്ച് അമർത്തി. അത് പൊട്ടിത്തെറിച്ചെങ്കിലോ എന്ന് ഭയപ്പെടുന്നതുപോലെ!

“എനിക്കെന്താണ് കുഴപ്പമെന്ന് എനിക്കുതന്നെ അറിയില്ല.” അവൻ ഒടുവിൽ പറഞ്ഞു. “ഞാൻ അമിതാധ്വാനം ചെയ്തതുകൊണ്ടായിരിക്കാം. ഓഹ്, ശരി. നോക്കൂ, ആർക്കാഡി, അങ്ങനെ കരുതരുത്.” വിഷാദം നിറഞ്ഞ, തളർന്ന കണ്ണുകളോടെ ആർക്കാഡിയെ നോക്കി അവൻ ആവർത്തിച്ചു. “എന്താണ് വിഷമിക്കാനുള്ളത്, പറയൂ!”

“വാസ്യാ, നീ എന്നെ ആശ്വസിപ്പിക്കുകയാണ്.” തകർന്ന ഹൃദയത്തോടെ ആർക്കാഡി നിലവിളിച്ചു. “വാസ്യാ.” അയാൾ ഒടുവിൽ പറഞ്ഞു. “കിടന്നോളൂ, അല്പം ഉറങ്ങാൻ നോക്കൂ, ങ്ഹേ? അനാവശ്യമായി സ്വയം പീഡിപ്പിക്കരുത്. പിന്നീട്, നിനക്ക് വീണ്ടും ജോലി ആരംഭിക്കാം.”

‘അതെ, അതെ.” വാസ്യാ പറഞ്ഞു. “നിന്റെ രീതിയിൽത്തന്നെ നടക്കട്ടെ. ഞാൻ കിടക്കാം. ശരി. അതെ, നിനക്കറിയാമോ, ഞാനത് എഴുതിത്തീർക്കാൻ പോകുകയായിരുന്നു. എന്നാൽ, ഇപ്പോൾ എന്റെ തീരുമാനം മാറ്റി. അതെ...”

ആർക്കാഡി അവനെ കിടക്കയിലേക്ക് പിടിച്ചുകൊണ്ടുപോയി.

“കേൾക്കൂ, വാസ്യാ.” അയാൾ ദൃഢസ്വരത്തിൽ പറഞ്ഞു.

“നമ്മൾക്ക് ഇക്കാര്യം എന്നെന്നേക്കുമായി ഒരു ധാരണയിലെത്തിക്കണം! എന്നോട് പറയൂ, നിന്റെ മനസ്സിനെ വിഷമിപ്പിക്കുന്നതെന്താണ്?”

“ഓഹ്!” വാസ്യാ തന്റെ ദുർബലമായ ഒരു കൈവീശി, മുഖം തിരിച്ചു.

“പറയൂ, വാസ്യാ, പറയൂ! നീ എന്നോട് പറയണം! ഞാൻ നിന്റെ ഘാതകനാകാൻ ആഗ്രഹിക്കുന്നില്ല. എനിക്ക് ഇനിയും നിശ്ശബ്ദത പാലിക്കാൻ കഴിയില്ല. നീ എന്നോട് ഇക്കാര്യം ആദ്യം പറയാതെ ഉറങ്ങാൻ പറ്റില്ല എന്നെനിക്കറിയാം.”

“നിന്റെ ഇഷ്ടംപോലെ, നിന്റെ ഇഷ്ടംപോലെ.” വാസ്യാ പിടികൊടുക്കാത്ത മട്ടിൽ പറഞ്ഞു.

“അവൻ വഴങ്ങുകയാണ്.” ആർക്കാഡി ഇവാനോവിച്ച് ചിന്തിച്ചു.

“എന്റെ ഉപദേശം സ്വീകരിക്കൂ വാസ്യാ.” അയാൾ പറഞ്ഞു.

“ഞാൻ നിന്നോട് പറഞ്ഞത് ഓർക്കുക. നാളെ ഞാൻ നിന്നെ രക്ഷിക്കും. നിന്റെ വിധി നിനക്കുവേണ്ടി നാളെ ഞാൻ ഉറപ്പിക്കും. ഓഹ്, ഞാൻ എന്താണീ പറയുന്നത്. വിധി! നീ എന്നെ പേടിപ്പിച്ചു. വാസ്യാ,

നിന്റേതായ രീതിയിൽ സംസാരിക്കാൻ തുടങ്ങുകയായിരുന്നു. വിധി, തീർച്ചയായും! അത് വെറും അസംബന്ധമാണ്, നോൺസെൻസ്! യൂലിയൻ മാസ്താകോവിച്ചിന്റെ ആനുകൂല്യം നഷ്ടപ്പെടുത്താൻ നീ ആഗ്രഹിക്കുന്നില്ല. അല്ലെങ്കിൽ, നീ അവതരിപ്പിക്കാൻ ഇഷ്ടപ്പെടുന്ന രീതിയിൽ പറഞ്ഞാൽ, അദ്ദേഹത്തിന്റെ സ്നേഹവാത്സല്യം നഷ്ടപ്പെടുത്താനാഗ്രഹിക്കുന്നില്ല. നിനക്കത് നഷ്ടപ്പെടില്ല. നിനക്ക് കാണാം. ഞാൻ... ഞാൻ...”

ആർക്കാഡി ഇവാനോവിച്ച് കുറെനേരംകൂടി സംസാരിച്ചേനേ. എന്നാൽ, വാസ്യാ പെട്ടെന്ന് അവസാനിപ്പിച്ചു. അവൻ കിടക്കയിൽ കയറിക്കിടന്ന് ആർക്കാഡിയെ ആലിംഗനം ചെയ്ത് ചുംബിച്ചു.

“വേണ്ട.” അവൻ മെല്ലെ പറഞ്ഞു, “വേണ്ട! കൂടുതലൊന്നും പറയേണ്ട.” അവൻ വീണ്ടും തന്റെ മുഖം ചുമരിലേക്ക് തിരിച്ചു.

“ഓഹ് ദൈവമേ!” ആർക്കാഡി ചിന്തിച്ചു. “ഓഹ് ദൈവമേ! എന്താണിത്? അവൻ നിശ്ശേഷം നശിച്ചിരിക്കുന്നു. അവൻ എന്താണ് ചെയ്യാൻ തീരുമാനിച്ചിട്ടുള്ളത്? അവൻ സ്വയം കൊല്ലും.”

ആർക്കാഡി നിരാശയോടെ അവനെ നോക്കി.

“അവൻ സുഖമില്ലാതെ കിടപ്പായാൽ” ആർക്കാഡി ചിന്തിച്ചു. “അത് ഒരുപക്ഷേ, നല്ലതിനായിരിക്കും. അവന്റെ അസുഖത്തോടെ സ്വന്തം ഉൽക്കണ്ഠയും കടന്നുപോകും. അപ്പോൾ, കാര്യങ്ങൾ ഏറ്റവും തൃപ്തികരമാംവിധം യോജിപ്പിലെത്തിക്കാൻ കഴിഞ്ഞേക്കും. ഓഹ്, എന്നാൽ ഞാൻ പിച്ചുംപേയും പറയുകയാണ്. ഓഹ്! നല്ലവനായ ദൈവമേ!”

അതിനിടയിൽ, വാസ്യാ ഒന്ന് മയങ്ങിപ്പോയതുപോലെ തോന്നി. ആർക്കാഡി ഇവാനോവിച്ചിന് ആശ്വാസം തോന്നി. “ഒരു നല്ല ലക്ഷണം.” അയാൾ വിചാരിച്ചു. രാത്രി മുഴുവൻ വാസ്യായോടൊപ്പം ഇരിക്കാനയാൾ തീരുമാനിച്ചു. വാസ്യാ അസ്വസ്ഥചിത്തനായിരുന്നു. അവൻ തിരിഞ്ഞും മറിഞ്ഞും കിടക്കുകയാണ്. വികാരവിവശനായി ഞെട്ടിത്തെറിച്ചു. ഒരു നിമിഷനേരത്തേക്ക് കണ്ണുകൾ തുറന്നു. ഒടുവിൽ അവൻ തളർന്ന്, ഗാഢനിദ്രയിലാണ്ടു. പുലർച്ചെ രണ്ട് മണി ആയിക്കാണണം. കൈമുട്ടുകൾ മേശയിലൂന്നിക്കൊണ്ട് ആർക്കാഡി ഇവാനോവിച്ച് കസേരയിൽ ഇരുന്ന് ഒന്ന് മയങ്ങി.

ഇടവിട്ടുള്ള ഒരു അസാധാരണ ഉറക്കമായിരുന്നു അയാളുടേത്. താൻ ഉറങ്ങുകയല്ലെന്നും വാസ്യാ മുമ്പത്തേതുപോലെ കിടന്നുറങ്ങുകയാണെന്നും അയാൾ സങ്കല്പിച്ചു. എന്നാൽ, എന്ത് വിചിത്രം! വാസ്യാ നടിക്കയാണെന്നും യഥാർത്ഥത്തിൽ അവൻ അയാളെ വഞ്ചിക്കയാണെന്നും അവൻ സൂക്ഷിച്ച് എഴുന്നേറ്റുവന്ന് അയാളെ നിരീക്ഷിക്കയാണെന്നും മേശയ്ക്കരികിലേക്ക് പതുങ്ങിവരികയാണെന്നും

തോന്നി. നീറുന്ന ഒരു വേദന ആർക്കാഡിയുടെ ഹൃദയത്തിലേക്ക് തുളച്ചു കയറി.

വാസ്യാ തന്നെ വിശ്വാസത്തിലെടുക്കുന്നില്ലെന്നും തന്നിൽ നിന്ന് എന്തോ ഒളിച്ചുവെക്കുന്നുണ്ടെന്നും കണ്ടു. അത് മുറിവേല്പിക്കുകയും ദുഃഖിപ്പിക്കുകയും അസഹ്യപ്പെടുത്തുകയും ചെയ്തു. അവനെ വിളിക്കുവാൻ ശ്രമിച്ചു. കൈയിൽ പിടിച്ച് കിടക്കയിലേക്ക് തിരിച്ചുകൊണ്ടുപോകുവാൻ നോക്കി. എന്നാൽ, വാസ്യാ കരഞ്ഞു. അയാൾ കിടക്കയിലേക്ക് കൊണ്ടുപോയിരുന്നത് അവന്റെ മൃതശരീരമായിരുന്നു. ആർക്കാഡിയുടെ നെറ്റിയിൽ തണുത്ത വിയർപ്പുതുള്ളികൾ പൊടിഞ്ഞു. അയാളുടെ ഹൃദയം ഭയങ്കരമായി കിടന്നു പിടച്ചു. അയാൾ കണ്ണുകൾ തുറന്നു. ഉറക്കമുണർന്നു. വാസ്യാ മേശയ്ക്കരികിലിരുന്ന് എഴുതുകയാണ്.

തന്റെ ബോധാവസ്ഥയെ വിശ്വസിക്കാനാകാതെ, ആർക്കാഡി കിടക്കയിലേക്ക് നോക്കി. വാസ്യാ അവിടെ ഉണ്ടായിരുന്നില്ല. ആർക്കാഡി പേടിച്ച് ചാടി എഴുന്നേറ്റു. അപ്പോഴും അയാൾ സ്വപ്നത്തിന്റെ പിടിയിലായിരുന്നു. വാസ്യാ ഒരിക്കലും ഇളകിയില്ല. അയാൾ എഴുതിക്കൊണ്ടേയിരുന്നു. വാസ്യാ എഴുതിക്കൊണ്ടിരിക്കുന്ന പേനയിൽനിന്ന് മഷി വരുന്നില്ലെന്ന് ആർക്കാഡി പെട്ടെന്നുകണ്ട് ഭയങ്കരമായി ഭയപ്പെട്ടു. അവൻ മറച്ചുകൊണ്ടിരുന്ന പേജുകൾ തികച്ചും ശൂന്യമാണ്! അവനാണെങ്കിൽ, വളരെ സാമർത്ഥ്യത്തോടെ വിജയാഹ്ലാദത്തിൽ ഓരോരോ പേജുകളായി ധൃതിയിൽ എഴുതിത്തീർക്കുന്നു." അല്ല, അത് തളർവാതമല്ല." ആർക്കാഡി ഇവാനോവിച്ച് ചിന്തിച്ചു. അയാളുടെ ശരീരം മുഴുവൻ കിടന്ന് വിറച്ചു. "വാസ്യാ, വാസ്യാ, എന്നോട് സംസാരിക്കൂ!" വാസ്യായുടെ തോളിൽ പിടിച്ച് കുലുക്കിക്കൊണ്ടയാൾ നിലവിളിച്ചു. എന്നാൽ, വാസ്യാ നിശ്ശബ്ദനായി ഇരുന്ന് മഷി വറ്റിയ പേനകൊണ്ട് എഴുത്ത് തുടർന്നു.

"ഒടുവിൽ, അതിവേഗത്തിൽ എനിക്ക് എഴുതാനാകുന്നു." ആർക്കാഡിക്കു നേരെ നോക്കാതെ അവൻ പിറുപിറുത്തു.

ആർക്കാഡി വാസ്യായുടെ കൈയിൽനിന്നും പേന വലിച്ചെടുത്തു.

വാസ്യാ ഞെരങ്ങി. അവൻ കൈ താഴേക്കിട്ട് ആർക്കാഡിയെ നോക്കി. പിന്നെ, ശല്യപ്പെടുത്തുകയാണെന്ന ഭാവത്തോടെ നെറ്റിയിൽ തിരുമ്മി. വല്ലാത്തൊരു ഭാരം ചുമക്കുന്ന തോന്നലായിരുന്നു അപ്പോൾ അവന്. ഒടുവിൽ കൈ താഴ്ത്തി ശിരസ്സ് കുനിച്ച് ദുഃഖചിന്തയിലാണ്ട് ഇരുന്നു.

"വാസ്യാ! വാസ്യാ!" നിരാശയോടെ ആർക്കാഡി ഇവാനോവിച്ച് നിലവിളിച്ചു. "വാസ്യാ!"

ഒരു മിനിറ്റിനുശേഷം വാസ്യാ അയാളെ നോക്കി. അവന്റെ നീണ്ട നീലക്കണ്ണുകളിൽ കണ്ണുനീർ നിറഞ്ഞുതുളുമ്പി. അവന്റെ വിളറിയ,

സൗമ്യമായ മുഖത്ത് അതിരറ്റ മാനസികവേദന പ്രകടമായിരുന്നു. അവൻ എന്തോ മന്ത്രിച്ചു.

"എന്ത്? എന്താണ് നീ പറഞ്ഞത്?" അവനുനേരെ കുനിഞ്ഞ് ആർക്കാഡി ഉറക്കെ ചോദിച്ചു.

"ഞാൻ എന്താണ് ചെയ്തിട്ടുള്ളത്? അതർഹിക്കാൻ മാത്രം ഞാൻ എന്താണ് ചെയ്തിട്ടുള്ളത്?" വാസ്യാ മന്ത്രിച്ചു.

"എന്തിനുവേണ്ടി? അതനുഭവിക്കാൻ മാത്രം ഞാൻ എന്താണ് ചെയ്തിട്ടുള്ളത്?"

"വാസ്യാ! എന്നോട് സംസാരിക്കൂ! എന്താണ് നിന്നെ ഭയപ്പെടുത്തുന്നത്, വാസ്യാ, എന്താണത്?" അവന്റെ കൈപിടിച്ചു ഞെരിച്ച്, ആർക്കാഡി നിലവിളിച്ചു.

"അവർ എന്തിനാണെന്നെ പട്ടാളത്തിലേക്കയയ്ക്കുന്നത്?" സുഹൃത്തിന്റെ കണ്ണുകളിലേക്ക് നേരെനോക്കി വാസ്യാ ചോദിച്ചു. "എന്തിനുവേണ്ടി? ഞാൻ എന്താണ് ചെയ്തത്?"

ആർക്കാഡിയുടെ മുടി കുത്തനെ എഴുന്നേറ്റുനിന്നു. അയാൾക്കത് വിശ്വസിക്കാൻ കഴിഞ്ഞില്ല. അയാൾ നിശ്ശേഷം തകർന്നുകഴിഞ്ഞിരുന്നു.

എന്നാൽ ഒരു മിനിറ്റിനുശേഷം അയാൾ പൂർവസ്ഥിതിയിലായി. "അതൊന്നുമല്ല, അത് കടന്നുപോകും." അയാൾ സ്വയം പറഞ്ഞു, അയാളുടെ മുഖം വിളറിയിരുന്നു. അധരങ്ങൾ വിറയ്ക്കുന്നുണ്ടായിരുന്നു. അയാൾ ധൃതിയിൽ വസ്ത്രം മാറ്റി. ഓടിപ്പോയി ഡോക്ടറെ കൊണ്ടുവരാനാഗ്രഹിച്ചു. പെട്ടെന്ന് വാസ്യാ അയാളെ വിളിച്ചു. ആർക്കാഡി അവന്റെ അടുത്ത് പാഞ്ഞെത്തി അവനെ ചേർത്തുപിടിച്ചു. തന്നിൽനിന്ന് സ്വന്തം കുഞ്ഞിനെ തട്ടിപ്പറിക്കുമ്പോൾ കുഞ്ഞിനെ മാറോട് ചേർത്ത് പിടിക്കുന്ന ഒരമ്മയെപ്പോലെ!

"ആർക്കാഡി, ആർക്കാഡി, ആരോടും പറയല്ലേ! ഞാൻ പറയുന്നത് നീ കേൾക്കൂ. അതെന്റെ നിർഭാഗ്യമാണ്! ഞാൻ മാത്രം അത് സഹിച്ചാൽ മതിയല്ലോ."

"എന്താണിത്, വാസ്യാ, നീ ചിന്തിച്ചുനോക്കൂ നീ എന്താണീ പറയുന്നതെന്ന് ഒന്നോർത്തുനോക്കൂ."

വാസ്യാ നെടുവീർപ്പിട്ടു. അവന്റെ കവിളുകളിലൂടെ മെല്ലെ കണ്ണുനീർ താഴോട്ട് ഒഴുകി.

"എന്നാൽ, അവർ എന്തിനവളെ കൊല്ലണം? എന്തിനുവേണ്ടി? എന്താണവളുടെ കുറ്റം?" കഠിനവേദനയോടെ ഹൃദയം തകരുന്ന ശബ്ദത്തിലയാൾ പിറുപിറുത്തു.

"അതെന്റെ കുറ്റമാണ്, എന്റെ കുറ്റം...."

അവൻ ഒരു നിമിഷം നിശ്ശബ്ദനായി.

"ഗുഡ്ബൈ, എന്റെ പ്രിയപ്പെട്ടവനേ! ഗുഡ്ബൈ, എന്റെ പ്രിയപ്പെട്ട വനെ!" ആ പാവം തലകുലുക്കി മന്ത്രിച്ചു. ആർക്കാഡി ഞെട്ടിവിറച്ചു. ഡോക്ടറെ അടുത്തേക്ക് ഓടാനായി അയാൾ തിരിഞ്ഞു. "നമ്മൾക്കു പോകാം! സമയമായി!" ആർക്കാഡി ധൃതിപിടിക്കുന്നതുകണ്ട് വാസ്യാ വിളിച്ചുപറഞ്ഞു. "നമ്മൾക്കു പോകാം, കുട്ടീ, നമ്മൾക്ക് പോകാം. ഞാൻ തയ്യാറാണ്. നീ എന്നെ അങ്ങോട്ട് കൊണ്ടുപോകൂ."

ആർക്കാഡിയെ അവിശ്വാസത്തോടെ വീക്ഷിച്ച് അവൻ പറഞ്ഞു.

"വാസ്യാ, എന്നെ പിൻതുടരരുത്, ദൈവത്തെ ഓർത്ത്! എനിക്കു വേണ്ടി ഇവിടെ കാത്തിരിക്കൂ. ഒരു മിനിറ്റേ ഞാൻ എടുക്കൂ. ഉടനെ ഞാൻ നിന്റെ അടുത്ത് തിരിച്ച് എത്തും."

ആർക്കാഡി ഇവാനോവിച്ച് വിളിച്ചുപറഞ്ഞു. അവനും തലയ്ക്ക് ഭ്രാന്തുപിടിച്ചവനെപ്പോലെ ആയിരുന്നു. അയാൾ തൊപ്പി എടുത്ത് തല യിൽ വെച്ച് ഡോക്ടറെ വിളിക്കാനായി ഓടി. വാസ്യാ അനുസരണയോടെ ഇരുന്നു. അവൻ ശാന്തനും വിനീതനുമായിരുന്നു. അവന്റെ കണ്ണുകൾ മാത്രം എന്തിനും തുനിഞ്ഞ ഒരു ദൃഢനിശ്ചയത്തോടെ വെട്ടിത്തിളങ്ങി. മേശപ്പുറത്ത് കിടന്നിരുന്ന ഒരു പേനാക്കത്തി ഓർത്തുകൊണ്ട് ആർക്കാഡി തിരിച്ചുവന്ന് അത് എടുത്ത് പോക്കറ്റിലിട്ട് അവസാനമായി തന്റെ പാവം സുഹൃത്തിനെ ഒന്നു നോക്കി ഫ്ളാറ്റിൽനിന്ന് പുറത്തേക്ക് ഓടി.

ഏഴ് മണി കഴിഞ്ഞിരുന്നു. പ്രഭാതസൂര്യരശ്മികൾ മുറിയിൽനിന്നും ഇരുട്ട് തുടച്ചുമാറ്റി.

അയാൾക്ക് ഒരു ഡോക്ടറെ കണ്ടെത്താൻ കഴിഞ്ഞില്ല. ഒരു മണി ക്കൂർ നേരം മുഴുവൻ അയാൾ അതിനായി ഓടിനടന്നു. അയാൾ പോയി അന്വേഷിച്ച ഫ്ളാറ്റുകളിലെ ഡോക്ടർമാരെല്ലാം ഒന്നുകിൽ രോഗികളെ സന്ദർശിക്കാനോ അല്ലെങ്കിൽ സ്വന്തം കാര്യങ്ങൾക്കോ പുറത്ത് പോയി രിക്കുകയാണെന്ന് അറിഞ്ഞു. രോഗികളെ ആ സമയത്ത് പരിശോധി ക്കുന്ന ഒരേ ഒരു ഡോക്ടറെ മാത്രമേ അയാൾക്ക് കണ്ടെത്താൻ കഴിഞ്ഞുള്ളൂ. നെഫെഡേവിച്ച് വന്നിട്ടുണ്ടെന്ന് ഡോക്ടറെ അറിയിച്ച തന്റെ വേലക്കാരനെ ആദ്യം ഡോക്ടർ ചോദ്യം ചെയ്ത്, ഏത് തരക്കാര നാണ് നെഫെഡേവിച്ചെന്ന് മനസ്സിലാക്കി. രോഗവിവരവും മറ്റും വിശദ മായി കേട്ടശേഷം താൻ ഇപ്പോൾ വളരെ തിരക്കിലാണെന്നും ഇത്തരം രോഗികളെ ആശുപത്രിയിൽ കൊണ്ടുപോകുകയാണ് വേണ്ടതെന്നും ഉപ ദേശിച്ചു.

ആർക്കാഡി ആശ്ചര്യപ്പെട്ടു. തന്റെ ഉദ്യമങ്ങൾ ഈ രീതിയിൽ കലാ ശിക്കുമെന്നയാൾ ഒരിക്കലും പ്രതീക്ഷിച്ചിരുന്നില്ല. ഈ ലോകത്തിലെ

എല്ലാ ഡോക്ടർമാരേയും ഉപേക്ഷിച്ച് വാസ്യായെ ഓർത്ത് ഉൽക്കണ്ഠാകുലനായി അയാൾ വീട്ടിലേക്ക് തിരിച്ചോടി. അയാൾ ഫ്ളാറ്റിലേക്ക് പാഞ്ഞുചെന്നു. മാവ്രാ ശാന്തയായി നിലം തൂത്തുവാരുകയും വിറക് കീറുകയും സ്റ്റൗ കത്തിക്കാനുള്ള തയ്യാറെടുപ്പുകൾ ചെയ്യുകയുമായിരുന്നു. അയാൾ മുറിയിലേക്ക് ഓടിച്ചെന്നു - വാസ്യായുടെ പൊടിപോലുമില്ല. അവൻ സ്ഥലം വിട്ടിരിക്കുന്നു.

"എവിടേക്ക്? എവിടേക്കായിരിക്കും ആ പാവം പോയിരിക്കുക?" ആർക്കാഡി ആശ്ചര്യപ്പെട്ടു. പേടിക്കേണ്ടയാളുടെ രക്തം തണുത്തുറഞ്ഞു. അയാൾ മാവ്രായോട് ചോദിച്ചു. അവൾ ഒന്നും അറിഞ്ഞിട്ടില്ല. ഒന്നും കണ്ടിട്ടില്ല. അവൻ പുറത്ത് പോകുന്ന ശബ്ദംപോലും കേട്ടിട്ടില്ല. അവനെ അനുഗ്രഹിക്കേണമേ! നെഫെഡേവിച്ച് കൊളോമ്നായിലേക്ക് പാഞ്ഞു. വാസ്യാ അവിടെ കാണുമെന്ന് അയാൾ എന്തുകൊണ്ട് കരുതി എന്ന് ദൈവത്തിനു മാത്രമേ അറിയൂ.

അയാൾ അവിടെ എത്തിയപ്പോൾ ഒമ്പതു മണി കഴിഞ്ഞിട്ടേയുള്ളൂ. അയാളെ കണ്ട് അവർ അദ്ഭുതപ്പെട്ടുപോയി. എന്നാൽ, അവർക്കൊന്നും അറിയില്ലായിരുന്നു. അയാൾ തീവ്രവേദനയോടെ മനസ്സു തകർന്ന് അവരുടെ മുന്നിൽ നിന്നു. വാസ്യാ എവിടെയാണെന്നയാൾ അവരോട് ചോദിച്ചു. ആ വൃദ്ധയുടെ കാലുകൾ ആടി. അവൾ സോഫയിലേക്ക് ചെരിഞ്ഞു. ലിസങ്കാ ഭയാശങ്കകളോടെ നിന്ന് വിറച്ചു. എന്താണ് സംഭവിച്ചതെന്ന് തന്നോട് പറയാനവൾ അയാളോട് ആവശ്യപ്പെട്ടു. എന്താണ് പറയുക? പെട്ടെന്ന് അപ്പോൾ തോന്നിയ ഒരു കഥ ആർക്കാഡി ഇവാനോവിച്ച് അവരോട് പറഞ്ഞു. തീർച്ചയായും, അതവർ വിശ്വസിച്ചില്ല. അവരെ അദ്ഭുതസ്തബ്ധരായി അവിടെ വിട്ട് അയാൾ ധൃതിയിൽ സ്ഥലംവിട്ടു. അയാൾ സമയത്തിന് ഓടിപ്പിടഞ്ഞ് ഓഫീസിലെത്തി വിശ്രമിച്ചു. കഴിയുന്നത്ര വേഗം വേണ്ട നടപടികൾ എടുക്കണം. ഒരു പക്ഷേ വാസ്യാ യൂലിയൻ മാസ്താകോവിച്ചിന്റെ അടുത്ത് കാണും. മിക്കവാറും അതിനാണ് സാധ്യത. അയാൾ വണ്ടിക്കാരനോട് ഹിസ് എക്സെലൻസിയുടെ വീടിനു മുന്നിൽ നിർത്താനാവശ്യപ്പെട്ടു. പക്ഷേ, ഉടനെതന്നെ വണ്ടിവിടാനും പറഞ്ഞു. ആദ്യം ഓഫീസിൽ പോയി അവർക്കെന്തെങ്കിലും അറിയാമോ എന്ന് കണ്ടെത്താനയാൾ തീരുമാനിച്ചു. അവിടെ വാസ്യാ ഇല്ലെങ്കിൽ, അയാൾ സ്വയം പോയി ഹിസ് എക്സലൻസിയെ കാണും. വാസ്യായെക്കുറിച്ച് റിപ്പോർട്ട് ചെയ്യുന്ന ഒരുവനെപ്പോലെ കരുതിക്കോട്ടെ. എന്തായാലും ആരെങ്കിലും അക്കാര്യം റിപ്പോർട്ട് ചെയ്യണമല്ലോ!

അയാൾ ഹാളിലേക്ക് കടന്നുചെന്ന ഉടനെ അയാളുടെ യുവസഹപ്രവർത്തകർ അധികവും അയാളുടെ പദവിയിലുള്ളവർ ചോദ്യങ്ങളുമായി

ഓടിയെത്തി. എല്ലാവരും ഒരേസമയത്ത് സംസാരിക്കാൻ തുടങ്ങി. വാസ്യായുടെ മാനസികനില തെറ്റിയെന്ന് അവർ പറഞ്ഞു. അവൻ ജോലിയിൽ ഉപേക്ഷ കാണിച്ചിരുന്നെന്നതിന്റെ പേരിൽ അവനെ അവർ പട്ടാളത്തിലേക്കയയ്ക്കാൻ പോകുകയാണെന്നവന്റെ ഭ്രാന്തൻ മനസ്സ് പറയുന്നു! എല്ലാവരോടും ഒരേസമയം ആർക്കാഡി ഇവാനോവിച്ചിന് മറുപടി കൊടുക്കേണ്ടിവന്നു. ആരോടും വ്യക്തമായൊരു മറുപടി പറഞ്ഞില്ലെന്നതാണ് സത്യം. അയാൾ ഉള്ളിലെ മുറിയിലേക്ക് തള്ളിക്കയറി. വഴിക്കുവെച്ച് അയാൾ അറിഞ്ഞു, വാസ്യാ യൂലിയൻ മാസ്താക്കോവിച്ചിനോടൊപ്പമായിരുന്നെന്ന്. എല്ലാവരും അവിടെ ചെന്നിരുന്നു.

ഹെസംപർ ഇവാനോവിച്ചും അവിടെ ഉണ്ടായിരുന്നു. അയാൾ ഒന്ന് നിന്നു. ഉന്നതാധികാരികളിലൊരാൾ അയാളോട് എവിടേക്കാണ് പോകുന്നതെന്നും എന്താണ് വേണ്ടതെന്നും ചോദിച്ചു. അത് ചോദിച്ച ആൾ ആരാണെന്നുപോലും നോക്കാതെ അയാൾ വാസ്യായെക്കുറിച്ച് എന്തോ പിറുപിറുത്ത് നേരെ മുറിയിലേക്ക് നടന്നു. മുറിയിൽനിന്ന് യൂലിയൻ മാസ്താകോവിച്ചിന്റെ ശബ്ദം ഉയരുന്നത് കേട്ടു. “നിങ്ങൾ എങ്ങോട്ടാണ് പോകുന്നത്?” വാതിൽക്കൽ വെച്ച് ആരോ അയാളോട് ചോദിച്ചു. ആർക്കാഡി ഇവാനോവിച്ചിന്റെ ധൈര്യം ചോർന്നുപോയി. അയാൾ തിരിച്ചുനടക്കാൻ തുനിയവേ പെട്ടെന്ന് പാതി തുറന്ന വാതിലിലൂടെ പാവം വാസ്യായെ കണ്ടു. അയാൾ അത് തള്ളിത്തുറന്ന് അകത്ത് കടന്നു. ആശയക്കുഴപ്പവും അമ്പരപ്പും ആ മുറിയിൽ തളംകെട്ടി നിന്നു. കാരണം, യൂലിയൻ മാസ്താകോവിച്ച് തീവ്രമനോദുഃഖത്തിലാണെന്ന് തോന്നി. പ്രമാണികളായ ചില മാന്യന്മാർ അദ്ദേഹത്തിന്റെ അടുത്തുനിന്ന് കാര്യങ്ങൾ ചർച്ച ചെയ്യുന്നു. എന്തായാലും യാതൊരു തീരുമാനത്തിലും എത്താനായിട്ടില്ല. വാസ്യാ അല്പം മാറിനില്ക്കുന്നു. അവനെ നോക്കിയപ്പോൾ ആർക്കാഡിയുടെ ഹൃദയം തകർന്നു. വാസ്യാ നീണ്ടുനിവർന്ന് കുത്തനെ നില്ക്കുകയാണ്. മുഖം വല്ലാതെ വിളർത്തിരിക്കുന്നു. തല ഉയർത്തിപ്പിടിച്ചിട്ടുണ്ട്. അവൻ യൂലിയൻ മാസ്താകോവിച്ചിന്റെ കണ്ണുകളിലേക്ക് മിഴിച്ചുനോക്കുന്നു. നെഫെഡേവിച്ചിന്റെ വരവ് തൽക്ഷണം ശ്രദ്ധിക്കപ്പെട്ടു. അവർ ഇരുവരും ഒന്നിച്ചാണ് താമസിക്കുന്നതെന്നറിയാമായിരുന്ന ആരോ ഒരാൾ അക്കാര്യം ഹിസ് എക്സെലൻസിയെ ധരിപ്പിച്ചു. ആർക്കാഡിയെ അദ്ദേഹത്തിന്റെ അടുത്തേക്ക് കൊണ്ടുപോയി അയാൾ യൂലിയൻ മാസ്താകോവിച്ചിനെ നോക്കി. അദ്ദേഹം ചോദിക്കുന്ന എല്ലാ ചോദ്യങ്ങൾക്കും മറുപടി നല്കുവാൻ തയ്യാറെടുത്ത് നിന്നു. എന്നാൽ അദ്ദേഹത്തിന്റെ മുഖത്ത് രേഖപ്പെടുത്തിയ ആത്മാർത്ഥമായ സഹാനുഭൂതി കണ്ട് ആർക്കാഡി ഒരു കുട്ടിയെപ്പോലെ പൊട്ടിക്കരഞ്ഞു. സത്യത്തിൽ അതിനേക്കാളേറെ! അയാൾ മേലധികാരിയുടെ കൈ പിടിച്ചുയർത്തി തന്റെ കണ്ണുകളിൽ വെച്ച് അത് കണ്ണുനീരിൽ കുതിർത്തു.

യൂലിയൻ മാസ്താകോവിച്ച് പെട്ടെന്ന് കൈ പിൻവലിച്ച് പറഞ്ഞു. “മതി യുവാവേ, മതി. നിങ്ങൾ നല്ലൊരു ഹൃദയത്തിനുടമയാണെന്ന് ഞാൻ മനസ്സിലാക്കുന്നു.”

ആർക്കാഡി തേങ്ങലോടെ അവിടെ സന്നിഹിതരായിരുന്നവരെയെല്ലാം യാചനാഭാവത്തിൽ നോക്കി. എല്ലാവർക്കും തന്റെ പാവം വാസ്യായോട് സഹോദരനിർവിശേഷമായ സ്നേഹമാണെന്ന് അയാൾ വിശ്വസിച്ചു. എല്ലാവരും അവനുവേണ്ടി വേദനയോടെ കണ്ണീരൊഴുക്കുന്നുണ്ട്.

“എന്നാൽ, എന്താണിതിന് കാരണം, എങ്ങനെ അയാൾക്കിത് സംഭവിച്ചു?” യൂലിയൻ മാസ്താകോവിച്ച് ചോദിച്ചു. “എന്തുകൊണ്ടാണയാളുടെ മനസ്സിന്റെ സമനില തെറ്റിയത്?”

“കൃതജ്ഞതയിൽനിന്ന്!” എന്നു മാത്രമാണ് ആർക്കാഡി ഇവാനോവിച്ചിന് പറയാൻ കഴിഞ്ഞത്.

അയാളുടെ മറുപടി എല്ലാവരേയും അന്ധാളിപ്പിച്ചു. തീർച്ചയായും അത് വിചിത്രവും അവിശ്വസനീയവുമായൊരു കാര്യമാണ്. കൃതജ്ഞത മൂലം എങ്ങനെയാണൊരാളുടെ മനസ്സിന്റെ സമനില തെറ്റുന്നത്? ആർക്കാഡി തനിക്ക് കഴിയാവുന്ന വിധത്തിൽ വിശദീകരിച്ചുകൊടുത്തു.

“നല്ലവനായ ദൈവമേ, എന്തൊരു കഷ്ടം!” ഒടുവിൽ യൂലിയൻ മസ്താകോവിച്ച് പറഞ്ഞു. “അയാൾക്ക് കൊടുത്തിരുന്ന ജോലി പ്രധാനപ്പെട്ടതോ അത്യാവശ്യമുള്ളതോ ആയിരുന്നില്ല. യാതൊരു കാരണവുമില്ലാതെ ഒരു ജീവനും തകർന്നു! ശരി, അയാളെ കൊണ്ടുപോകൂ.”

പിന്നീട് യൂലിയൻ മാസ്താകോവിച്ച് വീണ്ടും ആർക്കാഡി ഇവാനോവിച്ചിനു നേരെ തിരിച്ച് ഒരിക്കൽകൂടി കഥ പറയുവാനായി ആവശ്യപ്പെട്ടു. “അയാൾ ആവശ്യപ്പെട്ടിരുന്നു. “അദ്ദേഹം വാസ്യായെ ചൂണ്ടിക്കൊണ്ട് റഞ്ഞു. “ഇതിനെക്കുറിച്ച് ഏതോ ഒരു പെൺകുട്ടിയോട് പറയരുതെന്ന്. ആരാണവൾ, അയാളുടെ പ്രതിശ്രുതവധുവാണോ?”

ആർക്കാഡി ആ പരിതഃസ്ഥിതി വിവരിക്കാൻ തുടങ്ങി. അതിന്നിടയിൽ വാസ്യാ എന്തോ ചിന്തയിൽ മുഴുകിയിരിക്കുന്നതുപോലെ കാണപ്പെട്ടു. എന്തോ സുപ്രധാനവും അത്യാവശ്യമുള്ളതുമായ കാര്യം ഓർമ്മിച്ചെടുക്കാൻ ശ്രമിക്കുന്നതുപോലെ തോന്നി. ആ സമയത്ത് ആവശ്യമായ എന്തോ ഒന്ന്. ഇടയ്ക്കിടെ വിഷമത്തോടെ അവൻ ചുറ്റുപാടും കണ്ണോടിക്കും. താൻ മറന്നുപോയതെന്താണെന്ന് ആരെങ്കിലും ഓർമ്മിപ്പിക്കുമെന്ന പ്രതീക്ഷയോടെ! അവന്റെ കണ്ണുകൾ ആർക്കാഡി ഇവാനോവിച്ചിൽ തറച്ചുനിന്നു. പെട്ടെന്ന് ആശയുടേതായൊരു തിളക്കം ആ കണ്ണുകളിൽ പ്രകടമായി. അവൻ ഞെട്ടിത്തിരിഞ്ഞ് മൂന്ന് ചുവട് മാർച്ച് ചെയ്തു. ഇടതുകാൽ മുന്നോട്ടുവെച്ച് തനിക്ക് കഴിയാവുന്നത്ര ചുറുചുറുക്കോടെ വലതുകാലിലെ ഹീലിൽനിന്ന് ഒരു ക്ലിക് ശബ്ദം പുറപ്പെടുവിക്കുക

പോലും ചെയ്തു! ഓഫീസർ വിളിപ്പിച്ചതനുസരിച്ച് ഒരു പടയാളി മറുപടി നല്കുവാൻ അറ്റൻഷനിൽ വരുന്നതുപോലെയുണ്ടായിരുന്നു അവന്റെ മാർച്ച്. എല്ലാവരും അത് നോക്കി എന്താണ് അടുത്തതായി വരാൻ പോകുന്നതെന്ന് കാത്തിരുന്നു.

"എനിക്കൊരു ശാരീരിക വൈകല്യമുണ്ട് യുവർ എക്സലൻസി, ഞാൻ പൊക്കം കുറഞ്ഞവനും ദുർബലനുമാണ് പട്ടാളസേവനത്തിന് അനുയോജ്യനല്ല" അവൻ പറഞ്ഞു.

ഇത് മുറിയുള്ള എല്ലാവരുടേയും കരളലിയിച്ചു. ദൃഢമായി പിടിച്ചു നിന്ന യൂലിയൻ മാസ്താകോവിച്ചിന്റെ കണ്ണുകൾപോലും നിറഞ്ഞു. "അയാളെ കൊണ്ടുപോകൂ!" കൈ തട്ടിക്കൊണ്ടദ്ദേഹം പറഞ്ഞു.

"മാർച്ച് ചെയ്യാനുള്ള ഓർഡർ!" വാസ്യാ മെല്ലെ പറഞ്ഞ് ഹീലിൽ നിന്നുകൊണ്ട് തിരിഞ്ഞ് മുറിക്കു പുറത്തേക്ക് മാർച്ച് ചെയ്തു. അവന്റെ കഷ്ടസ്ഥിതിയിൽ ഉൽക്കണ്ഠയുള്ള മാന്യന്മാരെല്ലാം അവന് പിന്നാലെ ഓടിയെത്തി. ആർക്കാഡി അവർക്ക് തൊട്ടുപിന്നിലായി നടന്നു. അവർ വാസ്യായെ വെയിറ്റിംഗ് റൂമിൽ ഇരുത്തി. അവനെ ആശുപത്രിയിലേക്ക് കൊണ്ടുപോകാനുള്ള ആംബുലൻസ് വരുന്നതും കാത്തിരുന്നു. അവൻ നിശ്ശബ്ദനായി ഇരുന്നു. ഗാഢമായ ചിന്തയിൽ ആണ്ടതുപോലെ കാണപ്പെട്ടു. പരിചയക്കാരെ കണ്ടപ്പോൾ അവർക്ക് ഗുഡ്ബൈ പറയുന്ന രീതിയിലവൻ തല കുനിച്ചു. അവൻ വാതില്ക്കലേക്ക് ദൃഷ്ടി പായിച്ചുകൊണ്ടിരുന്നു. 'പോകൂ' എന്ന വാക്ക് കേൾക്കുവാൻ തയ്യാറായി ഇരിക്കുന്നതുപോലെ. ഒരു കൂട്ടം ആളുകൾ അവന് ചുറ്റും കൂടി. എല്ലാവരും തല കുലുക്കി. അവന്റെ വിധി ഓർത്ത് വിലപിച്ചു. വളരെപേർ വാസ്യായുടെ കഥ കേട്ട് ആശ്ചര്യപ്പെട്ടു. അപ്പോഴേക്കും ആ കഥ പൊതുവാർത്തയായി മാറിയിരുന്നു! ചിലർ അക്കാര്യം ചർച്ച ചെയ്തു. മറ്റു ചിലർ വാസ്യായോട് സഹാനുഭൂതി പ്രകടിപ്പിക്കുകയും അവനെ പ്രശംസിക്കുകയും ചെയ്തു. അവൻ വിനീതനും ശാന്തനും പ്രത്യാശയ്ക്ക് വകയുള്ള ഒരു യുവാവുമായിരുന്നെന്നവർ പറഞ്ഞു. എത്ര അധ്വാനിച്ചാണവൻ പഠിക്കാൻ ശ്രമിച്ചിരുന്നത്. എന്തു മാത്രം ജിജ്ഞാസയുള്ള മനസ്സായിരുന്നു അവന്റേത്. എന്തുമാത്രം കഷ്ടപ്പെട്ടാണവൻ സ്വയം മെച്ചപ്പെട്ടത്.

"ജീവിതത്തിലെ താഴ്ന്ന നിലയിൽനിന്ന് സ്വപ്രയത്നത്താൽ അവൻ ഉയർന്നുവന്നു." ആരോ ഒരാൾ അഭിപ്രായപ്പെട്ടു. വാസ്യായോടുള്ള യൂലിയൻ മാസ്താകോവിച്ചിന്റെ സ്നേഹബന്ധം വൈകാരികമായ രീതിയിൽ സംസാരിക്കുകയുണ്ടായി. വാസ്യായ്ക്ക് കൊടുത്ത ജോലി സമയത്തിന് ചെയ്തുതീർക്കാതിരുന്നതിനാൽ ശിക്ഷയായി പട്ടാളത്തിലേക്കയയ്ക്കുമെന്ന ചിന്ത എങ്ങനെയാണ് അവന്റെ മാനസികനില അവതാളത്തിലാക്കിയതെന്നതിനുള്ള വിശദീകരണങ്ങളും ചിലർ നല്കി. അടുത്ത

കാലംവരെ ആ പാവം പട്ടാളസേവനത്തിന് പോകേണ്ടിയിരുന്ന താഴ്ന്ന ജോലിയിലായിരുന്നു. യൂലിയൻ മാസ്താകോവിച്ചിന്റെ ഒത്താശ മൂലമാണ് അവന് പ്രമോഷൻ കിട്ടിയത്. അവന്റെ ജോലിയിലുള്ള അസാധാരണ കഴിവും അനുസരണയും എളിമയും അദ്ദേഹം വിലമതിച്ചിരുന്നു. ചുരുക്കത്തിൽ വിവിധ രൂപത്തിലുള്ള അഭിപ്രായങ്ങളും വ്യാഖ്യാനങ്ങളും ഉയർന്നുവന്നു...

ഒടുവിൽ, എല്ലാം കഴിഞ്ഞു. ആശുപത്രിയിൽ നിന്ന് ഒരു ഡോക്ടറും ഒരു ഓർഡർലിയും വന്നു. അവർ വാസ്യായുടെ അടുത്തുചെന്ന് പോകാനുള്ള സമയമായെന്ന് പറഞ്ഞു. അവൻ ധൃതിയിൽ ചാടി എഴുന്നേറ്റ് അവരോടൊപ്പം പുറത്തേക്ക് നടന്നു. അവൻ പിന്നാക്കം തലതിരിച്ച് നോക്കിക്കൊണ്ടിരുന്നു. ആരേയോ അന്വേഷിക്കുകയാണ്. "വാസ്യാ! വാസ്യാ!" ആർക്കാഡി ഇവാനോവിച്ച് തേങ്ങലോടെ നിലവിളിച്ചു. വാസ്യാ നിന്നു. തിരക്കിലൂടെ വഴിയുണ്ടാക്കി അവനരികിലേക്ക് ആർക്കാഡി പാഞ്ഞുചെന്നു. അവസാനമായി അവർ ഗാഢമായ ആലിംഗനത്തിലമർന്നു. അത് കണ്ടവരെ ദുഃഖത്തിലാഴ്ത്തി. അവരുടെ ഇരുവരുടേയും കണ്ണുകളിൽ നിന്ന് കണ്ണുനീർ പ്രവഹിച്ചു. എന്തിനാണവർ കരയുന്നത്? എന്താണ് ഈ അത്യാപത്ത്? എന്തുകൊണ്ടവർ പരസ്പരം മനസ്സിലാക്കിയില്ല? "ഇതാ, ഇതാ, ഇത് എടുക്കൂ! എനിക്കുവേണ്ടി ഇത് സൂക്ഷിച്ചുവെക്കൂ." ആർക്കാഡിയുടെ കൈയിൽ മടക്കിയ ഒരു പേപ്പർ വെച്ചുകൊടുത്ത് ഷുംക്കോവ് പറഞ്ഞു. "അവരിത് എന്നിൽനിന്നും പിടിച്ചെടുക്കും. ഇതെനിക്ക് പിന്നീട് കൊണ്ടുവന്നുതരണം, പ്ലീസ്. എനിക്കുവേണ്ടി സൂക്ഷിച്ചുവെക്കുക..." വാസ്യാ പറഞ്ഞവസാനിപ്പിച്ചില്ല, ഡോക്ടർ അവനെ വിളിച്ചു. എല്ലാവരോടും തലകുനിച്ച് ഗുഡ്ബൈ പറഞ്ഞുകൊണ്ട് അവൻ ധൃതിപിടിച്ച് കോണിയിലൂടെ ഓടിയിറങ്ങി. നിരാശ മുറ്റിനില്ക്കുന്ന മുഖമായിരുന്ന അവന്റേത്. ഒടുവിൽ അവർ ആംബുലൻസിൽ കയറി ഇരുന്നു. വണ്ടിവിട്ടു. ആർക്കാഡി പെട്ടെന്ന് മടക്കിയ കടലാസ് തുറന്നു. വാസ്യാ ഒരിക്കലും കൈവിടാത്ത ലിസായുടെ കറുത്ത മുടിച്ചുരുൾ ആണ് അതിൽ. വേദനിപ്പിക്കുന്ന കണ്ണുനീർ ആർക്കാഡിയുടെ കണ്ണുകളിൽനിന്നും പ്രവഹിച്ചു. "ആഹ്! പാവം ലിസാ!"

അയാളുടെ ഓഫീസ് സമയം കഴിഞ്ഞു, അയാൾ കൊളോമ്നായിലേക്ക് പുറപ്പെട്ടു. അവിടെ നടന്ന സംഭവങ്ങൾ വർണനാതീതമാണ്. കൊച്ചു പെറ്റ്യാ പോലും നല്ലവനും കരുണാമയനുമായ വാസ്യായ്ക്ക് എന്താണ് പറ്റിയതെന്ന് മനസ്സിലാക്കാൻ കഴിഞ്ഞില്ലെങ്കിലും ഒരു മൂലയിൽ ചെന്നിരുന്ന് ഹൃദയവേദനയോടെ മുഖം പൊത്തി തേങ്ങിക്കരഞ്ഞു. ആർക്കാഡി വീട്ടിലേക്ക് തിരിക്കുമ്പോഴും സന്ധ്യ മയങ്ങിയിരുന്നു. അയാൾ നേവായ്ക്ക് അടുത്തെത്തിയപ്പോൾ ഒരു മിനിറ്റ് നിന്ന്

പുഴയിലേക്ക് മിഴിച്ചുനോക്കി. കുറെ ദൂരത്തോളം അതിനുമീതെ മൂടൽമഞ്ഞും മഞ്ഞുപാളികളുമാണ്. ചക്രവാളത്തിൽ താഴ്ന്നുകൊണ്ടിരിക്കുന്ന അസ്തമയസൂര്യന്റെ അരുണകിരണങ്ങൾ പെട്ടെന്നതിനൊരു രക്തത്തുടിപ്പുണ്ടാക്കി. പട്ടണത്തിൽ ഇരുട്ട് വ്യാപിക്കുന്നു. സൂര്യന്റെ വിടവാങ്ങൽ പ്രകാശത്തിൽ നേവാ മുഴുവൻ പൊടിമഞ്ഞിൽ ചിതറിയ അസംഖ്യം തീപ്പൊരികൾ പാറുന്നതുപോലെ കാണപ്പെട്ടു.

തണുപ്പ് ഇരുപത് ഡിഗ്രിക്കു താഴേക്ക് പോയിരിക്കണം. പാഞ്ഞു പോകുന്ന കുതിരകളിൽനിന്നും ധൃതിപിടിച്ചു നടക്കുന്ന മനുഷ്യരിൽ നിന്നും നീരാവി ഉയർന്നു. നേരിയ ആരവത്തോടെ മന്ദമാരുതൻ കടന്നുപോയി. നേവാ നദിയുടെ ഇരുവശത്തുമുള്ള വീടുകളുടെ മുകളിൽനിന്നും പുകച്ചുരുൾ രാക്ഷസന്മാരെപ്പോലെ തണുത്ത ആകാശത്തേക്ക് ഉയർന്നുവന്നു. മുകളിലേക്കു പോകുംതോറും അവ ചുറ്റിപ്പിണയുകയും വേർപെടുകയും ചെയ്തുകൊണ്ടിരുന്നു. പഴയ കെട്ടിടങ്ങൾക്കുമീതെ പുതിയ കെട്ടിടങ്ങൾ പ്രത്യക്ഷപ്പെടുന്നതുപോലെ കാണപ്പെട്ടു. നൂതനമായൊരു നഗരം ആകാശത്ത് രൂപംകൊള്ളുന്നു... ഈ സന്ധ്യാനേരത്ത് ലോകം മുഴുവൻ അതിലെ ശക്തരും ദുർബലരും അവരുടെ കൊട്ടാരങ്ങളും കുടിലുകളും അടക്കം ഒരു മായാലോകംപോലെ അല്ലെങ്കിൽ ഒരു സ്വപ്നം പോലെ നീലാകാശത്തേക്ക് ആവിയായി മാഞ്ഞുപോകുമെന്ന് തോന്നി.

പാവം വാസ്യായുടെ മരണവേദന അനുഭവിക്കുന്ന സുഹൃത്തിനെ ഇത്തരം വിചിത്രമായ ചിന്തകൾ വേട്ടയാടി. അയാൾ ഞെട്ടിത്തെറിച്ചു. ചുടുരക്തം ശരീരത്തിലൂടെ പാഞ്ഞു. പെട്ടെന്ന് ഒരിക്കലും അനുഭവപ്പെട്ടിട്ടില്ലാത്തൊരു ശക്തമായ വികാരം അയാളുടെ ഹൃദയത്തിൽ നിറഞ്ഞൊഴുകി. ഇപ്പോൾ മാത്രമാണ് ഈ അത്യാഹിതത്തെക്കുറിച്ചും പാവം വാസ്യായെ സമനില തെറ്റിയ ഒരവസ്ഥയിലേക്ക് നയിച്ചതിനെക്കുറിച്ചും അവന് മനസ്സിലായതെന്ന് തോന്നി! വാസ്യായ്ക്ക് തന്റെ മനസ്സിലെ ആനന്ദം സഹിക്കാൻ കഴിഞ്ഞില്ല! അയാളുടെ അധരങ്ങൾ വിറച്ചു. കണ്ണുകൾ ജ്വലിച്ചു. അയാൾ വിളർത്തു. ആ നിമിഷത്തിൽ മറ തുളച്ചുകീറി ഒരു പുതിയ ലോകത്തേക്ക് കടക്കുന്നതുപോലെ അയാൾക്കു തോന്നി...

അയാൾ വിഷാദവാനും ശോകമൂകനുമായി മാറി. അയാളുടെ സന്തോഷം പാടെ നഷ്ടപ്പെട്ടു. അയാൾ തന്റെ പഴയ ഫ്ളാറ്റ് വെറുത്തു. മറ്റൊരു ഫ്ളാറ്റിലേക്കയാൾ താമസം മാറ്റി. കൊലോമ്നയിലേക്കയാൾക്ക് പോകാൻ കഴിഞ്ഞിട്ടില്ല. അയാൾ അതാഗ്രഹിച്ചുമില്ല. രണ്ടു വർഷങ്ങൾക്കുശേഷം അലിസങ്കായെ പള്ളിയിൽ വെച്ചുകണ്ടുമുട്ടി. അവൾ അപ്പോഴേക്കും വിവാഹിതയായിക്കഴിഞ്ഞിരുന്നു. അവൾക്കു പിന്നാലെ ഒരു കുഞ്ഞിനെയുമെടുത്ത് ഒരു വൈറ്റ്-നെഴ്സ് നടക്കുന്നുണ്ട്. അവർ

സംസാരിച്ചു. കഴിയാവുന്നത്ര നേരം കഴിഞ്ഞ കാലത്തെക്കുറിച്ച് സംസാരിക്കാതിരിക്കാനവർ ശ്രമിച്ചു. താൻ സന്തുഷ്ടയാണെന്നും ദരിദ്രയല്ലെന്നും തന്നെ സ്നേഹിക്കുന്ന നല്ല ഒരു മനുഷ്യനാണ് തന്റെ ഭർത്താവെന്നും ലിസാ അയാളോട് പറഞ്ഞു. എന്നാൽ പെട്ടെന്ന് സംസാരത്തിനിടയിൽ അവളുടെ കണ്ണുകൾ നിറഞ്ഞു. അവളുടെ ശബ്ദം തളർന്നു. ഈ ലോകത്തിൽനിന്നും തന്റെ ദുഃഖം മറച്ചുവെക്കാനായി അവൾ തിരിഞ്ഞ് മുട്ടുകുത്തി....

ശാന്തനായ വ്യക്തി

ഗ്രന്ഥകാരന്റെ കുറിപ്പ്

'ഡയറി'യുടെ ഒരു പതിവ് ഇൻസ്റ്റാൾമെന്റിനു പകരം ഈ സമയത്ത് ഒരു ലഘുനോവൽ സമർപ്പിക്കുന്നതിൽ എന്റെ വായനക്കാർ എന്നോട് ക്ഷമിക്കുമല്ലോ? എന്നാൽ, ഇത്തരം ഒരു നോവൽ എന്നെ ഒരു മാസത്തോളം ശരിക്കും പ്രവർത്തനനിരതനാക്കി. എന്തായാലും എന്റെ വായനക്കാരോട് ക്ഷമ യാചിക്കുന്നു.

ഇനി കഥയെക്കുറിച്ച് അതിനെ 'അസംഭാവ്യ' കഥ എന്നാണ് വിളിക്കുന്നത്. അതേസമയം, അത് അങ്ങേഅറ്റം 'റിയലിസ്റ്റിക്' ആണെന്നാണ് വ്യക്തിപരമായ അഭിപ്രായം. എന്തായാലും അതിൽ സാങ്കല്പികമായൊരംശം ഉണ്ട്. അതായത് ആ കഥയുടെ ഘടനയിൽ അത് മുമ്പുതന്നെ വിശദീകരിക്കേണ്ടതാണെന്ന് കരുതുന്നു.

സത്യത്തിൽ, ഇതൊരു വിവരണമോ കുറിപ്പുകളുടെ സമാഹരണമോ അല്ല. ഏതാനും മണിക്കൂറുകൾക്കു മുമ്പ് മാത്രം ജനാലയിലൂടെ പുറത്തേക്ക് ചാടി ആത്മഹത്യ ചെയ്ത ഒരു ഭാര്യയുടെ ഭർത്താവിനെക്കുറിച്ചൊന്ന് സങ്കല്പിച്ചുനോക്കൂ അവളുടെ മൃതദേഹം മേശപ്പുറത്ത് കിടത്തിയിരിക്കുന്നു. അയാൾ ആകെ ആശയക്കുഴപ്പത്തിലാണ്. ചിന്തകൾ ക്രമീകരിച്ചിട്ടില്ല. അയാൾ തന്റെ മുറിയിൽ ഉലാത്തുന്നു. എന്താണ് സംഭവിച്ചതെന്ന് മനസ്സിലാക്കാൻ ശ്രമിക്കുകയാണ്. "തന്റെ ചിന്തകൾ കേന്ദ്രീകരിക്കുവാനും." ഈ മനുഷ്യൻ സ്ഥിരമായി മിഥ്യാരോഗഭയമുള്ളവനാണെന്ന് പറയപ്പെടുന്നു. സ്വയം സംസാരിക്കുന്നവരിൽപെട്ടവൻ. അങ്ങനെ അയാൾ തന്നോടുതന്നെ കഥ പറയുകയാണ്. എന്താണ് സംഭവിച്ചതെന്ന്. എല്ലാം ഏറ്റെടുക്കുവാൻ ശ്രമിക്കയാണ്. പൊരുത്തപ്പെട്ടുപോകാൻ ആഗ്രഹിക്കുന്നുണ്ടെന്ന് കാണപ്പെടുന്നുണ്ടെങ്കിലും അയാൾ പലപ്പോഴും യുക്തിപരമായും വൈകാരികമായും എതിർത്ത് പറയുന്നുണ്ട്. അയാൾ സ്വയം നീതീകരിക്കുകയും അവളെ കുറ്റപ്പെടുത്തുകയും ചെയ്യുന്നു. പിന്നെ, അപ്രസക്തമായ വിശദീകരണങ്ങളിലേക്ക് പോകുന്നു. പരുക്കൻ മനസ്സും ഹൃദയവും അഗാധമായ വികാരവുമായി കൂടിക്കലർന്നു. സാവധാനം

അയാൾ മനസ്സിൽ അംഗീകരിച്ചു. ചിന്തകൾ ക്രമീകരിച്ചു. "ഓർമ്മകളുടെ ഒരു പരമ്പര തന്നെ അയാളെ തടുക്കാനാവാത്തവിധം സത്യത്തിലേക്ക് കൊണ്ടുവന്നു. സത്യം അയാളുടെ ഹൃദയത്തേയും മനസ്സിനേയും മഹത്വ വൽക്കരിച്ചു. അവസാനമായപ്പോഴേക്കും അയാളുടെ വിവരണത്തിന്റെ സ്വരം തുടക്കത്തിലെ പൊരുത്തമില്ലായ്മയിൽനിന്നും വ്യത്യസ്തമായി ത്തീരുന്നു. ആ പാവം മനുഷ്യന് സത്യം വളരെ വ്യക്തമായും സ്പഷ്ട മായും തുറന്നുകാണിക്കുന്നു. ചുരുങ്ങിയത് അയാൾക്ക് സ്വയം കാണാൻ ആവശ്യമുള്ള അത്രയെങ്കിലും.

ഇത്രയുമാണ് പ്രമേയം. കഥപറച്ചിൽ ഇടയ്ക്കിടെ നിർത്തിയാണ് പറയുന്നതെങ്കിലും ഏതാനും മണിക്കൂറുകൾ എടുക്കും. മുറിഞ്ഞു മുറി ഞ്ഞാണ് ആ കഥാകഥനം. കാരണം, അയാൾ സ്വയം വാദിക്കയോ അല്ലെങ്കിൽ ഏതോ അദൃശ്യനായ ശ്രോതാവിനോട് സംസാരിക്കുകയോ ചെയ്യുന്നു. ഒരു ജഡ്ജിയോടോ മറ്റോ? എന്തായാലും അത് യഥാർത്ഥ ജീവിതത്തിലേതുപോലെത്തന്നെയുണ്ട്. അയാൾ പറഞ്ഞത് ഒരു സ്റ്റെനോ ഗ്രാഫറാണ് എഴുതിയെടുത്തതെങ്കിൽ എന്റെ വിവരണംപോലെ ഒഴു ക്കുള്ളതാകുമായിരുന്നില്ല. എന്നാലും മനശ്ശാസ്ത്രപരമായ ആശയാനു ക്രമം ആരെഴുതിയാലും മിക്കവാറും ഒരേ രീതിയിലായിരിക്കുമെന്ന് ഞാൻ വിശ്വസിക്കുന്നു. എന്റെ കഥയിൽ "അസംഭാവ്യം' എന്ന് പറയുന്നത് ഈ സാങ്കല്പിക സ്റ്റെനോഗ്രാഫറെയാണ്. അയാളുടെ കുറിപ്പുകൾക്കാണ് രൂപകല്പന നല്കിയത്. മുമ്പും സാഹിത്യത്തിൽ ഇതുപോലുള്ള ചിത്രീ കരണങ്ങൾ നടന്നിട്ടുണ്ട്. ഉദാഹരണത്തിന് വിക്ടർ ഹ്യൂഗൊ തന്റെ ഏറ്റവും ശ്രേഷ്ഠമായ കൃതിയിൽ മിക്കവാറും ഇതേ ശൈലിയാണ് തുടർന്നിരിക്കുന്നത്. ഒരു സ്റ്റെനോഗ്രാഫറെ അദ്ദേഹം കൊണ്ടുവന്നിട്ടില്ലെ ങ്കിലും! അതിനേക്കാൾ വിശ്വാസ്യത കുറഞ്ഞ ശൈലിയാണ് പിൻ തുടർന്നിട്ടുള്ളത്. വധശിക്ഷയ്ക്ക് വിധിക്കപ്പെട്ട ഒരു മനുഷ്യൻ, തന്റെ ഈ ലോകത്തിലെ അന്തിമദിവസം അവസാന മിനിറ്റുവരെ കുറിപ്പുകൾ തയ്യാറാക്കുന്നു!

ഭാഗം ഒന്ന്

1. ഞാൻ ആര്, അവൾ ആര്

...അവൾ അപ്പോഴും ഇവിടെ ഉള്ളതിനാൽ അത്ര വിഷമമില്ല. ഓരോ മിനിറ്റും എനിക്കിവിടെ വന്ന് അവളെ നോക്കാം. എന്നാൽ, നാളെ അവർ അവളെ എടുത്ത് കൊണ്ടുപോകും. അപ്പോൾ ഞാൻ ഒറ്റയ്ക്ക് എന്തു ചെയ്യും? മുന്നിലെ മുറിയിലെ മേശപ്പുറത്താണവളെ കിടത്തിയിരിക്കുന്നത്. അവർ രണ്ടു ശീട്ടുകളിമേശകൾ കൂട്ടിയിട്ടിരിക്കുന്നു. ശവപ്പെട്ടി നാളെ തയ്യാറാകും. വളരെ വളരെ വെളുത്തത്. ഓഹ്, ഞാൻ വായിൽ തോന്നി യതെല്ലാം പറയുന്നു... എല്ലാം മനസ്സിനുള്ളിൽ ഒതുക്കിവെക്കാനായി

ഞാൻ അങ്ങോട്ടുമിങ്ങോട്ടും നടന്നുകൊണ്ടിരിക്കുന്നു. ആറ് മണിക്കൂറുകളായി അതിനായി ശ്രമിക്കുന്നു. എന്നാൽ, എന്റെ ചിന്തകളെ കേന്ദ്രീകരിക്കുവാൻ കഴിഞ്ഞില്ല. ഞാൻ ഉലാത്തിക്കൊണ്ടേയിരിക്കുകയാണ്. ഇതാണ് സംഭവിച്ചത്. ഞാൻ സംഭവങ്ങൾ നടന്നപടി പറയാം. മാന്യരേ, ഞാനൊരു എഴുത്തുകാരനല്ല എന്ന് നിങ്ങൾക്കറിയാമല്ലോ. എന്നാൽ, സാരമില്ല. ഞാൻ മനസ്സിലാക്കുന്നതുപോലെ അത് പറയാം. അതിന്റെ നടുക്കുന്ന ഭാഗം എന്താണെന്നു വെച്ചാൽ, എനിക്കതെല്ലാം അറിയാമെന്നതാണ്!

ശരി, നിങ്ങൾക്കറിയണമെന്നുണ്ടെങ്കിൽ, അല്ലെങ്കിൽ ആരംഭം മുതൽ തുടങ്ങണമെന്നുണ്ടെങ്കിൽ പറയാം. 'ദി വോയ്സ്' പത്രത്തിൽ ഗവർണസ് ജോലിക്കായി പരസ്യം കൊടുക്കുവാനുള്ള പണത്തിനായി എന്തോ വസ്തുക്കൾ പണയം വെക്കാനായാണ് അവൾ എന്റെ അടുത്തുവന്നത്. 'പട്ടണം വിട്ടുപോകുന്നതിലവൾക്ക് വിരോധമില്ല. ട്യൂഷൻ കൊടുക്കാം...' ഇതാണ് തുടക്കം. മറ്റുള്ളവരിൽ നിന്ന് വ്യത്യസ്തയാണവളെന്ന് തോന്നിയില്ല. മറ്റാരേയുംപോലെ അവൾ കയറിവന്നു. അത്രതന്നെ. പിന്നീട്, അവളെ ഒരു പ്രത്യേക തരക്കാരിയായി മാറ്റിനിർത്തി. എന്തായാലും അവൾ മെലിഞ്ഞ്, വെളുത്ത് ഒരുവിധം ഉയരമുള്ള ഒരു സുമുഖയാണ്. എന്നോട് എപ്പോഴും ഏറെക്കുറെ അമ്പരപ്പോടെയാണ് പെരുമാറിയിരുന്നത്.

അവൾ പണം കിട്ടിയ ഉടനെ സ്ഥലം വിട്ടു. ഒരക്ഷരം മിണ്ടിയില്ല. മറ്റ് ഇടപാടുകാർ വാദിക്കുന്നു, യാചിക്കുന്നു, കൂടുതൽ പണം കിട്ടാനായി വൃത്തികെട്ട രീതിയിൽ വിലപേശുന്നു. എന്നാൽ, അവൾ എന്തുകൊടുത്താലും സ്വീകരിക്കും... ഞാൻ വീണ്ടും വായിൽ തോന്നിയതെല്ലാം പുലമ്പുന്നു... ഓഹ് ശരി, അവൾ കണ്ടുവന്ന സാധനങ്ങളാണ് ആദ്യം എന്നെ ആകർഷിച്ചത്. സ്വർണം പൂശിയ വെള്ളി കമ്മലുകളും വിലകുറഞ്ഞ ഒരു ചെറിയ ലോക്കറ്റും. എല്ലാം നിസ്സാരവസ്തുക്കൾ. അവൾക്കറിയാം അവ വിലയില്ലാത്തവയാണെന്ന്. എന്നാൽ, അവൾക്കത് വിലപ്പെട്ടവയാണെന്ന് തീർച്ചയായും മുഖഭാവം വിളിച്ചുപറഞ്ഞു. അച്ഛനമ്മമാർ അവൾക്കായി വിട്ടുപോയിട്ടുള്ളത് അത് മാത്രമാണെന്ന് ഞാൻ പിന്നീട് അറിഞ്ഞു. ഒരിക്കൽ മാത്രമാണ് അവളുടെ സാധനങ്ങളെ ഞാൻ നിന്ദിച്ചിട്ടുള്ളത്. നിങ്ങൾക്കറിയാമോ ഒരിക്കലും ഞാൻ അങ്ങനെ ചെയ്യാറില്ല. കാരണം, എന്റെ ഇടപാടുകാരുടെ മുന്നിൽ ഞാൻ എപ്പോഴും മാന്യനാണ്. മിതഭാഷി, വിനീതൻ, വിട്ടുവീഴ്ചയില്ലാത്തവൻ.

"എന്തായാലും അവൾ ഒരിക്കൽ ഒരു പഴയ 'റേബിറ്റ് ഫർജേക്കറ്റ്' പണയം വെക്കാനുള്ള സാഹസികത കാണിച്ചു. അവളോട് അപ്പോൾ എന്തോ ഒരു നേരംപോക്ക് പറയാനെനിക്ക് തോന്നി. ദൈവമേ, അവൾ എന്തുമാത്രം ലജ്ജിച്ച് തുടുത്തെന്നോ! കിനാവ് കാണുന്നതുപോലുള്ള അവളുടെ വലിയ നീല കണ്ണുകൾ ജ്വലിച്ചു! ഒരക്ഷരം മിണ്ടാതെ ആ

പഴയ വസ്ത്രമെടുത്ത് അവൾ പുറത്തേക്ക് ഇറങ്ങിപ്പോയി. ആദ്യമായി ഒരു പ്രത്യേകതയോടെ ഞാനവളെ നോക്കി. ഒരു പ്രത്യേക തരം വ്യക്തിയാണ് അവളെന്ന് ഞാൻ ചിന്തിച്ചു. ഇതെല്ലാം ചേർന്ന ഒരു സമന്വയമായിരുന്നു എന്നിൽ പതിഞ്ഞ മറ്റൊരു തോന്നൽ.

അവൾ വളരെ ചെറുപ്പമാണ്. പതിന്നാല് വയസ്സേ തോന്നൂ. സത്യത്തിൽ പതിനാറ് ആയി. പതിനാറിന് മൂന്നുമാസം കുറവ്. അതാണ് ഞാൻ പറയാൻ പോകുന്നത്. പിറ്റേന്നവൾ വീണ്ടും വന്നു. അവൾ തന്റെ പഴയ ജേക്കറ്റ് ഡൊബ്രോൻറാവോവിന്റേയും മോസറിന്റേയും അടുത്ത് കൊണ്ടുപോയെന്നും അവർ ഇരുവരും സ്വർണമല്ലാതെ മറ്റൊന്നും പണയത്തിന് എടുക്കില്ലെന്നും അവർ അവളോട് സംസാരിക്കുകപോലും ചെയ്തില്ലെന്നും പിന്നീട് ഞാൻ മനസ്സിലാക്കി. നേരെമറിച്ച് ഞാനാകട്ടെ ഒരു ചിത്രം കൊത്തിയ കല്ല് ഒരിക്കൽ അവളിൽനിന്ന് സ്വീകരിച്ചിട്ടുണ്ട്. ഒരു മൂന്നാംതരം സാധനമാണതും. പിന്നീട് ചിന്തിച്ചപ്പോൾ, ആ പ്രവൃത്തി എന്നെത്തന്നെ അദ്ഭുതപ്പെടുത്തി. ഒരിക്കലും സ്വർണമോ വെള്ളിയോ അല്ലാതെ മറ്റൊന്നും ഇതുവരെ കാരണം ഞാൻ എടുത്തിട്ടില്ല. എന്നിട്ടും അവളുടെ കാര്യത്തിൽ ചിത്രം കൊത്തിയൊരു കല്ല് ഞാൻ താഴ്മയോടെ സ്വീകരിച്ചിരിക്കുന്നു. ഇത് രണ്ടാംതവണയാണ് ഞാൻ അവളെക്കുറിച്ച് ചിന്തിക്കുന്നത്. അത് ഞാൻ നന്നായി ഓർക്കുന്നു.

അവൾ മോസറിന്റെ അടുത്ത് പോയശേഷം എന്റെ അടുത്ത് ഒരു ആംബർ 'സിഗരറ്റ് ഹോൾഡർ' കൊണ്ടുവന്നു.അതിന്റെ ആവശ്യക്കാർക്ക് അത് അത്ര മോശം സാധനമല്ല. എന്നാൽ, സ്വർണം പണയമെടുക്കുന്ന ഞങ്ങളെപ്പോലുള്ളവർ അതിന് യാതൊരു വിലയും കാണുന്നില്ല. അവളുടെ 'സാഹസ'ത്തിനുശേഷമുള്ള ദിവസമായിരുന്നു അതെന്നതിനാൽ ഞാനവളെ കർശനമായി നേരിട്ടു. എന്നെ സംബന്ധിച്ചിടത്തോളം 'കർശനം' എന്നു പറഞ്ഞാൽ 'വിരസത' എന്നേ അർത്ഥമുള്ളൂ. എന്തായാലും രണ്ട് റൂബിൾ ഞാനവൾക്ക് കൈമാറിയപ്പോൾ കാർക്കശ്യത്തോടെ ഇത്രയും പറയാതിരിക്കാൻ കഴിഞ്ഞില്ല. "നിനക്കുവേണ്ടി മാത്രമാണ് ഞാനിത് ചെയ്യുന്നത്. മോസർ ഒരിക്കലും ഇത്തരം ഒരു സാധനം നിന്നിൽനിന്ന് സ്വീകരിക്കില്ല." 'നിനക്കുവേണ്ടി' എന്ന വാക്ക് പ്രത്യേകിച്ച് ഊന്നിപ്പറഞ്ഞു. ഒരു പ്രത്യേക പൊരുളോടെ അല്പം അസഹ്യതയോടെ! 'നിനക്കുവേണ്ടി' എന്ന വാക്കിൽ അവൾ വീണ്ടും ലജ്ജിച്ച് തുടുത്തു. എന്നാൽ ഒന്നും മിണ്ടിയില്ല. അവൾ പണം എനിക്ക് തിരിച്ച് എറിഞ്ഞുതന്നില്ല. അതെടുത്തു. അവളുടെ ദാരിദ്ര്യം മൂലം! ഓഹ്, എങ്ങനെയാണവൾ ചുകന്ന് തുടുത്തുപോയതെന്നോ?

ഞാൻ അഭിമാനം വ്രണപ്പെടുത്തി. എനിക്കറിയാം. അവൾ പോയപ്പോൾ പെട്ടെന്ന് ഞാൻ എന്നോടുതന്നെ ചോദിച്ചു. അവൾക്കുമേലുള്ള എന്റെ വിജയത്തിന് രണ്ട് റൂബിളിന്റെ വിലയേ ഉള്ളോ? ഹാ- ഹാ- ഹാ! ഞാൻ രണ്ടു പ്രാവശ്യം ആ ചോദ്യം സ്വയം ചോദിച്ചതായി ഓർക്കുന്നു.

അത് അത്രയ്ക്കേ അർഹിക്കുന്നുള്ളൂ. ഞാൻ ചിരിച്ചുകൊണ്ട് അത് അംഗീകരിച്ചു. ആഹ്ലാദപൂർവം പൊട്ടിച്ചിരിച്ചു. അതിൽ ദ്രോഹചിന്ത ഒന്നുമുണ്ടായിരുന്നില്ല. എന്നാലും എനിക്കതിൽ എന്തോ ഉദ്ദേശ്യമുണ്ടായിരുന്നു. എന്റെ പ്രവൃത്തി മനപ്പൂർവമായിരുന്നു. അവളെ പരീക്ഷിക്കാനാഗ്രഹിച്ചു. കാരണം പെട്ടെന്ന് എന്റെ മനസ്സ് അവളുടെ ദിശയിൽ പ്രവർത്തിക്കാൻ തുടങ്ങി. അവളെക്കുറിച്ചുള്ള മൂന്നാമത്തെ പ്രത്യേക ചിന്ത അതായിരുന്നു.

....ശരി, അങ്ങനെയാണ് അതെല്ലാം തുടങ്ങിയത്. ശാന്തമായ രീതിയിൽ, അവളെക്കുറിച്ചുള്ള വിവരങ്ങളെല്ലാം ഉടനെ കണ്ടുപിടിക്കുവാൻ തീരുമാനിച്ചു. വളരെ ക്ഷമയോടെ അവളുടെ വരവും കാത്തിരുന്നു. അവൾ വേഗം വരുമെന്നൊരു തോന്നൽ മനസ്സിലുണ്ടായിരുന്നു. അവൾ വന്നപ്പോൾ അവളോട് ഭവ്യതയിൽ ഭംഗിയായ രീതിയിൽ സംഭാഷണത്തിലേർപ്പെട്ടു. മോശം നിലയിൽ വളർത്തപ്പെട്ടവനല്ല ഞാൻ നിങ്ങൾക്കറിയാമല്ലോ. എനിക്ക് എങ്ങനെ പെരുമാറണമെന്ന് നന്നായി അറിയാം. ഹം... അപ്പോഴാണ് അവൾ മാന്യയും വിനീതയുമാണെന്ന് മനസ്സിലാക്കിയത്. അത്തരക്കാർക്ക് എതിർക്കാൻ കഴിയില്ല. അവർക്ക് സംഭാഷണം ഒഴിവാക്കാൻ കഴിയില്ല. ഹ്രസ്വമായിരിക്കും അവരുടെ മറുപടി. എന്നാലും മറുപടി നല്കും. നിങ്ങൾ കൂടുതൽ ചോദിക്കുംതോറും അവർ കൂടുതൽ പറയും. നിങ്ങൾക്ക് താല്പര്യമുണ്ടെങ്കിൽ ആ അവസ്ഥ നിലനിർത്തുക എന്നതാണ് പ്രധാന കാര്യം. അത്രതന്നെ. ആ സന്ദർഭത്തിൽ, സ്വാഭാവികമായും അവൾ സ്വന്തം കാര്യങ്ങൾ ഒന്നും എന്നോട് പറഞ്ഞില്ല. പിന്നീടാണ് 'ദി വോയ്സ്' പത്രപരസ്യത്തെക്കുറിച്ചും മറ്റും ഞാൻ കണ്ടുപിടിച്ചത്. തന്റെ എല്ലാ പണവും അപ്പോൾ പരസ്യങ്ങൾക്കായി അവൾ ചിലവഴിക്കുകയായിരുന്നു. ആ പരസ്യത്തിലെ വാക്കുകൾ ആദ്യം അല്പം ഗർവോടു കൂടിയുള്ളതായിരുന്നു. "ഗവർണസ് ജോലി അന്വേഷിക്കുന്നു, പട്ടണം വിടുവാൻ വിരോധമില്ല, നിങ്ങളുടെ വ്യവസ്ഥകൾ എഴുതി അറിയിക്കുക."

അടുത്ത പരസ്യം: "ഏത് ജോലിക്കും താല്പര്യമുണ്ട്, ടീച്ചർ, തോഴി, വീട്ടുകാര്യസ്ഥ, നേഴ്സ്, തയ്യൽക്കാരി" എന്നിവ. പതിവ് കഥ. പരസ്യത്തിലെ വാക്കുകൾ അല്പാല്പം മാറ്റിക്കൊണ്ടിരുന്നു. ഒടുവിൽ അവൾ നിരാശയുടെ വക്കിലെത്തിയപ്പോൾ അത് സത്യത്തിൽ ഇപ്രകാരമായി. "ശമ്പളം പ്രതീക്ഷിക്കുന്നില്ല, ബോർഡി മാത്രം" എന്നിട്ടും ജോലി ഒന്നും നേടാനായില്ല. അവളെ അവസാന പരീക്ഷണത്തിന് വിധേയയാക്കാൻ ഞാൻ തീരുമാനിച്ചു. അന്നത്തെ 'വോയ്സ്' പത്രം എടുത്ത് ഞാനവൾക്കതിരെ ഒരു പരസ്യം കാണിച്ചുകൊടുത്തു. "കുടുംബബന്ധങ്ങളൊന്നുമില്ലാത്തൊരു യുവതി കുട്ടികളുടെ ഗവർണസ് ആയി ജോലി നോക്കാൻ ആഗ്രഹിക്കുന്നു. പ്രായമായൊരു വിഭാര്യന്റെ വീട്ടിലാണെങ്കിൽ കൂടുതൽ അഭിലഷണീയം. വീട്ടുചുമതലകളും ഏറ്റെടുക്കാം."

"അത് നോക്കൂ, ഇന്നു രാവിലെ പരസ്യം രാത്രി ആകുമ്പോഴേക്കും ജോലിയും നേടാനായേക്കും! ഇതാണ് പരസ്യം ചെയ്യേണ്ട രീതി!"

അവൾ ലജ്ജിച്ചു, കണ്ണുകൾ വീണ്ടും ജ്വലിച്ചു. ഉടനെ തിരിച്ചുനടന്നു. എനിക്കത് വളരെ ഇഷ്ടപ്പെട്ടു. എനിക്ക് എന്തായാലും തികഞ്ഞ വിശ്വാസവും ധൈര്യവും ഉണ്ടായിരുന്നു. അവളുടെ സിഗ്മർ ഹോൾഡറുകൾ ആരും സ്വീകരിക്കാൻ പോകുന്നില്ല. എന്റെ വിശ്വാസം ശരിയായിരുന്നു. രണ്ടു ദിവസത്തിനുശേഷം അവൾ വല്ലാതെ വിളറി അസ്വസ്ഥയായി തിരിച്ചെത്തി. വീട്ടിൽ എന്തെങ്കിലും പ്രശ്നം ഉണ്ടാകുമെന്ന് ഞാൻ കരുതി, ശരിക്കും ഉണ്ടായിരുന്നു. എന്താണ് കുഴപ്പമെന്ന് നേരെ പറയാം. കാര്യമെന്താണെന്നു വെച്ചാൽ, തന്റെ ഒരു വിഗ്രഹം അന്ന് പണയം വെക്കാനായി അവൾ കൊണ്ടുവന്നു... ഹാ, കേൾക്കൂ, കേൾക്കൂ! ഞാൻ ഇപ്പോൾ അത് വേണ്ട രീതിയിൽ പറയാം, ഞാൻ എല്ലാം കൂട്ടിക്കുഴയ്ക്കുകയാണ്. പറയാനുദ്ദേശിക്കുന്നതെന്താണെന്നു വെച്ചാൽ എനിക്ക് എല്ലാ കാര്യങ്ങളും വിശദമായി ഓർത്തുനോക്കണം. ഏറ്റവും നിസ്സാര കാര്യം വരെ; ഞാൻ ചിന്തകൾ കേന്ദ്രീകരിക്കാനായി ശ്രമിച്ചു കൊണ്ടിരിക്കയാണ്. കഴിയുന്നില്ല. എല്ലാം കൊച്ചുകൊച്ചു കാര്യങ്ങൾ ആണ്. കൊച്ചു കൊച്ചുകാര്യങ്ങൾ...

വിശുദ്ധ കന്യാമറിയവും കുഞ്ഞും കൂടിയുള്ള ഒരു വിഗ്രഹമാണത്. പഴയ ഒരു കുടുംബവിഗ്രഹം. സ്വർണം പൂശിയ വെള്ളിവളയമുള്ളത്. ഏകദേശം ആറ് റൂബിൾ വില വരുന്നത്. ആ വിഗ്രഹത്തോടവൾക്ക് വലിയ കാര്യമാണെന്നെനിക്ക് മനസ്സിലാക്കാൻ കഴിഞ്ഞു. പണയം വെക്കുമ്പോൾ അതിന് യാതൊരു ഇളക്കവും പറ്റരുതെന്നും ഭദ്രമായി വെക്കണമെന്നും അവൾ ആവശ്യപ്പെട്ടു. സ്വർണം പൂശിയ വെള്ളിവളയം ഊരാൻ പാടില്ല. ഞാനവളോട് പറഞ്ഞു, "നീ വെള്ളി വളയം ഇവിടെ വെക്കുകയും വിഗ്രഹം കൊണ്ടുപോകുകയും ചെയ്തോളൂ. എന്തുകൊണ്ടെന്നാൽ ഒരു വിഗ്രഹം പണയം വെക്കുന്നത് ശരിയല്ല."

"എന്തുകൊണ്ട്, നിങ്ങളുടെ നിയമം അതനുവദിക്കുന്നില്ലേ?"

"അല്ല, നിയമപ്രശ്നമല്ല. ഒരുപക്ഷേ നിനക്കത്..."

"വളരെ നല്ലത്, അത് എടുത്തോളൂ."

"നോക്കൂ, ഞാനത് എടുക്കുന്നില്ല, അവിടെയുള്ള വിഗ്രഹക്കൂട്ടിൽ ഞാനത് വെക്കും." അല്പനേരം ചിന്തിച്ച് പറഞ്ഞു. "വിഗ്രഹവിളക്കിന് പിന്നിലുള്ള മറ്റു വിഗ്രഹങ്ങളോടൊപ്പം. ബിസിനസ് തുടങ്ങിയ അന്നു മുതൽ ഒരു വിളക്ക് സദാസമയം ഞാൻ കത്തിച്ചുവെക്കാറുണ്ട്. നിനക്ക് ഇതിന്മേൽ പത്ത് റൂബിൾ തരാം."

"പത്ത് റൂബിൾ ആവശ്യമില്ല. അഞ്ച് റൂബിൾ തന്നാൽ മതി, ഞാനത് തീർച്ചയായും തിരിച്ചെടുക്കും."

"നിനക്ക് പത്ത് വേണ്ടേ? വിഗ്രഹത്തിനത് കിട്ടും." ഞാൻ കൂട്ടിച്ചേർത്തു. അവളുടെ കണ്ണുകൾ വീണ്ടും ജ്വലിക്കുന്നത് കണ്ടു. അവൾ ഒന്നും പറഞ്ഞില്ല. അവൾക്ക് അഞ്ച് റൂബിൾ കൈമാറി.

"ആളുകളെ നിന്ദിക്കരുത്." ഞാൻ പറഞ്ഞു. "ഇതുപോലുള്ള കഷ്ട പ്പാടുകൾ സ്വയം അനുഭവിച്ചവനാണ്. ഒരുപക്ഷേ, ഇതിനേക്കാൾ മോശം. ഇപ്പോൾ ഉള്ള നില നീ കാണുമ്പോൾ... ഞാൻ കടന്നുപോയതെല്ലാം..."

"സമൂഹത്തോട് നിങ്ങൾ പ്രതികാരം ചെയ്യുകയാണോ?" അതിരൂക്ഷമായ രീതിയിൽ അവൾ പെട്ടെന്ന് ഇടയ്ക്കുകയറി ചോദിച്ചു. അത് അത്രമാത്രം നിഷ്കളങ്കമായിരുന്നതിനാൽ അവളുടെ വാക്കുകൾ എന്നെ വേദനിപ്പിച്ചില്ല.

"ആഹാ!" ഞാൻ ചിന്തിച്ച് അപ്പോൾ നീ അപ്രകാരമുള്ളവളാണ്. നല്ല സ്വഭാവത്തിന് പുത്തൻവർണങ്ങൾ ചേർത്തതുപോലെ..."

"നീ മനസ്സിലാക്കുന്നോ?" പാതി തമാശയും പാതി ദുർഗ്രാഹ്യവുമായ ഭാവത്തിൽ പെട്ടെന്ന് പറഞ്ഞു. "ദോഷം ചെയ്യാനാഗ്രഹിക്കുന്ന ആ വലിയ ജനാവലിയുടെ ഭാഗമാണ് ഞാൻ. എന്നാൽ നന്മ ചെയ്യുന്ന...."

അവൾ തിരിഞ്ഞ്, ഒരു കുഞ്ഞിന്റേതുപോലെ ജിജ്ഞാസയോടെ എന്നെ നോക്കി.

"ഒരു മിനിറ്റ് നില്ക്കൂ... ആരുടെ വാക്കാണവ? ഏതിൽനിന്നാണത്? ഞാനത് എവിടെയോ കേട്ടിട്ടുണ്ട്..."

"നിന്റെ തലച്ചോറ് തകർക്കേണ്ട, 'മെഫിസ്റ്റോഫിലിസ്' ഫോസ്റ്റിനോട് സ്വയം പരിചയപ്പെടുത്തുന്ന വാക്കുകൾ ആണിവ. നീ 'ഫോസ്റ്റ്' വായിച്ചിട്ടുണ്ടോ?"

"ഇല്ല... ശ്രദ്ധിച്ച് വായിച്ചിട്ടില്ല..."

"മറ്റൊരുവിധത്തിൽ പറഞ്ഞാൽ വായിച്ചിട്ടില്ല. അത് വായിക്കണം. എന്നാൽ നീ ചുണ്ടുകൾ വീണ്ടും അവജ്ഞാപൂർവം കോട്ടുന്നത് ഞാൻ കാണുന്നു. ഒരു മെഫിസ്റ്റോഫിൽസ് ആയി എന്നെ സ്വയം അവതരിപ്പിച്ച് പണമിടപാടുകാരനെ മൂടിവെക്കാൻ ശ്രമിക്കുകയാണെന്ന് ദയവായി കരുതരുത്. ഒരു പണമിടപാടുകാരൻ എന്നും പണമിടപാടുകാരൻ തന്നെ ആയിരിക്കും. എനിക്കത് നന്നായി അറിയാം."

"നിങ്ങൾ ഒരസാധാരണ മനുഷ്യനാണ്. സത്യമായും... ഞാനൊരിക്കലും അത്തരത്തിലൊന്നും ഉദ്ദേശിച്ചില്ല..."

"നിങ്ങൾ പഠിപ്പുള്ളവനാണെന്ന് ഞാൻ പ്രതീക്ഷിച്ചില്ല എന്ന് അവൾ പറഞ്ഞില്ലെങ്കിലും ആ ചിന്ത അവളിലുണ്ടായിരുന്നു എന്നെനിക്കറിയാം. അവൾ ആഹ്ലാദത്തോടെ ആശ്ചര്യം പ്രകടിപ്പിച്ചു."

"നിനക്കറിയാമോ?" ഞാൻ ചോദിച്ചു. "ജീവിതത്തിന്റെ ഏത് തുറ കളിലൂടെയും ഒരു വ്യക്തിക്ക് നന്മ ചെയ്യാൻ കഴിയും. തീർച്ചയായും ഞാനെന്നെയല്ല ഉദ്ദേശിക്കുന്നത്. ഞാൻ എന്ന വ്യക്തി തിന്മ മാത്രമേ ചെയ്തിട്ടുള്ളൂ. എന്നാൽ അപ്പോൾ..."

"തീർച്ചയായും, ഏത് നിലയിലും ഒരാൾക്ക് നന്മ ചെയ്യാൻ കഴിയും." പെട്ടെന്ന് തുളച്ചുകയറുന്നൊരു നോട്ടത്തോടെ അവൾ പറഞ്ഞു.

"അതെ, എന്റെ നിലയിലും." അവൾ പെട്ടെന്ന് കൂട്ടിച്ചേർത്തു. ഹോ, ആ നിമിഷങ്ങൾ എത്ര നന്നായാണ് ഞാൻ ഓർക്കുന്നത്! ഞാനും അതിനോടൊപ്പം ചിലത് കൂട്ടിച്ചേർക്കാനാഗ്രഹിച്ചു. നമ്മുടെ പ്രിയപ്പെട്ട യുവാക്കൾ വളരെ ബുദ്ധിപരവും തുളച്ചു കയറുന്നതുമായ എന്തെങ്കിലും കാര്യങ്ങൾ പറയാനാഗ്രഹിക്കുമ്പോൾ അവരുടെ മുഖം ആത്മാർത്ഥവും നിഷ്കളങ്കവുമായി പ്രകടിപ്പിക്കുന്നു. "ഇതാ, ഞാൻ ബുദ്ധിപരവും തുളച്ചുകയറുന്നതുമായ ചില കാര്യങ്ങൾ ഇപ്പോൾ നിന്നോട് പറയുന്നു." ഇത് എന്നെപ്പോലുള്ള ദുരഭിമാനികളിൽനിന്ന് ചാടിപ്പുറപ്പെടുകയില്ല. അതിനെ അവരെല്ലാം വളരെയേറെ വിലമതിക്കുന്നുണ്ടെന്ന് നിങ്ങൾക്ക് കാണാൻ കഴിയും. നിങ്ങളും അതിനെയെല്ലാം അവരെപ്പോലെത്തന്നെ ആദരിക്കുന്നുണ്ടെന്ന് അവർ സങ്കല്പിക്കുന്നു. ആഹ്, ആത്മാർത്ഥത! അതാണ് ഏറ്റവും വിശ്വസ്തതയുള്ള ആയുധം. അവളിൽ അത് അത്രയ്ക്ക് ആകർഷണീയമാണ്!

ഞാനതെല്ലാം ഓർക്കുന്നു, ഒന്നും മറന്നിട്ടില്ല. അവൾ പുറത്തേക്ക് നടന്നതോടെ എന്റെ മനസ്സ് പഴയ നിലയിലെത്തി. അതേ ദിവസം തന്നെ എന്റെ അന്വേഷണം പൂർത്തീകരിക്കാൻ തീരുമാനിച്ചു. അവൾക്ക് എങ്ങനെ ചിരിക്കാൻ കഴിഞ്ഞെന്നും മെഫിസ്റ്റോഫെലിസിന്റെ വാക്കുകൾ എപ്രകാരം അവളിൽ ജിജ്ഞാസ ഉയർത്തിയെന്നും മറ്റുമുള്ള 'രഹസ്യങ്ങൾ' കണ്ടെത്തണം. ഞാനതിൽ പരാജയപ്പെട്ടു എന്നത് ഒരു ഞെട്ടലായിരുന്നു. എന്നാൽ, അതാണ് യുവത്വം! ഞാൻ അഭിമാനത്തോടെയും ആഹ്ലാദത്തോടെയുംകൂടി ഇതുതന്നെയാണ് അവളെക്കുറിച്ചോർത്തത്. അതിൽ മഹാമനസ്കതയും അടങ്ങിയിട്ടുണ്ട്. ഞാൻ നാശത്തിന്റെ വക്കിൽ ആയിരിക്കാം. എന്നാൽ ഗോയ്ഥെയുടെ മഹത്തായ വാക്കുകൾ ഉജ്ജ്വലമാണ്. "യുവത്വം എപ്പോഴും മഹാമനസ്കതയുള്ളതാണ്. അത് അല്പമായാലും തെറ്റായ ദിശയിലുള്ളതായാലും." തീർച്ചയായും ഞാൻ ഉദ്ദേശിക്കുന്നത് അവളെയാണ്, അവളെ മാത്രം. പ്രധാന കാര്യം എന്താണെന്നുവെച്ചാൽ അവളെ എന്റേതാണെന്ന് കരുതിക്കഴിഞ്ഞു എന്നതാണ്. അധികാരത്തെക്കുറിച്ചെനിക്കൊരു സംശയവുമില്ല. യാതൊരു സംശയവുമില്ല എന്ന തോന്നൽ. എത്ര മധുരമായൊരു വികാരമാണ് ഉണർത്തുക എന്ന് നിങ്ങൾക്കറിയാമോ?

എന്നാൽ, ഞാൻ എന്തിനാണ് ഒരുമ്പെട്ടിരിക്കുന്നത്? ഇങ്ങനെ തുടർന്നാൽ, എനിക്കൊരിക്കലും ചിന്തകൾ കേന്ദ്രീകരിക്കാനാവില്ല. ഓഹ് വേഗം, വേഗം, അതെല്ലാം വിഷയത്തിന് പുറത്തുള്ള കാര്യങ്ങളാണ്, ദൈവമേ!

2. വിവാഹാഭ്യർത്ഥന

അവളെക്കുറിച്ച് കണ്ടെത്തിയ 'രഹസ്യങ്ങൾ ഒറ്റവാക്കിൽ വിശദീകരിക്കാം. അവളുടെ അച്ഛനും അമ്മയും മൂന്നു വർഷങ്ങൾക്കു മുമ്പ്

മരിച്ചുപോയി. ചില ഗതികെട്ട അമ്മായിമാരോടൊപ്പം അവളെ വിട്ടുപോയി. അവരിലൊരുവൾ വലിയൊരു കുടുംബമുള്ള വിധവയാണ്. ആറ് കൊച്ചു കുട്ടികൾ ഉണ്ട്. ഒന്നിനു താഴെ വലിയ പ്രായവ്യത്യാസമില്ലാത്തവർ. മറ്റൊരുവൾ അവിവാഹിതയാണ്. വൃദ്ധയാണ്. മോശം അവസ്ഥ. രണ്ടുപേരുടെ നിലയും മോശംതന്നെ. അവളുടെ അച്ഛൻ സിവിൽ സർവീസിൽ ഒരു ക്ലാർക്ക് ആയിരുന്നു. എങ്കിലും വ്യക്തിപരമായൊരു പാരിതോഷികം അയാളെ കുലീനപദവിയിലേക്ക് ഉയർത്തിയിരുന്നു. അത്രതന്നെ. ചുരുക്കത്തിൽ ഇതെല്ലാം എന്റെ കൈയിൽ കിടന്ന് കളിക്കാനുള്ള കരുക്കൾ ആയി! അവരെ സംബന്ധിച്ചിടത്തോളം ഒരു ഉന്നത ലോകത്തിൽ നിന്നാണ് ഞാൻ വന്നത് എന്നു പറയാം. ഒരു പ്രശസ്ത റെജിമെന്റിന്റെ റിട്ടയർ ചെയ്ത ജൂനിയർ ക്യാപ്റ്റൻ ആണ്. ഉന്നതകുലജാതൻ, സ്വതന്ത്രനായി ജീവിക്കാൻ കഴിവുള്ളവൻ... പണയക്കടയെക്കുറിച്ചാണെങ്കിൽ അമ്മായിമാർക്ക് നല്ല ആദരവ് മാത്രമേയുള്ളൂ. മൂന്നു വർഷമായി അമ്മായിമാർ അവളെക്കൊണ്ട് അടിമവേല ചെയ്യിപ്പിക്കയായിരുന്നു. എന്നിട്ടും എവിടെനിന്നോ അവൾ സ്കൂൾ പരീക്ഷകൾ പാസ്സായി. കഠിനാധ്വാനത്തിനിടയിലും അവളത് നിർവഹിച്ചു. കൂടുതൽ ശ്രേഷ്ഠമായ കാര്യങ്ങളോടുള്ള അവളുടെ തീവ്രാഭിലാഷത്തെ അത് തീർച്ചയായും തെളിയിക്കുന്നു! നോക്കൂ, ഞാൻ അവളെ വിവാഹം കഴിക്കാനാഗ്രഹിച്ചതിനുള്ള കാരണം... എന്തായാലും അത് സാരമില്ല... അതിലെന്തിരിക്കുന്നു? അവൾ അമ്മായിയുടെ കുട്ടികളെ പഠിപ്പിച്ചു. അവരുടെ ഉടുപ്പുകൾ തുന്നി. ഒടുവിലായപ്പോൾ തുണികൾ അലക്കുക മാത്രമല്ല, നിലം തുടയ്ക്കുകപോലും ചെയ്തിരുന്നു. തുറന്നു പറഞ്ഞാൽ, അവർ സത്യത്തിൽ അവളെ മർദ്ദിക്കുമായിരുന്നു. അവർക്കവളോട് വെറുപ്പായിരുന്നു. അവളെ വില്ക്കാനവർ തീരുമാനിച്ചു. ഹട്ട്! ഈ നീചമായ വിവരണങ്ങൾ ഞാൻ ഒഴിവാക്കുകയാണ്. ഇക്കാര്യങ്ങളെല്ലാം പിന്നീടവൻ എന്നോട് പറഞ്ഞതാണ്.

ഒരു വർഷമായി ഇക്കാര്യങ്ങളെല്ലാം അയൽവാസിയായൊരു തടിയൻ കച്ചവടക്കാരൻ നിരീക്ഷിക്കുന്നുണ്ടായിരുന്നു. അയാൾ സാധാരണക്കാരനായൊരു കച്ചവടക്കാരനല്ല. അയാൾക്ക് രണ്ടു പലചരക്കുകടകൾ ഉണ്ട്. ഇതിനകം രണ്ട് ഭാര്യമാരെ അയാൾ ശവക്കല്ലറയിലേക്കയച്ചു കഴിഞ്ഞു. മൂന്നാമത്തേതിനുള്ള അന്വേഷണത്തിലാണ്. "അവൾ ശാന്തയാണ്, ദാരിദ്ര്യത്തിൽ വളർന്നവൾ, എന്റെ അനാഥക്കുട്ടികൾക്കുവേണ്ടിയാണവളെ ഞാൻ വിവാഹം കഴിക്കുന്നത്." അയാൾ പറഞ്ഞു. ശരിക്കും ശുശ്രൂഷ ആവശ്യമായ കുട്ടികൾ അയാൾക്കുണ്ട്. അമ്പത് വയസ്സുണ്ട് അയാൾക്ക് അയാൾ വിവാഹാഭ്യർത്ഥന നടത്തി. അയാളും അവളുടെ അമ്മായിമാരും അതിനുള്ള തയ്യാറെടുപ്പുകൾ തുടങ്ങി. അവൾ പരിഭ്രാന്തയായി. അപ്പോഴാണ് 'ദി വോയ്സിൽ' പരസ്യങ്ങൾ ചെയ്യാനുള്ള പണത്തിനായി എന്റെ അടുക്കൽ അവൾ വരാൻ തുടങ്ങിയത്. ഒടുവിൽ തനിക്ക്

ചിന്തിക്കാനായി ഒരു നിമിഷത്തെ സമയം തരേണമെന്നവൾ അമ്മായി മാരോട് യാചിച്ചു. അവർ സമ്മതിച്ചു. ഒരു നിമിഷനേരം അനുവദിച്ചു. എന്നാൽ ഒരു നിമിഷം മാത്രം. രണ്ടാമത്തെ നിമിഷമില്ല! അവളുടെ ജീവിതം അവർ ദുരിതത്തിലാക്കി. “ഞങ്ങൾക്ക് സ്വയം ആഹാരത്തിന് വകയില്ലാത്തപ്പോൾ തീറ്റിപ്പോറ്റാൻ മറ്റൊരു വായ കൂടി?” എനിക്കതെല്ലാം നേരത്തെത്തന്നെ അറിയാമായിരുന്നു. അന്നു രാവിലത്തെ സംഭാഷണ ത്തിനുശേഷം ഞാൻ ഒരു തീരുമാനത്തിലെത്തി.

അന്ന് വൈകുന്നേരം കച്ചവടക്കാരൻ അവളെ കാണാൻ ചെന്നു. കടയിൽ നിന്ന് അമ്പത് കോപെക്കിന്റെ മധുരപലഹാരങ്ങളും കൊണ്ടു വന്നിരുന്നു. അവൾ അയാളോടൊപ്പം ഇരിക്കുകയാണ്. ഞാൻ അപ്പോൾ ലുക്കേരിയായെ അടുക്കളയിൽ നിന്നും പുറത്തേക്ക് വിളിച്ച് ഗേറ്റിൽ ഒരു അത്യാവശ്യകാര്യം പറയാനായി കാത്തുനില്ക്കുന്നു എന്നവളുടെ ചെവി യിൽ സ്വകാര്യം പറയാനായി വിട്ടു. എന്നിട്ട് സന്തോഷത്തോടെ നിന്നു. സത്യത്തിൽ അന്നത്തെ ദിവസം മുഴുവൻ വലിയ ആഹ്ലാദത്തിലായിരുന്നു.

അപ്പോൾത്തന്നെ ഗേറ്റിൽ വെച്ച് ലുക്കേരിയായുടെ സാന്നിധ്യത്തിൽ അവളോട് പറഞ്ഞു. ഞാനത് “സസന്തോഷം വലിയ അന്തസ്സായി കരുതും.” പിന്നെ ഞാൻ ഗേറ്റിൽവെച്ച് വിവാഹാഭ്യർത്ഥന നടത്തുന്ന തിൽ ഒരുതരത്തിലും നീ അദ്ഭുതപ്പെടരുതെന്ന് ഞാനവളോട് ആവശ്യ പ്പെട്ടു. “ഞാൻ നേർവഴിക്ക് നടക്കുന്ന ഒരു മനുഷ്യനാണ്, ചുറ്റുപാടുകൾ നന്നായി അറിയാവുന്നവനാണ്.” അതൊരു നുണയല്ല. “ഓ, വിഷമി ക്കുന്നോ...” എന്റെ സംസാരം അന്തസ്സുള്ളതായിരുന്നെന്നു മാത്രമല്ല, എന്നെ ശ്രേഷ്ഠമായ രീതിയിൽ വളർത്തിക്കൊണ്ടുവന്നതിന്റെ തെളിവും കൂടിയായിരുന്നു. അത് ജന്മദത്തമാണ്, അതാണ് പ്രധാന കാര്യം അത്. അംഗീകരിക്കാനെന്തിന് മടിക്കണം? സ്വയം വിധി കല്പിക്കാനാഗ്രഹി ക്കുന്നു, ഞാൻ അത് ചെയ്യുന്നു. അനുകൂലമായും പ്രതികൂലമായും സംസാരിക്കുന്നു. അത് അസംബന്ധമാണെന്ന് അറിയാം. അതിനുശേഷം പോലും അതോർത്ത് ആനന്ദിച്ചിട്ടുണ്ട്. യാതൊരു അമ്പരപ്പുമില്ലാതെ നേരെ അവളോട് പറഞ്ഞു. ഒരു കാര്യത്തിൽ ഞാൻ പ്രത്യേകിച്ച് കഴിവുള്ള വനോ വിവേകശാലിയോ അല്ല. ഒരുപക്ഷേ, കാരുണ്യവാൻപോലുമല്ല. ഒരുതരം വിലകുറഞ്ഞ അഹങ്കാരി. മറ്റു പല കാര്യങ്ങളിലും എന്നോട് സന്തുഷ്ടനല്ല. ഒരു പ്രത്യേകതരം ധിക്കാരത്തോടെയാണ് ഇതെല്ലാം പറയുന്നത്. എന്തൊക്കെയാണ് പറഞ്ഞതെന്ന് നമ്മൾക്കെല്ലാം അറിയാം.

എന്റെ കഴിവുകേടുകൾ മാച്ചുകളയാനായി സൽഗുണങ്ങൾ കണക്കു കൂട്ടിവെക്കുന്ന ഒരു ശീലം എനിക്കുണ്ടെന്ന് പറയേണ്ട ആവശ്യമില്ല. “അതിന്റെ കുറവ് തീർക്കാൻ എനിക്ക് ഇതുണ്ട്, അതുണ്ട്.” എന്നെല്ലാം. എന്നിട്ടും അവൾ ഭയങ്കരമായി പേടിച്ചിരിക്കുന്നതായി കാണാൻ കഴിഞ്ഞു. സംസാരം നിർത്തിയില്ല. നേരെമറിച്ച്, അവൾ പേടിച്ചിരിക്കയാണെന്ന് കണ്ടപ്പോൾ മനപ്പൂർവ്വം ഗൗരവത്തിൽ തുടർന്നു: നേരെ അവളുടെ മുഖത്ത്

നോക്കി പറഞ്ഞു, “നിനക്ക് ആഹാരത്തിന് യാതൊരു കുറവുണ്ടാകില്ല. എന്നാൽ ഫാഷൻ വസ്ത്രങ്ങൾ, തിയേറ്ററുകൾ, നൃത്തവിരുന്നുകൾ തുടങ്ങിയവ ഞാൻ എന്റെ ലക്ഷ്യത്തിലെത്തുന്നതുവരെ ഉണ്ടാകില്ല.” ഈ വിട്ടുവീഴ്ചയില്ലാത്ത ശൈലിയിൽ എനിക്കുതന്നെ അഭിമാനം തോന്നി. അലസമായ മട്ടിൽ തുടർന്നു. “ഈ പണ്ടപ്പണയ ബിസിനസ് നടത്തുന്നത് ലക്ഷ്യത്തിലെത്താൻ വേണ്ടിയാണ്. സാമ്പത്തിക ക്ഷേമമാണാ ലക്ഷ്യം...”

...അത് പറയാനെനിക്ക് അവകാശമുണ്ട്. എനിക്ക് ശരിക്കും ഒരു ലക്ഷ്യമുണ്ട്... സാമ്പത്തികക്ഷേമം. ഒരു നിമിഷം, മാന്യരെ ഞാൻ ആരേക്കാളേറെ ജീവിതത്തിൽ പണ്ടപ്പണയ ബിസിനസ് വെറുത്തവനാണ്. മൂടിവെച്ച ശൈലിയിൽ അതിനെക്കുറിച്ച് സംസാരിക്കുന്നത് അസംബന്ധമാണെങ്കിലും ശരിക്കും “സമൂഹത്തോട് സ്വയം പ്രതികാരം ചെയ്യുകയായിരുന്നു.” ഞാൻ ചെയ്യുകയായിരുന്നു, ചെയ്യുകയായിരുന്നു, ചെയ്യുകയായിരുന്നു. അതുകൊണ്ട് “എന്റെ സമൂഹത്തോട് സ്വയം പ്രതികാരം ചെയ്യുന്ന”തിനെക്കുറിച്ചുള്ള അവളുടെ രാവിലത്തെ പരിഹാസം നീതിയുക്തമല്ലായിരുന്നു. ആ സമയത്ത് അവളോട് എന്ത് പറയാനും പേടി തോന്നിയില്ല. ആ തടിയൻ കച്ചവടക്കാരനോടവൾക്ക് എന്തായാലും എന്നോട് ഉള്ളതിനേക്കാളേറെ വികർഷണം തോന്നിയിരിക്കണം. ആ ഗേറ്റിൽ കാത്തുനിൽക്കുന്ന ഞാൻ അവളുടെ രക്ഷകനാണെന്നും തോന്നിയിരിക്കണം. ഞാനത് വിവേചിച്ചറിയുന്നു. നിങ്ങൾക്കറിയാമോ. ഓഹ്, നീചമായ അവസരങ്ങൾ വിവേചിച്ചറിയാൻ മനുഷ്യൻ വളരെ സമർത്ഥനാണ്! എന്നാൽ, അതെന്റെ നീചത്വമാണോ? എങ്ങനെയാണൊരു മനുഷ്യനെ വിധി കല്പിക്കുക? അപ്പോൾ ഞാനവളെ സ്നേഹിച്ചുകഴിഞ്ഞിരുന്നില്ലേ?

ഒരു മിനിറ്റ്: അപ്പോൾ ഞാനവളുടെ രക്ഷകനാണെന്ന ഒരു സൂചന സ്വാഭാവികമായും അവൾക്ക് നല്കിയിരുന്നില്ല. ഓഹ്, ഇല്ല. നേരെമറിച്ച് ഞാനായിരുന്നു കടപ്പെട്ടവൻ, അവളല്ല. ഞാൻ, യഥാർത്ഥത്തിൽ അത് വാക്കുകളിലൂടെ പ്രകടിപ്പിച്ചെന്നു മാത്രം. അല്ലാതെ എനിക്ക് വേറെ നിവൃത്തിയില്ലായിരുന്നു. അതൊരുപക്ഷേ ബാലിശമായി തോന്നിയേനേ. കാരണം, അവളുടെ മുഖത്ത് അതിവേഗം മാറിവന്ന ഭാവം ഞാൻ കണ്ടു. എന്നാൽ, മൊത്തത്തിൽ തീർച്ചയായും വിജയി ഞാനായിരുന്നു. ഇങ്ങോട്ട് നോക്കൂ, എന്റെ എല്ലാ ദുർഗുണങ്ങളും ഞാൻ ഓർക്കുന്നു. അവസാന തുണ്ട് വരെ. ഞാനവിടെ നില്ക്കുമ്പോൾ ഇതെല്ലാം മനസ്സിലൂടെ കടന്നുപോകുകയായിരുന്നു. “ഞാൻ പൊക്കമുള്ളവനും കരുത്തനും കുലീനനും സുമുഖനുമാണ്. പൊങ്ങച്ചം പറയുകയല്ല.” ഇത്തരം ചിന്തകളായിരുന്നു എന്റെ തലച്ചോറിനെ ആവേശം കൊള്ളിച്ചിരുന്നത്. ആ ഗേറ്റിൽ വെച്ചു തന്നെ “ശരി” എന്നവൾ പറഞ്ഞെന്ന് പറയേണ്ട ആവശ്യമില്ലല്ലോ. എന്നാൽ... എന്നാൽ, ഞാൻ കൂട്ടിച്ചേർക്കട്ടെ. “ശരി” എന്ന് പറയുന്നതിനു

മുമ്പ് അവൾ കുറേനേരം ഗേറ്റിൽ ചിന്തിച്ചുകൊണ്ട് നിന്നു. അവൾ അത്രയ്ക്ക് ഗാഢമായ ചിന്തയിൽ ആണ്ടുപോയിരുന്നതിനാൽ ഞാൻ "ശരി?" എന്ന് ചോദിക്കാൻ പോയതാണ്. എന്നാൽ, എന്റെ സ്വരത്തിൽ നിന്നും പൊങ്ങച്ചം ഒഴിവാക്കാനെനിക്ക് കഴിഞ്ഞില്ല. ഞാൻ പറഞ്ഞു, "ശരി, അപ്പോൾ?"

"കാത്തിരിക്കുക, ഞാൻ ചിന്തിക്കുകയാണ്."

അവളുടെ സുന്ദരമായ മുഖം ഗൗരവം പൂണ്ടു. അപ്പോൾത്തന്നെ എനിക്കത് വായിക്കാൻ കഴിയുമായിരുന്നു! എന്നാലും എന്റെ മനസ്സിനെ അത് അലട്ടി. ഞാൻ ആലോചിച്ചു. "അവൾക്ക് എന്നെ വേണമോ, കച്ച വടക്കാരനെ വേണമോ എന്ന് തിരഞ്ഞെടുക്കാൻ കഴിയുമോ?" ഓഹ്, അപ്പോൾ എനിക്കൊന്നും മനസ്സിലായില്ല. യാതൊന്നും! ഇതുവരേയും ഒന്നും മനസ്സിലായിട്ടില്ല. പോകാൻ തിരിഞ്ഞപ്പോൾ ലുക്കേറിയ പിന്നാലെ ഓടിവന്ന് എന്നെ തടഞ്ഞുനിർത്തി കിതപ്പോടെ പറഞ്ഞത് ഓർക്കുന്നു:

"നമ്മുടെ പ്രിയപ്പെട്ട മിസ്സിനെ സ്വീകരിക്കുവാനുള്ള നിങ്ങളുടെ ആഗ്രഹം ദൈവം സഫലീകരിക്കും. കാരുണ്യവാനായ സാർ. എന്നാൽ, അവൾ അഹങ്കാരിയാണെന്ന് അവളോട് പറയരുത്."

ഓഹ്, അവൾ അഹങ്കാരിയാണോ? എനിക്ക് അഹങ്കാരിയായ പെൺ കുട്ടികളെ ഇഷ്ടമാണ്. അഹങ്കാരം നല്ലതാണ്... പ്രത്യേകിച്ച് നിങ്ങൾ അവൾക്കുമേലുള്ള ശക്തി ഒട്ടും സംശയിക്കാത്തപ്പോൾ ങ്ഹേ? ഓഹ്, എന്തൊരു ദുഷ്ടനാണ് ഞാൻ! ആ ദുഷ്ടത എനിക്ക് നല്കിയ ആനന്ദം നിങ്ങൾക്കറിയാമോ! എന്നോട് 'ശരി' എന്ന് പറയുന്നതിനുമുമ്പ് അഗാധ ചിന്തയിലാണ്ട് ഗേറ്റിന് മുന്നിൽ അവൾ നില്ക്കുമ്പോൾ സത്യത്തിൽ എന്തായിരിക്കാം അവൾ ചിന്തിച്ചിരിക്കുക? എന്നെ അത് വല്ലാതെ സംഭ്ര മിപ്പിച്ചു എന്ന് നിങ്ങൾക്കറിയാമോ? "ഇവിടെയും അവിടെയും ദുരിതവും കഷ്ടപ്പാടും ആയതിനാൽ ഉടനെ ഏറ്റവും മോശമായത് തിരഞ്ഞെടു ക്കുന്നതല്ലേ ഏറ്റവും നല്ലത്. അതായത് തടിയൻ കച്ചവടക്കാരനെ, അയാൾ മദ്യപിച്ചുവന്ന് എന്നെ തല്ലിക്കൊല്ലട്ടെ. കഴിയുന്നതും വേഗമാ യാൽ അത്രയും നല്ലത്." ങ്ഹേ? എന്നോട് പറയൂ, അതായിരിക്കില്ലേ അവൾ ചിന്തിച്ചിരുന്നത്?

എന്നാൽ ഇപ്പോഴും എനിക്കതറിയില്ല. ഇപ്പോഴും യാതൊന്നും അറിയില്ല. രണ്ട് ദുഷ്ടന്മാരിൽനിന്ന് ഏറ്റവും ചീത്ത മനുഷ്യനെ അതായത് കച്ചവടക്കാരനെ തിരഞ്ഞെടുക്കുമെന്നായിരിക്കാം അവൾ ചിന്തിച്ചിരുന്ന തെന്നാണ് ഞാൻ ഇപ്പോൾ പറഞ്ഞത്. എന്നാൽ, ഞങ്ങളിൽ ആരാണ് കൂടുതൽ മോശമായി അവൾക്ക് തോന്നിയത് ഞാനോ കച്ചവടക്കാരനോ? ഒരു ഷോപ്പ് ഉടമയോ, ഗോയ്ഥയെ ഉദ്ധരിക്കുന്ന ഒരു പണ്ടപ്പണയ ക്കാരനോ? അതൊരു നല്ല ചോദ്യംതന്നെയാണ്. എന്ത് ചോദ്യം? അത്ര യ്ക്കെങ്കിലും നിങ്ങൾക്ക് മനസ്സിലായോ? നിങ്ങളുടെ ഉത്തരം അതാ

മേശുറത്ത് കിടക്കുന്നു. ഇനി എന്തിനെന്നെ ക്ലേശിപ്പിക്കുന്നു. ഞാനല്ല അതിനാസ്പദം... ഞാൻ ആണെങ്കിലും അല്ലെങ്കിലും ഞാനെന്തിന്നത് ശ്രദ്ധിക്കണം? എനിക്ക് ഒട്ടും പരിഹരിക്കാവുന്ന കാര്യമല്ല അത്. ഞാൻ പോയി കിടക്കുകയാണ് നല്ലത്. എന്റെ തല വേദനിക്കുന്നു. അതുകൊണ്ട്...

3. മർത്ത്യരിൽ ഏറ്റവും ശ്രേഷ്ഠം ഞാൻ, യഥാർത്ഥത്തിൽ അത് വിശ്വസിക്കുന്നില്ലെങ്കിലും

എനിക്ക് ഉറങ്ങാൻ കഴിഞ്ഞില്ല. നാഡീസ്പന്ദനം എന്റെ മസ്തിഷ്കത്തെ പിടപ്പിച്ചുകൊണ്ടിരിക്കുമ്പോൾ എങ്ങനെയാണെനിക്ക് ഉറങ്ങാൻ കഴിയുക. എല്ലാ അധാർമ്മികതയും ഞാൻ അംഗീകരിക്കാൻ തീരുമാനിച്ചു. അവളെ രക്ഷിക്കാൻ വേണ്ടി! തീർച്ചയായും അവൾ എന്റെ പ്രവൃത്തി മനസ്സിലാക്കേണ്ടതും വിലമതിക്കേണ്ടതുമായിരുന്നില്ലേ? ഞാനും പലതരത്തിലുള്ള ആനന്ദകരമായ ചിന്തകളിൽ മുഴുകി രസിച്ചിരുന്നു. ഞാൻ ഒരു നാല്പത്തിഒന്നുകാരനാണെങ്കിൽ അവൾ വെറും പതിനാറുകാരിയാണ് തുടങ്ങിയ ചിന്തകൾ! ഈ പ്രായവ്യത്യാസം എന്നെ വല്ലാതെ മോഹിപ്പിച്ചു. അത് ആഹ്ലാദകരമായിരുന്നു, ഏറ്റവും ആവേശകരവും.

ഞങ്ങളുടെ വിവാഹം വളരെ ലളിതമായിരിക്കണമെന്ന് ഞാൻ ആഗ്രഹിച്ചു. ഞങ്ങളും രണ്ട് സാക്ഷികളും മാത്രം. ഒരു സാക്ഷി ലുക്കേരിയാ ആയിരിക്കണം. പിന്നെ, നേരെ ട്രെയിനിൽ മോസ്കോയിലേക്ക്. രണ്ടാഴ്ച ഒരു ഹോട്ടലിൽ താമസിക്കുക. സന്ദർഭവശാൽ, എനിക്കവിടെ ചില ബിസിനസ്സ് കാര്യങ്ങളും നിർവഹിക്കാനുണ്ടായിരുന്നു. അവൾ അതിനെ എതിർത്തു. അവൾക്കതിന് സമ്മതമല്ല. അമ്മായിമാരുടെ അടുക്കൽ ആചാരപ്രകാരമുള്ള സന്ദർശനം നടത്താൻ നിർബന്ധിതനായി. അതിന് വഴങ്ങി. അമ്മായിമാർ അവരുടെ കടമ നിർവഹിച്ചു.

ഞാൻ ഓരോ വൃദ്ധയ്ക്കും നൂറ് റൂബിൾ നല്കി. പിന്നീട് കൂടുതൽ തരുമെന്നും വാഗ്ദാനം ചെയ്തു. എന്നാൽ, അവളോട് ഞാനിതിനെക്കുറിച്ചൊന്നും പറഞ്ഞില്ല. അമ്മായിമാർ ഉടനെ വിനീതരും ശാന്തരുമായി മാറി. അവളുടെ വിവാഹവസ്ത്രങ്ങളെക്കുറിച്ച് ഞങ്ങൾ ചർച്ച ചെയ്തു. അവൾക്ക് ഒന്നുമില്ലായിരുന്നു. വേണമെന്നും ആഗ്രഹമില്ലായിരുന്നു. ഞാൻ അവയെല്ലാം വാങ്ങിക്കൊടുത്തു. മറ്റാരാണ് ഇതെല്ലാം ചെയ്യുക? ഓ, എന്നെ വിഷമിപ്പിക്കുന്നു. ആ സമയത്ത് ഞാനവളോട് മനസ്സിലെ ആശയത്തെക്കുറിച്ച് ചില സൂചനകൾ നല്കിയിരുന്നു. ഒരുപക്ഷേ, കുറച്ച് ധൃതികാട്ടിയിരിക്കാം. തുടക്കത്തിൽ അമിതാവേശം നിയന്ത്രിക്കാനവൾ ശ്രമിച്ചെങ്കിലും ഉത്സാഹത്തോടെ തന്റെ സ്നേഹം എനിക്ക് സമർപ്പിച്ചു. എന്റെ സായാഹ്നസന്ദർശനത്തെ ഔത്സുക്യത്തോടെ സ്വാഗതം ചെയ്തു. നിഷ്കളങ്കയായി, വശ്യതയോടെ സല്ലപിച്ചു.

അവളുടെ ബാല്യകാലം, മാതാപിതാക്കളുടെ വീട്, അച്ഛൻ, അമ്മ എന്നിവരെക്കുറിച്ചെല്ലാം വാചാലയായി. എന്നാൽ, അവളുടെ ഹർഷോന്മാദത്തിൽ ഞാൻ ഉടനെ തണുത്ത വെള്ളം തെറിപ്പിച്ചു. എന്റെ മനസ്സിലെ ആശയമാണത് ആജ്ഞാപിച്ചത്. നിങ്ങൾക്ക് മനസ്സിലായോ? അവളുടെ ആനന്ദനിർഭരമായ സംഭാഷണം ഞാൻ നിശ്ശബ്ദം കേട്ടുകൊണ്ടിരുന്നു. തീർച്ചയായും മഹാമനസ്കതയോടെയുള്ള നിശ്ശബ്ദത... എന്നാൽ, ഞങ്ങൾ വിഭിന്നരാണെന്നും ഞാൻ ഒരു ദുർഗ്രഹസ്വഭാവക്കാരനാണെന്നും പെട്ടെന്നവൾ മനസ്സിലാക്കി. ഞാൻ ആഗ്രഹിച്ചിരുന്നതും അതുതന്നെയായിരുന്നു. ആ ഒറ്റ ലക്ഷ്യത്തിനു വേണ്ടിയാണ് എന്റെ വിവേകശൂന്യമായ പെരുമാറ്റം നിലനിർത്തിയിരുന്നത്. ഒന്നാമതായി, കാർക്കശ്യം! കാർക്കശ്യത്തോടെയാണ് അവളെ എന്റെ വീട്ടിലേക്ക് കൊണ്ടുവന്നതും. ചുരുക്കത്തിൽ, അപ്പോൾ സംതൃപ്തനായിരുന്നെങ്കിലും ഞാൻ ഒരു പദ്ധതി തയ്യാറാക്കി. എന്നെ സംബന്ധിച്ചിടത്തോളം നിഷ്പ്രയാസം അതൊരു ജീവിതശൈലിയായി മാറി. അപ്പോൾ, വ്യത്യസ്തമായൊരു രീതിയിൽ പ്രവർത്തിക്കാൻ കഴിഞ്ഞില്ല. പ്രത്യേകമായൊരു സാഹചര്യംമൂലമാണ് ആ സമ്പ്രദായം ആവിഷ്കരിക്കാൻ നിർബന്ധിതനായത്. ആ സമ്പ്രദായം കുറ്റമറ്റതായിരുന്നു. അല്ല, അല്ല. ഞാൻ പറയുന്നത് ശ്രദ്ധിക്കുക. എന്തുകൊണ്ടെന്നാൽ, ഒരു വ്യക്തിയെക്കുറിച്ച് വിധി കല്പിക്കുമ്പോൾ നിങ്ങൾ ആ സാഹചര്യം മനസ്സിലാക്കിയിരിക്കണം... ശ്രദ്ധിക്കുക.

അതത്രയ്ക്ക് ബുദ്ധിമുട്ടുള്ളതായതിനാൽ എങ്ങനെ തുടങ്ങണമെന്ന് അറിയില്ല. സ്വന്തം കേസ് ഒരാൾ വാദിക്കാൻ തുടങ്ങിയാൽ അത് ബുദ്ധിമുട്ട് തന്നെയാണ്. അതെങ്ങനെയായിരുന്നെന്ന് നിങ്ങൾ നോക്കൂ. ഉദാഹരണത്തിന് യുവാക്കൾ പണത്തെ നിന്ദിക്കുന്നു. ഞാൻ വേഗം പണം ഉണ്ടാക്കി, പണത്തിന് ഊന്നൽ കൊടുത്തു. പ്രബലമായിത്തന്നെയാണ് അത് ചെയ്തത്. അവളതിൽ കൂടുതൽ കൂടുതൽ മൗനം പാലിച്ചു. അവൾ തന്റെ വലിയ കണ്ണ് കൂടുതൽ വികസിപ്പിച്ച് നോക്കി, ശ്രദ്ധിച്ചു. നിശ്ശബ്ദത പാലിച്ചു. നിങ്ങൾക്കറിയാമോ, യുവജനങ്ങൾ മഹാമനസ്കരാണ്. ആവേശഭരിതരും. എന്നാൽ, അവർക്ക് അസഹിഷ്ണുത കുറവാണ്. അവരുടെ പ്രതീക്ഷയ്ക്കൊത്ത് എന്തെങ്കിലും കാര്യം നടക്കാതെ പോയാൽ തൽക്ഷണം അവർ വിദ്വേഷം പ്രകടിപ്പിക്കുന്നു. എനിക്ക് മഹാമനസ്കതയാണ് വേണ്ടത്.

അവളുടെ ഹൃദയത്തിൽ മഹാമനസ്കത ഉറപ്പിക്കുവാൻ ആഗ്രഹിച്ചു. അവളുടെ കാഴ്ചപ്പാടിൽ നിങ്ങൾക്ക് മനസ്സിലായോ? പ്രാകൃതമായൊരു ഉദാഹരണം പറയാം. അവളെപ്പോലുള്ള ഒരാളോട് പണ്ടപ്പണയക്കടയെക്കുറിച്ച് എങ്ങനെയാണ് വിവരിച്ചുകൊടുക്കുക? ഞാൻ സ്വാഭാവികമായും അക്കാര്യം ആലോചിക്കാതെ പെട്ടെന്നവളോട് പറയാറില്ല. അല്ലെങ്കിൽ എന്റെ ബിസിനസ്സിന്റെ കാര്യത്തിൽ ഒഴികഴിവുകൾ പറയുകയാണെന്നവൾക്കു തോന്നും. അതുകൊണ്ട് ഗമയിൽ നിശ്ശബ്ദത

പാലിക്കും. നിശ്ശബ്ദമായി സംസാരിക്കുന്നതിൽ അതിവിദഗ്ധനാണ് ഞാൻ. നിശ്ശബ്ദമായി സംസാരിച്ച് ഒരു ജീവിതം ചിലവഴിച്ചിട്ടുണ്ട്. എന്നാൽ, ഞാനും ദുഃഖം എന്താണെന്ന് അറിഞ്ഞിട്ടുണ്ട്. ഞാൻ എല്ലാവരാലും ഉപേക്ഷിക്കപ്പെട്ടിട്ടുണ്ട്. ഉപേക്ഷിക്കപ്പെടുകയും വിസ്മരിക്കപ്പെടുകയും. അതിനെക്കുറിച്ച് ഒരാൾക്കും ഒറ്റ ആൾക്കും അറിയില്ല. എന്നിട്ടാണ് ആ കൊച്ചുപെണ്ണ് ചില നീചന്മാരുടെ വിടുവാക്കുകൾ കേട്ട് എന്നെക്കുറിച്ചെല്ലാം അറിയാമെന്ന് വിശ്വസിക്കുന്നത്. സത്യത്തിൽ എല്ലാ കാര്യങ്ങളും ഞാൻ ഈ നെഞ്ചിന്നുള്ളിൽ മാത്രം പൂട്ടിവെച്ചിരിക്കുകയാണ്. ഞാൻ നിശ്ശബ്ദത പാലിച്ചു. ഇന്നലെവരെ സദാസമയം ഞാനവളോട് അർത്ഥവത്തായ നിശ്ശബ്ദത പാലിച്ചു. എന്തുകൊണ്ട് ഞാനിങ്ങനെ ചെയ്തു? എന്റെ അഹന്തകൊണ്ട്. ഞാൻ പറഞ്ഞുകൊടുത്തിട്ടോ, നീചന്മാരുടെ കഥകളിലൂടെയോ അല്ലാതെ അവൾ സ്വയം കണ്ടെത്തട്ടെ എന്ന് കരുതി. ഞാൻ ഏത് തരം മനുഷ്യനാണെന്നവൾ സ്വയം മനസ്സിലാക്കണമെന്ന് ആഗ്രഹിച്ചു. അവളെ എന്റെ വീട്ടിലേക്ക് കൊണ്ടുവരുന്നതിനാൽ, അവളുടെ പൂർണമായ ആദരവ് ഞാൻ ആഗ്രഹിച്ചു. അവൾ എന്നോട് വലിയ ഭയഭക്തിയോടെ പെരുമാറണം, എന്റെ ബുദ്ധിമുട്ടുകളോടൊപ്പം നിലകൊള്ളണം. അതെനിക്ക് അർഹതപ്പെട്ടതാണ്. ഓഹ്, ഞാൻ എപ്പോഴും ദുരഭിമാനിയായിരുന്നു. എല്ലാം എപ്പോഴും ആഗ്രഹിച്ചു. എന്തുകൊണ്ടെന്നാൽ, സന്തോഷത്തിനുള്ള പാതി നടപടികൾ തള്ളിക്കളഞ്ഞു. എല്ലാം ആഗ്രഹിച്ചു. അത്തരം ഒരു മനോഭാവം സ്വീകരിക്കുവാൻ നിർബന്ധിതനായി.

"നീ സ്വയം അന്വേഷിച്ചു കണ്ടെത്തി, എന്റെ വില മനസ്സിലാക്കുക." എന്തുകൊണ്ടെന്നാൽ, എന്റെ കാര്യങ്ങൾ സ്വയം വർണിക്കുകയും അവളോട് ബഹുമാനിക്കണമെന്ന് പ്രേരിപ്പിക്കുകയും അപേക്ഷിക്കുകയും ചെയ്യുന്നത് പിച്ച യാചിക്കുന്നതിന് തുല്യമാണ്. എന്തായാലും.. എന്തായാലും, ഞാനതൊക്കെ എന്തിനാണ് പറയുന്നത്?

അത് അസംബന്ധമാണ്, അസംബന്ധം, അസംബന്ധം. അപ്പോൾ ഞാനത് ക്രൂരമായ രീതിയിൽത്തന്നെ ഏതാനും വാക്കുകളിൽ തുറന്നു പറഞ്ഞു. യുവാക്കളിൽ മഹാമനസ്കത ആകർഷണീയമാണ്. എന്നാൽ വിലമതിക്കത്തക്കതല്ല. എന്തുകൊണ്ടല്ല? എന്തുകൊണ്ടെന്നാൽ അത് സുലഭമായി നേടാവുന്നതാണ്. വിലകുറഞ്ഞ മഹാമനസ്കത എപ്പോഴും എളുപ്പമാണ്. ഒരാളുടെ ജീവിതം ബലിയർപ്പിക്കുന്നതും വിലകുറഞ്ഞ പണിയാണ്. എന്തുകൊണ്ടെന്നാൽ യുവരക്തത്തിന്നതൊരു നിർഗമന മാർഗം മാത്രം. സുന്ദരമായ എന്തെങ്കിലും ചെയ്യാനുള്ള വൈകാരികമായൊരഭിലാഷം!

ഓഹ്, ഇല്ല. ക്ലേശസ്കരവും കണ്ടിട്ടില്ലാത്തതും കേട്ടിട്ടില്ലാത്തതുമായ ഒരു സാഹസപ്രവൃത്തിയിൽ നിന്റെ മഹാമനസ്കത പ്രകടിപ്പിക്കുക. സത്യസന്ധതയിൽ നിനക്ക് തുല്യരായി മറ്റാരും ഈ ഭൂമിയിലില്ലെന്ന്

തെളിയിക്കുക. അത്തരം ഒരു സാഹസത്തിനായി നീ ശ്രമിക്കുന്നത് കാണാൻ ഞാൻ ആഗ്രഹിക്കുന്നു. എന്നാൽ, ഇല്ല. നീ അതിൽനിന്ന് പിന്മാറും. എന്റെ മുഴുവൻ ജീവിതം അതുപോലൊരു സാഹസമല്ലാതെ മറ്റൊന്നുമായിരുന്നില്ല. ആദ്യം അവൾ എന്നോട് വാദിച്ചു. ഓഹ്, ഭയങ്കര ചൂടോടെ. പിന്നെ, സംസാരം കുറയ്ക്കാൻ തുടങ്ങി. ഒടുവിൽ തീരെ നിശ്ശബ്ദയായി. അവൾ തന്റെ വലിയ കണ്ണുകൾ വല്ലാതെ തുറന്ന് ഞാൻ പറയുന്നത് ശ്രദ്ധിച്ചിരുന്നു. പിന്നെ.... കൂടുതൽ എന്തു പറയാൻ, പെട്ടെന്നവളുടെ മുഖത്തൊരു പുഞ്ചിരി പൊട്ടിവിടരുന്നത് കണ്ടു. വിശ്വസിക്കാനാകാത്ത ഒരു മൗനമായ, കൊള്ളരുതാത്ത പുഞ്ചിരി. ഞാൻ അവളെ എന്റെ വീട്ടിലേക്ക് കൊണ്ടുവരുമ്പോൾ അതേ പുഞ്ചിരി യായിരുന്നു അവളുടെ മുഖത്ത് വ്യാപിച്ചിരുന്നത്. ഇപ്പോൾ അവൾക്ക് പോകാനൊരിടമില്ല എന്നതും ഒരു സത്യമാണ്.

4. അസൂത്രണങ്ങൾ, അസൂത്രണങ്ങൾ മാത്രം

ഞങ്ങളിൽ ആരാണത് ആദ്യം തുടങ്ങിയത്? രണ്ടുപേരുമല്ല. തുടക്ക ത്തിൽത്തന്നെ അതെല്ലാം ആരംഭിച്ചു. ഞാൻ നിങ്ങളോട് നേരത്തെ പറഞ്ഞല്ലോ അവളെ എന്റെ വീട്ടിലേക്ക് കൊണ്ടുപോകുമ്പോൾ കർശന ഭാവത്തിലാണ് പെരുമാറിയത്. എന്നാൽ, പെട്ടെന്ന് അത് മയപ്പെടുത്തി. പണമിടപാട് സ്ഥാപനത്തിൽ അവൾ എന്റെ ജോലി ഏറ്റെടുത്തുകൊള്ളാ മെന്ന് വിവാഹത്തിന് മുമ്പുതന്നെ സമ്മതിച്ചിരുന്നു. പണ്ടപ്പണയം സ്വീക രിക്കുക, പണം കൊടുക്കുക തുടങ്ങിയവ. അപ്പോൾ, അവൾക്കതിൽ യാതൊരു എതിർപ്പുമില്ലായിരുന്നു. എന്നു മാത്രമല്ല സത്യത്തിൽ ഉത്സാഹ ത്തോടെയാണവൾ ആ ജോലികൾ ചെയ്തിരുന്നത്. ശരി, സ്വാഭാവിക മായും മുറികൾക്കും ഫർണീച്ചറിനുമൊന്നും യാതൊരു മാറ്റവും വരുത്തി യില്ല. രണ്ട് മുറികൾ ഉണ്ടായിരുന്നു. ഒന്ന് മുന്നിലെ വലിയ മുറി. പണ്ട പ്പണയക്കടയ്ക്കായി അത് വിഭജിക്കപ്പെട്ടിരുന്നു. മറ്റേതും വലിയ മുറി യാണ്. ഞങ്ങളുടെ കിടപ്പ് മുറിയും സ്വീകരണമുറിയും. ഫർണീച്ചർ മോശ മായിരുന്നു. അവളുടെ അമ്മായിമാരുടേത് പോലും ഇതിനേക്കാൾ ഭേദമായിരുന്നു.

എന്റെ വിളക്കോടുകൂടിയ വിഗ്രഹത്തട്ട് മുന്നിലെ പണമിടപാടുകട യിലാണ്. മറ്റേ മുറിയിൽ എന്റെ ബുക്ക് കേസ് ഉണ്ട്. അവയിൽ ഏതാനും പുസ്തകങ്ങൾ വെച്ചിട്ടുണ്ട്. പിന്നെ താക്കോലുകൾ വെക്കുന്ന എന്റെ പെട്ടി, കട്ടിൽ, മേശകൾ, കസേരകൾ തുടങ്ങിയവയും. വിവാഹത്തിന് മുമ്പുതന്നെ അവളോട് പറഞ്ഞിരുന്നു. ഒരു ദിവസത്തെ ഭക്ഷണച്ചിലവി നായി ഒരു റൂബിൾ തരും. കൂടുതൽ ഇല്ല. അവളുടേയും എന്റേയും ലുക്കേര്യായുടേയും ഭക്ഷണത്തിനായി. മൂന്നു വർഷത്തിനുള്ളിൽ മുപ്പതി നായിരം റൂബിൾ എനിക്ക് സമ്പാദിക്കേണ്ടതുണ്ട് എന്ന് വിശദീകരിച്ചു.

ഇതുമാത്രമാണതിനുള്ള ഏകമാർഗം. അവൾ യാതൊരു എതിർപ്പും പറഞ്ഞില്ല. എന്നാൽ, അലവൻസ് മുപ്പത് കോപെക്സ് കൂട്ടിക്കൊടുത്തു. തിയേറ്ററിന്റെ കാര്യത്തിലും അപ്രകാരംതന്നെ. തിയേറ്ററിലൊന്നും പോകില്ലെന്ന് വിവാഹത്തിനു മുമ്പുതന്നെ അവളോട് പറഞ്ഞിരുന്നു. എന്നിട്ടും മാസത്തിലൊരിക്കൽ അതിന് അനുമതി നല്കി. അന്തസ്സോടെതന്നെ 'സ്റ്റാളി'ൽ മൂന്നു പ്രാവശ്യം ഞങ്ങൾ പോയി. 'പർസ്യൂട്ട് ഓഫ് ഹാപ്പിനസ്' ഉം സോംഗ് ബേഡ്സും' കണ്ടു. ഞങ്ങൾ നിശ്ശബ്ദം പോയി നിശ്ശബ്ദം തിരിച്ചുവന്നു. എന്നാൽ എന്തുകൊണ്ട് തുടക്കം മുതൽ ഞങ്ങൾ നിശ്ശബ്ദത പാലിച്ചു? ആദ്യം വഴക്കൊന്നുമില്ലായിരുന്നു. നിങ്ങൾക്കറിയാമോ, എന്നിട്ടും ഞങ്ങൾ നിശ്ശബ്ദരായിരുന്നു. തുടക്കത്തിൽ അവൾ എന്നെ ഒളിച്ചുനോക്കിയിരുന്നതായി ഓർക്കുന്നു. ഞാനത് കണ്ട ഉടനെ ഞങ്ങളുടെ നിശ്ശബ്ദതയ്ക്ക് ആക്കം കൂടി. ഞാനാണ് നിശ്ശബ്ദത കൂടുതൽ കർശനമായി പാലിച്ചിരുന്നതെന്നത് സത്യമാണ്. അവളല്ല. അവളെക്കുറിച്ച് പറഞ്ഞാൽ, ഒന്നോ രണ്ടോ പൊട്ടിത്തെറികൾ അവളിൽനിന്ന് ഉണ്ടായിട്ടുണ്ട്. ആ പൊട്ടിത്തെറി ഉന്മാദാവസ്ഥയിലുള്ളവ ആയതിനാൽ സന്തോഷവും ആദരവും ആഗ്രഹിച്ച ഞാൻ തണുപ്പൻ രീതിയിലാണതിനോട് പ്രതികരിച്ചത്. എന്റെ നിഗമനം വളരെ ശരിയായിരുന്നു. ഈ പൊട്ടിത്തെറികൾ പിറ്റേന്ന് ഒരു വഴക്കിലേക്ക് വഴിതെളിയിച്ചു.

വഴക്കൊന്നും പിന്നെ ഉണ്ടായില്ല. എന്നാൽ, വീണ്ടും നിശ്ശബ്ദത. അവളുടെ മുഖഭാവത്തിൽ കൂടുതൽ ധിക്കാരം. "പ്രക്ഷോഭണവും സ്വാതന്ത്ര്യവും" ആണതിൽ ധ്വനിച്ചിരുന്നത്. അതെങ്ങനെ കൊണ്ടുനടക്കുമെന്നവൾക്കറിയില്ലെന്നു മാത്രം. അതെ, അവളുടെ വിനീതഭാവം കൂടുതൽ കൂടുതൽ ധിക്കാരപരമായി മാറി. സത്യമായും എനിക്കവളോട് വെറുപ്പ് തോന്നിത്തുടങ്ങി. ഞാനതിനെക്കുറിച്ചൊരു പഠനം നടത്തി. നിങ്ങൾക്കറിയാമോ? അവളുടെ പൊട്ടിത്തെറികൾ അവൾക്കുതന്നെ ആവേശം പകർന്നു.

ഉദാഹരണത്തിന് എങ്ങനെ അവൾക്ക് പെട്ടെന്ന് ഞങ്ങളുടെ ദാരിദ്ര്യത്തെ പരിഹസിക്കാൻ കഴിഞ്ഞു? അതും അവൾ വന്ന വൃത്തികെട്ടതും ദുരിതം നിറഞ്ഞതുമായ പരിതഃസ്ഥിതി ഇത്ര വേഗം മറന്നുകൊണ്ട്? നിലം തുടയ്ക്കലും തുണി അലക്കലും മറ്റു താഴ്ന്ന പണികളും ചെയ്തിരുന്നവൾ! നിങ്ങൾ മനസ്സിലാക്കണം, അത് ദാരിദ്ര്യമായിരുന്നില്ല. മിതവ്യയമായിരുന്നു. ആവശ്യത്തിന് ആർഭാഡംപോലും ഉണ്ടായിരുന്നു. ഉദാഹരണത്തിന് ലിനൻ, ശുചിത്വം എന്നിവയിൽ. അവൾ അധിക്ഷേപിക്കുന്നതരത്തിലുള്ള ദാരിദ്ര്യമല്ല അത് എന്തായാലും. എന്നിൽ ആരോപിക്കപ്പെട്ട പിശുക്കാണ്. "അപ്പോൾ അയാൾക്കൊരു ലക്ഷ്യമുണ്ട്. അയാൾ തന്റെ സ്വഭാവപ്രഭാവം പ്രദർശിപ്പിക്കുകയാണ്." അവൾ തിയേറ്റർ പോക്കെല്ലാം പെട്ടെന്ന് റദ്ദാക്കി. അവളുടെ അവജ്ഞാഭാവം കൂടുതൽ പ്രകടമായി... ഞാൻ എന്റെ മൗനത്തിനും ശക്തി കൂട്ടി.

എന്തായാലും ഞാൻ എന്തിന് ഒഴികഴിവ് പറയണം? കാതലായവശം പണ്ടപ്പണയമാണ്. എന്നാൽ ഇങ്ങോട്ടു നോക്കൂ. ഒരു സ്ത്രീക്ക് വെറും പതിനാറ് വയസ്സുകാരിയായൊരു പെൺകുട്ടിയെ ഒരു പുരുഷന്റെ ഇഷ്ടത്തിന് പൂർണമായും കീഴടങ്ങാൻ പറ്റില്ലേന്നോ? സ്ത്രീകളിൽ യാതൊരു മൗലികത്വവുമില്ല. അത് സ്വയം പ്രത്യക്ഷമാണ്. ഇപ്പോഴും എനിക്കത് സ്പഷ്ടമാണ്. അവൾ അവിടെ ആ മേശപ്പുറത്ത് കിടന്നാൽ എന്താണ്? സത്യം സത്യമാണ്. മില്ലിന് പോലും അക്കാര്യത്തിൽ ഒന്നും ചെയ്യാൻ കഴിയില്ല. പിന്നെ, സ്നേഹിക്കുന്നൊരു സ്ത്രീ, ഓഹ്, ഒരു സ്നേഹിക്കുന്ന സ്ത്രീ താൻ സ്നേഹിക്കുന്ന പുരുഷന്റെ തിന്മകളെ, കുറ്റകൃത്യങ്ങളെപ്പോലും ആരാധിക്കും. അവൾ കണ്ടെത്തുന്നതുപോലുള്ള ഒഴികഴിവുകൾ തന്റെ കുറ്റകൃത്യങ്ങളെക്കുറിച്ച് അയാൾക്ക് ഒരിക്കലും ചിന്തിക്കാൻ കഴിഞ്ഞേക്കില്ല. അത് മഹാമനസ്കതയാണ്. മൗലികത്വമല്ല. മൗലികത്വമില്ലായ്മ മാത്രമാണ് സ്ത്രീകളെ നിഷ്ക്രിയരാക്കുന്നത്. ഞാനത് ആവർത്തിക്കുന്നു. ആ മേശമേൽ കിടക്കുന്നതിനെ നിങ്ങൾ ചൂണ്ടിക്കാണിച്ചാലും എന്താണ്? ആ മേശപ്പുറത്ത് കിടക്കുന്നവളിൽ എന്തെങ്കിലും മൗലികത്വമുണ്ടോ? ഓ... ഓ... ഓ...!

കേൾക്കുക: അന്ന് അവളുടെ സ്നേഹത്തെക്കുറിച്ച് എനിക്ക് ഉറപ്പായിരുന്നു. അവൾ ഓടിവന്ന് എന്റെ കഴുത്തിൽ കെട്ടിഞാന്നില്ലേ? അതുകൊണ്ട് അവൾ എന്നെ സ്നേഹിച്ചിരുന്നു. അല്ലെങ്കിൽ സ്നേഹിക്കാനാഗ്രഹിച്ചു. അതെ, അതാണ് കാര്യം. അവൾ സ്നേഹിക്കാനാഗ്രഹിച്ചു. ആരെയെങ്കിലും സ്നേഹിക്കാനായി ആശിച്ചിരുന്നു. എന്തിനധികം, അവൾക്ക് ഒഴികഴിവ് കണ്ടെത്താനായുള്ള യാതൊരു കുറ്റകരമായ തെളിവും ഇവിടെയില്ല. ഒരു പണ്ടപണയക്കാരൻ? ഏറ്റവും മഹാമനസ്കരായവരും പണ്ടപണയക്കാരായിട്ടുണ്ട്. നിങ്ങൾക്കറിയാമോ, മാന്യരേ, ചില ആശയങ്ങൾ... അതായത്, നിങ്ങൾക്കറിയാമോ, ചില ആശയങ്ങൾ വിശദീകരിക്കപ്പെടുമ്പോൾ ഭയങ്കര മണ്ടത്തരമായി തോന്നും. നിങ്ങൾ ലജ്ജിച്ച് ചുളിഞ്ഞുപോകും. എന്തുകൊണ്ട്? അതങ്ങനെയാണ്. കാരണം, നിങ്ങളെല്ലാവരും നികൃഷ്ടരാണ്. സത്യം താങ്ങാനാകാത്തവർ. ഞാൻ ഇപ്പോൾ പറഞ്ഞത് "ഏറ്റവും മഹാമനസ്കരായവർ" എന്നാണ്. അത് കേൾക്കുമ്പോൾ വിചിത്രമായി തോന്നും. എന്നാൽ, അത് ശരിക്കും അപ്രകാരമാണ്. അത് സത്യമാണ്.

നിങ്ങൾക്കറിയാമോ ഏറ്റവും സത്യമായ സത്യം. അതെ, അന്ന് ഈ പണ്ടംപണയക്കട തുടങ്ങാൻ ഞാൻ ആഗ്രഹിച്ചു. എനിക്ക് പണത്തിന്റെ ആവശ്യമുണ്ടായിരുന്നു. "നിങ്ങൾ എന്നെ തള്ളിക്കളഞ്ഞു. നിങ്ങൾ, അതായത് ജനം, നിന്ദാപൂർവമായ നിശ്ശബ്ദതയോടെ എന്നെ ആട്ടിയോടിച്ചു. ഞാൻ വിവശനായി നിങ്ങളോട് അപേക്ഷിച്ചപ്പോൾ ജീവിതകാലം മുഴുവൻ നീണ്ടുനില്ക്കുന്ന രീതിയിൽ നിങ്ങൾ എന്നെ അപമാനിച്ചു. അതുകൊണ്ട് ഞാൻ നിങ്ങളിൽനിന്ന് ദൂരേക്ക് അകന്നുപോയത് ന്യായീകരിക്കാനാകും. ഞാൻ ക്രിമിയയിലെ ജീവിതം അവസാനിപ്പിച്ച് എന്റെ

സമ്പാദ്യമായ മുപ്പതിനായിരം റൂബിളിന് ഒരു എസ്റ്റേറ്റ് വാങ്ങി കറ പറ്റാത്ത ആദർശപരമായൊരു ജീവിതം ഞാൻ ആത്മാർത്ഥമായി സ്നേഹിച്ചിരുന്ന ഭാര്യയോടും കുടുംബത്തോടുമൊപ്പം നയിച്ചു. ദൈവാനുഗ്രഹത്താൽ, അയൽവാസികളായ ഗ്രാമീണരെ ഞാൻ സഹായിച്ചു പോന്നു.

ഇപ്പോൾ എന്നെക്കുറിച്ചുള്ള കാര്യങ്ങളെല്ലാം പറയുന്നത് തീർച്ചയായും തെറ്റല്ല. എന്നാൽ, അപ്പോൾ അവളോട് ഇതെല്ലാം വിളിച്ചു പറയുന്നത് അങ്ങേഅറ്റം മണ്ടത്തരമാകുമായിരുന്നില്ലേ? അതുകൊണ്ട്, അന്തസ്സോടെ മൗനം പാലിച്ചു. അതുകൊണ്ടാണ് നിശ്ശബ്ദരായി ജീവിച്ചത്. അവൾക്ക് മനസ്സിലാക്കാൻ കഴിയുമായിരുന്നോ? യുവത്വത്തിലേക്ക് കാലെടുത്തുവെച്ച പതിനാറാം വയസ്സ്. എന്തെല്ലാം പ്രശ്നങ്ങളായിരിക്കും എന്റെ ഒഴികഴിവുകളെക്കുറിച്ചും കഷ്ടപ്പാടുകളെക്കുറിച്ചും അവൾ സൃഷ്ടിക്കുക? നേർവഴി, ലോകപരിചയമില്ലായ്മ, യുവത്വത്തിന്റെ വിലയില്ലാത്ത വിശ്വാസപ്രമാണങ്ങൾ... എന്നാൽ ഇതിലെ നിർണായക ഘടകം പണ്ടപണയക്കടയാണ്, മനസ്സിലായോ? എന്നാൽ, പണ്ടപ്പണയത്തിൽ ഞാനൊരു വില്ലനാണോ? കട നടത്തുന്ന രീതി അവൾ കണ്ടിട്ടില്ലേ? എന്തെങ്കിലും അന്യായമായ വിലപേശൽ എന്നെങ്കിലും നടത്തിയിട്ടുണ്ടോ? ഓഹ്, ഈ ലോകത്ത് എത്ര ഭീകരമായ കാര്യങ്ങളാണ് നടക്കുന്നത്! ഈ ഡാർലിംഗ്, ഈ വിനീത, ഈ പവിത്ര! എന്റെ മനസ്സ് ക്രൂരമായി കീറിമുറിക്കുന്ന ഒരു നിഷ്ഠുരയായിരുന്നു അവൾ. ഞാനത് പറഞ്ഞില്ലെങ്കിൽ ഞാൻ എന്നോടുതന്നെ ചെയ്യുന്ന ഒരു തെറ്റായിരിക്കും അത്. അവളെ സ്നേഹിച്ചിരുന്നില്ലെന്ന് നിങ്ങൾ കരുതുന്നുണ്ടോ? ഞാൻ അവളെ സ്നേഹിച്ചിരുന്നില്ലെന്ന് ആരാണ് പറയുക? നിങ്ങൾക്കറിയാമോ വിധിയുടെ ക്രൂരമായൊരു വിരോധാഭാസമാണത്.

നമ്മൾ ശപിക്കപ്പെട്ടവരാണ്. മൊത്തത്തിൽ പുരുഷജീവിതത്തിന് ഒരു ശാപം ഏറ്റിട്ടുണ്ട്. പ്രത്യേകിച്ച് എനിക്ക്. എനിക്കെവിടെയോ തെറ്റുപറ്റിയിട്ടുണ്ടെന്ന് ഇപ്പോൾ മനസ്സിലാക്കുന്നു. എവിടെയോ എന്തോ തെറ്റിയിട്ടുണ്ട്. എല്ലാം സുതാര്യമായിരുന്നു. എന്റെ പ്ലാൻ ആകാശംപോലെ തെളിഞ്ഞതായിരുന്നു. "അന്തസ്സും അഭിമാനവുമുള്ള ഒരു മനുഷ്യൻ. ആരുടേയും ധാർമിക പിന്തുണയോ സഹാനുഭൂതിയോ ആവശ്യമില്ലാത്തവൻ, എല്ലാം നിശ്ശബ്ദം സഹിക്കുന്നു." അത് ശരിക്കും അപ്രകാരം തന്നെയായിരുന്നു. അല്ല, ഞാൻ കാപട്യം കാണിക്കുകയല്ല, അല്ല! "പിന്നീടവൾ മനസ്സിലാകും, അതിൽ മഹാമനസ്കത ഉണ്ടായിരുന്നെന്ന്, അവളത് കണ്ടെത്തുന്നതിൽ പരാജയപ്പെട്ടതാണെന്ന്. പിന്നെ, അവൾ അത് മനസ്സിലാക്കുമ്പോൾ അതിന്റെ പത്തിരട്ടി വിലമതിക്കും. കൈകൾ നെഞ്ചിൽ മടക്കിവെച്ച് കേണപേക്ഷിക്കും. മുട്ടുകുത്തിനിന്ന് യാചിക്കും." എന്റെ പ്ലാനിനെപ്പറ്റി ഇത്രമാത്രം. എന്നാൽ, ഞാൻ വിവരിക്കാൻ എന്തെങ്കിലും വിട്ടുപോകുകയോ മറന്നുപോകുകയോ ചെയ്തിട്ടുണ്ടായിരിക്കാം.

ഞാൻ അവിടെ ചിലതെല്ലാം ചെയ്യേണ്ടതായിരുന്നു. അത് ചെയ്തില്ല. എന്നാൽ ധാരാളം, ധാരാളം. ഞാൻ ഇപ്പോൾ ആരുടെ മാപ്പിനുവേണ്ടിയാണ് യാചിക്കേണ്ടത്? ഒരിക്കൽ അത് ചെയ്തുകഴിഞ്ഞാൽ, എല്ലാം തീർന്നു. ധൈര്യമായിരിക്കുക, മനുഷ്യാ. നിന്റെ അഭിമാനത്തെക്കുറിച്ചോർക്കുക! നിന്നെയല്ല കുറ്റപ്പെടുത്തേണ്ടത്!

വളരെ നല്ലത്. ഞാൻ സത്യം പറയും. സത്യത്തെ അഭിമുഖീകരിക്കുന്നതിൽനിന്ന് ഞാൻ പിൻവലിയില്ല. അവളെയാണ് കുറ്റപ്പെടുത്തേണ്ടത്. അവളെയാണ് കുറ്റപ്പെടുത്തേണ്ടത്!

5. ശാന്തയായ വ്യക്തി ക്ഷോഭിക്കുന്നു

കടം കൊടുക്കുന്ന രീതി തന്നിഷ്ടത്തിനാക്കാൻ പെട്ടെന്നവൾ തീരുമാനിച്ചതോടെ വഴക്ക് ആരംഭിച്ചു. പണയത്തിനുകൊണ്ടുവരുന്ന വസ്തുക്കൾക്ക് കൂടുതൽ മൂല്യനിർണയം നടത്തി. ഒന്നുരണ്ട് പ്രാവശ്യം അക്കാര്യത്തിൽ തർക്കിച്ചു. ഞാൻ എന്റെ നിലപാടിൽ ഉറച്ചുനിന്നു. പിന്നീടാണ് ഈ ക്യാപ്റ്റന്റെ വിധവയുടെ വരവ്.

ക്യാപ്റ്റന്റെ വിധവയായ ഒരു വൃദ്ധ ഒരു ലോക്കറ്റ് പണയം വെക്കാൻ വന്നു. അവളുടെ മൃതിയടഞ്ഞ ഭർത്താവിന്റെ സമ്മാനം. ഒരു സാധാരണ സ്മാരകചിഹ്നം. ഞാനവൾക്ക് മുപ്പത് റൂബിൾ കൊടുത്തു. അത് നഷ്ടപ്പെടുത്തരുതെന്നവൾ എന്നോട് കേണപേക്ഷിച്ചു. തീർച്ചയായും ഞാനത് നഷ്ടപ്പെടുത്തില്ല. അഞ്ച് ദിവസത്തിനുശേഷം പെട്ടെന്നവൾ ഒരു വളയുമായി വന്ന് അത് ലോക്കറ്റിന് പകരം സ്വീകരിക്കണമെന്ന് ആവശ്യപ്പെട്ടു. ഈ വളയ്ക്ക് എട്ട് റൂബിൾപോലും വില വരില്ല. സ്വാഭാവികമായും അവളുടെ ആവശ്യം ഞാൻ നിരസിച്ചു. എന്റെ ഭാര്യയുടെ കണ്ണുകൾ അവളോട് എന്തോ പറഞ്ഞിരിക്കണം. കാരണം, ഞാൻ പുറത്ത് പോയ സമയത്ത് അവൾ വീണ്ടും വന്ന് വള കൊടുത്ത് ലോക്കറ്റ് തിരിച്ചെടുത്തുകൊണ്ടുപോയി.

അന്നുതന്നെ അക്കാര്യം അറിഞ്ഞപ്പോൾ ഞാൻ ഭാര്യയോട് ശാന്തനായി ദൃഢതയോടും യുക്തിയോടും സംസാരിച്ചു. അവൾ തറയിൽ ദൃഷ്ടി പതിപ്പിച്ച് വലതുകാൽകൊണ്ട് കാർപെറ്റിൽ താളംപിടിച്ച് കട്ടിലിൽ ഇരിക്കുകയായിരുന്നു. അതവളുടെ ഒരു ശീലമാണ്. അവളുടെ അധരങ്ങളിൽ ഒരു ദുഷിച്ച പുഞ്ചിരി വ്യാപിച്ചു. ഞാൻ ശബ്ദം ഒട്ടും ഉയർത്താതെ പണം എന്റേതാണെന്ന് ശാന്തനായി പറഞ്ഞു. എന്റെ കാഴ്ചപ്പാടനുസരിച്ച് പ്രവർത്തിക്കാൻ എനിക്കവകാശമുണ്ട്. അവൾ കുടുംബകാര്യങ്ങൾ പങ്കുവെക്കണമെന്നതിനാൽ ഞാനവളിൽനിന്ന് ഒന്നും ഒളിച്ചുവെച്ചില്ല.

പെട്ടെന്നവൾ ചാടി എഴുന്നേറ്റ് ശരീരമാകെ വിറപ്പിച്ച് എന്റെ മുന്നിൽ ഒരു കാട്ടുമൃഗത്തെപ്പോലെ നിന്ന് കാലിട്ടു ചവുട്ടി. ഒരുതരം അപസ്മാരം!

കുപിതയായൊരു കാട്ടുമൃഗം. ഞാൻ അദ്ഭുതസ്തബ്ധനായി നിന്നു പോയി. അത്തരം ഒരു പൊട്ടിത്തെറി ഒരിക്കലും പ്രതീക്ഷിച്ചിരുന്നില്ല. എന്നാൽ, എന്റെ മനസ്സാന്നിധ്യം നഷ്ടപ്പെടുത്തിയില്ല. ഞാൻ ഇളകിയില്ല. വീണ്ടും അതേ ശാന്തസ്വരത്തിൽ നേരെ അവളുടെ മുഖത്ത് നോക്കി പറഞ്ഞു. ഇനി മുതൽ എന്റെ ബിസിനസ്സിൽ ഇടപെടാനവളെ അനുവദിക്കില്ലെന്ന്. അവൾ എന്നെ നോക്കി പരിഹസിച്ച് ചിരിച്ച് ഫ്ളാറ്റിൽനിന്ന് പുറത്തേക്കു പോയി.

കാര്യമെന്താണെന്നു വെച്ചാൽ ഫ്ളാറ്റിന് പുറത്തുപോകാൻ അവൾക്കവകാശമില്ല. ഞാനില്ലാതെ ഒരടിപോലും വെക്കാൻ പാടില്ല. വിവാഹത്തിനുമുമ്പ് ഞാൻ ഉണ്ടാക്കിയ ഒരു വ്യവസ്ഥയാണത്. വൈകുന്നേരം അവൾ തിരിച്ചെത്തി. ഞാനൊരക്ഷരം മിണ്ടിയില്ല.

പിറ്റേന്ന് നേരം പുലർന്ന ഉടനെ അവൾ വീണ്ടും പുറത്തു പോയി. അതിനടുത്ത ദിവസവും. ഞാൻ എന്റെ കട അടച്ച് അവളുടെ അമ്മായിമാരെ കാണാൻ പോയി. വിവാഹം കഴിഞ്ഞ ഉടനെ അവരുമായുള്ള എല്ലാ ബന്ധങ്ങളും വിച്ഛേദിച്ചിരുന്നു. അവരെ സ്വീകരിക്കുകയോ സന്ദർശിക്കുകയോ ചെയ്തിട്ടില്ല. അവൾ അവിടെ ചെന്നിട്ടില്ലെന്ന് അറിയാൻ കഴിഞ്ഞു. വലിയ ജിജ്ഞാസയോടെയാണവർ എന്റെ സംഭാഷണം ശ്രദ്ധിച്ചുകേട്ടത്! പിന്നെ മുഖത്തുനോക്കി ചിരിച്ചു. “നിങ്ങളെ നന്നായി സേവിക്കുന്നുണ്ട്.” അവർ പറഞ്ഞു. എന്നാൽ, ഞാനവരുടെ പരിഹാസച്ചിരി പ്രതീക്ഷിച്ചിരുന്നതാണ്. അവിവാഹിതയായ അമ്മായിയെ തൽക്ഷണം കോഴ കൊടുത്ത് കൈക്കലാക്കാൻ ശ്രമിച്ചു. നൂറ് റൂബിൾ കൊടുക്കാമെന്ന് വാഗ്ദാനം ചെയ്തു. അഡ്വാൻസ് ആയി ഉടനെത്തന്നെ ഇരുപത്തഞ്ച് റൂബിൾ നല്കുകയും ചെയ്തു. രണ്ടു ദിവസത്തിനുശേഷം എന്റെ അടുത്ത് വന്ന് പറഞ്ഞു: “നിങ്ങളുടെ പഴയ റെജിമെന്റിലെ ഒരു ഓഫീസർ ആയിരുന്ന ഒരു യെഫിമോവിച് ഇതിൽ ഇടപെട്ടിട്ടുണ്ട്.”

ഞാൻ അദ്ഭുതപ്പെട്ടുപോയി! എന്റെ റെജിമെന്റിൽ വെച്ച് എന്നെ ഏറ്റവുമധികം ദ്രോഹിച്ചിട്ടുള്ളവനാണ് ഈ യെഫിമോവിച്. ഒരു മാസം മുമ്പ് ഒന്നോ രണ്ടോ പ്രാവശ്യം പണ്ടപണയ കടയിലേക്ക് നാണമില്ലാതെ അയാൾ കടന്നുവന്നു. ഒരു ഇടപാടുകാരന്റെ ഭാവത്തിൽ വന്ന് ഭാര്യയോട് ചിരിച്ച് സല്ലപിച്ചിരിക്കുന്നത് ഓർക്കുന്നു. ഉടനെ അയാളുടെ അടുത്തു ചെന്ന് ഞങ്ങൾ തമ്മിൽ നടന്നിട്ടുള്ള സംഭവങ്ങളുടെ വെളിച്ചത്തിൽ, ഇനി ഇവിടെ കാലെടുത്തു കുത്തരുതെന്ന് പറഞ്ഞു. ഇപ്രകാരം സംഭവിക്കുമെന്നൊന്നും അപ്പോൾ ചിന്തിച്ചില്ല. അയാളൊരു ലജ്ജയില്ലാത്തവനാണെന്നു മാത്രം കരുതി, അത്രമാത്രം. ഇപ്പോൾ അവളുടെ അമ്മായി പറയുന്നു, അയാളോടൊപ്പം അവൾ ഒരു സങ്കേതത്തിൽ സന്ധിച്ചിട്ടുണ്ടെന്ന്! അമ്മായിമാരുടെ ഒരു പഴയ സുഹൃത്തായ യൂലിയാ സാംസനോവ്നാ ഒരു കേണലിന്റെ വിധവയാണ് ഇതിലെ ഇടനിലക്കാരി എന്നും അമ്മായി അറിയിച്ചു. “അവളുടെ അടുത്തേക്കാണ് നിങ്ങളുടെ ഭാര്യ പോയിക്കൊണ്ടിരിക്കുന്നത്.”

ഈ ഭാഗം ചുരുക്കിപ്പറയാം. ഇതെനിക്ക് മുന്നൂറ് റൂബിളിന്റെ ചിലവ് വരുത്തി. രണ്ടു ദിവസത്തിനുശേഷം, ഭാര്യ യെഫിമോവിച്ചുമായി സന്ധിക്കുമ്പോൾ അതിനടുത്ത മുറിയുടെ വാതിലിനു പിന്നിൽ ഒളിച്ചുനിന്ന് അവർ പറയുന്നത് ശ്രദ്ധിക്കുവാൻ പദ്ധതിയിട്ടു. അതിനിടയ്ക്ക് ആ കൂടിക്കാഴ്ചയുടെ തലേന്ന് ഞങ്ങൾക്കിടയിലുണ്ടായ ഒരു രംഗം, ഹ്രസ്വമായിരുന്നെങ്കിലും എന്നെ സംബന്ധിച്ചിടത്തോളം അങ്ങേഅറ്റം പ്രാധാന്യമർഹിക്കുന്നതായിരുന്നു.

അവൾ വൈകുന്നേരം വീട്ടിൽ തിരിച്ചെത്തി. കട്ടിലിൽ ഇരുന്ന് കാർപെറ്റിൽ കാലിട്ടു തട്ടിക്കൊണ്ട് എന്നെ പരിഹാസത്തോടെ നോക്കി ഇരുന്നു. അവളെ ഞാൻ നോക്കവേ, പെട്ടെന്ന് തോന്നി കഴിഞ്ഞമാസം മുഴുവൻ അവൾ പഴയ ആളേ അല്ലെന്ന്! അവൾക്കുനേരെ വിപരീതമായൊരു വ്യക്തി എന്നുപോലും പറയും. ഒരു അക്രമാസക്തമായ ജീവി, വിനാശകരം. ലജ്ജയില്ലാത്തവൾ എന്നെനിക്ക് പറയാൻ കഴിയില്ല. എന്നാലും കലാപമുയർത്താൻ മോഹിച്ചുനില്ക്കുന്ന ഒരു സമനില തെറ്റിയ ജീവി. അവളെപ്പോലുള്ള ഒരാൾക്ക് സ്വയം നിയന്ത്രിക്കാൻ പറ്റാതാകുമ്പോൾ എന്താണ് സംഭവിക്കുകയെന്ന് നിങ്ങൾക്ക് കാണാം.

"ഒരു ദ്വന്ദയുദ്ധം ചെയ്യാൻ ധൈര്യമില്ലാത്ത ഒരു മഹാഭീരു ആയതിനാലാണ് നിങ്ങൾ റെജിമെന്റിൽനിന്ന് പുറത്താക്കപ്പെട്ടതെന്നത് ഒരു സത്യമാണോ?" അവൾ പെട്ടെന്നെന്നോട് ചോദിച്ചു. അവളുടെ കണ്ണുകൾ ജ്വലിക്കുന്നുണ്ടായിരുന്നു.

"അതെ. ഓഫീസർമാരുടെ കോടതി എന്നോട് ജോലി വിട്ടുപോകാൻ ആവശ്യപ്പെട്ടു. എന്നാൽ യഥാർത്ഥത്തിൽ അതിന് മുമ്പുതന്നെ ഞാൻ രാജിക്കത്ത് സമർപ്പിച്ചുകഴിഞ്ഞിരുന്നു."

"ഒരു ഭീരുവായതിന്റെ പേരിൽ അവർ നിങ്ങളെ ചവുട്ടി പുറത്താക്കുകയായിരുന്നു!"

"അതെ. അവരുടെ വിധിപ്രകാരം ഞാനൊരു ഭീരുവാണ്. എന്നാൽ, ആ ദ്വന്ദയുദ്ധം ഞാൻ നിരസിച്ചത് ഭീരു ആയതുകൊണ്ടല്ല, അവളുടെ സ്വേച്ഛാധിപത്യപരമായ വിധി അനുസരിക്കാൻ ഇഷ്ടമില്ലാതിരുന്നതുകൊണ്ടാണ്. ഞാൻ അപമാനിക്കപ്പെട്ടെന്ന് തോന്നാത്തിടത്തോളംകാലം എന്തിന് ആരെയെങ്കിലും ദ്വന്ദയുദ്ധത്തിന് വെല്ലുവിളിക്കണം? ഞാൻ നിനക്ക് ഉറപ്പുതരുന്നു." സ്വേച്ഛാധിപത്യത്തെ ധിക്കരിക്കാനും അതിനെ തുടർന്നുള്ള എല്ലാ പ്രത്യാഘാതങ്ങൾ അഭിമുഖീകരിക്കാനും ഈ ലോകത്ത് ദ്വന്ദയുദ്ധം ചെയ്യുന്നതിനേക്കാൾ അധികം ധൈര്യം വേണം."

ഞാൻ വാക്കുകൾ സ്വയം തടഞ്ഞുനിർത്തിയില്ല. ഞാൻ എന്നെ ന്യായീകരിക്കുവാൻ ശ്രമിക്കുന്നതുപോലെ അവ പ്രവഹിച്ചു. അവൾ ആഗ്രഹിച്ചത് ഈ പുതിയ അവഹേളനമാണ്. വിദ്വേഷത്തോടെ അവൾ ചിരിച്ചു.

“അതിനുശേഷം നിങ്ങൾ സെന്റ് പീറ്റേഴ്സ്ബർഗ് തെരുവുകളിൽ മൂന്നു വർഷം ഭിക്ഷ യാചിച്ച് അലഞ്ഞുതിരിയുകയും രാത്രി ബില്യാർഡ് ടേബിളുകൾക്കിടയിൽ കിടന്നുറങ്ങുകയും ചെയ്തിരുന്നു എന്നതു ശരിയാണോ?”

“ഞാൻ സെന്നായാ സ്ക്വയറിലും വ്യാസെംസ്കി സ്ക്വയറിലും അഭയം തേടിയിട്ടുണ്ട്. ഉവ്വ്. അത് ശരിയാണ്. റെജിമെന്റ് വിട്ടശേഷം ഞാൻ ഒരുപാട് മാനഹാനിയും അഭിമാനക്ഷതവും സഹിക്കേണ്ടിവന്നിട്ടുണ്ട്. എന്നാൽ ഒരിക്കലും ധാർമ്മികാധഃപതനം ഉണ്ടായിട്ടില്ല. കാരണം, അപ്പോഴും എന്റെ പ്രവൃത്തികളെ ആദ്യമായി അപലപിച്ചത് ഞാൻ തന്നെ ആയിരുന്നു. അതെന്റെ മനസ്സിനെ ഉലച്ചു എന്നതു ശരിയാണ്. അന്നത്തെ ഗതികെട്ട നില മാത്രമായിരുന്നു അതിന് ഉത്തരവാദി. എന്നാൽ, അതെല്ലാം കഴിഞ്ഞു...”

“ഓഹ് അതെ. നിങ്ങൾ ഇപ്പോൾ വലിയൊരു വ്യക്തിയാണ്. ഒരു ഫൈനാൻഷിയർ!” അത് പണ്ടപണയകടയെകുറിച്ചുള്ള ഒരു പരോക്ഷ സൂചനയായിരുന്നു. ഞാൻ പെട്ടെന്നത് ഗ്രഹിച്ചു. അവൾ എന്നെ അപമാനിക്കുവാനായി കൂടുതൽ വിശദീകരണം ആഗ്രഹിക്കുന്നുണ്ടെന്ന് കാണാൻ കഴിഞ്ഞു. അതുകൊണ്ട് അവൾക്ക് ആ ആനന്ദം പ്രദാനം ചെയ്തില്ല. തക്കസമയത്തുതന്നെ ആ കക്ഷി അവിടെ എത്തി. ഞാൻ അവളെ വിട്ട് അയാളുടെ അടുത്തേക്ക് പോയി. ഒരു മണിക്കൂറിനു ശേഷം പുറത്തുപോകാനുള്ള വേഷത്തിൽ അവൾ പെട്ടെന്ന് എന്റെ മുന്നിൽ പ്രത്യക്ഷപ്പെട്ടു. അവൾ അടുത്തുവന്ന് പറഞ്ഞു:

“എന്നിട്ടും, വിവാഹത്തിനുമുമ്പ് ഇക്കാര്യങ്ങളൊന്നും നിങ്ങൾ എന്നോട് പറഞ്ഞില്ല, ഉവ്വോ?”

ഞാൻ മറുപടി പറഞ്ഞില്ല. അവൾ പുറത്തു പോയി. അങ്ങനെ പിറ്റേന്ന് അടുത്ത മുറിയുടെ വാതിലിന് പിന്നിൽ എന്റെ വിധി നിർണായകമായ സംഭാഷണം ശ്രദ്ധിച്ച് ഞാൻ നില്ക്കുകയായിരുന്നു. എന്റെ പോക്കറ്റിൽ ഒരു റിവോൾവർ ഉണ്ട്. അവൾ മേശയ്ക്കു മുന്നിൽ നന്നായി വസ്ത്രധാരണം ചെയ്ത് ഇരിക്കുന്നു. യെഫിമോവിച് കൃത്രിമ ശൈലിയിൽ ഭംഗിയായി സംസാരിച്ച് അവൾക്കു മുന്നിൽ ഇരിക്കുന്നു. അപ്പോൾ എന്ത് സംഭവിച്ചു? എന്തിന്, എല്ലാം ഞാൻ സങ്കല്പിച്ചതുപോലെത്തന്നെ സംഭവിച്ചു.

ഇതാണ് സംഭവിച്ചത്. ഒരു മണിക്കൂർ മുഴുവൻ ഞാൻ അവരുടെ സംഭാഷണം ശ്രദ്ധിച്ച് നിന്നു. ഏറ്റവും ശ്രേഷ്ഠവും പരിശുദ്ധയുമായ ഒരു സ്ത്രീയും പാമ്പിന്റെ മനസ്സുള്ള സമൂഹത്തിലെ ഒരു നീചനും തമ്മിൽ വാഗ്വാദം നടക്കുന്നു. എത്ര നിഷ്കളങ്കവും വിനീതവുമായ രീതിയിലാണയാൾ സംസാരിക്കുന്നത്. ഈ നീചൻ ഇതെല്ലാം എങ്ങനെ പഠിച്ചു എന്ന് ഞാൻ ആശ്ചര്യപ്പെട്ടു. അയാളുടെ നർമ്മസംഭാഷണവും

നിഷ്കളമായ ചിരിയും ദുഷ്ടതകൾക്കു നേരെയുള്ള പവിത്രമായ പുച്ഛവും ഏറ്റവും സമർത്ഥനായ ഹാസസാഹിത്യകാരനുപോലും വിഭാവനം ചെയ്യാൻ കഴിയില്ല. എന്തൊരു ഉജ്ജ്വലമായ സംഭാഷണം. 'ഉരുളയ്ക്ക് ഉപ്പേരി' പോലുള്ള മറുപടിയും. അതേസമയം അവൾ എത്ര നിഷ്കളങ്കയായ പെൺകുട്ടിയെപ്പോലെയാണ് പെരുമാറിയത്. പ്രേമത്തെ ക്കുറിച്ചുള്ള അയാളുടെ സംജ്ഞകളും പ്രസ്താവനകളും അവൾ പരിഹസിച്ച് തള്ളി. ഏതെങ്കിലും രീതിയിലുള്ള എതിർപ്പിനെ ചെറുക്കാനയാൾ തയ്യാറെടുത്തല്ല വന്നിരുന്നത്. അയാളുടെ ഉത്സാഹം കുറഞ്ഞുവരുന്നതു പോലെ കാണപ്പെട്ടു. ആദ്യം, അതവളുടെ കാമവിലാസ ചേഷ്ടകളാണെന്ന് കരുതിയേനേ. അവളെ കൂടുതൽ വിലമതിക്കാൻ വേണ്ടി വിവേക പൂർവം നടത്തി ചേഷ്ടകൾ എന്ന്! എന്നാൽ, അല്ല, സത്യം മറ്റൊന്നാണ്.

സൂര്യനെപ്പോലെ ദീപ്തിമത്താണ്. യാതൊരു സംശയത്തിനും ഇട മില്ല. എന്നോടവൾക്ക് തോന്നിയ വെറുപ്പ് മാത്രമായിരിക്കണം അവളെ ഈ സങ്കേതത്തിലെത്തിച്ചതിനുള്ള കാരണം. എന്നാൽ അത് മർമ്മസ്ഥാനത്തെത്തിയപ്പോൾ, തൽക്ഷണം അവൾ കണ്ണുകളിലെ മറ നീക്കി. എന്നെ അപമാനിക്കാനുള്ള ഒരു മാർഗം മാത്രമാണവൾ ലക്ഷ്യമിട്ടത്, അത് ഏത് രീതിയിലായാലും വേണ്ടില്ല. എന്നാൽ, അവൾ തയ്യാറാക്കിയ ഹീനമാർഗം അവളെ പുറകിലേക്ക് തള്ളി. നിർമ്മലയും നിഷ്കളങ്കയുമായൊരു വ്യക്തി, ഒരാദർശം മനസ്സിൽ വെച്ച് പരിലാളിച്ചവൾ, എങ്ങനെയാണ് യെഫിമോവിച്ചിനോടോ മറ്റേതെങ്കിലും സാമൂഹ്യദ്രോഹിയോടോ അടുക്കുക? അവൻ അവളുടെ മുന്നിൽ സ്വയം ഒരു പരിഹാസപാത്രമായി മാറി! അവളുടെ ആത്മാവിലെ ശ്രേഷ്ഠസ്വഭാവം ഉയർന്നെഴുന്നേറ്റു. അവളുടെ ഹൃദയത്തിൽനിന്നും വെറുപ്പിന് പകരം കടുത്ത പരിഹാസം പുറത്ത് ചാടി. ഞാൻ ആ വാക്ക് ആവർത്തിക്കുന്നു, അവസാനമായപ്പോൾ, ആ കോമാളി സ്തബ്ധനായിപ്പോയി.

മറുപടി ഒന്നും പറയാനാകാതെ നീരസത്തോടെ ഇരുപ്പായി. പ്രതികാരമോഹത്താൽ അയാൾ അവളെ അപമാനിച്ചെങ്കിലോ എന്നുപോലും ഞാൻ പേടിച്ചു. ഒന്നുകൂടി ആവർത്തിക്കുന്നു. ഞാൻ ഈ രംഗം മുഴുവൻ ഒട്ടും ആശ്ചര്യപ്പെടാതെയാണ് കേട്ടുകൊണ്ടിരുന്നത് എന്നു പറയാനെ നിക്ക് അഭിമാനമുണ്ട്. ഞാൻ അവിടെ ഒരു ഏറ്റുമുട്ടലിന് പോയതുപോലെ ആയിരുന്നു. ഒന്നും വിശ്വസിക്കാതെയാണ് അവിടെ പോയത്. യാതൊരു കുറ്റാരോപണവുമില്ലാതെ പോക്കറ്റിൽ ഒരു റിവോൾവർ ഇട്ടിരുന്നെങ്കിലും; എന്നാൽ, അതാണ് സത്യം! അവളെക്കുറിച്ച് വ്യത്യസ്തമായ രീതിയിൽ എനിക്കെങ്ങനെ ചിന്തിക്കാൻ കഴിയും? എന്നാൽ, ഞാൻ എന്തിനവളെ സ്നേഹിച്ചു? അവളെ അത്ര പ്രിയപ്പെട്ടവളായി കരുതി? എന്തിനവളെ വിവാഹം കഴിച്ചു? ഓഹ് ശരി, തീർച്ചയായും ആ രംഗം ഒരു കാര്യം ബോധ്യപ്പെടുത്തി. അവൾക്ക് എന്നോടുള്ള വെറുപ്പ് എന്തുമാത്രമാണെന്ന്! അവളുടെ ചാരിത്ര്യശുദ്ധിയും എന്നെ അതേപോലെ ബോധ്യപ്പെടുത്തി.

പെട്ടെന്ന് വാതിൽ തള്ളിത്തുറന്ന് ഞാനാ രംഗത്തിന് പരിസമാപ്തി കുറിച്ചു. യെഫിമോവിച് ചാടി എഴുന്നേറ്റു. ഞാൻ അവളുടെ കൈപിടിച്ച് വീട്ടിലേക്ക് പോകാമെന്ന് പറഞ്ഞു. യെഫിമോവിച്ച് സമനില വീണ്ടെടുത്ത് പെട്ടെന്ന് ഭയങ്കരമായി പൊട്ടിച്ചിരിച്ചു.

"ഓഹ്, പവിത്രമായ ദാമ്പത്യബന്ധത്തിൽ ഞാൻ അതിക്രമിച്ച് കടക്കില്ല! അവളെ കൊണ്ടുപോകൂ, അവളെ കൊണ്ടുപോകൂ! പിന്നെ നിങ്ങൾക്കറിയാമോ" എന്റെ പിന്നാലെ വന്ന് അയാൾ അലറി. "അന്തസ്സുള്ള ഒരു മനുഷ്യനും നിങ്ങളോട് ദ്വന്ദയുദ്ധം ചെയ്യില്ലെങ്കിലും നിങ്ങളുടെ ലേഡിയോട് സമുചിതമായ ആദരവോടെ ഞാൻ പ്രഖ്യാപിക്കുന്നു. ഞാൻ നിങ്ങളുടെ സേവനത്തിന് തയ്യാറാണ്... അതായത്, തീർച്ചയായും നിങ്ങൾ സാഹസത്തിന് തുനിയുമെങ്കിൽ..."

"നീ അത് കേട്ടോ?" ഞാൻ വാതിൽക്കൽ വെച്ച് ഒരു നിമിഷം അവളെ പിടിച്ചുനിർത്തി.

അതിനുശേഷം വീട്ടിലെത്തുന്നതുവരെ ഒരക്ഷരം ഞാനവളോട് മിണ്ടിയിട്ടില്ല. ഞാൻ അവളുടെ കൈ പിടിച്ചുകൊണ്ടാണ് നടന്നത്. അവൾ എതിർപ്പൊന്നും കാണിച്ചില്ല. സത്യത്തിൽ നേരെമറിച്ചായിരുന്നു. വീട്ടിൽ വന്ന് അവൾ ഒരിടത്തിരുന്ന് എന്നെ മിഴിച്ചുനോക്കി. അവൾ വല്ലാതെ വിളർത്തിരുന്നു. എന്നാലും അവളുടെ ചുണ്ടുകൾ നിന്ദാപൂർവം കോടിയിരുന്നു. നോട്ടം ധിക്കാരം നിറഞ്ഞതും. ഞാൻ അവളെ റിവോൾവർ കൊണ്ട് വെടിവെക്കുവാൻ പോകുകയാണെന്നവൾ ആദ്യത്തെ ഏതാനും നിമിഷങ്ങളിൽ ആത്മാർത്ഥമായും വിശ്വസിച്ചിരുന്നെന്ന് തോന്നി. എന്നാൽ ഞാനത് പോക്കറ്റിൽനിന്നും പുറത്തെടുത്ത് നിശ്ശബ്ദം മേശപ്പുറത്ത് വെച്ചു. അവൾ എന്റെ മുഖത്തേക്കും റിവോൾവറിലേക്കും മാറിമാറി നോക്കി.

ഈ റിവോൾവർ അവൾക്ക് സുപരിചിതമാണ് എന്ന് പ്രത്യേകം കുറിച്ചുവെക്കുക. എന്റെ പണ്ടപണയകട തുടങ്ങിയ ദിവസം അത് വാങ്ങി. വെടിയുണ്ടകൾ നിറച്ച് വെച്ചിട്ടുള്ളതാണ്. വലിയ കാവൽനായ്ക്കളുടേയോ ശക്തരായ കാവല്ക്കാരേയോ മോസർ നിയോഗിച്ചതുപോലെ നിർത്തുവാൻ എനിക്കിഷ്ടമില്ലായിരുന്നു. എന്റെ പാചകക്കാരിയാണ് കക്ഷികളെ അകത്തേക്ക് കയറ്റിവിടുന്നത്. ഞങ്ങളുടെ ബിസിനസ്സ് അപകടം പിടിച്ചതായതിനാൽ നിറച്ച റിവോൾവർ കൈയെത്താവുന്നിടത്ത് വെച്ചിരിക്കും, വേണ്ടിവന്നാൽ ആത്മരക്ഷയ്ക്കായി. അവൾ ആദ്യമായി എന്റെ വീട്ടിലെത്തിയപ്പോൾ ഈ റിവോൾവറിനെക്കുറിച്ച് വളരെ ജിജ്ഞാസു ആയിരുന്നു. അത് പ്രവർത്തിപ്പിക്കുന്ന രീതി അവൾക്ക് വിവരിച്ചുകൊടുത്തിരുന്നു. ഒരിക്കൽ ഒരു ലക്ഷ്യത്തിനുനേരെ വെടിവെക്കാനും നിർബന്ധിച്ചിരുന്നു. അവളുടെ പേടിച്ചുവിരണ്ട ഭാവം അവഗണിച്ച് അന്ന് പാതി ഉടുപ്പ് ഊരി കിടക്കയിൽ കിടന്നു. എനിക്ക് നല്ല ക്ഷീണം തോന്നിയിരുന്നു. സമയം പതിനൊന്നാകുന്നു. ഒരു മണിക്കൂർ നേരം നിശ്ചലയായി അവൾ

അതേ ഇരുപ്പ് ഇരുന്നു. പിന്നെ, മെഴുകുതിരി കെടുത്തി, ഉടുപ്പ് മാറ്റാതെ സോഫായിൽ ചുമരിനോട് ചേർന്നു കിടന്നു. ആദ്യമായാണവൾ എന്നോടൊപ്പം കിടക്കാതിരുന്നത് – അതും കുറിച്ചുവെക്കുക...

6. ഒരു ഭീകരമായ ഓർമ്മ

ഇനി ആ ഭീകരമായ ഓർമ്മ...

ഞാൻ ഉറക്കമുണർന്നപ്പോൾ രാവിലെ ഏഴുമണി കഴിഞ്ഞുകാണണം. കാരണം, മുറിയിലപ്പോൾ നല്ല വെളിച്ചമുണ്ടായിരുന്നു. ഞാൻ പൂർണമായും ഉണർന്നുകഴിഞ്ഞിരുന്നു. പെട്ടെന്ന് ജാഗരൂകനായി. കണ്ണുകൾ തുറന്നു. അവൾ മേശയ്ക്ക് മുന്നിൽ റിവോൾവർ പിടിച്ച് നില്ക്കുന്നു. ഞാൻ ഉണർന്നിട്ടുണ്ടെന്നും അവളെ നിരീക്ഷിക്കുന്നുണ്ടെന്നും അവൾക്കറിയില്ല. പെട്ടെന്നവൾ എന്റെ അരികിലേക്ക് വരുന്നത് കണ്ടു. കൈയിൽ റിവോൾവർ ഉണ്ട്. ഗാഢനിദ്രയിലാണെന്ന മട്ടിൽ ഉടനെ കണ്ണുകൾ അടച്ചു.

അവൽ കിടക്കയ്ക്കടുത്തുവന്ന് എന്നെ നോക്കിനിന്നു. ഞാൻ എല്ലാം കേട്ടു. പൂർണനിശ്ശബ്ദത മുറിയിൽ തളംകെട്ടിനിന്നു. എന്നാൽ, ആ നിശ്ശബ്ദത കേട്ടു. സംഭ്രമംമൂലം എന്റെ ഇഷ്ടത്തിനെതിരായി കണ്ണ് തുറക്കാൻ നിർബന്ധിതനായി. അവൾ നേരെ എന്നെത്തന്നെ മിഴിച്ചു നോക്കുകയാണ്. എന്റെ കണ്ണുകളിലേക്ക്! റിവോൾവർ എന്റെ ചെന്നിയിൽ സ്പർശിക്കാറായിട്ടുണ്ട്. ഞങ്ങളുടെ ദൃഷ്ടികൾ കൂട്ടിമുട്ടി. എന്നാൽ അത് ഒരു നിമിഷത്തിൽ കൂടുതൽ നീണ്ടുനിന്നില്ല. വീണ്ടും കണ്ണുകൾ അടയ്ക്കാൻ നിർബന്ധിതനായി. എന്തു സംഭവിച്ചാലും വീണ്ടും കണ്ണുകൾ തുറക്കുകയോ അനങ്ങുകയോ ചെയ്യില്ലെന്ന് മനസ്സിന്റെ മുഴുവൻ ധൈര്യവും സംഭരിച്ച് തീരുമാനിച്ചു.

ഗാഢനിദ്രയിലാണ്ട് കിടക്കവെ ഒരാൾ ചിലപ്പോൾ പെട്ടെന്ന് കണ്ണുകൾ തുറക്കുകയും ഒരു നിമിഷനേരത്തേക്ക് തല പൊക്കി. മുറിയിലാകമാനം നോക്കി. വീണ്ടും തലയിണയിലമർന്നു കിടന്ന് യാതൊന്നും ഓർക്കാതെ ഉറങ്ങുകയും പതിവുണ്ടല്ലോ! ഞാൻ വീണ്ടും കണ്ണടച്ച് നിശ്ചലനായി കിടന്ന് ഗാഢനിദ്രയിലാണ്ടപ്പോൾ യാതൊന്നും കണ്ടിട്ടില്ലെന്നും നല്ല ഉറക്കത്തിലാണെന്നും അവൾ തീർച്ചയായും ഊഹിച്ചുകാണും. അതിനും പുറമെ അത്തരം ഒരു ഭീകരകാഴ്ച കണ്ടശേഷം വീണ്ടും കണ്ണടച്ചു കിടക്കുന്നത് അസംഭവ്യമാണ്.

അതെ, അത് അസംഭവ്യമാണ്. എന്നാലും അവൾ സത്യം ഊഹിച്ചു കാണുമോ? ഈ ചിന്ത മനസ്സിലൂടെ കടന്നുപോയി. ഒരു നിമിഷത്തിനുള്ളിൽ എന്തെല്ലാം ചിന്തകളാണ് മനസ്സിനുള്ളിൽ മിന്നിമറഞ്ഞത്. അങ്ങനെയാണെങ്കിൽ ഞാൻ ഉറങ്ങുകയല്ല, മരണം ഏറ്റുവാങ്ങാൻ തയ്യാറായി കിടക്കുകയാണ് എന്നവൾ മനസ്സിലാക്കിയിട്ടുണ്ടെങ്കിൽ

അവളുടെ കൈ ഇടറും എന്ന് തോന്നി. അവളുടെ ആദ്യത്തെ തീരുമാനം ശിഥിലമാകും. പല ആത്മഹത്യകളും കൊലപാതകങ്ങളും യഥാർത്ഥ ത്തിൽ നടക്കുന്നത് കൈയിൽ റിവോൾവർ ഉള്ളതുകൊണ്ടാണ്. കീഴടക്കാൻ കഴിയാത്ത എന്തോ ഒരു ശക്തി കാഞ്ചി വലിക്കുവാൻ നിർബന്ധിക്കുന്നു. എന്തായാലും ഞാൻ എല്ലാം കണ്ടിട്ടുണ്ടെന്നും അറിഞ്ഞിട്ടുണ്ടെന്നും അവളുടെ കൈയിൽനിന്ന് മരണം ഏറ്റുവാങ്ങാനായി നിശ്ശബ്ദം കാത്തുകിടക്കുകയാണെന്നും അവൾ ധരിച്ചാൽ ഒരുപക്ഷേ അതവളെ താഴേക്ക് വഴുതിവീഴുന്നതിൽനിന്ന് രക്ഷിച്ചേക്കും.

നിശ്ശബ്ദത തുടർന്നു. പെട്ടെന്ന് എന്റെ തലമുടിക്കരികിലായി ചെന്നിയിൽ തണുത്ത സ്റ്റീലിന്റെ സ്പർശം അനുഭവപ്പെട്ടു. ഞാൻ രക്ഷ പ്പെടുമെന്ന് ഉറപ്പുണ്ടായിരുന്നോ എന്ന് നിങ്ങൾ ചോദിച്ചേക്കാം. ദൈവ സാന്നിധ്യത്തിലെന്നപോലെ നിങ്ങളോട് മറുപടി പറയുന്നു. അല്പം പോലും ആശ ഉണ്ടായിരുന്നില്ല. ഒരുപക്ഷേ, നൂറിൽ ഒന്നായിരിക്കും സാധ്യതകൾ. അപ്പോൾ എന്തുകൊണ്ടാണ് ഞാൻ മരണം സ്വീകരിക്കാൻ തയ്യാറായത്? ഇത് നിങ്ങളോട് ചോദിക്കാനുള്ള എന്റെ ഊഴമാണ്. ഞാൻ ആരാധിച്ചിരുന്ന ഒരുവൾ എനിക്കുനേരെ റിവോൾവർ ചൂണ്ടിയപ്പോൾ എന്റെ ജീവിതംകൊണ്ട് എന്താണ് പ്രയോജനം? അതിനുംപുറമെ ഞങ്ങൾ തമ്മിലുള്ള മേൽക്കോയ്മയുടെ പോരാട്ടമാണതെന്ന് മനസ്സി ലാക്കി. ഭീകരമായൊരു ജീവന്മരണ പോരാട്ടം. ഭീരുത്വത്തിന്റെ പേരിൽ സ്വന്തം സഖാക്കളാൽ വലിച്ചെറിയപ്പെട്ട ഇന്നലത്തെ ആ ഭീരുവിന്റെ ദ്വന്ദയുദ്ധം! എനിക്കതറിയാം അപ്രകാരം അവൾക്കും അതായത് ഞാൻ ഉറങ്ങുകയല്ലായിരുന്നെന്നവൾ ബോധവതിയായിരുന്നു.

ഒരുപക്ഷേ, ഇത്തരം കാര്യങ്ങളൊന്നും അപ്പോൾ ചിന്തിച്ചിരുന്നില്ല. എന്നാൽ, എല്ലാം ഉപബോധമനസ്സിൽ ഉണ്ടായിരുന്നിരിക്കണം. കാരണം, ജീവിതത്തിലെ ഓരോ മണിക്കൂറും ഞാനതിനെക്കുറിച്ച് ചിന്തിച്ചു കൊണ്ടിരുന്നു.

നിങ്ങൾ വീണ്ടും എന്നോട് ചോദിച്ചേക്കാം. എന്തുകൊണ്ട് ഒരു കുറ്റകൃത്യം ചെയ്യുന്നതിൽ നിന്ന് അവളെ രക്ഷിച്ചില്ല? ഓഹ്, പിന്നീട് ഞാൻ അതേ ചോദ്യം ഒരായിരം തവണ എന്നോടുതന്നെ ചോദിച്ചിട്ടുണ്ട്. ഓരോ തവണയും ആ നിമിഷത്തെക്കുറിച്ചോർക്കുമ്പോൾ നട്ടെല്ല് തണുത്ത് വിറയ്ക്കും. പിന്നെ ആത്മാവ് വിഷാദം നിറഞ്ഞ നിരാശയി ലാണ്ടുപോകും. ഞാൻ മരിച്ചുകൊണ്ടിരിക്കയായിരുന്നു. അപ്പോൾ എങ്ങനെയാണ് മറ്റൊരാളെ രക്ഷിക്കാൻ കഴിയുക? ആ സമയത്ത് ആരെയെങ്കിലും രക്ഷിക്കാനാഗ്രഹിച്ചിരുന്നോ, ഇല്ലയോ എന്ന് നിങ്ങൾ ക്കെങ്ങനെ അറിയാം? അപ്പോഴത്തെ എന്റെ വികാരം ആർക്കാണ് അറി യുക?

എന്തായാലും എന്റെ പഞ്ചേന്ദ്രിയങ്ങൾ ഉണർന്ന് പ്രവർത്തിച്ചിരുന്നു. നിമിഷങ്ങൾ കടന്നുപോയി. ശ്മശാന നിശ്ശബ്ദത! അവൾ അപ്പോഴും

എന്റെ മുകളിൽ കുനിഞ്ഞുനില്ക്കുകയായിരുന്നു. പെട്ടെന്ന് ആശയുടെ ഒരു പിടച്ചിൽ അനുഭവപ്പെട്ടു. ഞാനുടനെ കണ്ണുകൾ തുറന്നു. അവൾ അപ്പോൾ മുറിയിലില്ല. ഞാൻ കട്ടിലിൽ നിന്നെഴുന്നേറ്റു. ഞാൻ ജയിച്ചു. അവൾ അപ്രത്യക്ഷയായി!

ഞാൻ പ്രാതലിനായി പുറത്തുവന്നു. മുന്നിലെ മുറിയിലിരുന്നാണ് ഞങ്ങൾ എപ്പോഴും പ്രാതൽ കഴിക്കാറുള്ളത്. അവളാണ് എപ്പോഴും ചായ പകർന്നു തരാറുള്ളതും. ഞാൻ നിശ്ശബ്ദനായി ഇരുന്നു. അവൾ തന്ന ചായ ഗ്ലാസ് വാങ്ങി. അഞ്ചുമിനിറ്റിനുശേഷമോ മറ്റോ ഞാൻ അവൾക്കുനേരെ നോക്കി. അവൾ ഭയങ്കരമായി വിളർത്തിരിക്കുന്നു. തലേദിവസത്തേക്കാളേറെ അവളും എന്നെ നോക്കുകയായിരുന്നു. പെട്ടെന്ന് ഞാനവളെ നോക്കുന്നതവൾ കണ്ടപ്പോൾ അവളുടെ വിളർത്ത ചുണ്ടുകൾ വിളറിയ ഒരു പുഞ്ചിരിയോടെ വിറച്ചു. അവളുടെ കണ്ണുകൾ പേടിയോടെ ഒരു ചോദ്യം ചോദിച്ചു. ഞാൻ വിചാരിച്ചു. "അപ്പോൾ അവൾ ഇപ്പോഴും സംശയത്തിലും വിസ്മയത്തിലുമാണ്. അയാൾക്കറിയുമോ? അയാൾ കണ്ടുവോ?" ഞാൻ അലക്ഷ്യഭാവത്തിൽ ദൂരേക്ക് നോക്കി.

പ്രാതലിനുശേഷം ഞാൻ കട പൂട്ടി മാർക്കറ്റിലേക്ക് പോയി. അവിടന്ന് ഒരു ഇരുമ്പ് കട്ടിലും സ്ക്രീനും വാങ്ങിച്ചു. തിരിച്ചുവന്ന് ഞാനവ മുന്നിലെ മുറിയിലിട്ടു. അത് അവൾക്കുവേണ്ടിയായിരുന്നു. എന്നാൽ ഒരക്ഷരം ഞാനവളോട് മിണ്ടിയില്ല. വാക്കുകൾ അധികപ്പറ്റാണ്. കാരണം ഞാൻ എല്ലാം കണ്ടെന്നും എല്ലാം അറിഞ്ഞെന്നും ഇനി യാതൊരു സംശയത്തിനും ഇടമില്ലെന്നും ആ കട്ടിൽ അവളോട് പറഞ്ഞു. ഞാൻ ഉറങ്ങാൻ പോയപ്പോൾ പതിവുപോലെ ആ റിവോൾവർ മേശപ്പുറത്തുതന്നെ വെച്ചു. അന്നു രാത്രി അവൾ നിശ്ശബ്ദം തന്റെ പുതിയ മെത്തയിൽ കിടന്നു. ഞങ്ങളുടെ ദാമ്പത്യം തകർന്നു. "അവൾ പരാജയപ്പെടുത്തപ്പെട്ടു. എന്നാൽ മാപ്പു നല്കപ്പെട്ടില്ല." രാത്രിയിലവൾ പിച്ചുംപേയും പറഞ്ഞുകൊണ്ടിരുന്നു. രാവിലെ ആയപ്പോഴേക്കും ഭയങ്കര പനി തുടങ്ങി. ആറ് ആഴ്ചകൾ അവൾ സുഖമില്ലാതെ കിടന്നു.

ഭാഗം രണ്ട്

1. അഹങ്കാരത്തിന്റെ സ്വപ്നം

ലുക്കേരിയ ഇപ്പോൾത്തന്നെ എന്നോട് പറഞ്ഞു. അവൾ എന്നോടൊപ്പം നില്ക്കില്ലെന്നും യജമാനത്തിയുടെ ശവസംസ്കാരം കഴിഞ്ഞ ഉടനെ പോകുമെന്നും. ഞാൻ അഞ്ച് മിനിറ്റുനേരം മുട്ടുകുത്തിനിന്ന് പ്രാർത്ഥിച്ചു. സത്യത്തിൽ, ഒരു മണിക്കൂർനേരം പ്രാർത്ഥിക്കാൻ ആഗ്രഹിച്ചിരുന്നു. എന്നാൽ മനസ്സിൽ ചിന്തകൾ വന്ന് നിറയുകയാണ്. എല്ലാം അസ്വസ്ഥ ചിന്തകൾ. മനസ്സ് അസ്വസ്ഥമാണ്. അപ്പോൾ പ്രാർത്ഥനകൊണ്ടെന്ത്

പ്രയോജനം? അത് പാപപങ്കിലമാണ്. അത്രതന്നെ! എനിക്കുറങ്ങാൻ കഴിയാത്തതും വിചിത്രം തന്നെ. വലിയൊരു അത്യാഹിതം ഒരാൾക്ക് സംഭവിക്കുമ്പോൾ ഏറ്റവും കഠിനമായ പാരവശ്യവും ദുഃഖവും അവസാനിച്ചാൽ അവൻ കിടന്ന് ഉറങ്ങാൻ ആഗ്രഹിക്കുന്നു. വധശിക്ഷയ്ക്ക് വിധിക്കപ്പെട്ടവർ, തങ്ങളുടെ അന്തിമരാത്രി ഗാഢനിദ്രയിലാണ്ടു പോകുമെന്ന് പറയപ്പെടുന്നു... ഞാൻ സോഫായിൽ കിടന്നു. എന്നാൽ ഉറക്കം വന്നില്ല...

അവൾ സുഖമില്ലാതെ ആറാഴ്ചകൾ കിടന്നു. രാവും പകലും ഞങ്ങൾ അവളെ ശുശ്രൂഷിച്ചു. ഞാനും ലുക്കേരിയായും ഞാൻ ജോലിക്കു നിർത്തിയ പരിശീലനം നേടിയ ഒരു ആശുപത്രി നേഴ്സും. പണം ചില വാക്കാൻ യാതൊരു മടിയും കാണിച്ചില്ല. അവൾക്കുവേണ്ടി പണം ചില വാക്കുന്നതിൽ ആഹ്ലാദിക്കുകപോലും ഉണ്ടായി. ഡോ.ഷ്രോഡറെ വിളിച്ചു വരുത്തി പരിശോധിപ്പിച്ചിരുന്നു. ഓരോ സന്ദർശനത്തിനും പത്ത് റൂബിൾ വെച്ച് കൊടുത്തു. അവൾക്ക് ബോധം വന്നപ്പോൾ, അവളുടെ മുന്നിൽ വരാതിരിക്കാൻ ശ്രമിച്ചു. എന്തായാലും അതൊക്കെ എന്തിന് വിവരിക്കണം? അവൾ എഴുന്നേറ്റ് വീണ്ടും നടക്കാൻ തുടങ്ങിയപ്പോൾ അവൾ എന്റെ മുറിയിൽ വന്ന് ഒരു മേശയ്ക്കു മുന്നിൽ നിശ്ശബ്ദയായി ഇരുന്നു. ആ മേശയും ഞാൻ അന്ന് അവൾക്കുവേണ്ടി വാങ്ങിക്കൊണ്ടുവന്നതായിരുന്നു. അതെ, അത് സത്യമാണ്. ഞങ്ങൾ പരസ്പരം ഒന്നും സംസാരിച്ചില്ല. സംസാരം ബാലിശമായിരിക്കും! എന്റെ മൗനം. തീർച്ചയായും ആന്തരികമായിരുന്നു! എന്നാൽ അവളും സംസാരിക്കാൻ കാര്യമായൊന്നുമില്ലാത്തതിൽ സന്തോഷവതിയാണെന്ന് ഞാൻ കണ്ടു. അവളെ സംബന്ധിച്ചിടത്തോളം അത് തികച്ചും സ്വാഭാവികമാണെന്ന് വിചാരിച്ചു. "അവൾ പൂർണമായും കീഴടക്കപ്പെട്ടിരിക്കയാണ്." ഞാൻ ചിന്തിച്ചു. "സ്വാഭാവികമായും അവൾക്ക് മറക്കാനും സ്വയം ക്രമീകരിക്കാനും ഒരവസരം കൊടുക്കണം." അതുകൊണ്ട് ഞങ്ങൾ മൗനികളായി ജീവിച്ചു. എന്നാൽ, ഓരോ മിനിറ്റും ഞാൻ ഭാവി രൂപീകരിക്കുന്നതിനുള്ള തയ്യാറെടുപ്പിലായിരുന്നു. അവളും അതാണ് ചെയ്യുന്നതെന്ന് കരുതി. അങ്ങനെ അവൾ ചിന്തിക്കുന്നതിനെക്കുറിച്ച് ഊഹിച്ച് ഞാൻ ആഹ്ലാദിച്ചു.

മറ്റൊരു കാര്യം: അവൾ സുഖമില്ലാതെ കിടന്നപ്പോൾ അനുഭവിച്ച തീവ്രവേദനയും അവൾക്കുവേണ്ടി വിലപിച്ചതും തീർച്ചയായും ആർക്കും അറിയില്ലായിരുന്നു. എന്നാൽ, നിശ്ശബ്ദനായിട്ടായിരുന്നു വിലപിച്ചത്. എന്റെ തേങ്ങലുകൾ നെഞ്ചിനുള്ളിൽ ഒതുക്കി നിർത്തി, ലുക്കേരിയാപോലും കേൾക്കാത്ത രീതിയിൽ. ഒന്നും മനസ്സിലാക്കാതെ അവൻ മരിക്കുമെന്ന് എനിക്ക് സങ്കല്പിക്കാൻപോലും കഴിഞ്ഞില്ല. എന്നിട്ടും അവളുടെ അപകടാവസ്ഥ തരണം ചെയ്തപ്പോൾ, അവളുടെ ആരോഗ്യം മെച്ചപ്പെടാൻ തുടങ്ങിയപ്പോൾ ഞാൻ പെട്ടെന്നെന്റെ മനസ്സമാധാനം വീണ്ടെടുത്തു. ഞാനത് നന്നായി ഓർക്കുന്നു. പുറമെ, ഭാവിപദ്ധതികൾ

കഴിയുന്നത്ര കാലം നീട്ടിവെക്കാൻ തീരുമാനിച്ചു. ഇപ്പോഴത്തെ നില തല്ക്കാലം തുടരാം. അതെ, ഒരു വിചിത്രമായ അനുഭവം അപ്പോൾ എനിക്കുണ്ടായി. മറ്റെന്താണതിനെ വിശേഷിപ്പിക്കുക എന്നെനിക്കറിയില്ല. ഞാനവൾക്കുമേൽ വിജയം നേടിയിരിക്കുന്നു. ആ ബോധം മാത്രം മതി എന്നെ പൂർണ്ണമായും സംതൃപ്തനാക്കാൻ. അങ്ങനെ ഞങ്ങൾ ശീതകാലം മുഴുവൻ ചിലവഴിച്ചു. ഓഹ് ശരി. ഞാൻ സന്തുഷ്ടനായിരുന്നു. ഞാൻ ചിലവഴിച്ച ഏത് ശീലകാലത്തേക്കാളേറെ സന്തുഷ്ടൻ.

നിങ്ങൾക്കറിയാമോ, എന്റെ ജീവിതത്തിൽ ഭീകരമായൊരു അവസ്ഥ സംജാതമായിരുന്നു. ഭാര്യയുടെ അത്യാപത്ത് വരെ എന്നിൽ അത് വല്ലാത്ത സമ്മർദ്ദം ചെലുത്തിയിരുന്നു. ഓരോ ദിവസവും ഓരോ മണിക്കൂറും അതെന്നെ തകർത്തുകൊണ്ടിരുന്നു. എന്റെ സൽപ്പേര് നഷ്ടപ്പെട്ടതും റെജിമെന്റിൽനിന്ന് പുറത്താക്കിയതും ചുരുക്കത്തിൽ സ്വേച്ഛാധിപതികളുടെ അനീതിക്ക് ഇരയാവുകയായിരുന്നു. എന്നെ കൂട്ടുകാർ ഇഷ്ടപ്പെട്ടിരുന്നില്ല എന്നതൊരു സത്യമാണ്. കാരണം, ഞാൻ ഒത്തുപോകാൻ ബുദ്ധിമുട്ടുള്ളവനായിരിക്കാം. അല്ലെങ്കിൽ, ഒരു വിചിത്രജീവിയായി അവർ കാണുന്നുണ്ടായിരിക്കാം. എന്നാൽ, നിങ്ങൾക്കറിയാമല്ലോ, ചിലപ്പോൾ, അതെങ്ങനെയാണെന്ന്. നിങ്ങൾ പ്രിയപ്പെട്ടതും ആദരിക്കുന്നതും മനസ്സിൽ വെച്ച് താലോലിക്കുന്നതുമായ ഒരു വസ്തു നിങ്ങളുടെ കൂട്ടുകാരാൽ പരിഹസിക്കപ്പെടുന്നു. ഓഹ്, ആരും എന്നെ ഒരിക്കലും ഇഷ്ടപ്പെട്ടിട്ടില്ല. സ്കൂളിൽപോലും. എല്ലാവരും എന്നെ വെറുത്തു. എല്ലായ്പോഴും. ലുക്കേരിയാപോലും എന്നെ ഇഷ്ടപ്പെടുന്നില്ല. റെജിമെന്റിൽ നടന്ന സംഭവമാണ് വെറുപ്പിന്റെ മൂലകാരണമെങ്കിലും അതിന്റെ പരിണിതഫലം നിശ്ചയമായും ഒരു ദൈവനിയോഗമാണ്. യാദൃച്ഛിക യോഗം മൂലം തകർന്നുമണ്ണടിഞ്ഞ ഈ സംഭവത്തേക്കാൾ അസഹ്യവും ഗുരുതരവുമായ മറ്റൊന്ന് ഉണ്ടാകാൻ സാധ്യതയില്ലാത്തതിനാലാണ് ഞാനിത് സൂചിപ്പിക്കുന്നത്. കാർമേഘംപോലെ ചിതറിപ്പോകേണ്ടിയിരുന്ന നിർഭാഗ്യകരമായൊരു അവസ്ഥയായിരുന്നു അത്. വിവേകമുള്ളവർക്കത് അപമാനകരമാണ്. ഇതാണ് സത്യത്തിൽ സംഭവിച്ചത്.

ഒരു രാത്രി, തിയേറ്ററിലെ ഇടവേള സമയത്ത് ഞാൻ ബുഫെക്ക് പോയി. 'എ' എന്ന് പേരുള്ള ഒരു ഹുസ്സാർ അവിടേക്ക് നടന്നുവന്ന് തന്റെ രണ്ട് ഹുസ്സാർ സുഹൃത്തുക്കളോട് വളരെ ഉച്ചത്തിൽ മറ്റു ഓഫീസർമാരും ആളുകളും കേൾക്കത്തക്ക രീതിയിൽ ക്യാപ്റ്റൻ ബെസുംസേവ് വരാന്തയിൽനിന്ന് ബഹളമുണ്ടാക്കുന്നു എന്ന് വിളിച്ചുപറഞ്ഞു. "കുടിച്ചിട്ടാണെന്നു തോന്നുന്നു." എന്നും! മറ്റുള്ളവർ ആ സംഭാഷണത്തിൽ കേറിപ്പിടിച്ചില്ല. അപ്പോൾ, എന്തായാലും അത് സത്യമല്ലെന്ന് ബോധ്യമായി. ക്യാപ്റ്റൻ ബെസുംസേവ് മദ്യപിച്ചിട്ടുമില്ല. കുഴപ്പമുണ്ടായിട്ടുമില്ല. ഹുസ്സാറുകൾ സംഭാഷണവിഷയം മാറ്റി. അക്കാര്യം അവിടെ അവസാനിച്ചു.

എന്നാൽ, പിറ്റേന്നു രാവിലെ ആ കഥ ഞങ്ങളുടെ റെജിമെന്റിലേക്ക് ഒഴുകിയെത്തി. 'എ' എന്ന വ്യക്തി ക്യാപ്റ്റൻ ബെസുംസേവിനെക്കുറിച്ച് ഇത്രയും മര്യാദകേടായി സംസാരിച്ചപ്പോൾ അവിടെ സന്നിഹിതനായ ഞങ്ങളുടെ റെജിമെന്റിലെ ഒരേ ഒരു വ്യക്തി 'എ'യുടെ അടുത്തുചെന്ന് കർശനമായ താക്കീത് നല്കി അയാളെ നിശ്ശബ്ദനാക്കേണ്ടതായിരുന്നു എന്ന് എല്ലാ ഓഫീസർമാരും പറയാൻ തുടങ്ങി. എന്നാൽ എന്ത് കാരണം പറയും?

അയാൾക്ക് ബെസുംസേവിനോട് എന്തെങ്കിലും വിദ്വേഷമുണ്ടെങ്കിൽ അതവരുടെ വ്യക്തിപരമായ പ്രശ്നമാണ്. ഞാനെന്തിനതിൽ ഇട പെടണം? ഇപ്പോൾ, ഓഫീസർമാരുടെ അഭിപ്രായത്തിൽ അത് വ്യക്തി പരമായ പ്രശ്നമല്ല. മുഴുവൻ റജിമെന്റ് പ്രതിനിധിയായി ഞാൻ മാത്രമേ ഉണ്ടായിരുന്നുള്ളൂ എന്നതിനാൽ റജിമെന്റിന്റേയും അതിലെ ഓഫീസർ മാരുടേയും അന്തസ്സിന് നിരക്കാത്ത രീതിയിൽ ഞാൻ പെരുമാറിയതിന്റെ തെളിവായി ഇതിനെ അവർ കണ്ടു. അവരുടെ വാദഗതിയോട് യോജി ക്കാനെനിക്ക് കഴിഞ്ഞില്ല. ഔപചാരികമായി 'എ'യെ വെല്ലുവിളിച്ചാൽ എനിക്കിനിയും കാര്യങ്ങൾ ഒതുക്കിത്തീർക്കാനാകുമെന്ന് അവർ എന്നോട് പറഞ്ഞു. ഞാൻ അത് നിരാകരിച്ചു. ദേഷ്യത്തോടെത്തന്നെ. അതിനു ശേഷം വൈകാതെ രാജിക്കത്ത് സമർപ്പിച്ചു. അതാണ് കഥ. അന്തസ്സ് നിലനിർത്തി. എന്നാൽ എന്റെ ഊർജ്ജസ്വലത തകർക്കപ്പെട്ടു. മനസ്സും വിവേകവും തളർന്നു. ആ സമയത്തുതന്നെയായിരുന്നു മോസ്കോയി ലുള്ള സഹോദരീഭർത്താവ് ഞങ്ങൾക്കുണ്ടായിരുന്ന അല്പം സ്വത്ത് ധൂർത്തടിച്ച് നശിപ്പിച്ചത്. എന്റെ ഭാഗവും അതോടെ നഷ്ടപ്പെട്ടു. ഞാൻ വീടില്ലാത്തൊരു ദരിദ്രനായിത്തീർന്നു. എനിക്ക് എന്തെങ്കിലും ജോലി സമ്പാദിക്കാമായിരുന്നു. എന്നാൽ ഞാനത് ചെയ്തില്ല. അന്തസ്സുള്ള പട്ടാള യൂണിഫോം ധരിച്ച എനിക്ക് ഒരു റെയിൽവേ ഉദ്യോഗസ്ഥന്റെ കോട്ട് ധരിക്കുന്നത് ചിന്തിക്കാനായില്ല. നാണക്കേടെങ്കിൽ നാണക്കേട്. അപമാന മെങ്കിൽ അപമാനം. അധോഗതിയെങ്കിൽ അധോഗതി. ഏറ്റവും താഴ്ന്ന നിലയാണെങ്കിൽ അത്രയും നന്ന്. അടുത്ത മൂന്നു വർഷത്തെ എന്റെ ജീവിതം ദുരിതപൂർണമായിരുന്നു. വ്യാസംസ്കി അഗതിമന്ദിരംപോലും അതിലുൾപ്പെടും. ഒന്നര വർഷം മുമ്പ് ധനികനായിരുന്ന എന്റെ തല തൊട്ടമ്മ മോസ്കോയിൽ വെച്ച് മൃതിയടഞ്ഞപ്പോൾ മറ്റുള്ളവരോടൊപ്പം എന്നേയും ഓർത്തു. ഒസ്യത്തിൽ മുവ്വായിരം റൂബിൾ നീക്കിവെച്ചു. പ്രശ്നങ്ങൾ കഴിഞ്ഞെന്ന് വിചാരിച്ചു. ഉടനെത്തന്നെ എന്റെ ഭാവി ആസൂ ത്രണം ചെയ്തു. പണ്ടപണയക്കട തുടങ്ങാൻ തീരുമാനിച്ചു. പണം, ഒരു വീട്, പഴയ ഓർമ്മകൾക്കപ്പുറത്തുള്ള ഒരു പുതിയ ജീവിതം - അത്രയു മായിരുന്നു പ്ലാൻ. എന്നിരുന്നാലും ഇരുളടഞ്ഞ ഭൂതകാലവും വീണ്ടു കിട്ടാത്ത അന്തസ്സും സൽപേരും ഓരോ മണിക്കൂറും ഓരോ മിനിറ്റും

ഹൃദയം കീറിമുറിച്ചിരുന്നു. പിന്നെ, ഞാൻ വിവാഹം കഴിച്ചു. അത് യാദൃച്ഛികമായിരുന്നോ, അല്ലയോ എന്നെനിക്കറിയില്ല.

എന്തായാലും അവളെ ഞാനെന്റെ വീട്ടിലേക്ക് കൊണ്ടുവന്നപ്പോൾ ഒരു സുഹൃത്തിനെയാണ് കൊണ്ടുവരുന്നതെന്ന് ഞാൻ വിചാരിച്ചു. എന്തുകൊണ്ടെന്നാൽ, എനിക്കൊരു സുഹൃത്തിന്റെ സാന്നിധ്യം ഒഴിച്ചുകൂടാത്തതായിരുന്നു. എന്തായാലും ആ സുഹൃത്തിനെ തയ്യാറാക്കുകയും രൂപപ്പെടുത്തുകയും കീഴടക്കുകയും വേണമെന്ന് വ്യക്തമായി മനസ്സിലാക്കി. എന്നാൽ, പ്രാരംഭ തയ്യാറെടുപ്പുകളില്ലാതെ എങ്ങനെയാണ് പക്ഷപാതത്തോടെ ചിന്തിക്കുന്ന ആ പതിനാറുകാരി പെൺകുട്ടിയോട് എന്തെങ്കിലും വിശദീകരിക്കുക? ഉദാഹരണത്തിന്, റിവോൾവറോടൊപ്പം ഉണ്ടായ ആകസ്മികമായ ആ ദാരുണസംഭവം സമയത്തിന് നടന്നില്ലായിരുന്നെങ്കിൽ ഞാൻ ഒരു ഭീരു അല്ലെന്നും റെജിമെന്റ് എന്നെ ഭീരുവായി മുദ്രകുത്തിയത് അനീതിയായിരുന്നെന്നും എനിക്കവളോട് എങ്ങനെയാണ് തെളിയിക്കാൻ കഴിയുക? കൃത്യസമയത്തിനാണ് ആ റിവോൾവർ സംഭവം നടന്നത്. റിവോൾവറിനു മുന്നിലെ ആത്മസംയമനം, എന്റെ ഇരുളടഞ്ഞ ഭൂതകാലത്തോടുള്ള പ്രതികാരമായിരുന്നു. അതിനെക്കുറിച്ച് മറ്റാരും ഒരിക്കലും അറിയില്ലെങ്കിലും അവൾ അറിഞ്ഞു. അതെനിക്കെല്ലാമാണ്. കാരണം, അവളാണെനിക്ക് സർവസ്വവും. എന്റെ സ്വപ്നങ്ങളിലെ ഭാവിപ്രതീക്ഷ! എനിക്കുവേണ്ടി തയ്യാറാക്കപ്പെടുന്ന ഒരേ ഒരു വ്യക്തി അവളാണ്. മറ്റൊരാളേയും എനിക്കാവശ്യമില്ല. ഇപ്പോൾ അവൾക്കെല്ലാം അറിയാം. എന്റെ ശത്രുക്കളോടൊപ്പം ചേരുവാൻ അവൾ അമിതമായ ധൃതികാട്ടി എന്നെങ്കിലും കാര്യങ്ങൾ ഇപ്പോൾ മനസ്സിലാക്കി. ആ ചിന്ത എന്നെ ആഹ്ലാദിപ്പിച്ചു. ഞാനൊരു നീചനാണെന്ന് ഇനി ഒരിക്കലും അവൾ കരുതുകയില്ല. വിചിത്രമെന്നു പറയട്ടെ, ഈ സംഭവത്തിനുശേഷം പഴയ കാര്യങ്ങൾ എന്നെ ശരിക്കും വിഷമിപ്പിക്കുന്നില്ല. വൈചിത്ര്യം ഒരു തിന്മയല്ല, അതിന് വിപരീതമാണ്. കാരണം, ചിലപ്പോൾ അത് സ്ത്രീകൾക്ക് ആകർഷണീയമായിരിക്കും. ചുരുക്കത്തിൽ പരിസമാപ്തി ഞാൻ മനപ്പൂർവം മാറ്റിവെച്ചു. തല്കാലം, ഇതുവരെ സംഭവിച്ചതുതന്നെ എന്റെ മനസ്സമാധാനത്തിന് ആവശ്യത്തിലേറെയാണ്. എന്റെ സ്വപ്നങ്ങളിലേക്ക് തുന്നിച്ചേർക്കാൻ ഇഷ്ടംപോലെ ഭാവനാപരമായ ഉൾക്കാഴ്ചയും വസ്തുതകളും നേടിക്കഴിഞ്ഞു. എനിക്കുള്ള കുഴപ്പം, ഞാനൊരു സ്വപ്നജീവിയാണെന്നുള്ളതാണ്. എനിക്ക് ആവശ്യത്തിനുള്ള പദാർത്ഥങ്ങൾ കിട്ടിക്കഴിഞ്ഞു. അവളെ സംബന്ധിച്ചാണെങ്കിൽ അവൾ കാത്തിരിക്കട്ടെ എന്ന് ഞാൻ വിചാരിച്ചു.

അങ്ങനെ, എന്തൊക്കെയോ പ്രതീക്ഷിച്ചുകൊണ്ട് ശീതകാലം കടന്നുപോയി. അവൾ മേശയ്ക്കു മുന്നിൽ ഇരിക്കുമ്പോൾ അവളെ ഒളിച്ചുനോക്കുന്നതിൽ ഞാൻ ആനന്ദം കണ്ടെത്തി. പകൽസമയത്തവൾ തുന്നൽവേലയിലേർപ്പെട്ടു. സന്ധ്യാവേളകളിൽ വായിച്ചു. അതിനായി

എന്റെ ഷെൽഫിലെ പുസ്തകങ്ങൾ എടുത്തിരുന്നു. എന്റെ തിരഞ്ഞെടുത്ത പുസ്തകങ്ങൾ എന്നെക്കുറിച്ച് നല്ല അഭിപ്രായം ഉണ്ടാക്കിയിട്ടുണ്ടാകും. വിരളമായേ അവൾ പുറത്തിറങ്ങിയുള്ളൂ. ഇരുട്ടാകുന്നതിനു മുമ്പ് എന്നും ഞാനവളെ നടക്കാൻ കൊണ്ടുപോകാറുണ്ട്. ഞങ്ങൾ അലസരായി കുറച്ചുനേരം ചുറ്റിക്കറങ്ങും. എന്തായാലും മുമ്പത്തെപ്പോലെ തീരെ നിശ്ശബ്ദരായിട്ടല്ല. ഞങ്ങൾ സസന്തോഷം സംസാരിക്കുകയാണെന്ന് വരുത്താനായി ഞാൻ ശ്രമിക്കുമായിരുന്നു.

എന്നാൽ, ഞാൻ മുമ്പ് പറഞ്ഞതുപോലെ ഞങ്ങൾ ഇരുവരും കൂടുതൽ വായാടികളാകാൻ ആഗ്രഹിച്ചില്ല. എന്റെ ഭാഗത്തുനിന്നത് മനപ്പൂർവമായിരുന്നു. എന്നാൽ, അവളെ സംബന്ധിച്ചാണെങ്കിൽ അവൾക്ക് "സമയം കൊടുക്കണം." എന്നു ഞാൻ കരുതി. ശീതകാലം അവസാനിക്കുന്നതുവരെ ഒരിക്കലും ഒരുകാര്യവും എന്റെ മനസ്സിലേക്ക് കടന്നുവന്നില്ല. അതായത് അവളെ ഒളിഞ്ഞുനോക്കുന്നതിൽ ആനന്ദം കണ്ടെത്തിയപ്പോൾ അവൾ ഒരിക്കലും ഈ സമയത്ത് എന്നെ നോക്കിയിരുന്നതായി കണ്ടിട്ടില്ല. അതവളുടെ അധൈര്യംമൂലമാണെന്ന് കരുതി. അതിനും പുറമെ, അവൾ ഒരു ഭീരുവിനെപ്പോലെ വിനീതയായിരുന്നു. അസുഖത്തിനുശേഷം വല്ലാതെ ദുർബലയായിരുന്നു. ഇല്ല, ഞാൻ വിചാരിച്ചു ഞാൻ അവസരം കാത്തിരിക്കുകയാണ് നല്ലത്. പെട്ടെന്ന് "അവൾ എന്റെ അടുത്തേക്ക് സ്വയം വരും..."

ഈ ചിന്ത തടുക്കുവാനാവാത്തൊരു ആകർഷണം സൃഷ്ടിച്ചു. ഒരു കാര്യം കൂടി പറയട്ടെ. ചിലപ്പോൾ തോന്നാറുണ്ട്. അവൾ എന്നെ തെറ്റുകാരനാക്കിയെന്ന്. ഓരോ സന്ദർഭത്തിലും ഈ ചിന്ത കുറച്ചുനേരം മനസ്സിൽ തങ്ങിനിൽക്കും. എന്നാൽ, ഒരിക്കലും ഹൃദയത്തിൽ വെറുപ്പ് വേരൂന്നിയിട്ടില്ല. അത് ശരിക്കും ഒരു കളി മാത്രമാണെന്ന് തോന്നി. ഒരിക്കലും, ഒരിക്കലും അവളെ ഒരു കുറ്റവാളിയായി ചിന്തിക്കാനെനിക്ക് കഴിഞ്ഞിട്ടില്ല. ഞാൻ ദാമ്പത്യബന്ധം വിച്ഛേദിച്ച് അവൾക്കുവേണ്ടി പ്രത്യേക കിടക്കയും സ്ക്രീനും വാങ്ങിച്ചുകൊണ്ടുവന്നപ്പോൾപോലും അവളെ അധികപ്രസംഗിയെന്നോ ചപലയെന്നോ കുറ്റപ്പെടുത്തിക്കൊണ്ടായിരുന്നില്ല അത്. അല്ല, തുടക്കംമുതൽ അവളോട് പൂർണമായും ക്ഷമിക്കണമെന്ന ഉദ്ദേശ്യത്തോടെ മാത്രമായിരുന്നു കിടക്ക വാങ്ങിക്കുന്നതിന് മുമ്പുപോലും. കാരണം, ഞാനൊരു സദാചാരജഡ്ജിയാണ്. അവൾ കീഴടങ്ങിയതായി കാണപ്പെട്ടു. അത്രയ്ക്ക് എളിമയുള്ളവളും തകർന്നവളുമായി കാണപ്പെട്ടു. ചിലപ്പോൾ അതെന്നിൽ ദുഃഖവും ദയയും ഉളവാക്കി. എങ്കിലും അവളുടെ മാനഹാനിയെക്കുറിച്ച് ചിന്തിക്കുവാൻ ഞാൻ ഇഷ്ടപ്പെട്ടു. ഞങ്ങളുടേതായ ഈ അസമത്വആശയം എനിക്ക് ഇഷ്ടമായി...

ആ ശീതകാലത്ത് നിരവധി നല്ല കാര്യങ്ങൾ ഞാൻ ചെയ്യാനിടയായി. രണ്ട് കടങ്ങൾ വെട്ടിക്കളഞ്ഞു. പണയമൊന്നുമില്ലാതെ ഒരു പാവം

സ്ത്രീക്ക് ഒരു കടം നല്കി. ഞാൻ ഭാര്യയോട് അതിനെക്കുറിച്ച് ഒന്നും മിണ്ടിയില്ല. അവൾ അത് കണ്ടെത്തുമെന്ന ചിന്തയൊന്നും അത് ചെയ്തപ്പോൾ മനസ്സിലുണ്ടായിരുന്നില്ല. എന്നാൽ, എന്നോട് നന്ദി പ്രകടിപ്പിക്കാനായി ആ സ്ത്രീ വന്ന് മുന്നിൽ മുട്ടുകുത്തിയപ്പോൾ അത് അവൾ കണ്ടെത്തി. അതറിഞ്ഞ് അവൾ ശരിക്കും സന്തോഷിച്ചിട്ടുണ്ടാകുമെന്ന് സങ്കല്പിച്ചു.

വസന്തകാലം വരുകയായി, ഏപ്രിൽ പാതിയായിരിക്കുന്നു. ജനാലകളിൽ നിന്ന് ശീതകാലചട്ടകൾ എടുത്ത് മാറ്റപ്പെട്ടു. ഞങ്ങളുടെ നിശ്ശബ്ദ മുറികളിലേക്ക് സൂര്യപ്രകാശം പ്രവഹിച്ചു. എന്നാൽ എന്റെ കണ്ണുകൾക്കു മുന്നിൽ മുഖാവരണം ഞാന്നുകിടന്നു. അതെന്റെ യുക്തിബോധത്തെ മറച്ചു. മാരകവും ഭീകരവുമായ മുഖാവരണം! അതെങ്ങനെ സംഭവിച്ചു എന്നെനിക്കറിയില്ല. പെട്ടെന്ന് ആ മുഖാവരണം വീണു. ഉടനെ ഞാൻ എല്ലാം കണ്ടു മനസ്സിലാക്കി. അതൊരു യാദൃച്ഛിക സംഭവമാണോ അത് അത്യന്തികമായ ഒരു ദിനമാണോ; അല്ലെങ്കിൽ എന്നെ ചിന്തിപ്പിക്കാനും മനസ്സിലാക്കിപ്പിക്കാനും വേണ്ടി എന്റെ ബുദ്ധിമാന്ദ്യം ബാധിച്ച തലച്ചോറിലേക്ക് ജ്വലിക്കുന്ന സൂര്യപ്രകാശം കടത്തിവിട്ടതാണോ? അല്ല, അത് ചിന്തിപ്പിച്ചതോ മനസ്സിലാക്കിപ്പിച്ചതോ അല്ല, മരിച്ചുപോയ ഏതോ ഒരു ഞരമ്പ് പെട്ടെന്ന് ജീവൻ വെച്ച് പിടഞ്ഞെഴുന്നേറ്റതാണ്. എന്റെ മന്ദീഭവിച്ച ആത്മാവിനേയും ദുഷിച്ച അലങ്കാരത്തേയും ജ്വലിപ്പിച്ചിരിക്കുന്നു. പെട്ടെന്നുള്ള ഒരു കുലുക്കംപോലെയാണത്. അപ്രതീക്ഷിതമായി പെട്ടെന്നത് സംഭവിച്ചു. സൂര്യനസ്തമിക്കുന്നതിനുമുമ്പ് ഏകദേശം അഞ്ചുമണിക്കത് സംഭവിച്ചു.

2. മുഖാവരണം പെട്ടെന്ന് വീണു

ഞാൻ തുടരുന്നതിനുമുമ്പ് ഒന്നുരണ്ട് വാക്ക്. ഒരു മാസം മുമ്പ് ഒരു ദിവസം അവളിൽ വിചിത്രമായൊരു വ്യാകുലത ഞാൻ ശ്രദ്ധിച്ചു. അത് വെറും മൗനം അല്ല. ഇപ്പോൾ, വ്യാകുലതയാണ്. അതും പെട്ടെന്നാണ് കണ്ടത്. അവൾ തലകുനിച്ചിരുന്നത് തുന്നൽവേലയിൽ ഏർപ്പെട്ടിരിക്കയാണ്. ഞാൻ അവളെ നിരീക്ഷിക്കുന്ന കാര്യം അവൾക്കറിയില്ല. പെട്ടെന്ന് തോന്നി. അവൾ വല്ലാതെ മെലിഞ്ഞ് ദുർബലയായിരിക്കുന്നു. അവളുടെ മുഖം ഭയങ്കരമായി വിളർത്തിരിക്കുന്നു. ചുണ്ടുകൾ രക്തമില്ലാത്തവയും! ഇതോടൊപ്പം അവളുടെ വിഷാദഭാവവും കൂടി ആയപ്പോൾ ഞാൻ ഭയങ്കരമായി ഞെട്ടി! അവളുടെ വരണ്ട ചുമ മുമ്പ് കേട്ടിട്ടുള്ളതാണ്. പ്രത്യേകിച്ച് രാത്രി. ഉടനെ എഴുന്നേറ്റ് അവളോട് യാതൊന്നും പറയാതെ ഡോ. ഷ്രോഡെറിനെ വിളിക്കാൻ പോയി.

ഡോക്ടർ പിറ്റേന്ന് വന്നു. വല്ലാതെ അദ്ഭുതത്തോടെ അവൾ എന്നെയും ഡോ.ഷ്രോഡെവിനേയും മാറിമാറി നോക്കി.

“എന്നാൽ, എനിക്ക് യാതൊരു അസുഖവുമില്ല.” ഒരു നേരിയ പുഞ്ചിരിയോടെ അവൾ പറഞ്ഞു.

വളരെ സമഗ്രമായ പരിശോധനയൊന്നും ഷ്രോഡെർ നടത്തിയില്ല. ഈ ഗർവിഷ്ഠരായ ഡോക്ടർ ചിലപ്പോൾ അശ്രദ്ധരാണ്. അയാൾ എന്നെ അടുത്ത മുറിയിലേക്ക് കൊണ്ടുപോയി. അത് അവൾക്ക് അസുഖമുണ്ടായതിന്റെ അനന്തരഫലമാണെന്ന് പറഞ്ഞു. വസന്തകാലം വരുമ്പോൾ കടൽത്തീരത്തിലേക്ക് പോകുന്നത് നന്നായിരിക്കും. അതിന് പറ്റിയില്ലെങ്കിൽ ഒരു ഗ്രാമത്തിലേക്കെങ്കിലും താമസം മാറ്റുക. ചുരുക്കത്തിൽ, അത് ക്ഷീണം മാത്രമാണെന്നാണയാൾ എന്നോട് പറഞ്ഞത്. ഡോക്ടർ പോയപ്പോൾ ഭയങ്കര ഗൗരവത്തിലൊരു നോട്ടം അവൾ എനിക്കുനേരെ അയച്ച് പറഞ്ഞു:

“ഞാൻ തികച്ചും ആരോഗ്യവതിയാണ്.”

ഇത്രയും പറഞ്ഞ് നാണിച്ചതുപോലെ അവളുടെ മുഖം തുടുത്തു. അത് ലജ്ജകൊണ്ടുതന്നെ ആയിരിക്കണം. ഓഹ്, അതെല്ലാം ഞാൻ ഇപ്പോൾ മനസ്സിലാക്കുന്നു. ഇപ്പോഴും അവളുടെ ‘ഭർത്താവായ ഞാൻ അവളെക്കുറിച്ചോർത്ത് വിഷമിക്കുന്നു. ഞാൻ ഇപ്പോഴും അവളുടെ യഥാർത്ഥ ഭർത്താവാണെന്നതുപോലെ! എന്നാൽ അപ്പോൾ ഞാനത് മനസ്സിലാക്കുന്നതിൽ പരാജയപ്പെട്ടു. അവളുടെ തുടിപ്പ് വിനയമായി കരുതി!

പിന്നീട്, ഒരു മാസത്തിനുശേഷം ഏപ്രിലിൽ നല്ല വെയിലുള്ള ഒരു ദിവസം ഉച്ചതിരിഞ്ഞ് അഞ്ചുമണിക്ക് എന്റെ ഡെസ്കിന് മുന്നിൽ ഇരുന്ന് കണക്ക് പരിശോധിക്കുകയായിരുന്നു. ഞങ്ങളുടെ മുറിയിൽ മേശയ്ക്ക് മുന്നിലിരുന്ന് അവൾ തുന്നുന്നു. പെട്ടെന്ന് അവൾ മെല്ലെ, വളരെ മൃദുവായി പാട്ടുപാടുന്നത് കേട്ടു... ആ അസാധാരണ സംഭവം എന്നിൽ ഒരു വിറയൽ സൃഷ്ടിച്ചു. അതിപ്പോഴും വിശദീകരിക്കാൻ കഴിയില്ല. അതുവരെ അവൾ പാടുന്നത് കേട്ടിട്ടേയില്ല. ഒരുപക്ഷേ, വളരെ തുടക്കത്തിൽ ഒഴികെ, ഞാൻ ആദ്യമായി അവളെ എന്റെ വീട്ടിലേക്ക് കൊണ്ടുവന്ന് റിവോൾവർ ഉപയോഗിച്ച് വെടിവെച്ച് രസിക്കുമ്പോൾ! അവൾക്കപ്പോൾ കരുത്തുള്ള മണിനാദം പോലുള്ള ശബ്ദമാണുണ്ടായിരുന്നത്. അത് വളരെ സുഖകരവും ആരോഗ്യകരവുമായ സ്വരമായിരുന്നു. ഇപ്പോൾ അവളുടെ പാട്ട് അത്രയ്ക്ക് ദയനീയമായിരിക്കുന്നു - ഓഹ്, അതൊരു ശോകഗാനമായിരുന്നില്ല. പ്രേമഗാനമോ മറ്റോ ആയിരുന്നു. ഒരു രോഗിയെപ്പോലെ വിറച്ചിരുന്ന ആ സ്വരം പാട്ടുമായി യോജിച്ച് പോയില്ല. പാട്ടിനുതന്നെ രോഗം പിടിപെട്ടതുപോലെ. അവൾ ശബ്ദം താഴ്ത്തി പാടി. ഹൈ പിച്ച് എടുത്തപ്പോൾ ശബ്ദം ഇടറി. ദയനീയമാംവിധം ഇടറി! അവൾ കണ്ഠശുദ്ധി വരുത്തി വീണ്ടും ആ പാട്ട് പാടി. വളരെ, വളരെ മൃദുവായി.

ആളുകൾ എന്റെ ദേഷ്യത്തെ പരിഹസിച്ചേക്കാം. എന്നാൽ, എന്തു കൊണ്ടാണ് ഞാൻ ഇങ്ങനെ ദേഷ്യപ്പെടുന്നതെന്ന് ആർക്കും മനസ്സി ലാകില്ല. ഇല്ല, അവളോട് എനിക്കിനിയും യാതൊരു ദയയും ഇല്ല. അത് തികച്ചും വ്യത്യസ്തമാണ്. ആദ്യം വളരെ തുടക്കത്തിൽ ഞാൻ അന്ധാളിച്ചുപോയി. ഭയങ്കരമായി അദ്ഭുതപ്പെട്ടു. പ്രതികാരം ചെയ്യുന്ന തുപോലുള്ള അസുഖകരമായൊരു വികാരമാണപ്പോൾ തോന്നിയത്. "എന്ത് ഗാനാലാപനം! അതും എന്റെ സാന്നിധ്യത്തിൽ! അവൾ ഞാൻ അവിടെ ഉള്ള കാര്യം എങ്ങനെ മറക്കാൻ കഴിഞ്ഞു?"

ഞാനതിൽ നിമഗ്നനായി അങ്ങനെ ഇരുന്നുപോയി. പിന്നെ, എഴു ന്നേറ്റ് തൊപ്പി എടുത്ത് തലയിൽ വെച്ച് എന്ത് ചെയ്യണമെന്നറിയാതെ പുറത്തേക്ക് നടന്നു. എവിടേക്കാണ് പോകുന്നതെന്നോ എന്തിനാണ് പോകുന്നതെന്നോ എനിക്കറിയില്ലായിരുന്നു. ഹാളിൽ വെച്ച് ഓവർകോട്ട് ഇടാനായി ലുക്കേരിയാ എന്നെ സഹായിച്ചു.

"അവൾ പാടുമോ?" ഞാൻ ലുക്കേരിയായോട് ചോദിച്ചു.

അവൾക്കത് മനസ്സിലായില്ല. ഞാൻ പറഞ്ഞത് മനസ്സിലാക്കാതെ അവളെന്നെ തുറിച്ചുനോക്കി. എന്തായാലും ഞാൻ പറഞ്ഞത് മനസ്സിലാ ക്കാനപ്പോൾ പ്രയാസം തന്നെ ആയിരുന്നു.

"ഇതാദ്യമായാണോ അവൾ പാടുന്നത്?"

'അല്ല, നിങ്ങൾ പുറത്തുപോകുമ്പോൾ അവൾ ഇടയ്ക്കിടെ പാടു മായിരുന്നു." ലുക്കേരിയ മറുപടി പറഞ്ഞു.

ഞാനെല്ലാം ഓർക്കുന്നു. ഞാൻ കോണി ഇറങ്ങി. വീടിന് പുറ ത്തെത്തി. അലക്ഷ്യനായി തെരുവിലൂടെ നടക്കാൻ തുടങ്ങി. ഞാനൊരു മൂലയിലെത്തി ആകാശത്തേക്ക് മിഴിച്ചുനോക്കിനിന്നു. ആളുകൾ എന്നെ തട്ടീംമുട്ടീം കടന്നുപോയി. എന്നാൽ, ഞാനതൊന്നും കാര്യമാക്കിയില്ല. ഞാനൊരു വണ്ടിവിളിച്ച് എന്നെ പോലീസ് ബ്രിഡ്ജിലേക്ക് കൊണ്ടു പോകാനാവശ്യപ്പെട്ടു. എന്തുകൊണ്ടാണെന്ന് എനിക്കറിയില്ല. പെട്ടെന്ന് ഞാൻ മനസ്സ് മാറ്റി. അയാൾക്ക് ഒരു ഇരുപതി കോപെക് ടിപ് നല്കി.

"അത് നിന്നെ ബുദ്ധിമുട്ടിച്ചതിന്" ഒരു വിഡ്ഢിച്ചിരിയോടെ ഞാൻ പറഞ്ഞു. വിചിത്രമായൊരു പരമാനന്ദം ഹൃദയത്തിൽ അലതല്ലി.

ഞാൻ വീട്ടിലേക്ക് തിരിച്ചു. ധൃതിപിടിച്ച് കോണി കയറി. പെട്ടെന്ന് അപസ്വരത്തിലുള്ള ആ ഗാനം ആത്മാവിൽ വീണ്ടും കിടന്ന് മുഴങ്ങി. എന്റെ ശ്വാസം നിലച്ചു. മുഖാവരണം വീഴുകയായിരുന്നു. അത് വീഴുക യായിരുന്നു. വീഴുകയായിരുന്നു. എന്റെ സാന്നിധ്യത്തിലുള്ള അവളുടെ ഗാനാലാപനത്തിന്റെ അർത്ഥം എന്റെ സാന്നിധ്യം അവൾ മറന്നു എന്ന താണ് - അതത്രയ്ക്ക് വ്യക്തവും ഭീകരവുമാണ്. ഹൃദയം അറിഞ്ഞു. എന്റെ ആത്മാവ് പരമാനന്ദത്തിലാണ്, ഭയത്തേക്കാൾ കരുത്തുള്ളത്.

ഓഹ്, വിധിയുടെ വൈപരീത്യം! എന്തിന്! ശീതകാലം മുഴുവൻ ആത്മാവിലെ ഈ പരമാനന്ദം വഹിച്ചുകൊണ്ട് നടന്നേനെ. അതിനകത്ത് മറ്റൊന്നുമില്ല. എന്നാൽ, ശീതകാലം മുഴുവൻ ഞാൻ എവിടെയായിരുന്നു? അക്ഷമയോടെ കോണി ഓടിക്കയറി. പേടിയോടെയാണോ അകത്ത് കടന്നു ചെന്നതെന്ന് പറയാൻ കഴിയില്ല. ഒരേ ഒരു കാര്യം മാത്രമേ എനിക്ക് ഓർമ്മയുള്ളൂ. ഞാനൊരു പുഴയിൽ പൊന്തിക്കിടക്കുന്നതു പോലെ നിലം ആടുന്നതായി തോന്നി! ഞാൻ മുറിയിലേക്ക് പ്രവേശിച്ചു. അവൾ പഴയതുപോലെ തല താഴ്ത്തി ഇരുന്ന് തുന്നുകയാണ്. പാടിയിരുന്നില്ല. അലസമായ രീതിയിൽ അവൾ എന്നെ ഒരു നിമിഷം വീക്ഷിച്ചു. അതൊരു നോട്ടമാണെന്ന് പറയാനാവില്ല. ആരെങ്കിലും മുറിയിലേക്ക് കടന്നുവരുമ്പോൾ സ്വാഭാവികമായി ഉണ്ടാകുന്ന ഒരു പ്രതിഫലനമാണത്. യാദൃച്ഛികമായത്!

ഞാൻ നേരെ അവളുടെ അടുത്തേക്ക് ചെന്ന് അടുത്തിരുന്നു. ഒരു ഉന്മത്തനെപ്പോലെയായിരുന്നു ഞാൻ. അവൾ പെട്ടെന്ന് പരിഭ്രാന്തയായി എന്നെ നോക്കി. ഞാനവളുടെ കൈ എടുത്ത് പിടിച്ചു. എന്താണവളോട് പറഞ്ഞതെന്ന് ഓർമ്മയില്ല. അല്ലെങ്കിൽ എന്താണവളോട് പറയാനുദ്ദേശിച്ചതെന്ന്. എന്തുകൊണ്ടെന്നാൽ, ആ സമയത്ത് നേരെ ചൊവ്വെ സംസാരിക്കാൻപോലും എനിക്ക് കഴിയില്ലായിരുന്നു. എന്റെ ഇടറുന്ന ശബ്ദം നിയന്ത്രിക്കാൻ കഴിഞ്ഞില്ല. എന്ത് പറയണമെന്നറിയാതെ ഞാനിരുന്ന് കിതച്ചു.

"നമ്മൾക്ക് സംസാരിക്കാം... നിനക്കറിയാമോ... എന്തെങ്കിലും പറയൂ." ഇപ്രകാരം അർത്ഥശൂന്യമായ എന്തോ പുലമ്പി. എന്നാൽ, ഓഹ് അപ്പോൾ സ്വബോധത്തിലായിരുന്നോ?

അവൾ വീണ്ടും വിറച്ചു. എന്നിൽനിന്ന് പിന്നാക്കം മാറി. പേടിയോടെ എന്റെ മുഖത്തേക്ക് തുറിച്ചുനോക്കി. പെട്ടെന്നവളുടെ കണ്ണുകളിൽ കടുത്ത ആശ്ചര്യഭാവം പ്രകടമായി. അതെ, അത് ആശ്ചര്യഭാവമായിരുന്നു, കടുത്തതും. അവൾ വിടർന്ന കണ്ണുകളോടെ എന്നെ നോക്കി. അവളുടെ കടുത്ത ഭാവം. അവളുടെ കടുത്ത ആശ്ചര്യം എനിക്കൊരു കനത്ത പ്രഹരമായിരുന്നു. അപ്പോൾ നിങ്ങൾക്ക് സ്നേഹവും വേണം, അല്ലേ? സ്നേഹം?" അവളുടെ ആശ്ചര്യഭാവം ചോദിക്കുന്നതുപോലെ തോന്നി. അവൾ ഒരക്ഷരം മിണ്ടിയില്ലെങ്കിലും. എന്നാൽ, എല്ലാം ഞാനവളുടെ മുഖത്തുനിന്നും വായിച്ചെടുത്തു. ഞാനാകെ വിറച്ചു. അവളുടെ കാൽക്കൽ വീണു. അതെ, ഞാനവളുടെ കാൽക്കൽ വീണു. അവൾ പെട്ടെന്ന് ചാടി എഴുന്നേറ്റു. എന്നാൽ ഞാൻ അവളുടെ ഇരുകൈകളും സകലശക്തിയും ഉപയോഗിച്ച് പിടിച്ച് അവളെ നിർത്തി.

എന്റെ ഗതികെട്ട സ്ഥിതിയെക്കുറിച്ച് ബോധവാനായിരുന്നു. വളരെ നന്നായി ബോധവാനായിരുന്നു. എന്നാൽ നിങ്ങളത് വിശ്വസിക്കുമോ,

ഹൃദയത്തിലെ പരമാനന്ദ തരംഗം അത്രയ്ക്ക് അപ്രതിരോധ്യമായതിനാൽ ഞാൻ മരിച്ചുപോകുമെന്നെനിക്കു തോന്നി. ആനന്ദമൂർച്ഛയിൽ ഞാന വളുടെ പാദങ്ങളിൽ ചുംബിച്ചു. അതെ, അതിരറ്റ സന്തോഷത്തോടെ. എന്റെ ഗതികെട്ട അവസ്ഥയിൽ യാതൊരാശയ്ക്കും വകയില്ലെന്ന ബോധ ത്തോടെത്തന്നെ! ഞാൻ കരയുകയും എന്തൊക്കെയോ പറയാൻ ശ്രമിക്കുകയും ചെയ്തു. എന്നാൽ വാക്കുകൾ പുറത്ത് വന്നില്ല. പെട്ടെ ന്നവൾ പേടിയും വിസ്മയവും ഉൽക്കണ്ഠാഭാവം കൈകൊണ്ടു. വിചിത്ര ഭാവത്തിൽ സംഭ്രമത്തോടെ എന്നെ നോക്കി.

കാര്യങ്ങൾ മനസ്സിലാക്കാനവൾക്ക് അക്ഷമയുണ്ടെന്ന് തോന്നി അവൾ പുഞ്ചിരിച്ചു. അവളുടെ പാദങ്ങളിൽ ചുംബിച്ചപ്പോൾ ഭയങ്കര ലജ്ജയോടെ അവൾ കാലുകൾ പിൻവലിച്ചു. ഞാനപ്പോൾ അവളുടെ കാലുകൾ വെച്ചി രുന്ന സ്ഥലത്ത് പെട്ടെന്ന് ചുംബിച്ചു. അവളതുകണ്ട് വല്ലാത്ത ലജ്ജ യോടെ ചിരിക്കാൻ തുടങ്ങി. ഒരാൾ ലജ്ജിക്കുമ്പോൾ എങ്ങനെയാണ് ചിരിക്കുന്നതെന്ന് നിങ്ങൾക്കറിയാമല്ലോ. അവൾ ഉന്മാദാവസ്ഥയിലേക്ക് മാറിക്കൊണ്ടിരിക്കുകയായിരുന്നു എന്ന് ഞാൻ കണ്ടു. അവളുടെ കരങ്ങൾ വിറയ്ക്കുന്നുണ്ട്. എന്നാൽ ഞാനതിനെക്കുറിച്ചൊന്നും ചിന്തിക്കാതെ ഞാൻ അവളെ സ്നേഹിക്കുന്നെന്നും അവളുടെ കാൽക്കൽനിന്ന് എഴു ന്നേല്ക്കുകയില്ലെന്നും പിറുപിറുത്തുകൊണ്ടിരുന്നു. “നിന്റെ ഗൗണിന്റെ അറ്റം ചുംബിക്കാൻ എന്നെ അനുവദിക്കൂ... ജീവിതകാലം മുഴുവൻ ഇതു പോലെ നിന്നെ സ്നേഹിക്കാൻ എന്നെ അനുവദിക്കൂ...” എനിക്കറിയില്ല. എനിക്ക് ഓർമ്മയില്ല - അവൾ പെട്ടെന്ന് പൊട്ടിക്കരയുകയും കിടന്ന് പിട യുകയും ചെയ്തു. ഭീകരമായ അപസ്മാരബാധ ഉണ്ടായി. ഞാനവളെ ഭയപ്പെടുത്തി!

ഞാനവളെ അവളുടെ മെത്തയിലേക്ക് എടുത്തുകൊണ്ടുപോയി! അപ സ്മാരബാധ മാറിയപ്പോൾ എഴുന്നേറ്റിരുന്ന് ഭയങ്കര വിഷമത്തോടെ എന്റെ കൈകൾ പിടിച്ചമർത്തി ശാന്തനാകാൻ യാചിച്ചു. “നോക്കൂ, ഇപ്രകാരം സ്വയം പീഡിപ്പിക്കല്ലേ, നോക്കൂ!” പിന്നെ വീണ്ടും കരയാൻ തുടങ്ങി. അന്ന് വൈകുന്നേരം മുഴുവൻ ഞാൻ അവളുടെ അടുത്തുനിന്ന് മാറി യിട്ടില്ല. ഞാൻ അവളെ ‘ബൈലോൺ’ കടൽത്തീരത്തേക്ക് കൊണ്ടു പോകുമെന്നവളോട് പറഞ്ഞു. ഉടനെ, രണ്ടാഴ്ചയ്ക്കുള്ളിൽ കൊണ്ടു പോകും. അവളുടേത് നേരിയ ഇടറിയ ശബ്ദമാണെന്ന് ഞാനവളോട് പറഞ്ഞു. അന്ന് ഞാൻ അവളുടെ പാട്ട് കേട്ടെന്നും. ഞാൻ എന്റെ പണ്ട പണയകട അടച്ചിടും. ഞാനത് ഡൊബ്രോൺവോവിന് വില്ക്കും. എല്ലാം പുതിയ രീതിയിൽ ആരംഭിക്കും. എന്നാൽ മുഖ്യവിഷയം ബൊലോൺ ആണ്, ബൊലോൺ. അവൾ ശ്രദ്ധിച്ചു കേട്ടു. എന്നിട്ടും ഭയപ്പെട്ടു. കൂടു തൽ കൂടുതൽ ഭയപ്പെട്ടു. എന്നാൽ ഇതല്ല എന്നെ കൂടുതൽ ബുദ്ധി മുട്ടിച്ചത്. അവളുടെ കാൽക്കൽ വീഴാനുള്ള എന്റെ ആഗ്രഹം തടുക്കാ നാവാത്തതായിരുന്നു. അതുപോലെ അവൾ പാദങ്ങൾ വെച്ചിരുന്ന സ്ഥലം

ചുംബിക്കുവാനും അവളെ ആരാധിക്കുവാനും ഞാനാഗ്രഹിച്ചു. "നിന്നോട് ഞാൻ കൂടുതൽ യാതൊന്നും ആവശ്യപ്പെടുന്നില്ല." ഞാൻ ആവർത്തിച്ചുകൊണ്ടിരുന്നു. "എന്നോട് മറുപടി പറയേണ്ട. എന്നെ അവഗണിച്ചോളൂ. നിന്നെ ദൂരെ നിന്ന് നോക്കിക്കാണാൻ എന്നെ അനുവദിക്കൂ. എന്നെ നിന്റെ അടിമയാക്കൂ, നിന്റെ നായ..." അവൾ കരഞ്ഞു.

"നിങ്ങൾ എന്നെ വെറുതെ വിടുമെന്നാണ് ഞാൻ വിചാരിച്ചത്." അവളിൽനിന്നും ഈ വാക്കുകൾ അറിയാതെ പുറത്ത് ചാടി. ഒരുപക്ഷേ, അക്കാര്യം അവൾ തന്നെ ബോധവതിയായിരിക്കില്ല. എന്നാൽ, ഏറ്റവും പ്രാധാന്യമർഹിക്കുന്നതും മാരകവുമായിരുന്നു ആ വാക്കുകൾ. അതിന്റെ അർത്ഥം ശരിക്കും വ്യക്തമായിരുന്നു. ഹൃദയത്തിൽ തുളച്ചുകയറ്റിയ ഒരു കഠാരിയായിരുന്നു അത്. അതെല്ലാം വിശദീകരിച്ചുതന്നു, എല്ലാം. എന്നാൽ, അവൾ എന്റെ അടുത്തിരിക്കവേ, ഞാൻ അവൾക്കുനേരെ നോക്കിയപ്പോൾ തടയാനാവാത്ത വിധം എന്റെ അഭിലാഷങ്ങൾക്ക് പ്രചോദനം ലഭിക്കുകയും ഞാൻ ഭയങ്കരമായി ആഹ്ലാദിക്കുകയും ചെയ്തു. ഓഹ്, അന്നു വൈകുന്നേരം ഞാനവളെ പൂർണമായും തളർത്തി എന്നെനിക്കറിയാം. എന്നാൽ ഞാൻ എല്ലാം ഉടനെ മാറ്റിമറിക്കും എന്ന ചിന്ത സദാസമയം നിലനിന്നിരുന്നു. ഒടുവിൽ, രാത്രി ആയപ്പോൾ അവൾ വല്ലാതെ ക്ഷീണിതയായി കാണപ്പെട്ടു. അവളോട് പോയി കിടന്നുറങ്ങുവാൻ അപേക്ഷിച്ചു. അതുടനെ അവൾ അനുസരിച്ചു. ഗാഢനിദ്രയിലാണ്ടു. അവൾക്ക് അപസ്മാരബാധ ഉണ്ടാകുമോ എന്ന് എനിക്ക് ഭയമുണ്ടായിരുന്നു. എന്നാൽ ചെറുതായി മാത്രമേ അതനുഭവപ്പെട്ടുള്ളൂ. ഓരോ മിനിറ്റ് തോറും ഞാൻ ശബ്ദമുണ്ടാക്കാതെ ചെരിപ്പ് ധരിച്ച് അവളുടെ അടുത്തുവന്ന് നോക്കി. ഞാൻ വാങ്ങിക്കൊണ്ടുവന്ന വൃത്തികെട്ട കട്ടിലിൽ ശയിക്കുന്ന ആ പാവം രോഗിയെ തീവ്രവേദനയോടെ നോക്കി. കൈകൾ കൂട്ടത്തിരുമ്മി. അവളുടെ അടുത്ത് മുട്ടുകുത്തിനിന്നു. എന്നാൽ, ഉറങ്ങിക്കിടക്കുന്ന അവളുടെ പാദങ്ങളിൽ ചുംബിക്കുവാൻ ധൈര്യപ്പെട്ടില്ല. വിഗ്രഹങ്ങൾക്കു മുന്നിൽ മുട്ടുകുത്തി നിന്ന് പ്രാർത്ഥിച്ചു. വീണ്ടും ചാടിയെഴുന്നേറ്റു. ഇടയ്ക്കിടെ അടുക്കളയിൽനിന്ന് പുറത്തുവന്ന് ലുക്കേരിയാ എന്നെ ശ്രദ്ധിച്ചിരുന്നു. ഞാൻ അവളുടെ അടുത്തുചെന്ന് അവളോട് കിടന്നുറങ്ങിക്കൊള്ളുവാൻ പറഞ്ഞു. നാളെ മുതൽ എല്ലാം തികച്ചും വ്യത്യസ്തമായിരിക്കുമെന്നും.

ഞാനത് അന്ധമായി വിശ്വസിക്കുകയും ചെയ്തു. ഓഹ്, ഞാൻ എന്തുമാത്രം ആഹ്ലാദഭരിതനായിരുന്നു. നാളേക്കുവേണ്ടി കാത്തിരുന്നു. അത് മാത്രമായിരുന്നു അപ്പോൾ ആഗ്രഹിച്ചത്. അശുഭ സൂചനകൾ ഉണ്ടായിരുന്നിട്ടും ദൗർഭാഗ്യം തള്ളിക്കളഞ്ഞു. മുഖാവരണം ഉപേക്ഷിക്കപ്പെട്ടെങ്കിലും അന്നതിന്റെ കാരണം പൂർണമായും ബോധ്യമായിരുന്നില്ല. വളരെ കാലത്തോളം ആ നില തുടർന്നു, ഇന്നുവരെ. ഇന്നു മാത്രമാണത് മനസ്സിലായത്!! എന്നാൽ, നേരത്തെ അതെങ്ങനെ അറിയാനാണ്? അവൾ

ജീവനോടെ ഇരിപ്പുണ്ട്. അവൾ എന്റെ മുന്നിലുണ്ട്, ഞാൻ അവളുടെ അരികിലും." അവൾ ഉറക്കമുണരുമ്പോൾ, ഞാൻ ഇതെല്ലാം അവളോട് പറയും. അവൾ എല്ലാം മനസ്സിലാക്കും." അത്തരത്തിലായിരുന്നു അപ്പോൾ എന്റെ യുക്തിചിന്ത, ലളിതവും വ്യക്തവും. അതുകൊണ്ട് ഞാൻ ആഹ്ലാദഭരിതനായിരുന്നു. ബൊലോണിലേക്കുള്ള യാത്രയായിരുന്നു മനസ്സിൽ ഏറ്റവും മുൻഗണനന കൊടുത്ത കാര്യം. എന്തുകൊണ്ടോ ബൊലോണാണ് സർവസ്വം എന്ന് കരുതി. നിർണായകമായ ചിലതിന്റെ താക്കോൽ ബൊലോണിലാണ് സ്ഥിതി ചെയ്യുന്നത്. "ബൊലോണിലേക്ക്, ബൊലോണിലേക്ക്!" നേരം പുലരുവാനായി ഭ്രാന്ത് പിടിപ്പിക്കുംവിധം അക്ഷമനായിരുന്നു.

3. ഞാൻ വളരെ നന്നായി മനസ്സിലാക്കുന്നു

അത് ഏതാനും ദിവസങ്ങൾക്കു മുമ്പാണ് എന്നോർക്കുക. അഞ്ച് ദിവസങ്ങൾ വെറും അഞ്ച് ദിവസങ്ങൾക്കുമുമ്പ് കഴിഞ്ഞ ചൊവ്വാഴ്ച. ഇല്ല, ഇല്ല. എനിക്ക് അല്പസമയം കൂടി കിട്ടിയിരുന്നെങ്കിൽ അവൾ അല്പം കൂടി കാത്തിരുന്നെങ്കിൽ, ഞാൻ ആ വിഷാദം മാറ്റിയെടുത്തേനെ. അവൾ ശാന്തയായേനെ. അതേ അവൾ ശാന്തയായേനെ! അതിന്റെ തൊട്ടു പിറ്റേന്ന് ഞാൻ പറഞ്ഞതവൾ പുഞ്ചിരിയോടെ ശ്രദ്ധിച്ചുകേട്ടു. ഉൽക്കണ്ഠാകുലയായിരുന്നിട്ടുപോലും. അവളുടെ പരിഭ്രമം അല്ലെങ്കിൽ ലജ്ജാശീലം ആയിരുന്നു അവളുടെ അപ്പോഴത്തെ മുഖ്യപ്രശ്നം. ആ അഞ്ച് ദിവസങ്ങളും. അവൾ പേടിച്ചിരുന്നു. വല്ലാതെ പേടിച്ചിരുന്നു. ഞാനത് നിഷേധിക്കുന്നില്ല. ഞാൻ യാതൊരു കിറുക്കൻ വിരുദ്ധ പ്രസ്താവനകളും നടത്തുന്നില്ല. അവൾ പേടിച്ചിരുന്നു. അല്ലാതെന്ത് ചെയ്യും? വളരെക്കാലമായി ഞങ്ങൾ പരസ്പരം അപരിചിതരെപ്പോലെയാണല്ലോ കഴിഞ്ഞിരുന്നത്. എന്നിട്ടിപ്പോൾ പെട്ടെന്ന് ഇതെല്ലാം... എന്തായാലും അവളുടെ ഭയം ഞാൻ അവഗണിച്ചു. കാരണം, ഞാൻ പുതിയ ജീവിതത്തിൽ ആർത്തുല്ലസിക്കയായിരുന്നു... ഒരു തെറ്റ് ചെയ്തു എന്നത് സത്യമാണ്. അവിതർക്കിതമായ സത്യം. ഒരുപക്ഷേ, ഒന്നിലേറെ തെറ്റുകൾ. പിറ്റേന്ന് ബുധനാഴ്ച അവൾ എഴുന്നേറ്റ ഉടനെ ഞാൻ ഒരു തെറ്റ് ചെയ്തു. അവളെ പെട്ടെന്ന് ഞാനെന്റെ സുഹൃത്താക്കി.

എനിക്ക് ധൃതിയായിരുന്നു, ഭയങ്കര ധൃതി. എന്നാൽ, ഞാൻ കുറ്റസമ്മതം നടത്തേണ്ടിയിരുന്നു. അത് നടത്തേണ്ടത് വളരെ അത്യാവശ്യമായിരുന്നു. അത് ഒരു കുമ്പസാരത്തേക്കാൾ വളരെയേറെ പ്രാധാന്യമർഹിക്കുന്നതാണ്. ഒന്നും മറച്ചുവെച്ചില്ല. ജീവിതകാലം മുഴുവൻ ഞാൻ എന്നിൽനിന്ന് മറച്ചുവെച്ച കാര്യങ്ങൾപോലും! ശീതകാലം മുഴുവൻ അവളുടെ സ്നേഹത്തിൽ ഞാൻ വിശ്വാസമർപ്പിച്ച് കഴിയുകയായിരുന്നെന്നും മനസ്സിൽ മറ്റ് യാതൊരു ചിന്തയുമില്ലായിരുന്നെന്നും അവളോട്

തുറന്നു പറഞ്ഞു. എന്റെ മനശ്ശക്തിയും വിവേകവും നഷ്ടപ്പെട്ടതിന്റെ ലക്ഷണം മാത്രമാണ് എന്റെ പണ്ടപ്പണയ ബിസിനസ് എന്ന് ഞാനവൾക്ക് വ്യക്തമാക്കിക്കൊടുത്തു.

ആത്മപീഡനത്തിന്റേതും ആത്മപ്രശംസയുടേതുമായ സ്വന്തം ആശയമായിരുന്നു അത്. അമിതമായ സൂക്ഷ്മസംവേദനശക്തി മൂലം അന്നത്തെ ബുഫെയിൽ ശരിക്കും ഒരു ഭീരുവായിപ്പോയി എന്ന് അവളോട് പറഞ്ഞു. ആ പരിതസ്ഥിതി എന്നെ പിൻവാങ്ങാൻ പ്രേരിപ്പിച്ചു. പെട്ടെന്ന് ഞാൻ മുന്നോട്ട് ചുവടെടുത്തുവെച്ചിരുന്നെങ്കിൽ അത് വിഡ്ഢിത്തമായി കരുതപ്പെടില്ലേ എന്ന ചിന്ത എന്നെ പിൻവാങ്ങാൻ നിർബന്ധിച്ചു. ദ്വന്ദയുദ്ധമായിരുന്നില്ല പേടിപ്പിച്ചത്. ഒരു വിഡ്ഢിയായി ചിത്രീകരിക്കപ്പെടുമോ എന്ന ചിന്തയായിരുന്നു... പിന്നീടത് വളരെ വൈകിപ്പോയി. അതുകൊണ്ട് ഞാൻ എല്ലാവരേയും ബുദ്ധിമുട്ടിച്ചു. അതിനുവേണ്ടി അവളേയും കഷ്ടപ്പെടുത്തി. കഷ്ടപ്പെടുത്താൻ വേണ്ടിയാണവളെ വിവാഹം കഴിച്ചത്. അധികസമയവും ജ്വരം ബാധിച്ചവനെപ്പോലെയാണ് സംസാരിച്ചത്. അവൾ എന്റെ കരം ഗ്രഹിച്ച് നിർത്തുവാനായി യാചിച്ചു. “നിങ്ങൾ അതിശയോക്തി കലർത്തി വർണിക്കുകയാണ്... നിങ്ങൾ സ്വയം പീഡിപ്പിക്കുകയാണ്.” അവൾ വീണ്ടും കരയാൻ തുടങ്ങി. വീണ്ടും അതൊരു അപസ്മാരബാധപോലെയായി. ഇതിനെക്കുറിച്ച് ഇനി ഒന്നും പറയരുതെന്ന് അവൾ എന്നോട് അഭ്യർത്ഥിച്ചുകൊണ്ടിരുന്നു. അക്കാര്യങ്ങളൊന്നും ഓർമ്മിപ്പിക്കല്ലേ എന്നും.

അവളുടെ അഭ്യർത്ഥനകളൊന്നും ഞാൻ വകവെച്ചില്ല. വസന്തകാലം, ബൊലോൺ! നമ്മുടെ സൂര്യൻ, നമ്മുടെ പുത്തൻ സൂര്യൻ! മറ്റൊന്നും എനിക്ക് സംസാരിക്കാനില്ല. ഞാൻ പണ്ടപ്പണയകട അടച്ചുപൂട്ടി. ബിസിനസ് ഡൊബ്രോൺ റാവോവിന് കൈമാറി. പിന്നെ പെട്ടെന്ന് ഞാനവളോട് ചോദിച്ചു. എന്റെ തലതൊട്ടമ്മതന്ന മുവ്വായിരം റൂബിൾ മൂലധനം ഒഴിച്ച് ബാക്കി സ്വത്തെല്ലാം പാവങ്ങൾക്ക് ദാനം ചെയ്തെങ്കിലോ എന്ന്. ആ മൂവായിരം റൂബിൾ നമ്മൾക്ക് ബൊലോൺ ട്രിപ്പിന് ചിലവാക്കാം. തിരിച്ചു വന്നശേഷം പുതിയൊരു ജീവിതം ആരംഭിക്കാം. ജോലി എടുത്ത് ജീവിക്കാം. അതാണ് ഞങ്ങൾ തീരുമാനിച്ചത്. എന്തുകൊണ്ടെന്നാൽ അവൾ ഒന്നും പറഞ്ഞില്ല... വെറുതെ പുഞ്ചിരിച്ചു. ഞാൻ വേദനിക്കരുതെന്ന് കരുതിയായിരിക്കാം ഈ നയപരമായ പുഞ്ചിരി! അവൾക്ക് എന്നോട് വെറുപ്പാണെന്ന് മനസ്സിലായി. അത് കാണാതിരിക്കാൻ മാത്രം ഞാനൊരു വിഡ്ഢിയാണെന്നോ സ്വാർത്ഥനാണെന്നോ ദയവായി കരുതരുത്. ഞാൻ എല്ലാം കണ്ടു. ഏറ്റവും നിസ്സാര കാര്യങ്ങൾ വരെ. എല്ലാം വ്യക്തമായി കാണുകയും മനസ്സിലാക്കുകയും ചെയ്തു. എന്റെ നൈരാശ്യം അത്രയ്ക്ക് മറച്ചുവെക്കാനാവാത്തതായിരുന്നു.

ഞാൻ എന്നെക്കുറിച്ചും അവളെക്കുറിച്ചും ലുക്കേരിയായെക്കുറിച്ചും സംസാരിച്ചു. ഞാൻ കരയുകയായിരുന്നെന്ന് അവളോട് പറഞ്ഞു...

സംഭാഷണം മാറ്റി. ചില കാര്യങ്ങൾ ഓർമ്മിപ്പിക്കാതിരിക്കുവാൻ ശ്രമിച്ചു. ഒന്നുരണ്ട് പ്രാവശ്യം അവളുടെ മുഖം പ്രകാശിച്ചു. ഞാനത് ഓർക്കുന്നു. ഞാൻ നോക്കിയെന്നും ഒന്നും കണ്ടില്ലെന്നും നിങ്ങൾ എന്തുകൊണ്ട് പറയുന്നു? ഇത് സംഭവിച്ചില്ലായിരുന്നെങ്കിൽ, എല്ലാം ഉയർത്തെഴുന്നേറ്റേനെ. ആ ശീതകാലത്ത് ഞങ്ങൾ വായിച്ച പുസ്തകങ്ങളെക്കുറിച്ച് സംസാരിക്കവെ, ഇന്നലെ അവൾ എന്നോട് പറഞ്ഞതിൽനിന്ന് ഞാന തറിഞ്ഞു - ഗ്രാനഡാ ആർച്ച് ബിഷപ്പുമായുള്ള ഗിൽബ്ലാസിന്റെ രംഗത്തെ പറ്റി ഓർത്ത് ചിരിച്ചുകൊണ്ടാണവൾ സംസാരിച്ചത്.

അവളെന്റെ ഭാവി വധു ആയിരുന്ന കാലത്തേതുപോലെ അത്രയ്ക്ക് മധുരവും നിഷ്കളങ്കവുമായിരുന്നു അവളുടെ ചിരി. ഞാൻ അപ്പോൾ വളരെ ആഹ്ലാദവാനായിരുന്നു! എന്തായാലും, ആർച്ച് ബിഷപ്പിനെ ക്കുറിച്ചവൾ പറഞ്ഞത് മനസ്സിൽ വല്ലാതെ സ്പർശിച്ചു. അതിന്റെ അർത്ഥം ആ പുസ്തകം ശീതകാലത്ത് ഏകാന്തതയിലിരുന്ന് വായിക്കുമ്പോൾ അവൾ സന്തുഷ്ടയും സ്വസ്ഥയുമായിരുന്നു എന്നല്ലേ? അപ്പോൾ അവളുടെ മനസ്സ് അസ്വസ്ഥമല്ലാതായി കഴിഞ്ഞിരിക്കുന്നു. അതുപോലെ ഞാൻ അവളെ ഉപേക്ഷിക്കുമെന്നവൾ വിശ്വസിക്കാൻ തുടങ്ങിയിരിക്കുന്നു. ആ ചൊവ്വാഴ്ച അവൾ എന്നോട് പറഞ്ഞത്, "ഞാൻ വിചാരിച്ചു നിങ്ങൾ എന്നെ അതുപോലെ ഉപേക്ഷിക്കുമെന്ന്." ഓഹ്, ഒരു പത്തുവയസ്സുകാരി പെൺകുട്ടിക്ക് ഉചിതമായ വർത്തമാനമാണത്. അവളതിൽ വിശ്വാസ മർപ്പിച്ചു. എല്ലാം ശരിക്കും അതുപോലെ ആകുമെന്നവൾ വിശ്വസിച്ചു. അവൾ അവളുടെ മേശക്ക് മുന്നിലും ഞാൻ എന്റെ മേശയ്ക്ക് മുന്നിലും ഇരുന്നു. ഇരുവരും അറുപതു വയസ്സുവരെ ജീവിതകാലം കഴിയുമെന്ന്! പെട്ടെന്ന് അവളുടെ അടുക്കലേക്കതാ സ്നേഹം ആഗ്രഹിക്കുന്ന ഒരു ഭർത്താവ് വരുന്നു. എന്തൊരു തെറ്റിദ്ധാരണ! എന്തൊരു അന്ധതയാ ണെന്റെ ഭാഗത്തുനിന്നും ഉണ്ടായത്.

മറ്റൊരു തെറ്റ് ചെയ്തത്, ഹർഷപുളകിതനായി ഞാനവളെ തുറിച്ചു നോക്കിയതാണ്. ഞാനെന്റെ വികാരം അടക്കിനിർത്തേണ്ടതായിരുന്നു. കാരണം, അമിതാഹ്ലാദം അവളെ ഭയപ്പെടുത്തി. എന്നാൽ, നിങ്ങൾക്കറി യാമോ ഞാൻ വികാരം നിയന്ത്രിച്ചു. പിന്നീട് ഞാനവളുടെ പാദങ്ങൾ ചുംബിച്ചിട്ടില്ല. ഒരിക്കൽപോലും സൂചിപ്പിച്ചിട്ടില്ല... ഞാൻ ഒരു ഭർത്താ വാണെന്. എന്റെ ചിന്തകളൊന്നും പുറത്തുകാണിച്ചിട്ടില്ല. ആകെ ചെയ്തത് അവളെ ആരാധിക്കലായിരുന്നു. എന്നാൽ, പൂർണ മൗനം പാലിക്കാൻ കഴിഞ്ഞില്ല. എന്തെങ്കിലും പറയാതിരിക്കാനും കഴിഞ്ഞില്ല! പെട്ടെന്ന് ഞാൻ അവളുടെ അടുത്തുചെന്ന് അവളുടെ സംസാരം എനിക്ക് ഭയങ്കര ഇഷ്ടമാണെന്നും അവൾ എന്നേക്കാളേറെ വായിച്ചിട്ടുള്ളവളും പഠിപ്പുള്ളവളുമാണെന്നും പറഞ്ഞു. അവൾ ചുകന്ന് തുടുത്തു. ഞാൻ അതിശയോക്തി പറയുകയാണെന്ന് കപടഭാവത്തോടെ അവൾ മറുപടി

നല്കി. പിന്നെ, ഒരു വിഡ്ഢിയെപ്പോലെ ഒന്നും ചിന്തിക്കാതെ മറ്റു ചിലതും വിളിച്ചുപറഞ്ഞു.

ഞാൻ അന്ന് വാതിലിന്റെ പിറകിൽ ഒളിച്ചുനിന്ന് ആ ദുഷ്ടനുമായി അവൾ നടത്തിയ വാഗ്വാദങ്ങൾ കേട്ടുനിന്നത് അവളുടെ നിഷ്കളങ്കമായ കുട്ടികളെപ്പോലുള്ള സംസാരത്തിൽ അഭിമാനം തോന്നിയത് എല്ലാം. അവൾ ഒന്ന് പിടച്ചതുപോലെ തോന്നി. അതിശയോക്തി പറയുകയാണെന്ന് അവൾ വീണ്ടും മന്ത്രിച്ചു. പെട്ടെന്ന് ഒരു കരിനിഴൽ അവളുടെ മുഖത്തിലൂടെ കടന്നുപോയി. അവൾ മുഖംപൊത്തി പൊട്ടിക്കരഞ്ഞു. ശരി, എനിക്കത് താങ്ങാവുന്നതിന്നപ്പുറമായിരുന്നു. ഞാനവളുടെ മുന്നിൽ മുട്ടുകുത്തിനിന്ന് വീണ്ടും വീണ്ടും അവളുടെ പാദങ്ങളിൽ ചുംബിച്ചു. ഒരിക്കൽകൂടി അതൊരു അപസ്മാരബാധയിൽ കൊണ്ടെത്തിച്ചു. കഴിഞ്ഞ ചൊവ്വാഴ്ചയിലേതുപോലെ. ഇന്നലെ രാത്രിയാണിത് സംഭവിച്ചത്. പിന്നെ രാവിലെ...

രാവിലെ? ഓ ഭ്രാന്തൻ മനുഷ്യാ, ആ രാവിലെ എന്നു പറയുന്നത് ഇന്നാണ്. അല്പം നേരത്തിനുമുമ്പ് അല്പനേരം!

ശ്രദ്ധിച്ച് മനസ്സിലാക്കാൻ ശ്രമിക്കുക: ഇന്നു രാവിലെ ഞങ്ങൾ പ്രാതലിന് ഇരുന്നപ്പോൾ അവളുടെ മുഖഭാവം എന്നെ ആശ്ചര്യപ്പെടുത്തി, നിങ്ങൾക്ക് മനസ്സിലായോ? ഇന്നലത്തെ അപസ്മാരബാധയ്ക്ക് ശേഷമാണിതെന്ന് നിങ്ങൾ ഓർക്കണം. ഞാൻ രാത്രി മുഴുവൻ ഉറക്കമൊഴിച്ച് ഇരുന്നു. തലേന്ന് വൈകുന്നേരത്തെ സംഭവമോർത്ത് പേടിച്ചു വിറച്ചിരുന്നു. അതാ പെട്ടെന്ന് അവൾക്കുനേരെ എന്റെ അടുത്തുവന്ന് മുന്നിൽ നിന്ന് തൊഴുകയ്യോടെ അപേക്ഷാരൂപത്തിൽ എന്നോട് പറഞ്ഞു. താൻ ഒരു കുറ്റവാളിയാണെന്നവൾക്കറിയാം. സ്വന്തം കുറ്റം അവളെ ശീതകാലം മുഴുവൻ പീഡിപ്പിച്ചു. അപ്പോഴും പീഡിപ്പിച്ചുകൊണ്ടിരിക്കുന്നു... എന്റെ വിശാലമനസ്കത അവൾ വളരെയേറെ വിലമതിക്കുന്നു. അവൾ ഇപ്രകാരം പറഞ്ഞവസാനിപ്പിച്ചു. "ഞാൻ നിങ്ങളെ ബഹുമാനിക്കും." ഞാൻ ചാടി എഴുന്നേറ്റ് ഭ്രാന്തമായ ആവേശത്തോടെ അവളെ ആലിംഗനം ചെയ്തു. അവളെ ചുംബിച്ചു. ഞാനവളുടെ മുഖത്തും ചുണ്ടുകളിലും ചുംബിച്ചു. ഒരു നീണ്ട വേർപാടിനുശേഷം ഒരു ഭർത്താവ് തന്റെ ഭാര്യയെ ചുംബിക്കുന്നതുപോലെ. അപ്പോൾ ഞാൻ എന്തിനാണ് പുറത്തുപോയത്? രണ്ടുമണിക്കൂർ നേരം മാത്രമാണ് ഞാൻ പുറത്ത്... ഞങ്ങളുടെ പാസ്പോർട്ട് തയ്യാറാക്കുവാൻ... ഓഹ് ദൈവമേ! ഞാൻ അഞ്ച് മിനിറ്റുമുമ്പ് തിരിച്ചെത്തിയിരുന്നെങ്കിൽ, വെറും അഞ്ചു മിനിറ്റ്... എന്റെ ഗേറ്റിലുണ്ടായിരുന്ന ആ ജനക്കൂട്ടം, എനിക്കുനേരെയുള്ള അവരുടെ തുറിച്ചുനോട്ടം... ഓഹ് ദൈവമേ!

നടന്ന കാര്യങ്ങളെല്ലാം ലുക്കേരിയാ എന്നോട് വിശദീകരിച്ചു. ഞാൻ പുറത്ത് പോയശേഷം തിരിച്ചുവരുന്നതിന് ഇരുപത് മിനിറ്റ് മാത്രമുള്ളപ്പോൾ, തന്റെ യജമാനത്തിയോട് എന്തോ ചോദിക്കാനായി ലുക്കേരിയ

ഞങ്ങളുടെ മുറിയിലേക്ക് പോയി. എന്താണ് കാര്യമെന്ന് ഞാൻ മറന്നു പോയി. ചുമരിൽനിന്നും കന്യാമറിയത്തിന്റെ വിഗ്രഹം എടുത്ത് മേശപ്പുറത്ത് വെച്ചിരുന്നു. യജമാനത്തി അപ്പോൾത്തന്നെ പ്രാർത്ഥിക്കുകയായിരുന്നിരിക്കണമെന്ന് അവൾ കരുതി.

"മിസ്ട്രസ്, ഡിയർ! ലുക്കേരിയ, പൊയ്ക്കോളൂ. ഓ, നില്ക്കൂ, ലുക്കേരിയ." ലുക്കേരിയാക്കടുത്തുവന്ന് അവളെ ചുംബിച്ചു.

"നിങ്ങൾക്ക് സുഖമല്ലേ, മിസ്ട്രസ്സ്?" ലുക്കേരിയ ചോദിച്ചു.

"അതെ, ലുക്കേരിയ."

"യജമാനൻ വളരെ മുമ്പുതന്നെ വന്ന് നിങ്ങളോട് മാപ്പ് ഇരക്കേണ്ട തായിരുന്നു... ദൈവത്തിനു നന്ദി. നിങ്ങൾ പരിഹാരം ഉണ്ടാക്കിയല്ലോ ഇപ്പോൾ..."

അവൾ വളരെ വിചിത്രമായൊരു പുഞ്ചിരിയോടെ പറഞ്ഞു.

"നല്ലത്, ലുക്കേരിയ. ഇപ്പോൾ പൊയ്ക്കോളൂ ലുക്കേരിയ."

ആ പുഞ്ചിരി അത്രയ്ക്ക് വിചിത്രമായി തോന്നിയതിനാൽ, പത്ത് മിനിറ്റിനുശേഷം അവളെ നോക്കാനായി ലുക്കേരിയ തിരിച്ചുചെന്നു.

"അതാ, അവിടെ ചിന്താധീനയായി അവൾ നില്ക്കുന്നു. അത്രയ്ക്ക് ഗാഢചിന്തയിലാണ്ടിരുന്നതിനാൽ, ഞാൻ വന്ന ശബ്ദം കേൾക്കുകയോ വാതില്ക്കൽനിന്ന് അവളെ നിരീക്ഷിച്ചതോ അറിഞ്ഞില്ല. അവിടെനിന്ന് അവൾ പുഞ്ചിരിക്കുകയാണെന്ന് തോന്നി. അവളെ ഒന്നുകൂടി നോക്കിയ ശേഷം പിൻതിരിഞ്ഞ് നിശ്ശബ്ദം നടന്നുനീങ്ങി. അക്കാര്യത്തെക്കുറിച്ച് ഓർത്തുകൊണ്ടിരിക്കവെ, പെട്ടെന്ന് ജനൽ തുറക്കുന്ന ശബ്ദം കേട്ടു. പുറമെ നല്ല തണുപ്പാണെന്നും ജലദോഷം പിടിക്കുമെന്നും താക്കീത് കൊടുക്കാനായി ഓടിയെത്തി. പെട്ടെന്നവൾ ജനൽപ്പടിയിൽ കയറി നില്ക്കുന്നത് കണ്ടു. തുറന്നുകിടക്കുന്ന ജനാലയിൽ അവൾ പൂർണമായി നിവർന്നുനിന്നു. എന്റെ ഭാഗത്തേക്ക് പിൻതിരിഞ്ഞാണ് നില്പ്. കൈയിൽ വിഗ്രഹം പിടിച്ചിട്ടുണ്ട്. എന്റെ ഹൃദയം പിടച്ചു. "മിസ്ട്രസ്! മിസ്ട്രസ്!" ഞാൻ നിലവിളിച്ചു. അവൾ വിളി കേട്ടു. തിരിയാൻ ശ്രമിക്കുന്നതുപോലെ തോന്നി. എന്നാലവൾ തിരിഞ്ഞില്ല. വിഗ്രഹം നെഞ്ചിലമർത്തിപ്പിടിച്ച് ഒരു ചുവട് മുന്നോട്ടുവെച്ചു. ജനാലയ്ക്ക് പുറത്തേക്കു ചാടി!"

ഞാൻ ഗേറ്റിലേക്ക് നടന്നുചെന്നപ്പോൾ ആ ശരീരത്തിന് അപ്പോഴും ചൂടുണ്ടായിരുന്നു എന്നു മാത്രമായിരുന്നു എനിക്ക് ഓർമ്മയുണ്ടായിരുന്നത്. അവരെല്ലാവരും എന്നെ തുറിച്ചുനോക്കുന്നു. അവരെല്ലാവരും ഉറക്കെ സംസാരിക്കയായിരുന്നു. എന്നാൽ ഇപ്പോൾ പെട്ടെന്നവർ നിശ്ശബ്ദരായി. എനിക്ക് പോകാൻ വഴിതന്നു. അവൾ വിഗ്രഹത്തോടൊപ്പം അവിടെ കിടക്കുന്നു. ഒരു ഇരുണ്ട മൂടൽമഞ്ഞ് നിശ്ശബ്ദം വന്ന് കുറെ നേരം അവളെ താഴേക്ക് നോക്കിനിന്നതായി ഓർക്കുന്നു. ആളുകളെല്ലാം

എന്റെ ചുറ്റുംകൂടി നിന്ന് എന്നോട് എന്തൊക്കെയോ പറഞ്ഞു. ലുക്കേരിയായും അവിടെ ഉണ്ടായിരുന്നു. എന്നാൽ, ഞാൻ അവളെ കണ്ടില്ല. എന്നോട് സംസാരിച്ചെന്നവൾ പറയുന്നു. ആ കച്ചവടക്കാരനെ മാത്രമേ ഓർക്കുന്നുള്ളൂ. അയാൾ എന്നോട് ഉറക്കെ വിളിച്ചുപറഞ്ഞുകൊണ്ടിരുന്നു. "അവൾ ഒരു കൈക്കുമ്പിൾ ചോര ഛർദ്ദിച്ചു. ഒരു കൈക്കുമ്പിൾ, ഒരു കൈക്കുമ്പിൾ നിറയെ!" എന്റെ മുന്നിലെ ഒരു പാറക്കല്ലിൽ കിടന്ന രക്തം കാണിച്ചുതന്നു. ഞാൻ വിരൽ കൊണ്ടത് സ്പർശിച്ചെന്നാണെന്റെ വിശ്വാസം. എന്റെ വിരലിൽ രക്തം പുരണ്ടിട്ടുണ്ട്. ഞാനതിലേക്ക് തുറിച്ചു നോക്കി. ഞാനത് ഓർക്കുന്നു. അപ്പോഴും കച്ചവടക്കാരൻ അട്ടഹസിച്ചു കൊണ്ടിരുന്നു.

"ഒരു കൈക്കുമ്പിൾ, ഒരു കൈക്കുമ്പിൾ!"

"എന്താണ് ഒരു കൈക്കുമ്പിൾ, എന്ത്?" ഞാൻ പരമാവധി ശബ്ദത്തിൽ അലറിക്കൊണ്ട് കൈകൾ ഉയർത്തി അയാൾക്കുനേരെ പാഞ്ഞു ചെന്നെന്ന് ആളുകൾ പറയുന്നു...."

ഓഹ്, അത് ഭ്രാന്താണ്, ഭ്രാന്ത്! അതൊരു തെറ്റിദ്ധാരണയാണ്! അവിശ്വസനീയം! അസാധ്യം!

4. വെറും അഞ്ചു മിനിറ്റ് വൈകി

അത് അങ്ങനെ അല്ലേ? അത് അവിശ്വസനീയമല്ലേ? ഇത്തരം കാര്യങ്ങൾ സംഭവ്യമാണെന്ന് ആർക്കെങ്കിലും പറയാൻ കഴിയുമോ? എന്ത്! എന്തുകൊണ്ട് ആ സ്ത്രീ മരിച്ചു?

എനിക്കത് അറിയാമെന്ന് പറയുമ്പോൾ എന്നെ വിശ്വസിക്കൂ. എന്നാൽ, അവൾക്ക് മരിക്കേണ്ട കാര്യമെന്തായിരുന്നു? അതിപ്പോഴും ഒരു ചോദ്യമായി അവശേഷിക്കുന്നു. എന്റെ പ്രേമം അവളെ ഭയപ്പെടുത്തി. അത് സ്വീകരിക്കണോ വേണ്ടയോ എന്നവൾ ആത്മാർത്ഥതയോടെ സ്വയം ചോദിച്ചു. എന്നാൽ ആ ചോദ്യം അവൾക്ക് താങ്ങാവുന്നതിനപ്പുറമായിരുന്നു. അപ്പോൾ അവൾ മരണം തിരഞ്ഞെടുത്തു. എനിക്കറിയാം, എനിക്കറിയാം. എന്റെ തലച്ചോറിനെ പീഡിപ്പിക്കുന്നതുകൊണ്ട് പ്രയോജനമൊന്നുമില്ല. അവൾ ഒരുപാട് വാഗ്ദാനങ്ങൾ നല്കി. അതവൾക്ക് നിറവേറ്റാനാവില്ലെന്നവൾ ഖേദിച്ചു. അത് വ്യക്തമാണ്. ചിന്തിക്കാൻ ഭയം തോന്നുന്ന ചില പരിഗണനകൾ ഇവിടേയും ഉണ്ട്.

എന്ത്! എന്തിനവൾ മരിച്ചു? ആ ചോദ്യം ഇപ്പോഴും നിലനില്ക്കുന്നു. ആ ചോദ്യം എന്റെ തലച്ചോറിൽ ചുറ്റികകൊണ്ട് അടിക്കുന്നതുപോലെ അടിക്കുന്നു. അവൾ ആഗ്രഹിച്ചിരുന്നെങ്കിൽ ഞാൻ അവളെ അതുപോലെ വിട്ടേനേ. എല്ലാം അതുപോലെ വിട്ടേനേ. ഞാൻ അങ്ങനെ ചെയ്യുമെന്ന് അവൾ വിശ്വസിച്ചില്ല. അതാണ് സത്യം. അല്ല, അല്ല, ഞാൻ നുണ

പറയുകയാണ്. അതങ്ങനെ അല്ല തന്നെ. അവൾ എന്നെ സ്നേഹിച്ചിരുന്നെങ്കിൽ എല്ലാതരത്തിലും അവൾക്ക് സത്യസന്ധതയോടെ സ്നേഹിക്കാൻ കഴിയണം. ആ കച്ചവടക്കാരനെ സ്നേഹിക്കുമായിരുന്നതുപോലെ അല്ല! അവൾ അത്രയ്ക്ക് പതിവ്രതയും പരിശുദ്ധയുമായിരുന്നതിനാൽ ആ കച്ചവടക്കാരൻ ആവശ്യപ്പെട്ടതുപോലുള്ള പ്രേമം അവൾക്ക് സമ്മതിച്ചുകൊടുക്കാൻ കഴിഞ്ഞില്ല. അവൾക്കെന്നെ വഞ്ചിക്കാനും കഴിഞ്ഞില്ല. യഥാർത്ഥ പ്രേമം നടിച്ച് പാതി പ്രേമമോ കാൽഭാഗം പ്രേമമോ നല്കി വഞ്ചിക്കാനവൾ തയ്യാറായില്ല. അവൾ അത്രയ്ക്ക് സത്യസന്ധയായിരുന്നു. അതാണ് കാര്യം. ഒരിക്കൽ അവളുടെ ഹൃദയത്തിലേക്ക് മഹാമനസ്കത കടത്തിവിടുവാൻ പോകുകയായിരുന്നു ഞാൻ. ഓർക്കുന്നോ? എന്തൊരു അസംബന്ധം!

അവൾ എന്നെ ബഹുമാനിച്ചിരുന്നോ ഇല്ലയോ എന്നറിയാനെനിക്ക് വലിയ ജിജ്ഞാസയുണ്ട്. അവൾ എന്നെ വെറുത്തിരുന്നോ ഇല്ലയോ എന്നെനിക്കറിയില്ല. അവളെന്നെ വെറുത്തിരുന്നു എന്ന് വിശ്വസിക്കുന്നില്ല. അത് വിചിത്രം തന്നെയല്ലേ? ആ ശീതകാലം മുഴുവൻ അവൾ എന്നെ വെറുത്തിരുന്നു എന്ന വസ്തുത ഒരിക്കലും ഞാൻ ശ്രദ്ധിക്കാതെ പോയത്! അവൾ എന്നെ കടുത്ത ആശ്ചര്യത്തോടെ നോക്കിയ നിമിഷം വരെ, നേരെ മറിച്ചാണ് വിശ്വസിച്ചിരുന്നത്. അത് കടുത്ത ആശ്ചര്യം തന്നെ ആയിരുന്നു, തീർച്ചയായും. അപ്പോഴാണ് അവൾ എന്നെ വെറുക്കുന്നു എന്ന ബോധം പെട്ടെന്ന് ഉയർന്നുവന്നത്. ഞാനത് മനസ്സിലാക്കി, മാറ്റാനൊക്കാത്ത വിധത്തിൽ എന്നെന്നേക്കുമായി! ആഹ്, അവൾ എന്നെ വെറുത്താലും എന്താണ്? അവൾ എന്നോടൊപ്പം ജീവനോടെ ഇരുന്നെങ്കിൽ, ശേഷിച്ച ജീവിതകാലം മുഴുവൻ അവളെന്നെ വെറുത്താലും എന്താണ്? അല്പനേരം മുമ്പുവരെ അവൾ നടക്കുകയും സംസാരിക്കുകയും ചെയ്തിരുന്നതാണ്. അവൾക്ക് എങ്ങനെ ജനാലയ്ക്ക് പുറത്തേക്ക് ചാടാൻ കഴിഞ്ഞു? എനിക്കത് മനസ്സിലാക്കാനാകുന്നില്ല. ചിന്തിക്കാൻ പോലും കഴിയുന്നില്ല. ഞാൻ ലുക്കേരിയായെ വിളിച്ചു. ഇപ്പോൾ, ലുക്കേരിയായെ പോകാൻ ഞാൻ അനുദിക്കില്ല, ഒരിക്കലുമില്ല.

ഓഹ്, ഞങ്ങൾക്കൊരു ധാരണയിലെത്താൻ കഴിഞ്ഞേനേ. ശീതകാലത്താണ് ഞങ്ങൾ പരസ്പരം ഭയങ്കരമായി പിണങ്ങിയത്. എന്നാൽ, തീർച്ചയായും ഞങ്ങൾ പഴയ രീതിയിലായേനേ. എന്തുകൊണ്ട് ഞങ്ങൾക്ക് സുഹൃത്തുക്കളായി ഒരു പുത്തൻ ജീവിതം ആരംഭിച്ചുകൂടാ? ഞാൻ മഹാമനസ്കനാണ്. അവളും അപ്രകാരംതന്നെ. ഏതാനും വാക്കുകൾകൂടി മാത്രം. രണ്ട് ദിവസം, കൂടുതലൊന്നും വേണ്ട. അവളെല്ലാം മനസ്സിലാക്കിയേനേ.

അത് വെറുമൊരു അത്യാഹിതമായിരുന്നു എന്നതാണ് പരിതാപകരം – ഒരു സാധാരണ ക്രൂരവും വിവേകരഹിതവുമായ അത്യാഹിതം. അതാണ് കഷ്ടം! അഞ്ചുമിനിറ്റ്, ഞാൻ വെറും അഞ്ച് മിനിറ്റ്

വൈകിപ്പോയി! ഞാൻ അഞ്ച് മിനിറ്റ് മുമ്പ് മടങ്ങിവന്നിരുന്നെങ്കിൽ, അതൊരു കാർമേഘം പോലെ കടന്നുപോയേനേ. വീണ്ടും അതൊരിക്കലും അവളുടെ തലയ്ക്കകത്ത് കയറില്ലായിരുന്നു. എല്ലാം മനസ്സിലാക്കുന്നതോടെ അതെല്ലാം അവസാനിച്ചേനേ. എന്നാൽ ഇപ്പോൾ, വീണ്ടും ഒഴിഞ്ഞ മുറികൾ, ഞാൻ ഏകൻ. യാതൊന്നിനോടും ഒരു ഉൽക്കണ്ഠയോ അനുകമ്പയോ ഇല്ലാതെ ഈ പെണ്ടുലം ആടുകയും ക്ലിക് ശബ്ദം പുറപ്പെടുവിക്കുയും ചെയ്യുന്നു. ആരുമില്ല - അതാണ് കഷ്ടം!

ഞാൻ അങ്ങോട്ടുമിങ്ങോട്ടും നടന്നുകൊണ്ടിരുന്നു. എനിക്കറിയാം, നിങ്ങൾ പറഞ്ഞുതരാതെത്തന്നെ എനിക്കറിയാം. ഒരു അത്യാഹിതത്തിന്മേലും അഞ്ചുമിനിറ്റ് വൈകിയതിന്മേലും ഞാൻ കുറ്റം കണ്ടെത്തുന്നത് വിചിത്രമായി നിങ്ങൾ കരുതുന്നുണ്ടോ? എന്നാലത് സ്പഷ്ടമാണ്. ഇതൊന്ന് പരിഗണിക്കുക. എല്ലാവരും ചെയ്യുന്നതുപോലെ താൻ ആത്മഹത്യ ചെയ്യുകയാണെന്ന് ഒരു കുറിപ്പ് എഴുതിവെക്കുകപോലും അവൾ ചെയ്തില്ല. ലുക്കേരിയായെ സംശയിക്കുമെന്നവൾ തീർച്ചയായും ചിന്തിച്ചേനേ." അവളോടൊപ്പം നിങ്ങൾ മാത്രമാണുണ്ടായിരുന്നത്. അതുകൊണ്ട് നിങ്ങൾ [illegible] അവളെ തള്ളിയിട്ടുകാണും." എന്നിങ്ങനെ. നിരപരാധിയാണെങ്കിലും അവൾ തീർച്ചയായും അവളെ കോടതികളിലേക്ക് വലിച്ചിഴച്ചേനേ. മുറ്റത്ത് നിന്നിരുന്ന ആ നാല് ആളുകൾ ഒന്നുകിൽ അവരുടെ ജനാലുകളിൽ നിന്നോ താഴെ പറമ്പിൽ നിന്നോ, കൈയിൽ വിഗ്രഹം പിടിച്ച് അവൾ ജനാലയിൽനിന്ന് താഴേക്ക് ചാടുന്നത് കണ്ടെന്ന് പറഞ്ഞില്ലായിരുന്നെങ്കിൽ അതായിരുന്നേനെ ലുക്കേരിയായുടെ ഗതി. എന്നാലതും വെറും യാദൃച്ഛികം മാത്രമായിരുന്നു. നിങ്ങൾക്കറിയാമോ, ആ ആളുകൾ അവിടെനിന്ന് അത് കാണാനിടയായത്. അല്ല, അതൊരു നിമിഷം മാത്രം. വിശദീകരിക്കാനൊക്കാത്ത ഒരു നിമിഷം. പെട്ടെന്നുണ്ടായ ഉൾപ്രേരണയും ഭാവനയും! അവൾ അവിടെ ഇരുന്ന് പ്രാർത്ഥിച്ചാലെന്താണ്? അത് മരണത്തിന് മുമ്പുള്ള പ്രാർത്ഥന ആകണമെന്നില്ല. എല്ലാംകൂടി പത്ത് മിനിറ്റ് പോലും എടുത്തുകാണില്ല. ആ നിമിഷത്തിലായിരിക്കണം അവൾ ആ തീരുമാനമെടുത്തിരിക്കുക, അവൾ ചുമരിൽ ചാരി കൈയിൽ തല ചായ്ച് പുഞ്ചിരിച്ചുനിന്നപ്പോൾ. ആ ആശയം അവളുടെ മനസ്സിലൂടെ മിന്നൽപ്പിണർപോലെ കടന്നുപോയി. അതൊരു നീർച്ചുഴിതന്നെ സൃഷ്ടിച്ചു. അതവൾക്ക് സഹിക്കാൻ കഴിഞ്ഞില്ല.

അതൊരു തെറ്റിദ്ധാരണയായിരുന്നു. അത് വ്യക്തമാണ്. നിങ്ങൾ എന്തുതന്നെ പറഞ്ഞാലും ഞാൻ ഒപ്പം ജീവിക്കാൻ പറ്റാത്തവനൊന്നുമല്ല. അത് രക്തക്കുറവ് മൂലമായിരിക്കുമോ? ഒരുപക്ഷേ രക്തക്കുറവ് മൂലമായിരിക്കുമോ? അവളുടെ പ്രാണശക്തിയെ തളർത്തത്? ആ ശീതകാലം അവളെ വല്ലാതെ ദുർബലയാക്കിയിരുന്നു, അതാണ് കാര്യം...

ഞാൻ വന്നത് വളരെ വൈകിപ്പോയി!!!

ശവപ്പെട്ടിയിലവൾ എത്ര ചെറുതും മെലിഞ്ഞവളുമായാണ് കാണപ്പെടുന്നത്. എത്ര കൂർത്തതാണവളുടെ മൂക്ക്! അവളുടെ കൺപീലികൾ കവിളുകളിൽ കൊച്ചുശരങ്ങൾ പോലെയുണ്ട്. പിന്നെ, അൾ വീണ രീതി – ഒന്നും ഒടിഞ്ഞിട്ടില്ല. ഒന്നും തകർന്നിട്ടില്ല. ഒരു 'കൈകുമ്പിൾ രക്തം' മാത്രം. ഒരു ഡെസ്സെർട്ട് സ്പൂൺ. അത്രതന്നെ. ആന്തരിക രക്തസ്രാവം. ഒരു വിചിത്രമായ ചിന്ത. അവളെ സംസ്കരിച്ചില്ലെങ്കിലോ? അവർ അവളെ എടുത്തുകൊണ്ടുപോയാൽ... അപ്പോൾ... ഓഹ്, ഇല്ല. അവളെ കൊണ്ടുപോകാതിരിക്കുക എന്നത് അസാധ്യമാണ്! തീർച്ചയായും ഞാനത് മനസ്സിലാക്കുന്നു, അവർക്കവളെ കൊണ്ടുപോകേണ്ടിവരും. ഞാൻ പിച്ചും പേയും പുലമ്പുന്നവനോ ഭ്രാന്തനോ അല്ല. നേരെ മറിച്ചാണ്. എന്റെ യുക്തിബോധം ഇതുവരെ ഇത്രയും തെളിഞ്ഞിട്ടില്ല. എന്നാൽ, അതെങ്ങനെ ആകാൻ കഴിയും. വീട്ടിൽ ആരുമില്ല. വീണ്ടും അതാ, ആ രണ്ട് മുറികൾ. എന്റെ പണ്ടപ്പണയക്കടയിൽ ഞാൻ ഒറ്റയ്ക്ക്! ഞാൻ പിച്ചും പേയും പറയുകയാണ്. തീർച്ചയായും ഇത് പിച്ചുംപേയുമാണ്. ഞാൻ അവളെ ഒരുപാട് ബുദ്ധിമുട്ടിച്ചു, അതാണ് കാരണം!

നിങ്ങളുടെ നിയമങ്ങളെ ഞാൻ എന്തിന് ശ്രദ്ധിക്കണം? നിങ്ങളുടെ സമ്പ്രദായങ്ങൾ, സദാചാരനിഷ്ഠകൾ, നിങ്ങളുടെ ലോകം, നിങ്ങളുടെ നാട്, നിങ്ങളുടെ വർഗം എന്നിവയെക്കൊണ്ടെനിക്ക് എന്ത് പ്രയോജനമാണുള്ളത്? നിങ്ങളുടെ ജഡ്ജി എന്നെ വിസ്തരിക്കട്ടെ. അവരെന്നെ കോടതിയിലേക്ക് കൊണ്ടുപോകട്ടെ. നിങ്ങളുടെ പബ്ലിക് കോർട്ടിലേക്ക് ഞാൻ അപ്പോൾ പറയും. ഞാൻ എല്ലാം നിരസിക്കുന്നു എന്ന്. ജഡ്ജി അപ്പോൾ അട്ടഹസിക്കും: "ഓർഡർ, ഓർഡർ, നിശ്ശബ്ദം ഓഫീസർ!" ഞാൻ തിരിച്ച് അട്ടഹസിക്കും: "എന്നെ അനുസരിപ്പിക്കുവാൻ നിങ്ങൾക്ക് എന്ത് അധികാരമാണുള്ളത്? എനിക്ക് ഏറ്റവും പ്രിയങ്കരമായതിനെ നീട്ടിവെക്കൽ എങ്ങനെ തകർത്തു കളഞ്ഞു? നിങ്ങളുടെ നിയമങ്ങൾക്ക് എന്ത് ഗുണമാണ് എനിക്കുവേണ്ടി ചെയ്യാൻ കഴിയുക? ഞാൻ നിങ്ങളിൽ നിന്നെല്ലാം പിൻവാങ്ങുകയാണ്!"

ഓഹ്, എനിക്കൊന്നിലും താല്പര്യമില്ല.

അവൾ അന്ധയാണ്, അന്ധ! അവൾ മരിച്ചു. അവൾക്ക് കേൾക്കാൻ കഴിയില്ല. നിനക്കറിയില്ല. നിനക്ക് ജീവിക്കാൻ വേണ്ടി ഞാനൊരു പറുദീസ പണിതേനേ. കാരണം, എന്റെ ഹൃദയത്തിൽ ഒരു പറുദീസയുണ്ടായിരുന്നു. അത് നിനക്കായി ഞാൻ നല്കിയേനേ. നീ എനിക്കുവേണ്ടി നിന്റെ സ്നേഹം നല്കിയില്ലെന്നുതന്നെ കരുതുക – സാരമില്ല, അതുകൊണ്ടെന്താണ്? എല്ലാം അതുപോലെത്തന്നെ നിലനിന്നേനേ. അതുപോലെത്തന്നെ മുന്നോട്ടുപോയേനേ. നീ ഒരു സുഹൃത്തിനോടെന്നതുപോലെ എന്നോട് സംസാരിക്കണമായിരുന്നു. എങ്കിൽ നമ്മൾ ആഹ്ലാദപൂർവം സംസാരിക്കുകയും ഒന്നിച്ച് ചിരിച്ച് രസിക്കുകയും ചെയ്തേനേ.

പരസ്പരം കണ്ണുകളിലേക്ക് നോക്കി ആസ്വദിച്ച് ഇരുന്നേനേ. അത് അങ്ങനെ ആയിരുന്നു ആകേണ്ടിയിരുന്നത്.

നീ മറ്റൊരാളെ സ്നേഹിച്ചുപോയെങ്കിൽപോലും എന്തിന് - സാരമില്ല, സാരമില്ല. നീ അയാളോടൊപ്പം പുഞ്ചിരിച്ചുകൊണ്ട് നടന്നാലും റോഡിന്റെ എതിർവശത്തുനിന്നും ഞാനത് നോക്കി കണ്ടാലും... ഓഹ്, അതൊന്നും സാരമില്ല. അവൾ കണ്ണുകൾ ഒരിക്കലെങ്കിലും ഒന്ന് തുറന്നിരുന്നെങ്കിൽ! ഒരു നിമിഷനേരത്തേക്കെങ്കിലും ഒരു നിമിഷം! ഇന്നു രാവിലെ എന്റെ മുന്നിൽനിന്ന് എന്നോട് വിശ്വസ്തതയുള്ള ഭാര്യയാകുമെന്ന് ശപഥം ചെയ്യവേ എന്നെ നോക്കിയവിധത്തിൽ അവൾ എന്നെ ഒന്ന് നോക്കി യിരുന്നെങ്കിൽ! ഓഹ്, ആ ഒറ്റനോട്ടത്തിൽ അവൾ എല്ലാം മനസ്സിലാക്കി യേനെ.

നീട്ടിക്കൊണ്ടുപോകൽ! ഓഹ്, പ്രകൃതി! ഈ ഗ്രഹത്തിൽ ജനങ്ങൾ ഒറ്റയ്ക്കാണ്, അതാണ് കുഴപ്പം! "ഈ യുദ്ധക്കളത്തിൽ ജീവനുള്ള ആരെങ്കിലും ഉണ്ടോ?" റഷ്യൻ ഇതിഹാസത്തിലെ കഥാനായകൻ വിളിച്ചു ചോദിച്ചു. ഇതിഹാസ കഥാനായകനല്ലെങ്കിലും ഞാനും അതേ ചോദ്യം വിളിച്ചു ചോദിക്കുന്നു. എന്നാൽ ആരും മറുപടി നല്കുന്നില്ല. ലോകത്തിന് സൂര്യൻ ജീവൻ നല്കുന്നു എന്നവർ പറയുന്നു. എന്നാൽ, സൂര്യൻ ഉയർന്നുപൊങ്ങുന്നു - നോക്കൂ - അത് മരിച്ചില്ലേ? എല്ലാം മരിച്ചു, മരിച്ചവർ എല്ലായിടത്തും കിടക്കുന്നു! ഏകാന്തരായ മനുഷ്യർ ചുറ്റുപാടിലെല്ലാം - നിശ്ശബ്ദം. അത്തരം ഒരു ലോകത്തിലാണ് നമ്മൾ ജീവിക്കുന്നത്. "മനുഷ്യരെ, പരസ്പരം സ്നേഹിക്കൂ." - ആരാണത് പറഞ്ഞത്? ആരുടെ കല്പനയാണത്? വികാരശൂന്യമായി, ദാരുണമാംവിധത്തിൽ പെൻഡുലം ക്ലിക് ശബ്ദം പുറപ്പെടുവിച്ചുകൊണ്ടിരിക്കുന്നു. രാവിലെ രണ്ടുമണി ആയി. അവളുടെ കട്ടിലിനടുത്ത് അവളുടെ ഷൂസ് കിടക്കുന്നു. അവൾക്കുവേണ്ടി കാത്ത് കിടക്കുന്നതുപോലെ... ഇപ്പോൾ... ശാന്തഗംഭീരമായി, നാളെ അവർ അവളെ എടുത്ത് കൊണ്ടുപോകും, ഞാൻ എന്തൊക്കെ ചെയ്താലും.

www.ingramcontent.com/pod-product-compliance
Lightning Source LLC
LaVergne TN
LVHW041221080526
838199LV00082B/1350
* 9 7 8 9 3 8 8 8 3 0 5 7 7 *